AF747127

ഗ്രീൻ ബുക്സ്

അസീസ് ബെയ്

അയ്ഫേഷ് ടുഞ്ച്

ഇസ്താംബൂൾ സർവകലാശാലയിൽ ബിരുദ
വിദ്യാർത്ഥിയായിരിക്കുമ്പോഴാണ്
ആദ്യ കൃതി പ്രസിദ്ധീകരിക്കുന്നത്.
ആദപാസരിയിലാണ് ജനനം.
1989ൽ കംഹുരിയത് വർത്തമാനപത്രത്തിന്റെ
യൂനസ് നാദി ചെറുകഥാ മത്സരത്തിൽ വിജയിയായി.
യാപി ക്രേദി പബ്ലിഷിങ്ങ് ഹൗസിൽ 1999 മുതൽ
2004 വരെ എഡിറ്റർ-ഇൻ-ചീഫ് ആയിരുന്നു.
അതിനുശേഷം പൂർണ്ണസമയ എഴുത്തുകാരിയായി.
ടെലിവിഷൻ തിരക്കഥകളെ കൂടാതെ അനേകം
നോവലുകളും ചെറുകഥാ സമാഹരങ്ങളും
പ്രസിദ്ധീകരിച്ചിട്ടുണ്ട്. അതിൽ പലതിനും മറ്റു
ഭാഷകളിലേക്ക് വിവർത്തനങ്ങളുമുണ്ടായിട്ടുണ്ട്.

വിവർത്തനം: **ഇ. മാധവൻ**

പ്രസിദ്ധ കവി ഇടശ്ശേരി ഗോവിന്ദൻനായരുടെയും
ഇ. ജാനകിയമ്മയുടെയും മകൻ.
ഇടശ്ശേരി സ്മാരക സമിതിയുടെ സെക്രട്ടറി.
റിസർവ് ബാങ്കിൽനിന്ന് ജനറൽ മാനേജരായി വിരമിച്ചു.

ഗ്രീൻ ബുക്സ് പ്രസിദ്ധീകരിച്ച
ഗ്രന്ഥകർത്താവിന്റെ ഇതര കൃതി

ഉന്മാദികളുടെ വീട്
(നോവൽ)

കഥ

അസീസ് ബെയ്

അയ്ഫേഷ് ടുഞ്ച്

വിവർത്തനം

ഇ. മാധവൻ

ഗ്രീൻബുക്സ്

green books private limited
gb building, civil lane road, ayyanthole,
thrissur- 680 003, kerala, ph: +91 487-2381066, 2381039
website: www.greenbooksindia.com
e-mail: info@greenbooksindia.com

branches:
thrissur 8589095302
thiruvananthapuram 8589095301
calicut 8589095307

original turkish title
Aziz Bey Hadisesi

original english title
aziz bey incident

malayalam
aziz bey
story
by
ayfer tunc

translated by
e. madhavan

published june 2024

cover design : s. mahendra

printed in india
repro india ltd

isbn : 978-81-973342-1-4

GBPL/1365/2022

മുഖക്കുറി

തുർക്കിയിലെ സമകാലിക എഴുത്തുകാരിൽ ഏറ്റവും ശ്രദ്ധേയയായ അയ്ഫേഷ് ടുഞ്ച് രചിച്ച അതിമനോഹരമായ ആറ് ചെറുകഥകളുടെ സമാഹാരമാണ് 'അസീസ് ബെയ്'. യാഥാസ്ഥിതിക വീക്ഷണങ്ങളോടു കൂടിയ ദുർബ്ബല മനുഷ്യമനസ്സുകളെ നവീനലോകത്തിന്റെ വ്യത്യസ്തമായ കാഴ്ചപ്പാടുകളിലൂടെയാണ് ഈ കഥകളിൽ അവതരിപ്പിക്കുന്നത്. സ്നേഹത്തിന്റെ ഭാഷയിൽ കഥനപാടവത്തോടെ വരച്ചുവയ്ക്കുന്ന ഈ രചന ആരേയും മോഹിപ്പിക്കും.

എഡിറ്റർ

വിവർത്തകക്കുറിപ്പ്

ഒരു കലാകാരൻ, തന്റെ ഭാവനയ്ക്ക് വിടരാനും പടരാനും വേണ്ടതെല്ലാം സ്വീകരിക്കുന്നത് മനുഷ്യവംശം കൂടി ഉൾപ്പെടുന്ന പ്രകൃതിയിൽ നിന്നാണല്ലോ. പ്രപഞ്ചാതീതവും സ്വച്ഛന്ദവുമായ ആ ഭാവനയുടെ വേരുകൾ വംശം, നിറം, സമ്പത്ത്, രാജ്യാതിർത്തികൾ, ഇടുങ്ങിയ ദേശീയതാബോധം ഇവയെയൊന്നിനേയും മാനിക്കുന്നവയല്ല. നാം മനുഷ്യരാകട്ടെ, പൊതുവിൽ ഈ വേർതിരിവുകളാലെല്ലാം ബാധിക്കപ്പെട്ടവരാണ്. സാഹിത്യം അതതു ഭാഷകളിൽ മനുഷ്യകഥാനുഗാനം നടത്തുന്നു. കൃതികളുടെ വിവർത്തനം വേർതിരിവുകളെ അതിജീവിച്ചുകൊണ്ട്, മനുഷ്യർക്ക് അവർക്കന്യമായ സംസ്കാരങ്ങളേയും മനുഷ്യാവസ്ഥകളേയും കാണിച്ചുകൊടുക്കുന്നു, അനുഭവവേദ്യമാക്കുന്നു. അങ്ങനെ രാഷ്ട്രാതിർത്തികളാൽ വിഭജിക്കപ്പെട്ടിരിക്കുന്നതിനേക്കാൾ കൂടുതൽ വികാരങ്ങളാൽ ഐക്യപ്പെട്ടാണ് മനുഷ്യാവസ്ഥ നിലക്കൊള്ളുന്നത് എന്ന സത്യം മനസ്സിലാക്കാൻ വിവർത്തനങ്ങൾ സഹായിക്കുന്നു. സാഹിത്യത്തിൽ ശ്രേഷ്ഠമായ പദവിക്ക് വിവർത്തനങ്ങൾ അർഹമാകുന്നത് ഇത് കാരണമാകാം. ഈ പറഞ്ഞ ധർമ്മം വേണ്ടുവോളം പാലിക്കുന്ന ഒരു കഥാസമാഹാരം വായനക്കാർക്ക് മുന്നിൽ കാഴ്ച വെക്കാൻ സാധിച്ചതിൽ വലിയ ചാരിതാർത്ഥ്യമുണ്ട്.

ചരിത്രപരമായി അനവധി മാറ്റങ്ങളിലൂടെ കടന്നുപോയ തുർക്കിയുടെ രാഷ്ട്രീയ ഭൂമിക നമുക്ക് പരിചിതമായിരിക്കാമെങ്കിലും അവിടത്തെ മനുഷ്യനെ അറിയാൻ ആ വിജ്ഞാനം പോരല്ലോ? സാധാരണക്കാരായ തുർക്കികളെ, മാനവികതയുടെ വെളിച്ചത്തിൽ, അവരുടെ സ്വപ്നങ്ങളിലും സൗന്ദര്യത്തിലും വീരതയിലും ദുർബ്ബലതയിലും മാനസിക സംഘർഷങ്ങളിലും പരിചയപ്പെടുത്തുന്ന ആറ് കഥകളാണ് ഈ പുസ്തകത്തിൽ ഉൾപ്പെടുത്തിയിരിക്കുന്നത്.

കഥാകൃത്ത് അയ്ഫേഷ് ടുഞ്ച് (1964) സമകാലിക ടർക്കിഷ് സാഹിത്യലോകത്തിൽ സഹൃദയപ്രീതി നേടിയ നോവലിസ്റ്റും കഥാകൃത്തുമാണ്. സ്ത്രീയുടെ കാഴ്ചപ്പാടിൽ കാണുന്ന ലോകം, പ്രത്യേകിച്ച് പുരുഷന്റെ പ്രകൃതം കഥാകാരി ആവിഷ്കരിച്ചിരിക്കുന്നതിൽ ആഹ്ലാദകരമായ അനന്യത വായനക്കാർക്ക് കണ്ടെത്താനാകും. അസാധാരണമായ ജീവിതമുഹൂർത്തങ്ങളെ അഭിമുഖീകരിക്കുന്ന സാധാരണ മനുഷ്യന്റെ അത്ഭുതപ്പെടുത്തുന്ന ആത്മീയ പോരാട്ടവും അതിജീവനവും അതുപോലെത്തന്നെ ചിലപ്പോഴെല്ലാം നടത്തുന്ന കീഴടങ്ങലും കഥകളിലെല്ലാം തൊട്ടറിയാനാകുന്ന ഊർജ്ജമായി പ്രവഹിക്കുന്നുണ്ട്. ആരും ആ പോരാട്ടത്തെ ഒഴിവാക്കി പോകുന്നില്ല എന്നത് ശ്രദ്ധേയമാണ്. കഥാപാത്രങ്ങളുടെ മാനസിക വ്യാപാരങ്ങൾക്കൊപ്പം യാത്ര ചെയ്ത് വിശ്വാസയോഗ്യമായ റിപ്പോർട്ടുകൾ തികഞ്ഞ ആഖ്യാന പാടവത്തോടെ വായനക്കാരൻ നൽകുന്നതിൽ വിജയം വരിച്ച കഥാകൃത്തിനെ എല്ലാ കഥകളിലും കാണാൻ സാധിക്കും.

തുർക്കിയുടെ സാംസ്കാരിക അടയാളങ്ങൾ ആകർഷകമായി പേറുന്നവയാണ് ഈ കഥകൾ. ഇസ്താംബൂളിലെ റെസ്റ്റോറന്റിലെ വൈവിധ്യമാർന്ന ഭക്ഷണവും ബാറുകളിലെ അന്തരീക്ഷവും സംഗീതവും കഥകളിലൂടെ അനുഭവിക്കാനാകും. അതുപോലെ കഥാകൃത്ത് പലയിടത്തായി പരാമർശിച്ച ബോസ്ഫോറസ് നദിയും ഗോൾഡൻഹോൺ കായലും തുർക്കിക്കും ലെബനോണിനുമിടയിലുള്ള ചരക്ക് കപ്പലിൽ കയറിയുള്ള കടൽ യാത്രയും ബെയ്റൂട്ടിലെ ഈന്തപ്പനകളും അടിയറ പറയിപ്പിക്കുന്ന ഉഷ്ണവും എല്ല് തുളയ്ക്കുന്ന ശൈത്യവും മ്ലാനമായ മഴച്ചാറ്റലുകളും എല്ലാം വായനക്കാരനെ അനുഭവിപ്പിക്കുന്നവയാണ് ഈ കഥകൾ. സ്ത്രീ-പുരുഷ ബന്ധങ്ങളാകട്ടെ, പിതൃ-പുത്ര ബന്ധങ്ങളാകട്ടെ, അവയിലെ സങ്കീർണ്ണത അതിശയകരമായ സ്വാഭാവികതയോടെ ഈ കഥകളിൽ നമുക്ക് വായിച്ചെടുക്കാനാകും. പ്രണയം ആത്മാവിൽ കോറിയിടുന്ന ഉണങ്ങാപ്പാടുകൾ, കേവല സ്നേഹത്തിന്റെ നീരുറവകൾ, കാലപ്രവാഹത്തിൽ ഉച്ച് പിടിച്ചത് അറിയാതെ ദുരന്തത്തിലേക്ക് നീങ്ങുന്ന കുലീനത, ദാമ്പത്യം ആശ്വാസമേകാത്ത അടഞ്ഞ ഹൃദയങ്ങൾ, മനുഷ്യപ്രകൃതത്തിലെ വന്യത ഇങ്ങനെ ഉൾക്കാഴ്ചകളായി ആസ്വദിക്കാൻ അനവധി അടരുകൾ നിറഞ്ഞവയാണ് കഥാകാരിയുടെ ലോകം.

കഥകളുടെ പ്രമേയത്തിലേക്ക്, പാത്രസൃഷ്ടിയിലെ സൗന്ദര്യത്തിലേക്ക്, കഥാഘടനയുടെ വിശ്വാസ്യതയിലേക്ക് ഒന്നും കടക്കുന്നില്ല. ഈ കഥകളുടെ വിവർത്തനം എനിക്ക് വളരെ ആനന്ദം നൽകി എന്നു മാത്രം പറയട്ടെ. തെറ്റുകൾ ചൂണ്ടിക്കാണിച്ചും ബദലുകൾ നിർദ്ദേശിച്ചും കഥകളെ ഈ രൂപത്തിൽ അവതരിപ്പിക്കാൻ എന്നെ സ്നേഹപൂർവ്വം സഹായിച്ച സഹോദരീതുല്യയായ ശ്രീമതി തങ്കമണി കരുണാകരനോട് എനിക്കുള്ള നിസ്സീമമായ കടപ്പാടും നന്ദിയും ഇവിടെ രേഖപ്പെടുത്തട്ടെ. വിവർത്തനം പൂർത്തിയായ ശേഷം ആദ്യ വായനക്കാരിയാകാൻ സന്മനസ്സ് കാണിച്ച കവയിത്രി സ്മിതാ രാജേഷ് നൽകിയ ആത്മവിശ്വാസം ചെറുതല്ല.

മനോഹരമായ ഈ കഥകൾ വിവർത്തനം ചെയ്യാൻ എന്നെ ചുമതലപ്പെടുത്തിയ ഗ്രീൻബുക്സ് എം.ഡി. ശ്രീ. ഇ.കെ. നരേന്ദ്രനോടുള്ള നന്ദിയും ആദരവും കൂടി പ്രകാശിപ്പിച്ചുകൊണ്ട് ഈ കഥാസമാഹാരം വിനയപൂർവ്വം മലയാളി വായനക്കാരനു മുന്നിൽ സമർപ്പിക്കുന്നു.

ഇ. മാധവൻ

കഥകൾ

അസീസ് ബെയ് സംഭവം

ഒരു രാത്രിയിൽ സേക്കിയുടെ മദ്യശാലയിൽ അങ്ങനെയൊരു ദുരന്തം സംഭവിച്ചു. സേക്കി, അസീസ് ബെയയെ മർദ്ദിച്ച് അവശ നാക്കി; മാത്രമല്ല, അയാളെ തള്ളിപ്പുറത്താക്കുകയും ചെയ്തു. കലഹ മെങ്ങനെ തുടങ്ങി, എങ്ങനെ വഷളായി എന്നൊന്നും ആർക്കും ഓർത്തെടുക്കാൻ സാധിച്ചിരുന്നില്ല. എന്നിട്ടും സകലരും അവനവന്റെ ഭാവനാവിലാസപ്രകാരം തോന്നിയത് പറഞ്ഞു നടക്കാൻ തുടങ്ങി. ചിലർ പറഞ്ഞു, 'സേക്കിയാണ് തുടങ്ങിവെച്ചത്'; മറ്റുള്ളവർ എതിർത്തു 'അല്ല, അസീസ് ബെയ് കുടിച്ച് പൂസായിരുന്നു'. ചില രാകട്ടെ, മദ്യശാലയിലെ പതിവുകാരുടെ മീതെ പഴി ചാരി. മറ്റുള്ളവർ, 'ഇമ്മാതിരി വിഷയങ്ങളൊന്നും ഊതിപ്പെരുപ്പിക്കേണ്ടവയല്ല' എന്നു പറഞ്ഞു.

സംഭവം കഴിഞ്ഞ് ഏതാനും മണിക്കൂർ പിന്നിട്ടപ്പോഴാണ് അസീസ് ബെയ് വീട്ടിലേക്ക് പോയത്. അയാൾ തന്റെ മുറിയിൽ, ഭീഷണമായ ഏതോ വ്യാധി പോലെ മുനിഞ്ഞുകത്തിയിരുന്ന ബൾബിനു താഴെ ഇരുന്നു, കണ്ണിൽ ഉരുണ്ടുകൂടിയ, പക്ഷേ വീഴാതെ തങ്ങിനിന്ന, കണ്ണീരിലൂടെ അയാൾ ഗോൾഡൻ ഹോൺ കായലിലെ മലിനജലം പ്രതിബിംബിക്കുന്ന ഛിന്നഭിന്നമായ നിലാവ് നോക്കിയിരുന്നു. മേഘ ങ്ങൾ ഇടയ്ക്കിടയ്ക്ക് ആ കാഴ്ച മറച്ചു കൊണ്ടിരുന്നു. ഇക്കഴിഞ്ഞ നിമിഷം അയാളുടെ മനസ്സിലൂടെ കടന്നു പോയത് അതീവ ഹ്രസ്വ മെങ്കിലും അത്യന്തം സന്തോഷകരമായ ഒരു വേളയെക്കുറിച്ചുള്ള ഓർമ്മയായിരുന്നു. ഉഷ്ണം കൂടിയ ഒരു നഗരത്തിലെ മൂന്നു ദിവസം നീണ്ട താമസം. കണ്ണെത്താവുന്ന ദൂരമാകെ നീലനിറം പരന്നൊഴു കുന്നു. ഈന്തപ്പനകളടക്കം ചെറുതും വലുതുമായ പനകൾ തണൽ വിരിച്ച നീലിമ. ആ സന്തോഷം പൊടുന്നനെ സങ്കടമായി മാറിയത് അയാളുടെ മുഖത്ത് ദൃശ്യമാണ്. അബദ്ധങ്ങൾ മാത്രം നിറഞ്ഞ ജീവിതത്തിലെ യാതനകൾ പുറമേ കാണിക്കാതിരിക്കാൻ പാടുപെ ടുന്ന ആ പ്രക്ഷീണമായ കുഴിഞ്ഞ മുഖം ഏതു നിമിഷവും കരച്ചി ലിലേക്ക് വഴുതിപ്പോകാം.

മഴ കോരിച്ചൊരിഞ്ഞ, തണുത്തുറഞ്ഞ രാത്രി. പ്രഭാതത്തിലേക്ക് നീളുന്ന ആ മണിക്കൂറുകളിൽ ഒളിമങ്ങിയ അയാളുടെ കണ്ണുകൾ മൃദുവായി തഴുകിയടയ്ക്കാൻ ആരുമുണ്ടായിരുന്നില്ല. കുട്ടികൾ വാശി പിടിച്ചിരിക്കുമ്പോൾ ചെയ്യുന്ന പോലെ ദൃഢമായി പിണച്ചു വെച്ച വിരലുകളൊന്ന് വിടർത്താൻ ആരുമുണ്ടായിരുന്നില്ല. ഒരു പക്ഷി തൊടുന്നപോലെ മൃദുലമായി കൈകൾ കൊണ്ട് ചേർത്തു പിടിക്കാൻ ആരുമുണ്ടായില്ല, ആരും. ചാരുകസേരയിൽ അയാൾ ചടഞ്ഞിരുന്നു. അയാൾക്കുള്ളിൽ വേദനിക്കുന്ന ആത്മാവ് ശരീര മുക്തമായി സാവധാനത്തിൽ പുറത്തേക്ക് പ്രവഹിച്ചു, ചുരുക്കം മനുഷ്യരുടെ ഹൃദയങ്ങളിൽ ഇഷ്ടം ജനിപ്പിച്ച് ജീവിച്ച പ്രക്ഷുബ്ധ മായ ആ ജീവിതം അന്ത്യത്തോട് അടുക്കുമ്പോൾ ശാന്തി അനുഭ വിച്ചു.

അതെല്ലാം അവസാനിച്ചു. തെരുവുകൾ വലിയൊരു തിരിച്ചറി വിലെത്തിയപോലെ നീണ്ടു കിടന്നു. രാത്രി വൈകിയപ്പോൾ നിര ത്തിലെ പതിവുകാർക്ക് അസീസ് ബെയ് എവിടെയെന്ന ഉത്ക്കണ്ഠ തോന്നിത്തുടങ്ങി. മുസ്സൽമീൻ വിൽക്കുന്ന ഗഫൂർ അഗോസ് പത്രം വിൽക്കുന്ന ബോഗോസിനോട് അസീസ് ബെയുടെ കാര്യം തിരക്കി. ബോഗോസ് ലോട്ടറി ഏജന്റ് ആയ തായ്ഫൂറിനോടും തായിഫൂർ അതേ ചോദ്യം സിഗരറ്റ് ചില്ലറയായി വിൽക്കുന്ന, ഇടുപ്പെല്ല് ശസ്ത്ര ക്രിയ ചെയ്ത ഐബോവിനോടും ചോദിച്ചു. അഗ്ഗ പള്ളിക്കു മുന്നിൽ പ്രാർത്ഥനാമണികളും സുഗന്ധക്കൂട്ടുകളും വിൽക്കുന്ന കറുത്ത ഹസ്സി പോലും തന്റെ വല്ലാതെ വെളുത്ത് തിളങ്ങുന്ന നേത്രപടല മുള്ള കണ്ണുകൾ കൊണ്ട് അസീസ് ബെയെ തേടിക്കൊണ്ടിരുന്നു. നിറം പോയ ഒരു കറുപ്പ് പെട്ടിയിൽ തന്റെ തംബുരുവും വഹിച്ചു കൊണ്ട് സ്റ്റേജിലിടുന്ന ചുവന്ന സാറ്റിൻ കോളറും കഫുമുള്ള വസ്ത്രം ധരിച്ച് വലിയ പൊങ്ങച്ചക്കാരനായി വരുന്ന അസീസ് ബെയുടെ അഭാവം ആ തെരുവിലെല്ലാവരേയും അലട്ടി. വർഷങ്ങളോളം രഹസ്യ മായി അയാൾ കൊണ്ടുനടന്ന വേദന അവരൊന്നും അറിഞ്ഞിരു ന്നില്ല.

തെരുവ് അനാഥമായിക്കഴിഞ്ഞു.

സേക്കിയുടെ മദ്യശാലയിൽ അന്നു രാത്രി നടന്നത് ദൗർഭാഗ്യ കരമെന്നാണ് ക്ലാരിനെറ്റിസ്റ്റായ ബഹ്രിയുടെ അഭിപ്രായം. അങ്ങനെ സംഭവിക്കാതിരുന്നെങ്കിൽ എത്ര നന്നായേനേ. സേക്കി അതിരു കടന്നു. തീർച്ചയായും അയാളുടെ പക്ഷത്ത് ശരിയുണ്ട്. എങ്കിലും അസീസ് ബെയെ മർദ്ദിക്കരുതായിരുന്നു. സംഭവം നടന്ന ദിവസം ബഹ്രി വീട്ടിലെത്തി കിടക്കയിൽ കിടന്ന് ആലോചിച്ചു. എന്താണ് ആലോചിച്ചത്, എന്തുകൊണ്ട് എന്നൊന്നും അയാൾക്ക് തിട്ടമില്ലെ ങ്കിലും. അസീസ് വ്യത്യസ്തനാണ് എന്നൊരു തോന്നൽ അയാൾക്ക്

ഉണ്ടായിരുന്നു. മാത്രമല്ല, അങ്ങനെയൊരാൾ ആ മാതിരി ഒരു കയ്യേറ്റം അർഹിക്കുന്നില്ലെന്നും. ആ രാത്രി അയാൾക്ക് ഉറങ്ങാനായില്ല. എണീക്കാനായപ്പോഴാണ് താൻ മനസ്സിൽ തേടിക്കൊണ്ടിരുന്ന കാര്യം അയാൾക്ക് വെളിവായത്. അതായത്, അസീസ് പൊടിപിടിച്ച ഒരു സ്മാരകവസ്തുവാണെന്ന- സംഗീതവിദ്വാന്മാരായ അയാളുടെ കൂട്ടുകാരെല്ലാം അറിയപ്പെട്ട ആദരിക്കപ്പെട്ട ഒരു കാലത്തിന്റെ. അപ്പോഴാണ് ബഹ്രിയുടെ ഉള്ളിൽ തീവ്രമായ ഒരു വേദന അണപൊട്ടിയത്. അയാൾ ആ പഴയ നല്ല കാലത്തിന് സാക്ഷിയായിരുന്നു. അയാൾക്ക് മാന്യമായി പെരുമാറാനും ശരിയായ സാമൂഹ്യമര്യാദകൾ പ്രകടിപ്പിക്കുവാനും അറിയുമായിരുന്നു, വിശ്വസ്തത എന്ന വാക്കിന്റെ അർത്ഥവും. ആ കാലഘട്ടത്തിന്റെ ഓർമ്മകളില്ലെങ്കിൽ അയാളുടെ ജീവിതം നിരർത്ഥകമാണ്.

ദർബുക എന്നു പേരുള്ള, ചെണ്ട കൊട്ടുന്ന മെർക്കാനോട് അന്ന് രാത്രി എന്താണ് ഉണ്ടായതെന്ന് ചോദിച്ചപ്പോൾ അയാൾ പറഞ്ഞു, ‘‘ഞാനൊന്നും കണ്ടില്ല, എനിക്കൊന്നും അറിഞ്ഞു കൂടാ, ഞാൻ പുറത്തായിരുന്നു, അപ്പോഴാണത് സംഭവിച്ചത്.’’

വാസ്തവത്തിൽ അയാൾ വെളിയിലൊന്നുമായിരുന്നില്ല, അയാൾക്ക് സംഭവത്തിൽ താത്പര്യമുണ്ടായിരുന്നില്ല എന്നതാണ് സത്യം. അവിടെ നടക്കുന്നത് അയാൾ കാണാതെയല്ല. അയാൾ സ്വയം പറഞ്ഞിരുന്നു. ‘‘ഇതെല്ലാം എന്തിന് ശ്രദ്ധിക്കണം.’’ കൂട്ടുകാരായ പാട്ടുകാർക്കുള്ള പോലെ ഒരു മനസ്സ് മെർക്കാന് ഉണ്ടായിരുന്നില്ല. ദാർബൂകച്ചെണ്ട മിടുക്കോടെ അടിക്കുന്ന കയ്യുകൾ ഇങ്ങനെയൊരാൾക്ക് ഉണ്ടാവുക സംഭവ്യമല്ല. ‘‘ഈ അനുരാഗബന്ധം അവസാനം വേദനയാകു’’മെന്ന ഗാനം അയാളുടെ നാവ് പാടുമെങ്കിലും അയാളുടെ മനസ്സ് മറ്റെവിടേയോ ആയിരിക്കും. വീടിനു മുന്നിൽ താനാഗ്രഹിക്കുന്ന മിനിബസ്സ് എന്ന് കൊണ്ട് വന്നു നിർത്താൻ സാധിക്കുമോ അന്ന് അയാൾ തന്റെ രാത്രിസ്നേഹിതരോട് വിട പറയും. അയാൾക്ക് നീലനിറമുള്ള മിനിബസ്സിനെക്കുറിച്ചു മാത്രമേ ചിന്ത ഉണ്ടായിരുന്നുള്ളൂ.

വെയിറ്റർ ദാവുത്താകട്ടെ, എല്ലാം കണ്ടിരുന്നു. അയാൾക്ക് എല്ലാം അറിയാം. മാത്രമല്ല, ദിവസങ്ങളായി അയാൾ സ്വകാര്യമായി ഇത് പ്രതീക്ഷിച്ചായിരുന്നു നിന്നിരുന്നത്. ആ മനുഷ്യൻ പ്രകൃതിയുടെ വിരൂപമായ സൃഷ്ടിയാണ്, ചതിയൻ, വിഷം, കുഴപ്പങ്ങൾ ഇഷ്ടപ്പെടുന്നവൻ. ഒരു ആപത്സൂചനയും ഇല്ലെങ്കിലും അയാൾ പറയും ‘‘അടുത്തൊരു ദിവസം എന്തോ വിപത്ത് സംഭവിക്കുമെന്ന് എനിക്ക് തോന്നുന്നു.’’ അയാൾക്ക് നീചമായ മനസ്സാണ്. അയാൾ ഇടയ്ക്കു കയറി സംസാരിക്കും, എവിടെയും കൊച്ചുകൊച്ചു കാര്യങ്ങളെ പർവതീകരിക്കും. സേക്കി അയാളുടെ ബോസ്സായതു കാരണം അയാൾ സേക്കിയോട് ചിരിച്ച് കാണിക്കുകയും സദാ താളത്തിനൊത്ത്

നിൽക്കുകയും ചെയ്യും. പക്ഷേ എപ്പോഴെല്ലാം സേക്കി മദ്യപിച്ച് സുഖകരമായ അവസ്ഥയിൽ നിന്ന് പൂസായി എന്ന സ്ഥിതിയിലെത്തിയെന്ന് ദാവുത്തിന് മനസ്സിലായോ പടലക്കണക്കിന് വാഴപ്പഴവും പാൽക്കട്ടിയുടെ വലിയ കഷ്ണങ്ങളും ആട്ടിറച്ചിയുടെ ചോപ്സ് ഭാഗങ്ങളും തന്റെ സഞ്ചിയിൽ വാരി നിറച്ച് അയാൾ വീട്ടിലേക്ക് കൊണ്ടു പോകും.

സേക്കിയാകട്ടെ അസീസ് ബെയെപ്പറ്റി വാക്കാൽ നിന്ദിച്ചു പറഞ്ഞാലും (''ഞാൻ ശരിയായിരുന്നു, ഇതിങ്ങനേയേ ആകുള്ളൂ എന്നെനിക്ക് ബോദ്ധ്യമായിരുന്നു. ആ വിഡ്ഢി ബിസിനസ്സ് ആകെ നശിപ്പിച്ചു.'') സംഭവം നടന്ന രാത്രി മുതൽ അയാൾ അസ്വസ്ഥനായിരുന്നു. പലപ്പോഴും കരച്ചിലിന്റെ വക്കത്ത് എത്തിനിൽക്കുന്ന അവസ്ഥ. മനസ്സിനുള്ളിൽ വിവേചിച്ചറിയാനാകാത്ത എന്തോ അയാളെ വല്ലാതെ നോവിക്കുന്നുണ്ടായിരുന്നു. ചിലപ്പോൾ അയാൾ വിചാരിക്കും തന്റെ വയറാണ് നോവുന്നതെന്ന്, ചിലപ്പോൾ ഹൃദയവും. മദ്യശാല അടച്ച ശേഷം അയാൾ വീട്ടിലെത്തി ജന്നലിന് അഭിമുഖമായി ഇരിക്കും. മിന്നാമിനുങ്ങുകൾ പോലെ നഗരനിശയിലേക്ക് ഒഴുകിക്കൊണ്ടിരിക്കുന്ന വെളിച്ചങ്ങൾ നോക്കുമ്പോൾ അയാൾ ഊഹിക്കാൻ ശ്രമിക്കും എവിടേയായിരുന്നിരിക്കണം കെട്ടുപോയ അസീസ് ബെയയുടെ വെളിച്ചം മിന്നിയിരുന്നത്. എന്നിട്ട് നിറകണ്ണോടെ അയാൾ ഭാര്യയോട് ചോദിക്കും, ''പക്ഷേ ഞാൻ തെറ്റുകാരനാണോ, മുകദ്ദർ? ആരെങ്കിലും അങ്ങനെയൊരു കാര്യം ചെയ്യുമോ?'' ഒന്നുമാലോചിക്കാതെ ഭാര്യ ഇത്രമാത്രം പറയും,''ഓ, ദൈവത്തെയോർത്ത്, സേക്കി... ഞാനൊരിക്കൽ പറഞ്ഞാൽ ആയിരം തവണ പറഞ്ഞപോലേയാണ്... നിങ്ങൾ തീർച്ചയായും ശരിയായിരുന്നു.''

കട്ടിലിൽ മലർന്ന് കിടന്ന് തലയിണമേൽ പരന്നുകിടക്കുന്ന മുടിയുമായി തന്റെ വലതുകൈത്തണ്ട മൂടിയുള്ള സ്വർണ്ണവളകളുടെ കിലുക്കത്തിൽ ധ്യാനിച്ചുകൊണ്ടായിരിക്കും ഈ സാന്ത്വനം. പക്ഷേ, എത്ര കണ്ട് ന്യായീകരിക്കപ്പെട്ടിട്ടും അയാൾക്ക് സമാധാനമായില്ല. ഉള്ളിലെ നോവ് മാറാതെ നിന്നു.

സൂര്യപ്രകാശത്തിൽ നിന്ന് നിഴലിന്റെ മങ്ങലിലേക്ക് പോകുന്ന പോലെ, സായന്തനം സന്ധ്യയിലേക്ക് അറിയാതെ ചായുന്ന പോലെ, അസീസ് ബെയുടെ സന്തോഷോജ്ജ്വലമായ മുഖം ദുഃഖപൂരിതമായി മാറി. അയാൾ ദുഃഖമയമായ ഒരു ഭൂതകാലം ആർജ്ജിച്ചു. അയാൾ എപ്പോഴും തല ഉയർത്തി അഭിമാനപൂർവം ആണ് നടന്നിരുന്നത്. അങ്ങനെയല്ലാതെ അയാൾ ജീവിച്ചു നോക്കിയിട്ടില്ല, സ്വയം അത്തരം ഒരു അഹംഭാവം താൻ കൊണ്ടു നടന്നിരുന്നു എന്ന് ആ രാത്രി, ഗോൾഡൻ ഹോൺ കായലിലെ മലിനജലത്തിലേക്ക് നോക്കിയിരുന്നപ്പോൾ അയാൾ തിരിച്ചറിഞ്ഞു. എന്നിട്ടും താൻ പരിതാപകരമായി

തെറ്റിദ്ധരിക്കപ്പെട്ടു. തന്റെ ജീവിതം ഭീമമായ ഒരു തെറ്റിദ്ധാരണ യല്ലാതെ മററൊന്നും അല്ലെന്ന് അയാൾക്ക് മനസ്സിലായി.

മറ്റൊന്നിനോടും സാദൃശ്യമില്ലാത്ത തെരുവുകളിലൂടെ അയാൾ പോയി. ചോരയൊഴുക്കുന്ന ക്രോധവും ഭ്രാന്തു പിടിപ്പിക്കുന്ന നിർവി കാരതയും കല്ലിനുപോലും താങ്ങാനാകാത്ത വേദനയും ഉന്മത്ത മായ സന്തോഷങ്ങളും ദുരന്തമാകുന്ന ജനനങ്ങളും അർത്ഥശൂന്യമായ മരണങ്ങളും വിഷലിപ്തമായ വെറുപ്പും ദുർബലമായ സ്നേ ഹവും പല്ലും നഖവുമുപയോഗിച്ചുള്ള വാഗ്വാദങ്ങളും വളഞ്ഞ ബുദ്ധിയും നേർമ്മയും. അവിടെ, വെളുത്തവരും കറുത്തവരും ഏകോ ദരസഹോദരർ പോലെ കഴിയുമ്പോൾത്തന്നെ അന്യോന്യം കടിച്ചു കീറി. മാന്യതയുടെ മുഖാവരണമണിഞ്ഞ ജീവിത പശ്ചാത്തലത്തി ലുള്ളവർക്ക് മനസ്സിലാക്കാനാകാത്ത സങ്കീർണ്ണമായ തെരുവുകൾ, ജീവിതമെന്ന പ്രഹേളികയുടെ ഒരു ചെറുരൂപം പോലെ. അയാൾ അവിടെയെല്ലാം പോയി, തിരിച്ചു വന്നു. തമ്മിൽ തമ്മിൽ തിന്നു തീരുന്ന മനുഷ്യർ വസിക്കുന്ന ഭൂമിയുടെ ഒരു തരിയിൽ അയാൾ തന്റെ താരതമ്യേന ഹ്രസ്വമായ ജീവിതം ജീവിച്ചു തീർത്തു.

ഇതൊന്നും മനസ്സിലാക്കാതെ ആരാണ് ശരി ആരാണ് തെറ്റ് എന്ന് ആർക്കാണ് അറിയാൻ സാധിക്കുക?

പാലസ് നൈറ്റ് ക്ലബ്ബിൽ ചുവന്ന സാറ്റിൻ കോളറും കഫുമുള്ള കറുത്ത വസ്ത്രമണിഞ്ഞ് അസീസ് ബെയ് അയാളുടെ തംബുരു വിൽ താക്സിം വാദനം നടത്തുന്നത് കാണേണ്ടതുതന്നെയാണ്. ശോകശീലനായ ഒരു തുന്നൽക്കാരൻ വർഷങ്ങൾക്ക് മുമ്പ് ഏതോ പ്രസിദ്ധനായ സ്റ്റേജ് കലാകാരനുവേണ്ടി തുന്നാൻ ആരംഭിച്ച് അന്ധത വന്നതോടെ നിറുത്തിയ പണിയായിരുന്നു ആ ഉടുപ്പ്. ഒരു നിശാ ക്ലബ്ബിൽ നിന്ന് മറ്റൊന്നിലേക്ക്. ആലങ്കാരികമായി പറഞ്ഞാൽ, അസീസ് ബെയ് ഓടിയിരുന്നു. വാസ്തവത്തിൽ, പരിപാടികൾക്കായി വരുന്ന ക്ഷണങ്ങൾ വളരെ അധികമായതിനാൽ എല്ലാം സ്വീകരിക്കാൻ പറ്റാത്ത അവസ്ഥയിലായിരുന്നു. അയാൾ അതിൽ ഊറ്റം കൊണ്ടു, ചക്രവാളത്തിലെവിടെയോ ആർക്കും കാണാനാവാത്ത ഉയരത്തി ലുള്ള ഒരു ബിന്ദുവിൽ നോട്ടമുറപ്പിച്ച് ഗമയിലായി നടത്തം. തന്റെ കലാപ്രകടനം ആസ്വദിക്കാൻ ക്ഷമയോടേ കാത്തുകെട്ടി നിന്നിരു ന്നവരെ ഒരു പാട് വൈമനസ്യത്തോടെയാണ് അയാൾ തൃപ്തരാ ക്കിയത്. ഇൽമീർ ആഘോഷക്കാലത്ത് നിർമ്മാതാക്കളെല്ലാം അയാ ളുടെ വാതിൽക്കൽ ക്യൂ നിന്നു. ഏറ്റവും മേലേയ്ക്കിടയിലുള്ള കലാകാരന്മാരുടെ തൊട്ടു താഴെയുള്ളവർ അസീസ് ബെയെ ഫോണിൽ വിളിച്ച് സഹായം അഭ്യർത്ഥിക്കുമായിരുന്നു. അസീസ് ബെയ് വഴങ്ങിയില്ലെങ്കിൽ അവർ മറ്റാരെക്കൊണ്ടെങ്കിലും ശുപാർശ ചെയ്യിക്കുമായിരുന്നു. അയാൾ അവരെയെല്ലാം തന്റെ വാതിൽക്കൽ

നിർത്തി. അയാളുടെ തംബുരുവാദനത്തിൽ ഒരു ചൈതന്യമുണ്ടായിരുന്നു. തന്ത്രികൾ മീട്ടുന്നതിൽ അസാമാന്യമായിരുന്നു അയാളുടെ ചാതുര്യം. കേൾക്കുന്നവരുടെ കാതിൽ അത് അമൃതു പോലെ പൊഴിഞ്ഞു. അയാൾക്ക് ഒരു വെറിയൻ സ്വഭാവമായിരുന്നു എപ്പോഴും. പക്ഷേ ആരും ശ്രദ്ധിക്കുന്ന പെരുമാറ്റരീതിയും സ്വന്തം അറിവിനെപ്പറ്റി നല്ല ധാരണയും അയാൾക്ക് ഉണ്ടായിരുന്നു. കണ്ണിമകളിൽ നീലച്ചായം തേച്ച് മുടി മനോഹരമായി അലങ്കരിച്ച് വസ്ത്രത്തിലെ അലുക്കുകൾ പ്രദർശിപ്പിച്ച് വിലസിയിരുന്ന ചഞ്ചലപ്രകൃതരായ ഗായകരെല്ലാം ആ താൻപോരിമയ്ക്ക് മുന്നിൽ നാവടക്കി നിൽക്കുമായിരുന്നു.

സത്യത്തിൽ അയാൾ ഒരു തംബുരുവാദകനോ അതുപോലെയെന്തെങ്കിലും ആകാനോ യൗവ്വനസഹജമായ അഭിനിവേശം വച്ചുപുലർത്തിയിരുന്നില്ല. ആ മാർഗ്ഗത്തിലേക്ക് അയാളെ കൊണ്ടെത്തിച്ചത് വിധി മാത്രമായിരുന്നു. അയാളുടെ നീണ്ടതും അവ്യക്തവുമായ ജീവിതയാത്രയിലെവിടേയോ വച്ച് തംബുരു അയാളുടെ കയ്യിലെത്തി, അവിടെ സ്ഥിരമായി നിന്നു. ഉല്ലാസം മുറ്റിയ ഒരു പക്ഷിയെ പോലെ അയാളും അൽപം ചഞ്ചലസ്വഭാവിയായിരുന്നു. സുന്ദരനും പ്രസരിപ്പുള്ളവനുമായ ബാലനായിരുന്നു അയാൾ. മദ്ധ്യവയസ്കരും വിവാഹിതരും ഒളിച്ചോട്ടങ്ങൾക്കെല്ലാം തൽപ്പരരും ആയ, കനത്ത മാറിടങ്ങളും ചുരുണ്ട മുടിയുമുള്ള സ്ത്രീകളുമായി അയാൾ പ്രണയബന്ധത്തിലാകുക പതിവായിരുന്നു. ഗ്രീഷ്മ സായാഹ്നങ്ങളിൽ പൊന്തുന്ന ഇളംകാറ്റുപോലെ അയാളുടെ അഭിനിവേശവും പെട്ടെന്ന് ഉയർന്നടങ്ങുമായിരുന്നു. കണ്ണീരിൽ കുതിർന്ന വിഡ്ഢിക്കത്തുകൾ ആ സ്ത്രീകൾ അയാൾക്കയയ്ക്കും, ആവേശം പ്രകടിപ്പിക്കുന്നതിനായി പൊരുത്തമില്ലാത്ത വരികളിൽ ആവർത്തനവിരസമായ വാചകങ്ങൾ കുത്തിനിറച്ച കത്തുകൾ. അയാളവ വായിക്കുമ്പോൾ ചിരിക്കുകയും എല്ലാം വലിച്ചെറിയുകയും ചെയ്യും.

നാട്ടുമ്പ്രദേശത്ത് മരക്കസേരകളുള്ള ചായത്തോട്ടങ്ങളിൽ വളർന്നു നിൽക്കുന്ന അക്കേഷ്യ മരങ്ങൾക്ക് താഴെയാണ് അയാൾ തന്റെ സ്ത്രീകളെ കാണുകയും വിടവാങ്ങുകയും ചെയ്തിരുന്നത്. പിന്നെ? പിന്നെയൊന്നുമില്ല..... സ്ത്രീകളുപയോഗിക്കുന്ന സിഗരറ്റിന്റെ പാക്കറ്റ് അവിടെ വെച്ചുപോയതു മാത്രമാണ് സ്ത്രീകളുടെ ഓർമ്മയായി അവശേഷിക്കുന്നത്. സ്ത്രീകൾ അയാളുടെ മനസ്സിൽനിന്ന് ഊർന്നുപോകുകയും അപ്രത്യക്ഷരാകുകയും ചെയ്യും. ഒന്ന് തിരിഞ്ഞു നോക്കുക പോലും ചെയ്യാതെ ഉപേക്ഷിച്ചിട്ട സ്ത്രീകളെ അയാൾ ഓർക്കുകയില്ല. ആ സ്ത്രീകളാകട്ടെ, അയാൾക്കായി നോക്കിയിരിക്കുകയും അവർ മേളിച്ചിരുന്ന സ്ഥലങ്ങളിൽ അയാൾക്കായി കാത്തിരിക്കുകയും ചെയ്യും. അവർ അയാളെ ഓർത്തുകൊണ്ട് രാത്രികളിൽ

തങ്ങളുടെ കിടക്കയിൽ കിടന്ന് കണ്ണീർ വാർക്കും. അയാളുണ്ടോ ശ്രദ്ധിക്കുന്നു? ഒരു പ്രഹരം പോലെ പെട്ടെന്ന് വന്നടിക്കുന്ന, ബോധം കെടുത്തുന്ന, തളർത്തുന്ന അഭിനിവേശമാണ് അയാൾ ജീവിതത്തിൽ നിന്ന് പ്രതീക്ഷിക്കുന്നത്. അങ്ങനെ വന്ന് തന്നെ ആഞ്ഞു പുൽകുന്ന ഒന്നിനെയാണ് അയാൾ പ്രണയമെന്ന് വിളിച്ചത്. അന്നാളിൽ ഒരു തംബുരുവാദകനാകുക എന്നത് അയാളുടെ മനസ്സിൽപ്പോലും ഉണ്ടായിരുന്നില്ല.

അയാളുടെ മുത്തച്ഛൻ വാസ്തവത്തിൽ കുറച്ചെല്ലാം വായിച്ചിരുന്നു. കുറച്ചല്ല, സാമാന്യം നന്നായി തന്നെ. അദ്ദേഹം താമസിയാതെ നിര്യാതനാകുകയും തംബുരു ഒരു കുടുംബസൂക്ഷിപ്പായി മാറുകയും ചെയ്തു. അസീസ് ബെയുടെ അച്ഛന് അതിന്റെ മൂല്യത്തെക്കുറിച്ച് ധാരണ ഇല്ലായിരുന്നു. ആ തന്ത്രികളിലൂടെ പ്രസരിക്കുന്നത് എന്താണെന്ന് മനസ്സിലാക്കാൻ അദ്ദേഹം ശ്രമിച്ചില്ല. എന്നിരുന്നാലും സ്വപിതാവ് ബാക്കിവെച്ചു പോയ ആ ഓർമ്മ ഉടച്ച് വലിച്ചെറിയാന് അയാളുടെ മനസ്സ് അനുവദിച്ചില്ല. കാരണം അച്ഛൻ ഒരാളോടും ഒന്നും നിഷേധിച്ച് പറഞ്ഞിരുന്നില്ല, എന്നിട്ടും എല്ലാവരും അദ്ദേഹത്തോട് തോന്നിയ പോലെ പെരുമാറിയിരുന്നു. അവസാനം തംബുരുവിൽ അഭയം തേടുകയായിരുന്നു അദ്ദേഹം. മുത്തച്ഛന്റെ മരണശേഷം അസീയ് ബെയുടെ അച്ഛൻ ആ ദരിദ്രവും സങ്കടകാരണവുമായ ഉപകരണം അലമാരിയുടെ മുകളിൽ കൊണ്ടു വെച്ചു.

മൂക്കൊലിപ്പിച്ച് തിളക്കമില്ലാത്ത കണ്ണുകളുമായി വീടാകെ കുത്തിമറിച്ച് നടന്നിരുന്ന ബാല്യത്തിലാണ് അസീസ് ബെയ് അലമാരിയുടെ മുകളിൽ പൊടിമൂടി അനാഥമായി കിടന്നിരുന്ന തംബുരു കണ്ടെത്തിയത്. തന്നേക്കാൾ വലുപ്പമുണ്ടായിരുന്ന ആ കളിപ്പാട്ടം പിന്നീടൊരിക്കലും അയാൾ താഴെവെക്കുകയുണ്ടായില്ല.

അവൻ വെറുതെ തമാശയ്ക്ക് തംബുരു മീട്ടുന്ന വില്ല് തന്ത്രികൾക്കു മുകളിലൂടെ ഉരച്ചുനോക്കും. തംബുരുവിന്റെ സന്താപമുണർത്തുന്ന നാദം കേൾക്കുമ്പോൾ സങ്കടം വരുന്ന അവന്റെ അമ്മ മുട്ടറ്റം വാഷിങ്ങ് സോഡയിൽ മുങ്ങിയ കയ്യുമായി ദയനീയമായ പരിഭ്രാന്തിയോടെ വിളിച്ച് പറയും, ''എന്റെ മോനേ, ദൈവത്തെയോർത്ത് അത് തിരിച്ച് വെക്ക്, നിന്റെ അച്ഛൻ അത് കാണേണ്ട.'' ഉച്ചത്തിൽ ശബ്ദിക്കുന്ന കളിപ്പാട്ടം കൊണ്ട് ദിവസം മുഴുവൻ കളിക്കാനാഗ്രഹിക്കുന്ന തന്റെ മകനുമായി വടംവലി നടത്താൻ അവർക്ക് കഴിവുണ്ടായിരുന്നില്ലെങ്കിലും അച്ഛൻ എത്തുന്നതിന് തൊട്ട് മുമ്പായെങ്കിലും തംബുരു അവന്റെ കയ്യിൽ നിന്ന് മാറ്റി ഒളിപ്പിച്ചു വെക്കാൻ ആ സാധു സ്ത്രീക്ക് കഴിഞ്ഞിരുന്നു. അസീസ് ബെയ് കുറച്ചുകൂടി വളർന്നപ്പോഴേക്കും തംബുരു അവന്റെ അച്ഛനമ്മമാരുടെ മുറിയിൽ നിന്ന് അവന്റെ മുറിയിൽ എത്തിയിരുന്നു.

അസീസ് ബെയുടെ അച്ഛൻ ഒരു ശുണ്ഠിക്കാരനായിരുന്നു. അയാളുടെ ഹൃദയത്തിന്റെ അഗാധതലത്തിൽ എവിടെയെങ്കിലും ഏതെങ്കിലും തരത്തിലുള്ള മൃദുലവികാരങ്ങൾ ഉണ്ടായിരുന്നെങ്കിൽ തന്നെയും അതാരും കാണാൻ അദ്ദേഹം അനുവദിച്ചിരുന്നില്ല. അയാളുടെ ഭാര്യ അതുകൊണ്ട് ഒരുപാട് അനുഭവിച്ചു. അദ്ദേഹത്തിന്റെ നെറ്റിയിൽ സ്ഥിരമായ ചുളിവുണ്ടായിരുന്നു. ഭക്ഷണത്തിൽ ഉപ്പ് അധികമായാലോ ഷർട്ട് അയേൺ ചെയ്തില്ലെങ്കിലോ റൊട്ടി പഴകി എന്ന കാരണത്താലോ അയാൾ മേശമേൽ മുഷ്ടി ചുരുട്ടി തെരുതെരെ അടിക്കുമായിരുന്നു. അമർന്ന പുരുഷശബ്ദത്തിൽ അയാൾ ഒരവസരവും പാഴാക്കാതെ ഭാര്യയെ ശകാരിച്ചിരുന്നു. ഇതൊക്കെയായാലും രാത്രി എല്ലാമൊന്ന് ശാന്തമാകുമ്പോൾ 'സമാത്യപ്രദേശം' കടലിലേക്ക് എത്തി നോക്കുന്ന ഇടത്തിലുള്ള തന്റെ ബാൽക്കണിയിലിരുന്ന് മദ്യപിക്കുമ്പോൾ വിവരിക്കാനാവാത്ത ദുഃഖം അയാളുടെ മുഖത്ത് പരന്നിരുന്നു. അപ്പോൾ അയാൾ തന്റെ തലച്ചോറിൽ തങ്ങിനിൽക്കുന്ന പഴയൊരു മൃദുഗാനം മൂളും.

'നിന്റെ പനിനീർ തോട്ടം അനുഗ്രഹിക്കുന്നതാരോ
നിന്റെ കാലിൽ ചുംബിച്ചുകൊണ്ട് അർത്ഥിക്കുന്നതാരോ....'

തന്റെ അച്ഛന് താൻ യഥാർത്ഥത്തിൽ ഇഷ്ടപ്പെട്ട പ്രണയിനിയെ വിവാഹം ചെയ്യാൻ സാധിച്ചിട്ടില്ലെന്ന് അസീസ് ബെയ് അനുമാനിക്കും. ഇത് പക്ഷേ സത്യമല്ല. കാരണം അസീസ് ബെയ് തന്നെ രേഖപ്പെടുത്തിയതനുസരിച്ച് അയാൾ തന്റെ അച്ഛനേയും മുത്തച്ഛനേയും പറ്റി എഴുതിയതെല്ലാം പിന്നീട് മാറ്റി എഴുതിയിരുന്നു. ജീവിതകഥയാകെ മാറ്റിയെഴുതിയ സാഹചര്യവുമുണ്ടായിരുന്നു. എഴുതിയതെല്ലാം അയാൾ വിശ്വസിക്കാനും തുടങ്ങി. അച്ഛൻ മരിച്ചപ്പോൾ തോന്നിയ വല്ലാത്ത ഏകാന്തത മൂർച്ഛിച്ചപ്പോൾ അച്ഛനോടുള്ള വിരോധം നേർത്ത് വരുകയും അച്ഛന് ചില നന്മകൾ ഉണ്ടെന്ന് സ്ഥാപിക്കാൻ അയാൾക്ക് തോന്നുകയും ചെയ്തു. അച്ഛന്റെ ഹൃദയത്തിന്റെ ഏതോ കോണിൽ മൃദുലവികാരങ്ങൾ തടവിൽ കിടക്കുന്നുണ്ട് എന്നൊരു ഭാഷ്യം അയാൾ ചമച്ചു. സത്യത്തിൽ പ്രണയം കാരണം തന്നെയായിരുന്നു അച്ഛൻ അമ്മയെ വിവാഹം കഴിച്ചത്. ലോലഹൃദയനും അന്യരാൽ പീഡിതനുമായിരുന്ന തന്റെ അച്ഛന്റ പോലെ ഒതുങ്ങിയ അടിച്ചമർത്തപ്പെട്ട ഒരു വ്യക്തിയായി സ്വയം മാറാതിരിക്കാൻ അയാൾ ചെറുപ്പം മുതൽ കല്ലുപോലെ കഠിനസ്വഭാവിയും അന്യരിൽ നിന്ന് അകലം പാലിക്കുന്നവനുമായിത്തീരാൻ ആഗ്രഹിച്ചു എന്നു മാത്രം.

അസീസ് ബെയ്യുടെ കാര്യത്തിൽ അയാൾ തന്റെ മുത്തച്ഛന്റേയും അച്ഛന്റേയും കലർപ്പായിരുന്നു ലോലമനസ്കനും വൈകാരികതയിലേക്ക് എളുപ്പം വീഴുന്നവനും ആയിരിക്കെത്തന്നെ അയാൾക്ക് നല്ല വാശിയും ധാർഷ്ട്യവും ഉണ്ടായിരുന്നു. അഭിമാനികളായ രണ്ട്

ഞാണിന്മേൽക്കളിക്കാർ ഒരൊറ്റ ഞാണിൽ നടക്കുമ്പോൾ സംഭവിക്കുന്ന പോലെ അയാൾ നിരന്തരം അച്ഛനുമായി ഉടക്കിലായിരുന്നു. കോടതി ഗുമസ്തനായിരുന്നു അച്ഛൻ. ഞായറാഴ്ച പ്രഭാതങ്ങളിൽ പോലും കൃത്യമായി ഷേവ് ചെയ്യുന്ന, തെരുവിലേക്ക് ഹാറ്റ് ധരിക്കാതെ ഒരിക്കലും ഇറങ്ങാത്ത അച്ഛൻ തന്റെ മകൻ ഒരു ജഡ്ജിയോ, പ്രോസിക്യൂട്ടറോ അല്ലെങ്കിൽ അതുപോലെയുള്ള ഏതെങ്കിലും പദവിയോ നേടിയെടുക്കാൻ ആവശ്യമായ പഠനം നടത്തണമെന്ന് ആഗ്രഹിച്ചു. പക്ഷേ അസീസ് ബെയ് ഒരു കളിമ്പക്കാരനായിരുന്നു. ഇരുണ്ട ചട്ടയുള്ള പുസ്തകങ്ങളും നെറ്റിചുളിക്കുന്ന അദ്ധ്യാപകരും പാതി ഭാഗം ചാരനിറം പെയ്ന്റ് അടിച്ച ജനാലകളുള്ള ക്ലാസ് റൂമുകളും അവന് അസഹ്യമായിരുന്നു. എവിടെയെങ്കിലും പ്രയോജനശൂന്യമെങ്കിലും രസകരമായ ജോലി, അതെത്ര നിസ്സാരമെങ്കിലും ഉണ്ടെന്ന് കേട്ടാൽ അവൻ അതിന്റെ പിന്നാലെ പോകും. കാലിൽ പരുക്കേൽക്കുന്നതുവരെ അവൻ ഫുട്ബാൾ പിച്ചിൽ പന്ത് തട്ടിക്കൊണ്ടിരുന്നു. തുടർച്ചയായി ഏതാനും വർഷങ്ങൾ അവൻ ഫ്ളോര്യാ ബീച്ചിൽ ലൈഫ് ഗാർഡ് ആയി സേവനം നടത്തി. ബീച്ചിലേക്ക് കൺവർട്ടർ കാറുകളിൽ എത്തിയിരുന്ന പെൺകുട്ടികളുടെ അനുമോദനദ്യോതകമായ നോട്ടം അവനിഷ്ടപ്പെട്ടു. വാഹനമോടിക്കാനുള്ള അഭിനിവേശം ഉദിച്ചപ്പോൾ ബാകിർകോയ-ടോക്സിം റൂട്ടിൽ ടാക്സി സർവീസ് പങ്ക് ചേർന്ന് നടത്തി. സമ്പാദിച്ച ഏതാനും പിയാസ്റ്റർ (പണം) അയാൾ ചെലവാക്കിയത് മദ്യശാലകളിലും വേശ്യാലയങ്ങളിലുമായിരുന്നു. അച്ഛൻ എത്രയൊക്കെ ശ്രമിച്ചിട്ടും അയാൾ പഠിക്കാൻ വഴങ്ങിയില്ല. അച്ഛന് തോൽവി സമ്മതിക്കേണ്ടി വന്നു.

പക്ഷേ ഇതെല്ലാം കൗമാരപ്രായത്തിലായിരുന്നു. പെട്ടെന്ന് കടന്നുപോകുന്ന കാലം, അതങ്ങനെ കടന്നുപോയി. അച്ഛൻ സർവീസിൽ നിന്ന് അടുത്തൂൺ പറ്റി, തന്റെ നരച്ച ശിഷ്ടജീവിതം വീടിനും കോഫി ഹൗസിനുമിടയ്ക്കായി ചെലവഴിക്കാൻ തുടങ്ങി. അയാളുടെ ധിഷണ പെട്ടെന്ന് മങ്ങാൻ തുടങ്ങി. സ്നേഹിതരെ ഓർക്കാനോ സംഭവങ്ങൾ പിന്തുടരാനോ കഴിയാതായി. അയാൾ പലയിടത്തു നിന്നും കടം വാങ്ങിയിരുന്നു. കടം കൂടിയപ്പോൾ അയാളുടെ വേവലാതിയും കോപവും കൂടി. അസീസ് ബെയ് സൈനിക സേവനത്തിൽ നിന്ന് അപ്പോൾ മടങ്ങി എത്തിയിരുന്നതേയുള്ളൂ. താൽക്കാലികമായ ജോലികളൊന്നും തന്നെ നല്ലൊരു വരുമാനത്തിന് ഉതകില്ലെന്ന് അയാൾ മനസ്സിലാക്കിയിരുന്നു. നല്ലൊരു ജോലി വേണം. അയാൾ സുമുഖനായ, നന്നായി സംസാരിക്കാൻ കഴിവുള്ള കുട്ടിയായിരുന്നു. അച്ഛനാകട്ടെ, നല്ലൊരു സുഹൃദ്‌വലയവുമുണ്ടായിരുന്നു. അതിനാൽ ചരൽ വിപണനം ചെയ്യുന്ന ഒരു കമ്പനിയിൽ അയാൾ ചേർന്നു. അച്ഛനും അമ്മയും അയാൾ കാലത്ത് നേരത്തെ എണീറ്റ് ജോലിക്ക് പോകുന്നതും രാത്രി കൃത്യസമയത്ത് തിരിച്ചെത്തുന്നതും ശ്രദ്ധിച്ചു. മകൻ

വളർന്ന് ഉത്തരവാദിത്തങ്ങൾ വഹിക്കുമെന്ന് അവർ പ്രത്യാശിച്ചു. പക്ഷേ ഈ ദിനചര്യ അധികം കാലം തുടർന്നില്ല. തലകുനിച്ചും തോൾ വളച്ചും 'അതെ സർ, അല്ല സർ' എന്ന് പ്രതിവചിച്ചും വിയർപ്പും ടാറും ഉള്ളിയും മണക്കുന്ന തട്ടുയരമില്ലാത്ത, ചെറിയ രണ്ട് ജനലുകൾക്ക് പുറത്ത് കൂട്ടിയിട്ട മണൽക്കൂനകൾ മാത്രം കണ്ടും കൊണ്ടുള്ള ഓഫീസ് ജോലി ദിവാസ്വപ്നക്കാരനായ അസീസ് ബെയെ വല്ലാതെ പിടിച്ചു കുലുക്കി. എത്ര കഠിനമായ സമരമാണ് ജീവിതം. ഞായറാഴ്ചത്തെ പ്രഭാതങ്ങളിൽ അച്ഛൻ വീട്ടിലില്ലാതിരിക്കുമ്പോൾ അയാൾ അമ്മയുടെ അടുത്ത് പോയി വിലപിച്ചു തുടങ്ങി. അപ്പോൾ അമ്മ 'സ്ഥിരോത്സാഹം വേണം മോനേ, സ്ഥിരോത്സാഹം' എന്ന് പ്രതികരിച്ചുകൊണ്ടിരുന്നു. അവന് അങ്ങനെ അക്ഷീണപരിശ്രമമൊന്നും വയ്യ, ഉറപ്പ്. പക്ഷേ അഗമ്യനും കടുംപിടുത്തക്കാരനുമായ, മുടി നരച്ച അച്ഛനോട് പോക്കറ്റ് മണി ചോദിക്കുന്നത് അയാളുടെ പ്രകൃതത്തിന് ഒട്ടും നിരക്കാത്തതുമായിരുന്നു. അയാൾക്ക് സ്ഥിരപരിശ്രമമൊന്നും ചെയ്യാനായില്ലെങ്കിലും വൈകുന്നേരമെത്തിക്കിട്ടാൻ മോഹിച്ചുകൊണ്ട് പകൽ മുഴുവൻ ക്ഷമയോടെ ജോലി ചെയ്തു.

ആ സമയത്താണ് അയാൾ മദ്യശാലകളിൽ പതിവായി പോയിത്തുടങ്ങിയത്. തുറസ്സാഗ്രഹിക്കുന്ന അയാളുടെ ആത്മാവിനായി അവിടത്തെ ജാലകങ്ങൾ മലർക്കെ തുറന്നു. സംഗീതോപകരണങ്ങളുടെ തന്ത്രികളിൽ വിരലോടിക്കുമ്പോൾ, അതയാൾക്ക് ഉൾപ്പുളകമുണ്ടാക്കി. അപ്പോഴേക്കും അച്ഛനുമായി അയാളുടെ ബന്ധം മോശമായി കഴിഞ്ഞിരുന്നു. അവർ ഒരുമിച്ച് അത്താഴം കഴിക്കുന്നതുപോലും നിർത്തി. ജോലി കഴിഞ്ഞ ഉടൻ അസീസ് ബെയ് മദ്യശാലയിലെത്തി. അവിടെ അയാളെ കാത്ത് തംബുരു ഉണ്ടായിരിക്കും. റഖിമദ്യവും രെസെസ്നാക്കും വിളമ്പിവെച്ചിട്ടുള്ള ഒരു മേശയ്ക്കടുത്തിരുന്ന് തന്റെ പഴയ സംഗീതസുഹൃത്തുക്കൾക്കൊപ്പം അയാൾ പാടും.

'വിളറിയാലും വാടിയാലും നീയൊരു പനിനീർ ചുണ്ടല്ലേ
നീയല്ലോ ദൈവമെനിക്കായ് കരുതിയ വരപ്രസാദം.'

മറിയത്തെ ഓർത്ത് അയാൾ പുഞ്ചിരിക്കും. താൻ പ്രഭാതങ്ങളിൽ അവളുടെ വാതിൽ കടന്നു പോകുമ്പോൾ ജനലിനരികെ അവൾ തനിക്കായി കാത്തിരിക്കുന്നുണ്ടെന്ന് ഉറപ്പായിരുന്നു അവന്. താൻ തേടുന്ന തരത്തിലുള്ള പ്രണയം കണ്ടെത്തിയെന്ന് അയാൾ വിശ്വസിച്ചു. കാരണം അവളുടെ ഓരോ നോട്ടങ്ങളും അയാളെ നിലതെറ്റിച്ചു. ചെകിടത്ത് അടിയേറ്റ പോലെ. മറിയത്തിലാണ് അസീസ് ബെയയുടെ ദുരന്തത്തിന്റെ തുടക്കം. കാരണം ലളിതം, അയാൾ അവളുമായി പ്രേമത്തിലായി. അന്ധത വന്ന കണ്ണുപോലെ, ചലനം ഇല്ലാതായ വലംകൈപോലെ, മിടിപ്പ് നഷ്ടപ്പെട്ട ഹൃദയം പോലെ എപ്പോഴും ഈ പ്രണയം അവന് വേദന സമ്മാനിച്ചു, അവനൊപ്പം ശാശ്വതമായി നിലനിൽക്കുകയും ചെയ്തു.

കൗമാര പ്രായത്തിൽ അവന്റെ ലിസ്റ്റിലുണ്ടായിരുന്ന കനത്ത മാറിടവും കണ്ണീരണിഞ്ഞ നേത്രങ്ങളുമുള്ള സ്ത്രീകളിൽ ഒരാളായിരുന്നു മറിയം എങ്കിൽ കാര്യങ്ങൾ കുഴപ്പമില്ലാതെ തീരുമായിരുന്നു. ലൈംഗികമായ ചോദന മാത്രമായിരുന്നു അയാളിൽ തുടിച്ചിരുന്നതെങ്കിൽ കുഴപ്പമില്ലായിരുന്നു. അയാൾ മറിയത്തിന്റെ ശരീരത്തെ വളരാൻ പോകുന്ന ഒരു നവാങ്കുരമായോ ദാഹിച്ചു വലയുന്ന ഒരാൾ ഐസ്തൂളികൾ നിറഞ്ഞ വെള്ളം നിറച്ച ഗ്ലാസ് കാണുന്നപോലേയോ മോഹിച്ചിരുന്നെങ്കിൽ കാര്യം ഭദ്രമായിരുന്നു. പക്ഷേ അസീസ് ബെയ് മറിയത്തിന്റെ കണ്ണുകളിലേക്ക് നോക്കി. ആ കണ്ണുകൾ അപകടകാരികളായിരുന്നു. അതയാൾ മനസ്സിലാക്കിയത് നോക്കിയ ശേഷമായിരുന്നു. വാചാലമായ ആ കണ്ണുകളെപ്പറ്റി അവൻ ചിന്താഗ്രസ്തനായിരുന്നില്ലെങ്കിൽ, അവളെ കണ്ട മാത്രയിൽ കാൽവിരലിന്റെ തലപ്പുമുതൽ ദേഹമാസകലം അവന് പ്രകടമായ രക്തത്തുടിപ്പ് വന്നില്ലായിരുന്നെങ്കിൽ, അവന്റെ മുട്ട് വിറയ്ക്കാതിരുന്നെങ്കിൽ, നാവ് വായ്ക്കുള്ളിൽ ഒട്ടിപ്പിടിക്കാതിരുന്നെങ്കിൽ, അസീസ് ബെയ് മറ്റെല്ലാവരേയും പോലെ ഒരു സാധാരണ മനുഷ്യനായി തുടരുമായിരുന്നു.

മറ്റെല്ലാവരേയും പോലെയായിരുന്നു അയാളെങ്കിൽ എന്തു സംഭവിക്കുമായിരുന്നു. ഒന്നുമില്ല. ഒരുപക്ഷേ അയാൾ കുറേ കാലം കൂടി ജീവിക്കുമായിരുന്നു. കാലക്രമത്തിൽ ശരീരം ജീർണ്ണിച്ച് അയാൾക്ക് വയസ്സാകുമായിരുന്നു. പുറം വളയുകയും 'മാസങ്ങൾ കടന്നുപോയി ഞാനിപ്പോഴും നിന്നെ ഓർത്തിരിക്കുന്നു' എന്ന പാട്ട് മറന്നുപോകുമായിരുന്നു. അയാൾ നിർത്താതെ സംസാരിക്കുന്ന, ദിനംപ്രതി മേദസ്സ് കൂടി വരുന്ന ഏതെങ്കിലും സ്ത്രീയെ വിവാഹം കഴിക്കുമായിരുന്നു. അയാൾ ഇപ്പോഴത്തെ ഓഫീസ് എന്ന ആഭാസം വിട്ട് കൂടുതൽ വലിയ ഏതെങ്കിലും കമ്പനിയിൽ ചേരുമായിരുന്നു. അയാൾ കൂടുതൽ സമ്പാദിക്കുമായിരുന്നു. ഓരോ മാസവും പെന്നും പേപ്പറും എടുത്ത് നീണ്ട കണക്കുകൾ തയ്യാറാക്കുമായിരുന്നു, എല്ലാ തവണയും പുകവലി നിർത്താനും തീരുമാനിക്കുമായിരുന്നു. അയാൾക്ക് ഇരട്ട ആൺകുട്ടികൾ ജനിക്കുമായിരുന്നു. അശ്രദ്ധമായി പന്ത് കളിച്ച് ജനൽപ്പാളികൾ പൊട്ടിച്ചതിന് അവരുടെ തലയ്ക്ക് കിഴുക്കുമായിരുന്നു. അവർ പ്രൊസിക്യൂട്ടറോ, ജഡ്ജിയോ ആകാനായി പഠിക്കണമെന്ന് ആഗ്രഹിക്കുമായിരുന്നു. അല്ലെങ്കിൽ അയാൾക്ക് പിറക്കുന്നത് പെൺകുട്ടിയാകാം. അയൽപ്രദേശത്തുള്ള സകല ആൺകുട്ടികളോടുമൊത്ത് അവൾ കിടന്നിട്ടുണ്ടെന്ന് അയാൾ മനസ്സിലാക്കുകയും അതയാൾക്ക് വലിയ മനക്ലേശം ഉണ്ടാക്കുകയും ചെയ്തിരിക്കും. എന്നിരുന്നാലും കെട്ടുപിണഞ്ഞ തന്റെ ജീവിതത്തിനിടയ്ക്ക് ഇതൊന്നും അയാൾ അറിഞ്ഞില്ലെന്ന് നടിക്കുമായിരിക്കും. അജ്ഞത നടിക്കുന്നത് ഒരു കുറ്റമായി അയാളെ അലട്ടുകയില്ല, എന്തു കാരണത്താലാണ് അലട്ടാത്തത് എന്ന് അയാൾ ചോദിക്കുകയുമില്ല.

മറിയത്തിന്റെ കണ്ണിൽ അയാൾ കണ്ടെത്തി എന്ന് വിചാരിക്കുന്നതും ഹൃദയത്തിലേക്ക് കയ്ക്കുന്ന മരുന്നുപോലെ തുള്ളിയായി വീണതുമായ ആ ആകർഷണം ഇല്ലായിരുന്നെങ്കിൽ, അസീസ് ബെയ് ഒരു ദിവസം തന്റെ ഗ്ലാസ് ടോപ്പുള്ള മേശമേലേക്ക് മരിച്ചു വീഴുമായിരുന്നു; എത്രയോ മുമ്പ് ജോലിയിൽ നിന്ന് വിരമിക്കേണ്ടവനെങ്കിലും അയാൾ അച്ചടക്കത്തോടെ അതേ പഴയ കണക്കുപുസ്തകങ്ങൾ അപ്പോഴും എഴുതിക്കൂട്ടുകയാവും.

അങ്ങനെ അയാൾ എല്ലാവരേയും പോലുള്ള ഒരു ജീവിതം ജീവിച്ച് തീർത്തിരിക്കാം.

പക്ഷേ മറിയത്തെ കണ്ടതിനുശേഷം അങ്ങനെയൊന്നുമല്ല സംഭവിച്ചത്. താൻ പരിഹസിച്ചിരുന്ന സ്ത്രീകളിൽ നിന്ന് കിട്ടുന്ന അഭിനന്ദനങ്ങൾ കേട്ട് വഷളായ അസീസ് ബെയ് ഒരു വലക്കർട്ടനു പുറകിൽ നിന്ന് പുറത്തേക്ക് നീട്ടിയ മറിയത്തിന്റെ അഗാധവും ഇരുണ്ടതുമായ കണ്ണുകൾ കണ്ട് സ്തംഭിച്ചു പോയി, 'ഞാൻ ശരിക്കും വശീകരിക്കപ്പെട്ട പോലെയായി' എന്നാണ് മറക്കാനാവാത്ത ആ ക്ഷണനേരത്തെപ്പറ്റി അടുപ്പമുള്ളവരോട് (അവരിൽ മിക്കവരും ഇന്നില്ല) അയാൾ വിവരിച്ചത്. അയാൾ ആ സമയത്ത് അനുഭവിച്ചത് പ്രണയത്തേക്കാൾ എന്തോ ദിവ്യമായ ഒരനുഭൂതിയായിരുന്നു. അയാൾ കണ്ടത് വെറും കണ്ണുകളല്ല, വിചിത്രമായ വിധിയുടെ ആദ്യ അടയാളമായിരുന്നു അത്. അയാളെ ഊഷ്മളമെങ്കിലും ഇരുണ്ടതും നിഗൂഢവുമായ ലോകത്തിലേക്ക് ആ വിധി വിളിച്ചു. വളരെ കാലത്തിനുശേഷമാണ് അയാൾ മനസ്സിലാക്കിയത് ആ ലോകം വിഷമയമായിരുന്നു എന്ന്.

അസീസ് ബെയുടെ കഥയിൽ വിധിക്ക് പങ്കില്ലെന്ന് ഉറപ്പിക്കാനാവില്ല. അയാൾ ആ ഓഫീസിൽ ജോലിചെയ്യാതിരുന്നെങ്കിൽ, ഓഫീസിലേക്ക് പോകുന്ന വഴി അയാൾ മറിയത്തിന്റെ വീടിനു മുന്നിലൂടെ പോയിരുന്നില്ലങ്കിൽ, അലങ്കോലപ്പെട്ടു കിടക്കുന്ന ആ അപ്പാർട്ട്മെന്റിന്റെ താഴത്തെ നിലയിൽത്തന്നെ മറിയത്തിന്റെ കുടുംബം താമസിച്ചിരുന്നില്ലെങ്കിൽ, അയാളെ പ്രണയത്തിലേക്ക് വീഴ്ത്തിയ അഗാധമായ ആ കണ്ണിണകൾ വീട്ടിലെ ജാലകത്തിനരികെ ഉണ്ടായിരുന്നില്ലെങ്കിൽ (അവളുടെ ബോസ്സ് പാപ്പരായതിനെ തുടർന്ന് അവൾ ജോലി ഉപേക്ഷിച്ചിരുന്നു), ഇതൊന്നും സംഭവിക്കുമായിരുന്നില്ല.

എങ്കിലും അയാൾക്കെന്താണ് പറ്റിയത്? അത് അബദ്ധമായി പരിണമിച്ച പ്രണയം മാത്രമായിരുന്നു. സന്തോഷകരമല്ലാത്ത ഒരു പ്രണയമെങ്കിലും ഇല്ലാത്ത ജീവിതമുണ്ടോ? പക്ഷേ അസീസ് ബെയുടെ സങ്കട പ്രണയം മടക്കയാത്ര അസാദ്ധ്യമായ പാതപോലെ അയാളുടെ ജീവിതത്തിലേക്കാകെ പടർന്നു കയറി. ഒരിക്കലും സുഖപ്പെടാത്ത വ്യാധി പോലെ. അസീസ് ബെയ് തന്റെ തെറ്റ് തിരുത്താൻ

ശ്രമിക്കവേ അയാൾ അതിന് നേർക്കുതന്നെ നടന്നടുത്തു കൊണ്ടി രുന്നു. അയാൾക്കു മുന്നിൽ കാറ്റ് നിരന്തരം ദൂരേക്ക് പറത്തുന്ന ഒരു മഞ്ഞ ഇല പിടിച്ചെടുക്കാൻ ശ്രമിക്കുന്ന പോലെ. അയാൾക്കത് ഒരിക്കലും പിടിക്കാൻ കഴിഞ്ഞില്ല.

അവരുടെ പ്രണയം തുടക്കത്തിൽ മറ്റാരുടേയും പോലെത്തന്നെ ആയിരുന്നു. പക്ഷേ വിധി മറ്റുള്ളവരുടേതുപോലെ അത് വളരുന്ന തിനെ തടഞ്ഞു. തുടക്കത്തിൽ അവിചാരിതമെന്ന് തോന്നിച്ച കണ്ടു മുട്ടലുകളിൽ നിന്ന് ഒരാൾ ജോലിക്കു പോകുമ്പോൾ മറ്റയാൾ മാർക്കറ്റിൽ നിന്ന് മടങ്ങുന്നു; കണ്ണുകൾ ഇടയുമ്പോൾ ലജ്ജ കലർന്ന മന്ദസ്മി തങ്ങൾ കൈമാറുന്നു. കണ്ടുമുട്ടാനുള്ള സങ്കേതങ്ങൾ കടലാസ്സിൽ കുറിച്ച് അറിയാത്ത മട്ടിൽ താഴത്തിടുന്നു. തുടർന്ന് ഹ്രസ്വമായ രഹസ്യസമാഗമങ്ങൾ, അവ ക്രമേണ നീണ്ട കൂടിച്ചേരലുകളായി. ചുംബനങ്ങൾ; ഇണചേരൽ. ബോക്സുകൾ റിസർവ് ചെയ്തുകൊണ്ട് സിനിമയ്ക്ക് പോക്ക്, കില്യോസ് ബീച്ചിൽ നീന്തൽ, പുഡ്ഡിങ് ഷോപ്പു കളിൽ മാർബിൾ പ്രതലമുള്ള മേശയ്ക്കരികിലിരുന്ന് രണ്ടുപേരും കാരാമൽ മിൽക് പുഡ്ഡിങ് കഴിച്ചിരുന്നു. ഒരാൾക്ക് വീട് വിട്ടിറങ്ങാൻ പറ്റുന്നില്ലെങ്കിൽ മറ്റയാൾ പോസ്റ്റ് ഓഫീസിനു മുന്നിലൂടെ അലഞ്ഞു കൊണ്ടിരിക്കും.

കാര്യങ്ങൾ ഇങ്ങനെ പോയിരുന്നെങ്കിൽ പ്രശ്നമില്ലായിരുന്നു.

മറിയത്തിന്റെ കുടുംബം ജോലിയന്വേഷിച്ച് ബെയ്റൂട്ടിലേക്ക് പോയിരുന്നില്ലെങ്കിൽ ഈ നിത്യപ്രേമം വലിച്ചുനീട്ടിയ ച്യൂയിങ്ഗം മാതിരി നശിക്കുമായിരുന്നു. കാരണം അവർ തമ്മിൽ മൂഡ് പ്രശ്ന ങ്ങൾ, അസൂയകൾ, കലഹങ്ങൾ എല്ലാം ഉണ്ടായിരുന്നതിനാൽ കുറേ കഴിയുമ്പോൾ ഇതെല്ലാം യുവത്വത്തിന്റെ ആവേശമായി അവർ കാണുകയും അങ്ങനെ അവരുടെ പ്രണയത്തിന് സ്വാഭാവികമായ അന്ത്യം സംഭവിക്കുകയും ചെയ്യുമായിരുന്നു. പ്രണയത്തിൽ തിരി ച്ചടി പറ്റിയ അസീസ് ബെയ് മദ്യശാലയിൽ ബഹളം വെക്കുകയും, പാഞ്ഞുനടന്ന് കുഴപ്പങ്ങൾ സൃഷ്ടിക്കുകയും സ്ത്രീവിഷയത്തിൽ കുറേക്കൂടി അരാജകത്വം കാണിക്കുകയും അവസാനം തന്റെ അമ്മ കണ്ടുപിടിച്ച പെൺകുട്ടിയുമൊത്ത് ക്രമേണ ജീവിതത്തിൽ താളം കണ്ടെത്തുകയും ചെയ്യുമായിരുന്നു. ഇതു തന്നെ മറിയത്തിനും ബാധകമാണ്. അവൾ ഒരു വൈകൃതമുള്ളവനും പോരാത്തവനും ഭീരുവുമായ ഏതെങ്കിലും ഷൂ വ്യാപാരിയേയോ അല്ലെങ്കിൽ 'മെസെ' വിഭവങ്ങൾ പാചകം ചെയ്യുന്ന ഒരാളേയോ വിവാഹം കഴിക്കുമായി രുന്നു. ആ മനുഷ്യൻ കട തുറന്ന ഉടനെ പണപ്പെട്ടി പരിശോധിക്കു ന്നവനോ രാത്രി സോഫയിൽ കിടന്ന് ഉറക്കംതൂങ്ങുന്നവനോ ആയിരിക്കും. അവൾക്ക് ദ്വീപിൽ ഒരു വേനൽക്കാല വസതി ഉണ്ടാ യിരിക്കാം. അവിടെ നക്ഷത്രങ്ങൾ തിളങ്ങുന്ന വേനൽരാത്രികളിൽ

അവൾ അസീസ് ബെയെ, അവന്റെ ജീവൻ തുടിക്കുന്ന ശരീരത്തെ, ഓർത്തോർത്ത് ഉറക്കം വരാതെ ക്ലേശിച്ചിരിക്കാം. മറിയം ഒരു ധനിക യായിരിക്കാം, അസീസ് ബെയ് താമസിക്കുന്ന അതേ ജില്ലയിൽ താമസിക്കുകയുമാകാം. ഷോപ്പിങ്ങിനായി പുറത്തുപോകുന്ന ഒരു ദിവസം അവൾ യാദൃച്ഛികമായി അയാളെ കാണുകയും അവരുടെ പഴയ പ്രണയം അവൾക്ക് തല ചുറ്റലുണ്ടാക്കുകയും വീടിനുള്ളിൽ ഒരു സോംബി പോലെ അവൾ ചുറ്റി നടന്നുമിരിക്കാം.

എന്തായാലും... അതൊന്നുമല്ല സംഭവിച്ചത്. മറിയം ഒരു ദരിദ്ര കുടുംബത്തിലെ കുട്ടിയായിരുന്നു. അവളുടെ അമ്മാമന് ആർട്ടിൻ, ഒരു രോമവ്യാപാരി, കുറച്ചുകാലമായി ബെയ്റൂട്ടിൽ താമസമാക്കി യിരുന്നു. തന്റെ പിതാവും അമ്മാമനും ആയിടെ കുറേയേറെ കത്തിട പാടുകൾ നടത്തിയിരുന്നു എന്നവൾക്കറിഞ്ഞുകൂടായിരുന്നു. വിദേശ നാടുകളിൽ തന്റെ വിശ്വസ്തനായ സഹായിയായി പ്രവർത്തിക്കാൻ അമ്മാമൻ അവളുടെ പിതാവിനെ ബെയ്റൂട്ടിലേക്ക് നിർബ്ബന്ധ പൂർവം വിളിച്ചിരുന്നു. ഇക്കാര്യവും അവളറിഞ്ഞിരുന്നില്ല. ഒരു ഞായ റാഴ്ച വൈകുന്നേരം തന്റെ തീരുമാനം അവളുടെ അച്ഛൻ അവരെ അറിയിച്ചു. ഈ രാജ്യത്ത് തുടർന്നാൽ അവരെവിടേയും എത്താൻ പോകുന്നില്ല. അയാൾക്കാകട്ടെ, പണിയെടുത്ത് മടുത്തിരിക്കുന്നു. അതിനാൽ കുടുംബം തന്നെ ബെയ്റൂട്ടിലേക്ക് താമസം മാറ്റി അവിടെ ആർട്ടിൻമാമയെ സഹായിക്കാൻ പോകുകയാണ്. അവൾ അന്ന് രാത്രി മുഴുവൻ അസീസ് ബെയെ ഓർത്ത് കണ്ണീർ പൊഴിച്ചു. പക്ഷേ അതിനു അടുത്ത ആഴ്ച തന്നെ അവൾ തന്റെ ബെയ്റൂട്ടിലുള്ള മച്ചുനന്മാരുടെ കാർഡുകളും ഫോട്ടോകളും അവരുടെ മോടിയും കളിചിരികളും കണ്ട് എളുപ്പത്തിൽ മോഹിതയാവുകയും ഉണ്ടായി.

മറിയം പറഞ്ഞുകൊണ്ടിരുന്നു, ''ഏറെ മാസങ്ങൾ കഴിയും മുമ്പായി ഞങ്ങൾ തിരിച്ചെത്തും. എന്റെ അച്ഛന് അവിടെ വിജയി ക്കാൻ സാധിക്കില്ല.'' അവൾ അസീസ് ബെയെ കൂടി അങ്ങനെ വിശ്വസിപ്പിച്ചു. പുറപ്പെടുന്ന ദിവസവും സമയവും പക്ഷേ, അവൾ കരുതിക്കൂട്ടി അവ്യക്തമാക്കി വെച്ചു ഇന്ന് അല്ലെങ്കിൽ നാളെ. യാത്ര പറയാൻ താൽപര്യമില്ലെന്ന് അവൾ പകൽപോലെ വ്യക്തമാക്കുക യായിരുന്നു.

ഒരു ദിവസം രാവിലെ അസീസ് ബെയ് ഓഫീസിലേക്ക് പോകു മ്പോൾ മറിയം താമസിക്കുന്ന തെരുവിൽ അവനു മുന്നിൽ അപ്ര തീക്ഷിതമായി ഒരു കുതിരവണ്ടി പ്രത്യക്ഷപ്പെട്ടു. പഴയ സാധനങ്ങൾ വാങ്ങുന്ന രദ്ദിക്കാരന് വിറ്റ സാധനങ്ങൾ വണ്ടിയിലേക്ക് കയറ്റി ക്കൊണ്ടിരിക്കുന്നു. തെരുവിന്റെ അറ്റത്ത് ഒരു അപ്പാർട്ട്മെന്റിന്റെ തണലിലേക്ക് അയാൾ നീങ്ങിനിന്നു. കസേരകൾ, കോഫീ ടേബ്ൾ, നേർത്ത വിരികൾ, ക്വിൽറ്റുകൾ, ഈയം പൂശിയ ചെമ്പ്, ചട്ടികൾ,

സമോവർ, പഴയ കോട്ടുകളും ശീതകാലബൂട്ടുകളും വരെ വണ്ടിയിൽ കയറ്റുന്നുണ്ടായിരുന്നു. അവന്റെ കണ്ണുകളിൽ വെള്ളം നിറഞ്ഞു തുളുമ്പി. അനങ്ങാതെ നിന്ന് അയാൾ ആ കുടുംബം ഉണ്ടാക്കുന്ന കോലാഹലങ്ങൾ ശ്രദ്ധിച്ചു, രാജ്യം വിട്ടു പോകുന്ന ആ കുടുംബ ത്തിലൊരാൾ അയാൾ സ്നേഹിച്ച പെൺകുട്ടിയായിരുന്നു. ഇടുപ്പിൽ കൈവെച്ച് മറിയവും അവളുടെ മാതാപിതാക്കളും സഹോദരിയും പുറത്തുനിന്ന് തങ്ങളുടെ വീടിന്റെ നേർക്ക് ഒരു നോട്ടം നോക്കി. എന്നിട്ട് ഏതാനും പഴകി വൃത്തിഹീനമായ പെട്ടികൾ കള്ളികളായി ചായമടിച്ച വാടകക്കാറിനു മുകളിൽ തുണി ഉണക്കുന്ന കയർകൊണ്ട് കെട്ടി ഉറപ്പിച്ചു. അയൽക്കാരോട് കൈവീശിക്കാണിച്ച് ചിരിച്ചു കൊണ്ട് പ്രതീക്ഷാനിർഭരമായ മുഖങ്ങളോടെ അവർ വാടകക്കാറിൽ കയറി യാത്രയായി.

അന്ന് അസീസ് ബെയ്ക്ക് ആദ്യമായി ഹൃദയം നൊന്തു. പുറ പ്പെടുന്നതിനെപ്പറ്റി മറിയം അയാളോട് ഒന്നും ഉരിയാടിയില്ലെങ്കിലും പോട്ടെ, അവൾ ഖിന്നയായി കണ്ണീരണിഞ്ഞ് പുറപ്പെടാൻ മടി കാണി ക്കുകയും തിരിച്ച് വീട്ടിലേക്ക് ഏതാനും തവണ പോയി വരുകയും ചെയ്തിരുന്നെങ്കിൽ! അവൻ മനസ്സിൽ സങ്കൽപ്പിച്ച വേർപാടിന്റെ ചിത്രത്തിൽ മറിയം കരഞ്ഞുകൊണ്ട് മുൻവശത്തെ വാതിലിനു മുമ്പിൽ ഇരിക്കും, അവളുടെ അമ്മ അവളെ എഴുന്നേൽപ്പിക്കാനായി രണ്ട് കൈയുമുപയോഗിച്ച് അവളെ പൊന്തിക്കാൻ ശ്രമിക്കും, അവ ളുടെ അച്ഛൻ കുപിതനായി വാടകക്കാറിന്റെ ടയർ തൊഴിച്ചു കൊണ്ട് അവളുടെ നേർക്ക് ചൂണ്ടുവിരലുയർത്തിക്കാട്ടും, അവളുടെ അമ്മ ഇടയ്ക്ക് കയറി നിന്ന് മകളെ അയാൾ അടിക്കുന്നത് തടയും. അവ ളുടെ അനിയത്തി അവളുടെ കാതിൽ എന്തോ അപേക്ഷയോടെ അടക്കിപ്പറയും. തെരുവിന്റെ അറ്റത്തേക്ക് കണ്ണയച്ച് അവിടെ നിൽക്കുന്ന അസീസ് ബെയെ കണ്ട് അവൾക്ക് എണീറ്റ് പോകാൻ പോലും സാധിക്കാൻ പാടില്ലായിരുന്നു, ഒരിക്കലും.

പക്ഷേ സംഭവിച്ചത് അതല്ല. മറിയം മറ്റുള്ളവരെപ്പോലെത്തന്നെ വീടിന് അകത്തേക്കും പുറത്തേക്കും തിരക്കിട്ട് നടക്കുകയും സാധന ങ്ങൾ എടുത്ത് കൊണ്ടുവരികയും ചെയ്തു. അവൾ ഒരിക്കലെങ്കിലും തെരുവിന്റെ അറ്റത്തേക്ക് നോക്കാനായി തലതിരിക്കുക പോലും ഉണ്ടായില്ല. അവൾ നോക്കിയാൽ കാണുമായിരുന്നു, അസീസ് ബെയുടെ തുളുമ്പുന്ന കണ്ണുകളും മുറിവേറ്റ മനസ്സോടെയെങ്കിലും മുഗ്ധമായ ആ നിൽപും.

സ്വന്തം പിതാവുമായുണ്ടായ കലഹങ്ങളും മുത്തച്ഛന്റെ മരണവും ഒഴിച്ചാൽ അസീസ് ബെയുടെ ജീവിതത്തിൽ സംഭവിച്ച ആദ്യത്തെ ദുരന്തമായിരുന്നു ഈ വേർപാട്. തുടർന്നുണ്ടായ ദുരന്തങ്ങളും ആദ്യത്തെ ഈ വലിയ വൃത്തത്തിനോട് ചേർന്നാണ് സംഭവിച്ചത്.

അങ്ങനെ അസീസ് ബെയുടെ ജീവിതം ദുഃഖകരമായ സമയങ്ങളാൽ നെയ്തെടുത്ത വളരെ നീണ്ടൊരു ചങ്ങലയായി മാറി. ഈ വിഷാദാത്മകതയുടെ മനോനിലയ്ക്ക് ഇടയ്ക്കുണ്ടായ സുഖദവും സന്തോഷകരവുമായ ദിവസങ്ങൾകൊണ്ട് ഒട്ടും മാറ്റമുണ്ടായില്ല. തന്റെ ജീവിതം അവലോകനം ചെയ്യുമ്പോഴെല്ലാം അസീസ് ബെ ജീവിച്ചുപോന്ന ഈ വർഷങ്ങളിൽ ബാക്കിപത്രമായി കാണാനായത് ഏതാനും വിഷാദാത്മകവും തകർന്നതുമായ കഥകൾ മാത്രമായിരുന്നു.

മാംസത്തിൽ നിന്ന് ആണി ഊരിയെടുക്കുന്ന പോലെ തോന്നിച്ച ആ വേർപിരിയൽ സംഭവിച്ചില്ലായിരുന്നെങ്കിൽ, ഈ പ്രണയം യഥാർത്ഥമായ ഒന്നാകുമായിരുന്നില്ല. അസീസ് ബെയ് പ്രണയം മൂലം ഭ്രാന്തനായി. അയാൾക്ക് ചെറുപ്പമായിരുന്നു. ഇതിനേക്കാൾ കൊടിയ പീഡനം തനിക്കുണ്ടാവില്ലെന്നും താൻ തെരുവുകളിൽ അർദ്ധബോധാവസ്ഥയിൽ മറിയത്തിന്റെ പേർ വിളിച്ച് ഒടുങ്ങുമെന്ന് അയാൾ വിചാരിച്ചു. ശരീരം ആത്മാവിനെ ചതിക്കാത്ത നേരം കുറവാണെന്ന് അയാൾക്ക് പക്ഷേ അറിയില്ലായിരുന്നു. കൊടിയ ദുഃഖമനുഭവിക്കുന്ന ഒരാൾ എത്ര മാത്രം ശോഷിച്ച് മരണമടയണമെന്ന് ആഗ്രഹിച്ചാലും അയാൾ വിജയിക്കില്ല. കറുപ്പ് പരിവേഷവുമണിഞ്ഞ് ആത്മാവ് സ്വർഗ്ഗാരോഹണത്തിനായി ശ്രമിക്കുന്നു, പക്ഷേ ശരീരം പ്രാപഞ്ചികമാണ്. അത് തിന്നും കുടിച്ചും നിലനിൽക്കും.

അസീസ് ബെ മരിച്ചില്ല, മരിക്കാൻ കഴിഞ്ഞില്ല. പക്ഷേ അവന്റെ കറുത്ത് ആകർഷണീയമായ ശരീരകാന്തിയിൽ മുഗ്ധകളും അയാളൊത്ത് കാമലീലകൾക്ക് തൽപരരും ആയ മുതിർന്ന സ്ത്രീകളുടെ നോട്ടങ്ങൾ അയാൾക്ക് കാണാൻ സാധിച്ചില്ല. അവരുടെ വിറയ്ക്കുന്ന മൂക്കുകൾ വെളിപ്പെടുത്തിയിരുന്ന ആസക്തി അവൻ ശ്രദ്ധിക്കാതായി. അവന് ശരീരത്തിന്റെ തൂക്കം കുറഞ്ഞു, വിളർച്ചയും വന്നു. അവന് ക്ഷയരോഗം പിടിക്കാനാണ് പോകുന്നതെന്ന് അയാളുടെ അമ്മ ഭയപ്പെട്ടു. പക്ഷേ അയാളുടെ അച്ഛന് കാര്യങ്ങൾ മനസ്സിലായി, അതുപോലെത്തന്നെ അയൽക്കാരെല്ലാവർക്കും. അവർക്ക് പ്രേമം അഭിമാനകരമായിരുന്നു. ഇതും ഹൃദയത്തിന്റെ ഒരു ചാപല്യമായി കരുതി അദ്ദേഹമത്ര ശ്രദ്ധിച്ചില്ല. "എനിക്കും ഇത്തരം അനുഭവങ്ങളുണ്ടായിട്ടുണ്ട്. അവൻ ഇതിൽനിന്ന് പുറത്ത് കടക്കും." ഇങ്ങനെ പറഞ്ഞ് അയാൾ ഭാര്യയെ തന്റെ കാമുകിമാരെ പ്പറ്റി ഓർമ്മപ്പെടുത്തി, മുമ്പെത്രയോ പ്രാവശ്യം ചെയ്തപോലെ അവരുടെ മനസ്സ് അയാൾ പൊള്ളിച്ചു.

ഈ വേർപിരിയലിനുശേഷം പ്രണയമെന്നത് വിശ്വസിക്കാൻ കൊള്ളാത്ത ഒന്നാണെന്നും അതിന്റെ പ്രഭാവത്തിൽ പെടാതിരിക്കുന്നതാണ് ബുദ്ധി എന്നും അസീസ് ബെയ് വിചാരിച്ചു തുടങ്ങി.

സ്ത്രീകൾക്ക് നേരെ കുറേക്കൂടി ക്രൂരനാകാൻ അയാൾ തീരുമാനിച്ചപ്പോഴാണ് മറിയത്തിന്റെ നീണ്ട ഒരു കത്ത് എത്തിച്ചേർന്നത്. അത് ആത്മാർത്ഥമായിരുന്നു, ഹൃദയസ്പർശിയും തികച്ചും കാവ്യാത്മകവുമായിരുന്നു. ആ ക്ഷണത്തിൽ പ്രണയത്തെക്കുറിച്ച് അസീസ് ബെയുടെ കാഴ്ചപ്പാട് അപ്പാടെ മാറി. മനുഷ്യന് സ്നേഹിക്കാൻ ഒരാൾ വേണം, അതും അഭിനിവേശത്തോടെ.

അയാൾ മറിയത്തിന് ദീർഘവും കവിത തുളുമ്പുന്നതുമായ കത്തുകൾ അയച്ചു തുടങ്ങി. അയാളുടെ കൈയക്ഷരം മഹാമോശമായിരുന്നു, താൻ തന്നെ വായിക്കാൻ ബുദ്ധിമുട്ടുന്നത്ര മോശം. ഓഫീസിൽ കാലത്ത് എത്തുമ്പോൾ വേണ്ടാത്ത കണക്കുപുസ്തകങ്ങൾ പൂരിപ്പിക്കുന്ന അക്കൗണ്ടന്റിന്റെ മനോഹരമായ കൈയ്യക്ഷരം കണ്ട് അയാൾക്ക് അസൂയ തോന്നി. തന്റെ സ്വകാര്യതയുള്ള നീണ്ട കത്തുകൾ അയാളെക്കൊണ്ട് പകർത്തിയെഴുതിക്കുന്നതിനെപ്പറ്റി വിചാരിച്ചിരുന്നെങ്കിലും അത് പറയാൻ അയാൾക്ക് ലജ്ജയായിരുന്നു. അതു കാരണം അനവധി രാത്രികൾ വേണ്ടി വന്നു അയാൾക്ക് ഒരു കത്ത് എഴുതിത്തീർക്കാൻ. ഏറെ രാത്രിയും റൂമിൽ വെളിച്ചം കണ്ട് കറന്റ് ബില്ലിനെപ്പറ്റി വേവലാതിപ്പെട്ട് അച്ഛൻ ദേഷ്യത്തോടെ മുറുമുറുക്കും, ''സ്കൂളിൽ പോയിരുന്ന കാലം ഇത്രനേരം ലൈറ്റിട്ട് പഠിച്ചിരുന്നെങ്കിൽ ഇന്ന് നീ എന്തെങ്കിലുമാകുമായിരുന്നു.''

ഇങ്ങനെ കാണാമറയത്തിരിക്കുന്നത് മറിയത്തിന്റെ തന്നോടുള്ള അടുപ്പത്തിൽ മോശമായി പ്രതിഫലിക്കുമെന്ന് അസീസ്ബെയ് സംശയിക്കുമ്പോഴാകും അയാൾക്ക് പുതിയൊരു കത്ത് കിട്ടുക. അത്ഭുതകരമായ കാര്യം, ഇത്ര ദൂരെയുള്ള ഉഷ്ണാവസ്ഥയിലുള്ള നഗരത്തിൽ നിന്നായിട്ടു പോലും. ഈ കത്തുകളൊന്നും ഹ്രസ്വമായി വരുകയോ അവയുടെ ഇടവേള കൂടുകയോ ചെയ്തിരുന്നില്ല.

എങ്കിലും അസീസ് ബെയ് അൽപം ശ്രദ്ധിച്ചിരുന്നെങ്കിൽ കാര്യം പിടികിട്ടുമായിരുന്നു. നനുനനുത്ത് പിങ്ക് കടലാസ്സിൽ അത്യന്തം ശ്രദ്ധയോടെ ഇടത്തോട്ട് ചാഞ്ഞ അക്ഷരങ്ങളും എഴുതുമ്പോൾ 'ഥ' യുടെ വാൽ റൗണ്ട് ആയും 'ക'യുടെ കുത്തിനു പകരം ചെറിയ വൃത്തങ്ങളും ആയിട്ടുള്ള എഴുത്തോടെ വരുന്ന കത്തുകൾക്ക് ആധാരം പ്രണയമായിരുന്നില്ല, അവൾ പോയശേഷം എന്തു സംഭവിച്ചു എന്നതിനെക്കുറിച്ച് അറിയാനുള്ള അടക്കാനാവാത്ത ജിജ്ഞാസയായിരുന്നു. സിനിമകളിൽ നിന്നും നോവലുകളിൽ നിന്നും കോപ്പിയടിച്ച വരികൾ നിറഞ്ഞ ആ കത്തുകൾ വായിക്കുന്ന, പ്രണയത്തിലല്ലാത്ത ആരും കൃത്യമായി ഒരു കാര്യം മനസ്സിലാക്കിയെടുക്കുമായിരുന്നു. പ്രണയത്തിൽ ആനന്ദം കണ്ടെത്തുന്നതിനു പകരം, പ്രണയം ബാക്കി വെച്ചു പോകുന്ന തീവ്രദുഃഖത്തിലും നാശനഷ്ടങ്ങളിലും സന്തോഷം കാണുന്ന സ്ത്രീകളുണ്ട്, മറിയം അവരിലൊരാളായിരുന്നു എന്ന്.

പക്ഷേ അസീസ് ബെയ് ഇത് ഒട്ടും മനസ്സിലാക്കിയില്ല. ഇതിന് അയാളെ മാത്രം കുറ്റം പറയുക വയ്യ. താൻ ഉപേക്ഷിച്ച കാമുകന്റെ നാശത്തിൽ സന്തോഷം കണ്ടെത്തുന്ന സ്ത്രീയായിരുന്നു മറിയം എന്നപോലെ തന്നോട് പ്രണയത്തിലാകാത്ത സ്ത്രീയേ ഇല്ല എന്ന് വിശ്വസിക്കുന്ന പുരുഷനായിരുന്നു അസീസ് ബെയ്. യൗവ്വനത്തിൽ അവന്റെ ജീവിതത്തിലേക്ക് പ്രവേശിച്ച അനേകം സ്ത്രീകളായിരുന്നു അസീസ് ബെയുടെ ആത്മവിശ്വാസത്തിന് കാരണം. അപ്പോൾ തീർച്ച യായും ദൂരെ വസിക്കുന്ന പ്രണയിനിക്ക് അസീസ് ബെയെ മറക്കുക എന്നത് അസാദ്ധ്യമായിരുന്നു.

മറിയത്തിന്റെ കത്തുകൾ എപ്പോഴും ആരംഭിച്ചിരുന്നത് 'എന്നോ ടൊപ്പം കഴിഞ്ഞ നിന്റെ നാളുകൾ' എന്നായിരുന്നു, മാത്രമല്ല, താൻ വിട്ടു പോന്ന കാമുകന്റെ ആത്മാർത്ഥമായ വികാരങ്ങളെ ആവേഗ ത്തോടെ വേദനിപ്പിക്കാൻ പോന്ന ചോദ്യങ്ങൾ നിറഞ്ഞവയായി രുന്നു. ബാലിശമായ പ്രണയം തലയ്ക്ക് പിടിച്ച് ദൂരേക്ക് പോകേണ്ടി വന്ന ഒരു പെൺകുട്ടിയുടെ അല്ല, പക്വതയും അനുഭവവുമുള്ള ഒരു സ്ത്രീയുടെ ഭാവമായിരുന്നു ആ കത്തുകളിൽ. അസീസ് ബെയ യുടെ സങ്കൽപ്പത്തിൽ ഈ പ്രണയിനി പെന്നിന്റെ ടോപ്പ് കടിച്ചു കൊണ്ട് നിഷ്കളങ്കമായ അന്വേഷണത്വരയോടെ ചോദ്യങ്ങൾ ഉന്നയി ക്കുകയായിരുന്നു, പക്ഷേ അവൾ നീണ്ട കത്തുകളിൽ തന്റെ പുതിയ വീടിനെക്കുറിച്ച്, അതിന്റെ ഗാംഭീര്യത്തെ, ഭംഗിയെ, വിവരിക്കുകയും ചെയ്യുകയായിരുന്നു. അവൾ ഒരു കാര്യം കൂടി പറഞ്ഞു, വീട് മനോ ഹരമാണെങ്കിലും ആ നാട്ടിലെ അത്യുഷ്ണത്തിൽ രാത്രി മാത്രമേ ഒന്ന് വീർപ്പിടാൻ കഴിയൂ എന്നും കാര്യങ്ങൾ ഇപ്പോൾ വേഗത്തിൽ മാറി വരികയാണെന്നും എഴുതിയിരുന്നു. അസീസ് ബെയയെ അവൾ ആ സമ്പന്നരാജ്യത്തിലേക്ക് വരാൻ ക്ഷണിച്ചു. അവളുടെ വാക്കു കൾ വളരെ ആത്മാർത്ഥമായി തോന്നുന്നവയായിരുന്നെങ്കിലും അത ങ്ങനെയെന്നതിന്ന് തെളിവൊന്നും ഉണ്ടായിരുന്നില്ല.

''നീയും ഇങ്ങോട്ട് വരണം.'' മറിയം എഴുതി. ''നീയില്ലാതെ ദിവസങ്ങൾ ഇഴയുകയാണ്.''

ഹൃദയത്തിൽ തട്ടിയുള്ള ഈ ക്ഷണം കിട്ടിയപ്പോൾ അസീസ് ബെയ്ക്ക് ഒരു ത്രസിപ്പ് തോന്നി, പക്ഷേ ആ വാചകങ്ങൾ കടലാ സ്സിൽ മാത്രമേ നല്ലതായി തോന്നൂ എന്ന് ഒട്ടും മനസ്സിലാക്കാതെ യായിരുന്നു ആ വികാരത്തള്ളിച്ച. ചുരുക്കത്തിൽ നനുത്ത പിങ്ക് കടലാസ്സിൽ എഴുതിയ ഈ ക്ഷണങ്ങളായിരുന്നു അസീസ് ബെയെ പ്രലോഭിപ്പിച്ചത്.

മറിയത്തിന്റെ കത്തുകളേയും പോസ്റ്റ്കാർഡുകളേയും പറ്റി ചിന്തിച്ച് സ്വയം മറന്നിരുന്നുപോയ ഒരു ദിവസം വൈകുന്നേരം അത് സംഭ വിച്ചു, അയാളെ ജോലിയിൽ നിന്ന് പിരിച്ചു വിട്ടു. ഇതറിഞ്ഞപ്പോൾ

അച്ഛൻ അയാളെ വീട്ടിൽ നിന്ന് ചവിട്ടിപ്പുറത്താക്കി, അങ്ങനെയെങ്കിലും മകന് കുറച്ച് ബോധം ഉദിക്കട്ടെ എന്നു വിചാരിച്ചായിരുന്നു അത്. മകന്റെ പ്രണയാതുരത അയാൾക്ക് ചെടിച്ചു തുടങ്ങിയിരുന്നു. വാസ്തവത്തിൽ അയാളുടെ ഉദ്ദേശ്യം അസീസ് ബെയിക്ക് ജീവിതം എന്താണെന്ന് അനുഭവത്തിലൂടെ പഠിക്കാൻ ഉതകുന്ന വിധത്തിൽ കുറച്ച് കാലം വീട്ടിന് പുറത്ത് നിർത്തുക എന്നു മാത്രമായിരുന്നു. തന്റെ അച്ഛൻ അത് ചെയ്യുന്നതിൽ പരാജയപ്പെട്ടു. മകനെ സാധാരണവും പൊരുത്തമുള്ളതുമായ ലോകത്തിൽ വിട്ടു, അതായിരുന്നില്ലേ നല്ലത്? പക്ഷേ അദ്ദേഹം കുറേക്കൂടി അച്ചടക്കം ആവശ്യപ്പെട്ടിരുന്നെങ്കിൽ, മകന്റേയും മകളുടേയും എല്ലാ കാര്യങ്ങളിലും താത്പര്യമെടുത്തിരുന്നെങ്കിൽ, അവരെ പഠിക്കാൻ നിർബ്ബന്ധിച്ചിരുന്നെങ്കിൽ, ഉത്തരവാദിത്തമുള്ളവരാക്കിയിരുന്നെങ്കിൽ താൻ തന്റെ ജീവിതം പൊളിയാറായ വീടിനും ശോചനീയമായ ജോലിക്കുമിടയിൽ വന്നും പോയും തീർക്കില്ലായിരുന്നു.

ആശയം സദുദ്ദേശ്യപരമായിരുന്നെങ്കിലും അപക്വമായിരുന്നു. പക്ഷേ അത് കാര്യങ്ങൾ എവിടേക്ക് എത്തിക്കും എന്നത് അയാളുടെ അച്ഛന് പ്രവചിക്കാൻ പറ്റുന്നതായിരുന്നില്ല. അയാളുടെ അച്ഛൻ കോഫീ ഹൗസിൽ റമ്മി കളിച്ചിരിക്കുകയായിരുന്നു. അപ്പോഴാണ് അസീസ് ബെയ് അലക്ഷ്യമായി കടന്നുപോയത്, ഓഫീസ് അടയ്ക്കാൻ ഇനിയും രണ്ട് മണിക്കൂർ ബാക്കിയുള്ളപ്പോൾ. അയാളപ്പോഴും ഔപചാരിക വസ്ത്രത്തിലായിരുന്നു. പക്ഷേ അയാളുടെ വസ്ത്രം തേച്ചതും വൃത്തിയുള്ളതും ആയിരുന്നെങ്കിലും അയാളുടെ മട്ടിൽ എന്തോ ഉലച്ചിലുണ്ടായിരുന്നു, എന്തോ മനക്ഷോഭമുള്ള പോലെ. ടൈ ഊരിയെടുത്ത് അയാൾ പോക്കറ്റിലിട്ടിരുന്നു. സുന്ദരനായ ആ യുവാവ് ഈ നിലയിൽ സ്കൂളിൽ പോകാത്ത മടിയൻകുട്ടിയെ പോലെ തോന്നിച്ചു. അയാൾ തന്റെ കാൽകൊണ്ട് ഒരു കല്ല് വീണ്ടും വീണ്ടും ഉരുട്ടി നടന്നു. ജീവിതം അല്ലലൊന്നുമില്ലാത്ത, ഹൃദയഭാരമേതുമില്ലാത്ത സന്തോഷകരമായ ഒരു വിനോദം പോലെ എന്ന മട്ടിലായിരുന്നു ആ നടത്തം. അയാളെ കണ്ടാൽ നാളെ എന്ത് സംഭവിക്കുമെന്നതിനെപ്പറ്റി യാതൊരു വേവലാതിയും ഇല്ലാത്ത പോലെയായിരുന്നു.

അയാളുടെ അച്ഛൻ കാര്യങ്ങൾ പെട്ടെന്ന് മനസ്സിലാക്കി. ഇതാണ് സംഭവിക്കാൻ പോകുന്നതെന്ന് മുമ്പേ വ്യക്തമായിരുന്നു. അദ്ദേഹം വിളറുകയും അദ്ദേഹത്തിന്റെ ചുണ്ടുകൾ വിറയ്ക്കുകയും ചെയ്തു. കോഫീഹൗസ് ഉടമയോട് അദ്ദേഹം ഒരു ഗ്ലാസ്സ് വെള്ളം ആവശ്യപ്പെട്ടു. അദ്ദേഹം വെള്ളം സാവധാനത്തിൽ കുടിച്ചു. തന്റെ ദുരവസ്ഥയിലും അദ്ദേഹം വൈകുന്നേരംവരെ അവിടെ ഇരുന്നു. കളിച്ചുകൊണ്ടിരുന്ന കളി അദ്ദേഹം വേണ്ടെന്ന് വെച്ചു, തന്റെ മകനെപ്പറ്റി

ചിന്തയിലാണ്ടു. മുതിർന്നുവെങ്കിലും ഇപ്പോഴും ചാപലസ്വഭാവി, അതാലോചിച്ചപ്പോൾ, അദ്ദേഹത്തിന് ദേഷ്യം വന്നു. അദ്ദേഹം സാധാരണ സമയത്ത് വീട്ടിൽ തിരിച്ചെത്തി. മകൻ ചാരുകസേരയിൽ പേപ്പർ വായിച്ചിരിക്കുന്നു, പിരിച്ച് വിടപ്പെട്ടതിൽ വിശേഷിച്ചൊരു അസ്വാസ്ഥ്യവും അയാൾക്കുള്ളതായി തോന്നിയില്ല. അദ്ദേഹം പകച്ചു നിന്നു. അദ്ദേഹം പ്രതീക്ഷിച്ചത് മകൻ വിഷണ്ണനായി തന്റെ മുമ്പിൽ നിൽക്കുമെന്നായിരുന്നു. മകൻ അസ്വസ്ഥനായി കാണപ്പെടുമെന്നും പിരിച്ച് വിടപ്പെട്ടതിന് എന്തെങ്കിലും ഒരു മുടന്തൻന്യായം കണ്ടെത്തുമെന്നും. അദ്ദേഹം തലതാഴ്ത്തി ചെറുതായൊന്ന് ചുമച്ചു. തന്റെ ശബ്ദത്തിൽ അപരിചിതമായ ഒരു പകർച്ച അദ്ദേഹത്തിന് തോന്നി. സാധാരണപോലെ ഒരത്തിട്ടല്ലെങ്കിലും അദ്ദേഹത്തിൽ നിന്ന് പ്രതീക്ഷിക്ക വയ്യാത്ത മൃദുത്വം ഇല്ലാതേയും. അദ്ദേഹം ചാരുകസേരയിലിരുന്നു.

''എന്താണ് നേരത്തെ വീട്ടിലെത്തിയത്?'' അദ്ദേഹം ചോദിച്ചു.

താൻ വായിച്ചുകൊണ്ടിരുന്ന പേപ്പറിന്റെ താളുകൾ മറിച്ചുകൊണ്ട് അലക്ഷ്യമായി അസീസ് ബെയ് തോൾ കുലുക്കി.

''എന്നെ പിരിച്ചു വിട്ടു.'' അയാൾ പറഞ്ഞു.

സാധാരണമെന്നപോലെ ശാന്തമായും സ്വാഭാവികമായും അസീസ് ബെയുടെ വായിൽ നിന്ന് പുറത്തേക്കു വന്ന് ആ പ്രസ്താവന ആ ഗൃഹാന്തരീക്ഷം പൊടുന്നനെ സംഘർഷഭരിതമാക്കി. അയാളുടെ അച്ഛൻ ആഴത്തിൽ ശ്വാസമെടുത്ത് സംസാരിച്ചു തുടങ്ങി, പറയുന്തോറും അദ്ദേഹം കൂടുതൽക്കൂടുതൽ ക്രുദ്ധനായിക്കൊണ്ടിരുന്നു, അദ്ദേഹത്തിന്റെ വാക്കുകൾ ക്ഷോഭം നിമിത്തം മുറിഞ്ഞു പൊയ്ക്കൊണ്ടിരുന്നു. മനസ്സിൽ വന്നതൊക്കെ, നാവിൽ തോന്നിയതൊക്കെ അദ്ദേഹം വിളിച്ചു പറഞ്ഞു. അസീസ് ബെയയുടെ നേർക്ക് അയാളുടെ അച്ഛൻ അധിക്ഷേപങ്ങൾ നിറഞ്ഞ ഭർത്സനങ്ങൾ ചൊരിഞ്ഞു കൊണ്ടിരിക്കുമ്പോൾ, അമ്മ മനോവേദനയോടെ മൂകയായി മകനേയും അച്ഛനേയും മാറി മാറി നോക്കിക്കൊണ്ടിരുന്നു. വിവരിക്കാനാകാത്ത വിധം അഗാധമായ വ്യസനം അവരുടെ മുഖത്തു തളം കെട്ടിയിരുന്നു. തീക്ഷ്ണമായ ഓരോ വാക്കുകൾ കേൾക്കുമ്പോളും അവർ അടികൊണ്ടപോലെ ഞെട്ടിത്തരിച്ചു കണ്ണുകൾ ഇറുക്കിയടച്ചു.

അസീസ് ബെയ് ഒരു തെമ്മാടിയും തെണ്ടിയും ഗുണം പിടിക്കാത്തവനുമായി മുദ്രകുത്തപ്പെട്ടു. ശാപത്തോടടുക്കുന്ന ഭർത്സനങ്ങൾ ആ മുറിയുടെ ചുമരുകളിൽ അലയടിച്ചു. അതേസമയം അപ്രതീക്ഷിതമായി അടിക്കുന്തോറും പതഞ്ഞ് പൊന്തുന്ന മുട്ടയുടെ വെള്ള പോലെ ഒരാനന്ദം അസീസ് ബെയുടെ ഉള്ളിൽ രൂപപ്പെട്ടു തുടങ്ങി. മസാലയുടേയും പൂക്കളുടേയും നാരങ്ങയുടേയും മണങ്ങൾ കൂടി

ക്കലർന്ന മണമുള്ള, ഊഷ്മളമായ രാജ്യത്തേക്ക് അയാളെ വിളി ക്കുന്ന കത്തുകളെക്കുറിച്ച് അജ്ഞനായ ആ അച്ഛൻ അസീസ് ബെയെ വീട്ടിൽ നിന്ന് പുറത്താക്കി. തരംതാണ വേശ്യാലയങ്ങളും വൃത്തികെട്ട തെരുവുകളും മാത്രമാണ് അവന് അനുയോജ്യം എന്ന് അച്ഛൻ ശാപവചനം ചൊരിഞ്ഞു.

"കുലീനതയും ബഹുമാന്യതയും ഉള്ള ഈ വീട് കളങ്കപ്പെടുത്തി അവിടെ നിൽക്കരുത്." അദ്ദേഹം പറഞ്ഞു. "പോയി തുലയ്."

ഈ സമയം അവന്റെ അമ്മ കൈകൊണ്ട് മുഖം മറച്ച് ഇരിക്കുക യായിരുന്നു. അസീസ് ബെയ് പെട്ടെന്ന് എണീറ്റ് തന്റെ മുറിയിലേക്ക് പോയി. ദിവസങ്ങളായി നിറയ്ക്കാൻ എന്തോ ധൈര്യമില്ലാതെ കട്ടി ലിൽ മലർത്തിവെച്ചിരുന്ന പെട്ടി അയാൾ നിറച്ചു. തന്റെ തംബുരു വുമെടുത്ത് അയാൾ മുറിക്ക് പുറത്തേക്ക് നടന്നു. അമ്മയോട് യാത്ര പറയണമെന്ന് അയാൾക്കുണ്ടായിരുന്നു, പക്ഷേ അച്ഛനുണ്ട് വാതിൽ ക്കൽ നിൽക്കുന്നു.

"നീ ഇപ്പോഴും ഇവിടെ നിൽക്കുകയാണോ?" അച്ഛൻ ചോദിച്ചു. "ഇനിയും പോയി തുലഞ്ഞില്ലേ?"

അസീസ് ബെയുടെ കണ്ണ് നിറഞ്ഞു, അവന്റെ മുഖം ചുവന്നു. അയാൾ അച്ഛന്റെ മുഖത്തേക്ക് വിദ്വേഷത്തോടെ നോക്കി. എന്നിട്ട് ഊക്കോടെ വാതിലടച്ചു. ആ ശക്തിയിൽ ടൂലീപ് പൂവിന്റെ ഡിസൈ നിലുള്ള ഇരുമ്പ് ചട്ടക്കൂടിൽ ഉറപ്പിച്ചിരുന്ന വാതിലിന്റെ ഗ്ലാസ്സ് തകർന്ന് തരിപ്പണമായി താഴെ വീണു. ഈ വിപത്തിന്റെ ആഘാതം താങ്ങാ നാകാതെ ദ്രുതതാളത്തിൽ ഹൃദയം മിടിച്ചുകൊണ്ടിരുന്ന അമ്മ ബോധരഹിതയായി നിലത്ത് വീഴുകയും ചെയ്തു.

താൻ തിരികൊളുത്തി പോന്ന കോലാഹലങ്ങൾ ഒന്നും ഗൗനി ക്കാതെ അസീസ് ബെയ് തന്റെ കാമുകി കാത്തിരിക്കുന്ന പുത്തൻ വീട്ടിലേക്ക് എത്താനുള്ള ത്വരയോടെ, മോഹിതനായി, ശക്തി സംഭരിച്ച് പ്രയാണമാരംഭിച്ചു. ധൃതിയിൽ കാലുകൾ നീട്ടി വെച്ച് വീട് വിട്ടിറങ്ങുമ്പോൾ അച്ഛന്റെ തീക്ഷ്ണനേത്രങ്ങൾ തന്റെ തല യുടെ പിൻഭാഗം തുളയ്ക്കുന്നുണ്ടെന്ന് അയാൾക്ക് തോന്നി. തന്റെ അച്ഛൻ അദ്ദേഹത്തിന്റെ ബലിഷ്ഠമായ വിരലുകൾകൊണ്ട് തന്റെ ചുമൽ പിടിച്ച് ഈ ഭീകരമായ തടവിലേക്ക് തന്നെ തിരിച്ച് കൊണ്ടു വരുമോ എന്ന് അവൻ ഭയപ്പെട്ടപോലെ, അതും ദൂരദേശത്ത് അവൻ തേടിയിരുന്ന സ്വാതന്ത്ര്യത്തിലേക്ക് തിരക്കിട്ട് നീങ്ങുമ്പോൾ, താൻ ജനിച്ചു വളർന്ന അയൽപ്പക്കം വിട്ട് പോകാനൊരുങ്ങുമ്പോൾ. അവൻ തിരക്കിട്ടു നടന്നു. തനിക്ക് ധനവും സ്നേഹവും സന്തോഷവും വാഗ്ദാനം ചെയ്യുന്ന പുതുജീവിതത്തിലേക്ക് പോകാനുള്ള കപ്പ ലിന്റെ കാര്യം അന്വേഷിക്കാനായി അയാൾ തുറമുഖത്തേക്ക് പോകു മ്പോൾ, അയാളുടെ അച്ഛൻ അമ്മയെ കൈയിൽ താങ്ങിയെടുത്ത്

ഒരു വാടകക്കാറിൽ ആസ്പത്രിയിലേക്ക് പോകുകയായിരുന്നു. പോകുന്ന വഴിക്കെല്ലാം അദ്ദേഹം നന്ദികെട്ട തന്റെ മകനെ ഒരിക്കലും മാപ്പാക്കില്ല എന്ന് ശപഥമെടുത്ത് മകന്റെ നേർക്ക് ഇനിയൊരിക്കലും ശമിപ്പിക്കുവാനാകാത്ത തരത്തിലുള്ള വിദ്വേഷം മനസ്സിൽ നിറക്കുകയായിരുന്നു.

തുറമുഖത്ത് കപ്പലുകൾ ഉണ്ടായിരുന്നെങ്കിലും അസീസ് ബെയയക്ക് വിധിച്ചത് ഇരുപത് ദിവസം കഴിഞ്ഞ് നങ്കൂരമെടുക്കുവാനായി കാത്തു കിടക്കുന്ന കപ്പലായിരുന്നു. 'നീ വരണം' എന്ന് മറിയം എഴുതിയതിനുശേഷം അയാൾ രഹസ്യമായി പാസ്പോർട്ട് സംഘടിപ്പിക്കുകയും ട്രെയിൻ, ബോട്ട് എന്നിവയെക്കുറിച്ച് അന്വേഷണങ്ങൾ നടത്തുകയും ചെയ്തിരുന്നു. വീട് വിട്ട ഉടനെ ആദ്യത്തെ അവന്റെ ജോലി തുറമുഖത്തെത്തി പുതിയ ദേശത്തേക്ക് തനിക്ക് കയറിപ്പോകാൻ ഉതകുന്ന കപ്പലുകളെ നിറഞ്ഞ ആഗ്രഹത്തോടെ നോക്കിക്കാണുകയായിരുന്നു.

ഇരുപത് ദിവസം അയാൾ പലരുടേയും വീടുകളിൽ താമസിക്കുകയും രാത്രി വൈകും വരെ പതിവുമദ്യശാലകളിൽ സമയം ചെലവാക്കുകയും കോഫീഹൗസുകളിലിരുന്ന് നേരം കൊല്ലുകയും ചെയ്തു. ഈ സമയമെല്ലാം തന്റെ അയൽപക്കം അയാൾ ഒഴിവാക്കി. അയാൾ തന്റെ സ്നേഹിതരെ നടന്ന് കണ്ട് യാത്ര പറഞ്ഞു. തന്റെ മനോഹരസ്വപ്നങ്ങൾ അവരോട് വെളിപ്പെടുത്തി, അവയെല്ലാം യാഥാർത്ഥ്യമാകുമെന്ന തോന്നലോടെ. പണം കയ്യിലിരിക്കാത്ത പ്രകൃതമായിരുന്നു അയാളുടെ എന്നതിനാൽ യാത്രയ്ക്ക് ആവശ്യമായ പണമൊന്നും അയാൾ സമ്പാദിച്ചിരുന്നില്ല. അവിടേയുമിവിടേയും അയാൾ കടം കൊണ്ടു. തന്റെ സ്നേഹമയിയായ അമ്മായിയെ പോലും അവൻ പോയി കണ്ടില്ല, അവർ അച്ഛനും താനുമായി രഞ്ജിപ്പിന് ശ്രമിക്കുമെന്ന് അയാൾ ഭയന്നു. കപ്പലിലേക്ക് ജോലിക്കാരെ എടുക്കുന്ന ഏജന്റുമാരുമായി അയാൾ സംസാരിച്ചു. ഒടുവിൽ പണിയെടുത്ത് യാത്രാക്കൂലി ഒടുക്കാം എന്ന കരാറിൽ അയാൾ ഒരു ചരക്കുകപ്പലിൽ കയറി.

താൻ വിട്ടുപോന്ന അമ്മയുടെ രൂപം മനസ്സിൽ വന്നപ്പോൾ പ്രാണികളെ ആട്ടിയകറ്റുന്നപോലെ അയാൾ കൈവീശി, ഉള്ള് നീറ്റുന്ന ആ ചിത്രത്തെ ആട്ടിയകറ്റാൻ അയാളാഗ്രഹിച്ചു. അവസാനം വെയിലിന്റെ തിളക്കം കാരണം കണ്ണ് മഞ്ഞളിപ്പിക്കുന്ന നീലയും വെളുപ്പുമായ, പക്ഷേ മറിയം കത്തുകളിൽ വിവരിച്ചതിനേക്കാൾ, ഉഷ്ണാവസ്ഥയിലുള്ള നഗരത്തിലയാളെത്തി.

ദുരന്താനുഭവമുണ്ടായ ആ രാത്രിയിൽ നിലാവെളിച്ചം പ്രതിബിംബിച്ച ഗോൾഡൻഹോൺ കായലിലേക്ക് നോക്കി ജനാലയ്ക്കരികെയിരുന്നപ്പോൾ മനസ്സിൽ താലോലിച്ച സന്തോഷപൂർണ്ണമായ ആ

മൂന്ന് ദിവസങ്ങൾ നീണ്ട ഈ കാലഘട്ടത്തിന്റെ ചെറിയൊരു ഭാഗമായിരുന്നു.

കരിങ്കല്ലുപോലെ ദൃഢഗാത്രരും കടൽക്കാറ്റിന്റെ ചൂടിൽ ചർമ്മം മൃഗത്തോൽ പോലെയായവരുമായ നാവികർ, വികാരശൂന്യമായ ഭാവത്തോടെ അവനോട് ചെയ്യാൻ നിർദ്ദേശിച്ചിരുന്ന ഭാരപ്പെട്ട ജോലികൾ പകൽ മുഴുവൻ ചെയ്തു പോന്നു. രാത്രിസമയം ആസക്തികൾ കുറച്ചെങ്കിലും ആറ്റാനായി അവൻ തംബുരു വായിച്ചു. അതിനു ശേഷം, നിലാവിൽ കുളിച്ച മെഡിറ്ററേനിയൻ കടലിന്റെ പതഞ്ഞുയരുന്ന വെള്ളത്തിൽ ഒരു തൊട്ടിൽപോലെ ആടിയിരുന്ന കപ്പലിന്റെ ഡെക്കിൽ ടാർപോളിൻ വിരിച്ച് അവൻ കിടന്നു, മറിയത്തെ ഇനി കാണുന്ന നിമിഷത്തപ്പറ്റി സ്വപ്നം കണ്ടുകൊണ്ട്. ഇപ്പോൾ മറിയം എന്തു ചെയ്യുകയായിരിക്കും? തന്നെ കാണുമ്പോൾ അവളെന്തു പറയും? അവൾക്ക് വാക്കുകൾ കിട്ടാതാകുമോ? സന്തോഷാതിരേകത്താൽ അവൾ നീട്ടിയ തന്റെ കൈകളിലേക്ക് ഓടി വന്ന് വീഴുമോ?

സങ്കടകരം! രാത്രികളോളം തുടർച്ചയായി ഇതെല്ലാം ആലോചിച്ചത് വൃഥാവിലായിരുന്നു എന്ന് വളരെ കഴിഞ്ഞാണ് അയാൾക്ക് മനസ്സിലായത്. മറിയവുമായുള്ള പുനസ്സമാഗമത്തിന്റെ ആദ്യനിമിഷങ്ങൾ വളരെ മിതഭാവത്തിലും അഭിനിവേശരഹിതവും തണപ്പനുമായിരുന്നു. അവൾ തന്റെ അമ്മാമൻ ആർട്ടിന്റെ കടയിൽ അസിസ്റ്റന്റ് ആയിട്ടാണ് ജോലി എന്നായിരുന്നു അവൾ കത്തിൽ സൂചിപ്പിച്ചിരുന്നത്.

രണ്ടാളും ആഗ്രഹിച്ചിരുന്ന ആ പുനസ്സമാഗമം ഇത്ര വികാരരഹിതവും തണുപ്പനുമായതിൽ രണ്ടുപേരും അപരാധികളായിരുന്നില്ല. തുടക്കത്തിൽ മറിയം നനുത്ത പിങ്ക് കടലാസ്സിൽ വരൂ എന്നുമാത്രമേ എഴുതിയിരുന്നുള്ളൂ. നഗരത്തിലെ കൊടും ചൂടിൽ പകൽ മുഴുവൻ രോമം കൈകാര്യം ചെയ്തിരുന്നത് കാരണം അവളുടെ കൈകാലുകൾ പൊള്ളി കുരുമുളക് തേച്ചപോലാക്കിയിരുന്നു. അവൾ അതീവ വിവശയായി കഴിച്ചുകൂട്ടിയ ഒരു രാത്രിയുടെ അന്ത്യത്തിൽ പ്രഭാതം വിടരുമ്പോൾ തന്റെ കിടക്കയിൽ കിടന്നുകൊണ്ട് എഴുതിയതായിരുന്നു അത്. അസീസ് ബെയ്ക്ക് അങ്ങനെ എണീറ്റ് വരാൻ ശരിക്കും സാധിക്കുമെന്ന് അവൾ കരുതിയിരുന്നില്ല. വാസ്തവത്തിൽ തികച്ചും കാൽപനികമായി അവൾക്ക് തോന്നിയ ഈ പ്രണയം ബാലിശമായ കത്തുകളിൽകൂടി കളിച്ചു തീർക്കുന്ന കാവ്യാത്മകമായ കുട്ടിക്കളിയായി തുടരും എന്ന ധാരണയാണ് അവൾക്കുണ്ടായിരുന്നത്.

അതിനാലാണ് അസീസ് ബെയെ കണ്ടപ്പോൾ അവൾക്ക് കണ്ണുകളെ വിശ്വസിക്കാനാകാതെ പോയത്. അസീസ് ബെയ് യാത്രാസമയം കപ്പലിന്റെ ഡെക്ക് തുടയ്ക്കുമ്പോൾ കൊണ്ട വെയിൽ കാരണം ആകെ ഉണങ്ങി വരണ്ട് പരിതാപകരമായ അവസ്ഥയിലായിരുന്നു.

മാത്രമല്ല ഭാഷയും വഴികളുമറിയാത്ത അപരിചിതമായ രാജ്യത്ത് വന്നുപെട്ട് ഒരുമാതിരി അധഃസ്ഥിതാവസ്ഥയിലുമായിരുന്നു. അതിനാൽ മറിയം കണ്ടത് തനിക്ക് സുപരിചിതനായ അസീസ് ബെയ് - ബലിഷ്ഠൻ, അവളുടെ രക്ഷകൻ, സ്വന്തം തീരുമാനത്തിലുറച്ചു നിൽക്കുന്നവൻ- ആയിരുന്നില്ല, വീട്ടിൽ നിന്ന് ആട്ടിയോടിക്കപ്പെട്ട നായയെപ്പോലെ അനാഥമായി, അന്ധാളിച്ചു നിൽക്കുന്ന ഒരു സാധു ജീവിയെ ആണ്.

അസീസ് ബെയ് ആകട്ടെ, പേടിച്ചരണ്ടതും കലങ്ങിയ മനസ്സ് സ്ഫുരിക്കുന്നതുമായ തന്റെ ഭാവത്തെപ്പറ്റി ഒട്ടും ബോധവാനായിരുന്നില്ല. കപ്പൽ തുറമുഖമണയുന്നതുവരെ അയാൾ തന്റെ ആത്മവിശ്വാസവും കുലീനഭാവവും കാത്ത് സൂക്ഷിച്ചിരുന്നു. മറിയത്തെക്കുറിച്ച് ഇടയ്ക്കിടയ്ക്ക് ആലോചിച്ച് തല ഉയർത്തിയായിരുന്നു നടത്തം. യാത്രയിലുടനീളം വശ്യമായ പെരുമാറ്റം കൊണ്ട് തനിക്ക് വളരെ ശക്തമായ വ്യക്തിത്വം ഉണ്ടെന്ന് അയാൾ തന്റെ കൂടെയുള്ളവരെയൊക്കെ വിശ്വസിപ്പിച്ചു. കടലിലെ ഏകാന്തത കാരണം കല്ലുപോലായ നാവികരെപ്പോലും അയാൾ വശപ്പെടുത്തി. ഏതു നിമിഷവും അപരന്റെ കഴുത്തറക്കാൻ പോന്ന കഠിനമായ നോട്ടവും അവയവസൗഷ്ഠതയുമുള്ള എന്തിനും പോന്ന ഇവർ അസീസ് ബെയക്ക് ജോലി ഏൽപ്പിക്കുന്നതിനു മുമ്പേ ഒച്ച ഒന്ന് മയപ്പെടുത്തുമായിരുന്നു.

പക്ഷേ അസീസ് ബെയുടെ ശരീരത്തിൽ പ്രസരിച്ചു നിന്നിരുന്ന ഈ താൻപോരിമയും സൗഭഗവും പെരുമാറ്റത്തിലെ കുലീനതയും എല്ലാം, കരയ്ക്ക് കാൽ കുത്തിയ ക്ഷണത്തിൽ തോന്നിയ മാരകമായ അന്യത്വത്തിൽ പൊടുന്നനെ അപ്രത്യക്ഷമായി. അയാളുടെ തോളുകൾ കുനിയുകയും കണ്ണിൽ വിവരിക്കാനാകാത്ത ഭീരുത്വം തളം കെട്ടുകയും ചെയ്തു. അപരിചിതവും അവ്യക്തവുമായ ഭാഷയിൽ ശബ്ദമുയർത്തി സംസാരിച്ച പൊലീസുകാരൻ അയാളെ ഉന്തുകയും തള്ളുകയും ചെയ്തു, മാത്രമല്ല ആദ്യം അയാളുടെ പാസ്പോർട്ട് വിശദമായി പരിശോധിക്കുകയും പിന്നെ അയാളുടെ മുഖത്ത് കണ്ണുറപ്പിക്കുകയും ചെയ്തു. ഇതോടെ ഇതൊന്നും വേണ്ടിയിരുന്നില്ല എന്ന തോന്നൽ അയാളെ ആകെ മാനസികമായി തളർത്തി. കസ്റ്റംസ് പരിശോധനയ്ക്കുശേഷം ടാക്സിക്കാരന് മറിയത്തിന്റെ മേൽവിലാസം കാണിച്ചു കൊടുക്കുന്നേരം തന്നെ കാത്തിരിക്കുന്ന നാളുകളെക്കുറിച്ച് തോന്നിയ ആപത്ശങ്ക അയാളെ വല്ലാതെ ഭയപ്പെടുത്തി. ഇതെല്ലാം കാരണം മറിയം കണ്ടത് ലോകത്തെ വെല്ലുവിളിക്കുന്ന അസീസ് ബെയെ ആയിരുന്നില്ല, വിധിയുടെ വിളയാട്ടത്തിനു മുന്നിൽ തല കുനിക്കാൻ തയ്യാറായി നിന്ന മനസ്സ് തകർന്ന അസീസ് ബെയെയായിരുന്നു.

ഈശ്വരാധീനത്താൽ ഈ തണുപ്പനും ഒതുങ്ങിയതും വിചിത്രവുമായ പുനസ്സമാഗമവേള അധികം നീണ്ടില്ല.

അത് നീണ്ടുപോകുന്നതായിരുന്നുവോ അസീസ് ബെയ്ക്ക് ഗുണകരം? സംഭവിച്ചത് മറ്റൊരു വിധത്തിലായിരുന്നുവെങ്കിൽ, അതായത് മറിയം അസീസ് ബെയോട് അവഗണനയോടെ പറഞ്ഞിരുന്നുവെങ്കിൽ, "ഞാൻ വരാൻ പറഞ്ഞു എന്ന് കരുതി ഉടനെ അങ്ങനെ വരണമെന്നുണ്ടായിരുന്നില്ല." അസീസ് ബെയ് ഉടനെ മടങ്ങിപ്പോകുമായിരുന്നുവോ? ആർക്ക് അറിയാം? മടങ്ങിയെത്തി ഇസ്താൻബൂളിലെ തെരുവുകളിൽ ജീവിക്കാൻ പോകുന്ന അസീസ്ബെയ് എങ്ങനെയുള്ള ആളായിരിക്കും? പ്രവചിക്കാൻ പ്രയാസം.

പക്ഷേ അങ്ങനെയല്ല സംഭവിച്ചത്. അവൾ ആദ്യത്തെ ആശയക്കുഴപ്പത്തിനിടയിൽ ചോദിച്ച ഏതാനും പൊള്ളച്ചോദ്യങ്ങൾ കഴിഞ്ഞപ്പോൾ മറിയത്തിന് ബോധമുദിച്ചു, അവളോടുള്ള അഭിനിവേശം മൂത്ത് സ്വന്തം രാജ്യം വിടാൻ തയ്യാറായ കാമുകനാണ് അവൾക്കുള്ളത് എന്ന്. ഈ നിധി അവളുടെ മുഖത്തിനേകിയ മൃദുവും സന്തോഷകരവുമായ ശോഭ തികച്ചും മൂന്ന് ദിവസം നീണ്ടുനിന്നു.

അന്നേരം ഭാഗ്യത്തിന് കടയിൽ അവർ രണ്ടുപേർ മാത്രമേ ഉണ്ടായിരുന്നുള്ളൂ. മറിയത്തിന്റെ അച്ഛനും അമ്മാമനും മച്ചുനനും എല്ലാവരും വർക്ക്ഷോപ്പിലായിരുന്നു. മാത്രമല്ല അത് ഉച്ചഭക്ഷണസമയവുമായിരുന്നു. അസീസ് ബെയുടെ മുഖത്തെ ശിശുസഹജമായ അത്ഭുതം മാഞ്ഞുതുടങ്ങിയപ്പോൾ, മറിയം അവൾക്കു ചുറ്റും നോക്കി. ഉഷ്ണത്താൽ നഗരം മൊത്തത്തിൽ ഉരുകിയപോലെയായിരുന്നു, മനുഷ്യൻ കീടങ്ങളെപോലെ തണലുകളിലേക്ക് ഓടേണ്ട സ്ഥിതിയായിരുന്നു. ചുറ്റും ആരുമില്ലെന്ന് കണ്ടപ്പോൾ മറിയം ഉൽക്കടവികാരത്തോടെ നിൽക്കുന്ന വിശ്വസ്തനായ തന്റെ കാമുകന്റെ വെയിൽ കൊണ്ട് വരണ്ടതും പൊട്ടിയതുമായ ചുണ്ടുകളിൽ ചുംബിച്ചു.

ഇതാണ് അസീസ് ബെയെ നശിപ്പിച്ചത്. കടയിലെ മങ്ങിയ വെളിച്ചത്തിൽ ഉച്ചഭക്ഷണത്തിന്റെ ഇടവേളയിൽ ആദ്യദിവസം ആസ്വദിച്ച വികാരതീവ്രമായ ആ ചുംബനം പിന്നീട് അസീസ് ബെയ്ക്ക് വലിയ ഞെട്ടലാണ് ഉണ്ടാക്കിയത്. തന്നെ ഇത്രയും വികാരതീക്ഷ്ണതയോടെ ചുംബിച്ച പെൺകുട്ടി, പ്രണയത്തിൽ മുങ്ങി മൂന്ന് നാൾ അയാളൊപ്പം കറങ്ങിയവൾ ഒറ്റ ദിവസം കൊണ്ട് എങ്ങനെയാണ് ഇത്രയും മാറിയത്. അത് ലളിതമായിരുന്നു. മറിയത്തിന് വേണ്ടിയിരുന്നത് ഒരു കാമുകസാന്നിദ്ധ്യമായിരുന്നു. അത് അസീസ് ബെയ് ആണോ മറ്റാരെങ്കിലുമോ എന്നത് പ്രധാനമായിരുന്നില്ല. ഇങ്ങനെ ഒരു വിശദീകരണം അസീസ് ബെയ്ക്ക് ഒരിക്കലും സ്വീകാര്യമായിരുന്നില്ലാത്തിനാൽ, അതിന്റെ സാധുത അയാൾ പരിഗണിച്ചതേയില്ല. മറ്റു കാരണങ്ങൾ ഏതെങ്കിലും കണ്ടെത്താൻ അയാൾ ശ്രമിച്ചെങ്കിലും ഒന്നും കണ്ടെത്താനുമായില്ല.

ഏറെക്കാലമായി കാത്തിരുന്ന മറിയത്തിന്റെ ഇരുണ്ട കണ്ണുകളിലേക്ക് ആഴത്തിൽ വളരെ നേരം നോക്കിയിരുന്നും അവളുടെ

മെലിഞ്ഞ് വെളുത്ത കഴുത്ത് തലോടിയും അല്പനേരം കഴിഞ്ഞതിന് ശേഷം അവർ കടയ്ക്ക് പുറത്തേക്ക് നടന്നു, മറിയം മുന്നിലും അസീസ് ബെയ് പിന്നിലുമായി. ഉച്ചകഴിഞ്ഞിട്ടും വെയിൽ സഹിക്കാനാവുന്നതിലും തീക്ഷ്ണമായി ജ്വലിക്കുകയായിരുന്നു. ഇത്രയും വെളിച്ചം കണ്ണിലടിച്ച് തന്റെ കാഴ്ച നഷ്ടപ്പെടുമെന്ന് അസീസ് ബെയ് ഭയപ്പെട്ടു. അയാൾ സ്വപ്നം കണ്ട സ്വർഗ്ഗം വിചാരിച്ചതിൽ കൂടുതൽ ഉഷ്ണിക്കുന്നതായിരുന്നു. അപരിചിതവുമായിരുന്നു. മറിയം അയാളെ ഒരുപാട് തെരുവുകളിലൂടെ കൊണ്ടു പോയി. ഇടുങ്ങിയവയും വീതിയുള്ളവയും തണൽ വിരിച്ചവയും ഒക്കെ ഉണ്ടായിരുന്നു. ചില തെരുവുകളിൽ തീക്ഷ്ണഗന്ധങ്ങൾ പരന്നിരുന്നു. നിറങ്ങളുടെ കൂടിച്ചേരലും മങ്ങലും വിച്ഛേദനങ്ങളും. കുതിരകളുടെ ശബ്ദം, അമർത്തിയ സംസാരങ്ങൾ, വിളികൾ, പൊട്ടിച്ചിരികൾ, അവയ്ക്കിടെ നിറയുന്ന മൂകത. കപ്പടാമീശക്കാരായ മനുഷ്യർ കൂർക്കം വലിച്ച് തണലുകളിൽ കിടന്നുറങ്ങുന്നു, നടത്തം അവസാനിച്ച് ചെറിയ വൃത്തിഹീനമായ ഒരു ഹോട്ടലിനു മുന്നിൽ അവർ നിന്നു. അവ്യക്തമായ ഒരു ഭാഷയിൽ വാക്കുകൾ മുറിഞ്ഞ് സംസാരിച്ചുകൊണ്ട് അവൾ അസീസ് ബെയുടെ മുറിയുടെ താക്കോൽ കരസ്ഥമാക്കി. വലിയ ആത്മവിശ്വാസത്തോടെ, വഴി അവൾക്ക് അറിയുന്നതാണെന്ന പോലെ, അയാളെ മുകൾനിലയിലേക്ക് കൂടെക്കൊണ്ടു പോയി. മുറിയിൽ അത്യുഷ്ണമായിരുന്നു. ഭിത്തികൾ ഉരുകിയൊലിക്കുമെന്ന് അസീസ് ബെയ്ക്ക് തോന്നി. ആ ചെറിയ വൃത്തിഹീനമായ മുറിയുടെ ഷട്ടറുകൾ മറിയം വലിച്ചടച്ചു. അകത്ത് പരന്ന സുഖപ്രദമായ ഇരുട്ട് അയാളുടെ കണ്ണിലെ വേദനയ്ക്ക് ആശ്വാസം നൽകി.

അസീസ് ബെയുടെ മനസ്സിൽ കൊത്തിവെച്ച് അവിസ്മരണീയമായ ആ മൂന്ന് ദിവസങ്ങളിൽ ഉച്ചസമയത്തെ ഇടവേളയിൽ മറിയം ഹോട്ടലിലേക്ക് വന്നു. ഉച്ച ഭക്ഷണത്തിന്റെ നീണ്ട ഇടവേളയേക്കാൾ സമയം ചെലവിട്ട് വികാരത്തള്ളിച്ചയിൽ അവർ ഒരുമിച്ച് സുഖം പങ്കിട്ട ചിത്രങ്ങൾ മനസ്സ് പൊള്ളിച്ചപ്പോൾ ആ ഇടവേളകൾ എത്ര ഹ്രസ്വമായിരുന്നു എന്ന് അസീസ് ബെയ്ക്ക് തോന്നി. ആ ചിത്രങ്ങൾ കീറിക്കളയാനും ഉച്ചാടനം ചെയ്യാനും ഹൃദയത്തിൽ നിന്ന് ചുരണ്ടിക്കളയാനും അയാൾ ജീവിതം മുഴുവൻ ശ്രമിച്ചെങ്കിലും വിജയിച്ചില്ല. തന്റെ സ്വത്വത്തിൽ നിന്നു ഈ കുറവ് നീക്കാൻ അയാൾക്ക് ഒരിക്കലും കഴിഞ്ഞില്ല. അക്കാരണംകൊണ്ട് അയാൾ സന്തോഷരഹിതവും ക്ഷിപ്രകോപസ്വഭാവത്തോടുകൂടിയുള്ളതുമായ ജീവിതം ജീവിച്ചു, പക്ഷേ അമ്മയില്ലാത്ത കുട്ടി അനുഭവിക്കുന്ന പോലെയുള്ള ദുഃഖത്തോടുകൂടി.

താൻ മറിയത്താൽ വഞ്ചിക്കപ്പെട്ടു എന്ന് അസീസ് ബെയ് എപ്പോഴും വിശ്വസിച്ചു. മറിയത്തിന്റെ കത്തുകളിലെ ആത്മാർത്ഥത

പുരണ്ട അപേക്ഷകൾ ഒഴിച്ചാൽ, അയാൾ വഞ്ചനയായി അനുഭവിച്ചത് എന്തായിരുന്നു എന്ന് ആർക്കും വിവരിക്കാനാവില്ല. സത്യത്തിൽ താൻ സ്നേഹിക്കപ്പെടുന്നുണ്ട് എന്ന മിഥ്യാധാരണയിൽ അസീസ് ബെയ് വീണുപോയി. അത്രമാത്രം.

ഈ മൂന്ന് ദിവസങ്ങളിൽ മറിയമില്ലാതിരുന്ന സമയം അയാൾ കഴിച്ചു കൂട്ടിയത് അവൾ വരാൻ കാത്ത് തന്നത്താൻ നിയന്ത്രിക്കാനാകാതെയായിരുന്നു. നാലാമത്തെ ദിവസം മറിയം വന്നില്ല. അസീസ് ബെയ് അങ്കലാപ്പിലായി. അയാൾ ഹോട്ടലിലെ ഇടനാഴികകളിലൂടെ അലഞ്ഞു നടന്നു. ലോബിയിലിരുന്നു, മുൻവാതിലിന് വെളിയിൽ പോയി നോക്കി നിന്നു. ഉച്ചഭക്ഷണത്തിന്റെ ഇടവേളസമയം കഴിഞ്ഞു. സൂര്യൻ വിടവാങ്ങി. തന്റെ മുറിയിലെ ജനാലയ്ക്കടുത്തിരുന്ന് സായന്തനം സാവധാനത്തിൽ നഗരത്തിനു മേലേക്ക് ഇറങ്ങുന്നത് അയാൾ കണ്ടു. നഗരം കരിഞ്ചുവപ്പിൽ നിന്ന് നേവി ബ്ലൂവിലേക്ക് നിറം മാറി. നഗരത്തിന് രൂപപരിണാമം വന്നു, അത് സജീവമായി. ഇരുളിൽക്കൂടി അരിച്ചെത്തിയ വെളിച്ചങ്ങളാൽ അത് വർണ്ണാഭമായി. പക്ഷേ അസീസ് ബെയ് ഇതൊന്നും ശ്രദ്ധിച്ചതുപോലുമില്ല. അന്നു മുഴുവൻ ഒന്നും കഴിച്ചിരുന്നില്ലെങ്കിലും അയാൾക്ക് വിശപ്പ് തോന്നിയില്ല. അയാൾക്കുള്ളിൽ വിശപ്പിനേക്കാൾ വലിയ ഒരു വേദനയുണ്ടായിരുന്നു. ചൂടുകാരണം അവന് പൊള്ളൽ അനുഭവപ്പെട്ടപ്പോൾ അമിതോപയോഗം നിമിത്തം ചുവപ്പ് നിറമായ ടവ്വൽ വെള്ളത്തിൽ മുക്കിയെടുത്ത് കഴുത്തിനു പിന്നിൽ വച്ചു. അവൻ കിടക്കയിൽ തിരിഞ്ഞും മറിഞ്ഞും കിടന്നു. രാവിലെ വരെ അവന് ഒരു പോള കണ്ണടക്കാൻ സാധിച്ചില്ല. രാത്രി മുഴുവൻ അവൻ കഴിച്ചു കൂട്ടിയത് ഹോട്ടലിന്റെ നിലത്തെ പൊളിഞ്ഞുതുടങ്ങിയ പലകകൾക്കിടയിൽ ചുറ്റി നടക്കുന്ന കീടങ്ങളെ നോക്കിയും ഏതെങ്കിലും പാദപതനം കേട്ടാൽ ഞെട്ടി ചാടി എണീറ്റുകൊണ്ടുമായിരുന്നു. വെള്ള കീറിയ ഉടൻ അവൻ ചെറുപ്പക്കാരനായ ഹോട്ടൽ ക്ലാർക്കിനു മുന്നിലൂടെ പുറത്തേക്ക് പോയി. ക്ലാർക്ക് കസേരയിൽ ചാഞ്ഞിരുന്ന് ഉറങ്ങുകയായിരുന്നു. വായ തുറന്ന ആ കിടപ്പിൽ അയാളുടെ കണ്ണിൽ ഈച്ചകൾ വന്നും പോയുമിരുന്നു. അയാൾ കുറെ നേരം പുറത്തേക്ക് നോക്കി നിലത്ത് കുത്തിയിരുന്നു.

അന്ന് ഉച്ചഭക്ഷണത്തിന്റെ ഇടവേളയിൽ മറിയം അഞ്ച് മിനിറ്റിനായി വന്നു പോയി. അവൾ വളരെ സംയമനം പാലിച്ചും പ്രത്യേകിച്ചൊന്നും സംഭവിക്കാത്തപോലെ വികാരരഹിതയുമായി കാണപ്പെട്ടു. അസീസ് ബെയുടെ കാര്യങ്ങൾ സംസാരിക്കാനോ അവന് കണ്ടുപിടിച്ചു കൊടുക്കാനുദ്ദേശിക്കുന്ന ജോലിയെക്കുറിച്ചോ തങ്ങളുടെ പുതിയ പ്രതീക്ഷകളേയും മനോഹരസ്വപ്നങ്ങളേയും കുറിച്ചോ യാതൊന്നും സംസാരിക്കാൻ അവൾക്ക് ഉദ്ദേശ്യമുണ്ടായിരുന്നില്ല.

അസീസിന്റെ ‘‘നീ എന്താണ് ഇന്നലെ വരാതിരുന്നത്?’’ എന്ന ചോദ്യത്തിന് അവളുടെ ഉത്തരം ‘‘ഞാൻ വർക്ക്ഷോപ്പിൽ തിരക്കിലായിരുന്നു, വിട്ടുവരാനായില്ല’’ എന്നു മാത്രമായിരുന്നു. താൻ എത്ര മാത്രം അവളെക്കുറിച്ച് വ്യാകുലപ്പെട്ടു എന്നോ ഭാഷയും നഗരത്തിലെ തെരുവുകളുമറിയാതെ തനിക്ക് എപ്രകാരം അന്ധനായി തോന്നിയെന്നോ അവളോട് പറയാൻ അസീസ് ബെയ്ക്ക് സാധിച്ചില്ല. അവസാനം അവളുടെ ചുണ്ടിന്റെ കോണിൽ ഒരു ചുംബനവും കറുത്തു ചുരുണ്ട അവളുടെ മുടിയിലൊരു സ്പർശനവുമാണ് അയാൾക്ക് ഒപ്പിക്കാനായത്. അത്രതന്നെ. മറിയം സ്ഥലം വിട്ടപ്പോൾ അയാൾ കിടക്കയിൽ കിടന്നു, ഒരു വിഡ്ഢിച്ചിരി അയാളുടെ മുഖത്ത് പരന്നു. അഞ്ച് മിനിട്ടിനായിരുന്നു എങ്കിലും മറിയം വന്നില്ലേ?. അയാൾ സന്തുഷ്ടനായി.

എന്നാൽ അതിനടുത്ത ദിവസം അവൾ വന്നില്ല.

എന്തോ വിചിത്രമായ കാര്യങ്ങളാണല്ലോ നടക്കുന്നത് എന്ന തോന്നൽ ആ ദിവസം അസീസ് ബെയ്ക്ക് ഉണ്ടായി. അയാൾക്കുള്ളിൽ ലോലമായ എന്തോ ഉടഞ്ഞു. ഷട്ടറുകൾ അടച്ച ജനാലയ്ക്കരികിൽ അയാളിരുന്നു. മണിക്കൂറുകൾ കടന്നു പോയി. എപ്പോഴോ ഷട്ടറിന്റെ ഒരു പാളി എങ്ങിനേയോ തുറന്നപ്പോൾ, അയാൾ കണ്ടത് നേവിബ്ലൂനിറം മൂടിയ ആകാശത്തിലേക്ക് നഗരത്തിൽ വീണുകിടക്കുന്ന പ്രകാശ നക്ഷത്രങ്ങൾ അരിച്ചെത്തുന്നതായിരുന്നു. നീണ്ട ഒരു സ്വപ്നത്തിൽ നിന്ന് ഉണർന്നപോലെ അയാൾക്ക് തോന്നി. അയാൾ കണ്ണീർ തുടച്ചു, സ്വയം ആശ്വസിപ്പിച്ചു കൊണ്ട് മുറിയിൽ ചുറ്റി നടന്നു. വിധിയെ സ്വീകരിക്കുന്ന ഹൃദയസ്പർശിയായ ഒരു ഭാവം അവന്റെ മുഖത്ത് തളം കെട്ടി. ആ നിമിഷത്തിൽ അവന് താൻ ഈ ലോകത്തിൽ തികച്ചും തനിച്ചാണെന്ന് തോന്നി, മാത്രമല്ല തഴയപ്പെട്ടവനും മറക്കപ്പെട്ടവനും.

തന്റെ അമ്മയുടെ മൃദുവായി അയഞ്ഞ, വെളുത്ത കഴുത്തിന്റെ സ്പർശത്തിനായി വല്ലാത്ത ഒരു അഭിനിവേശം അയാൾക്ക് തോന്നി. അയാളിപ്പോൾ ഇസ്താൻബൂളിലായിരുന്നു എങ്കിൽ തന്റെ അമ്മയുടെ വെളുത്ത കഴുത്തിന്റെ ചൂടിൽ മുഖം അമർത്തി വ്യസനം കുറേയൊക്കെ അടക്കുമായിരുന്നു.

ഭയങ്കരമായ ഈ ഉഷ്ണനഗരത്തിലെ ജ്വലിക്കുന്ന വെളിച്ചങ്ങൾ നോക്കിയിരിക്കുമ്പോൾ, സാമത്യയിൽ താൻ പതിവായി പോയിരുന്ന മദ്യശാലയിൽ സംഗീതപരിപാടിയുടെ സമയമാണിതെന്ന് അയാൾ ഓർത്തു. പാട്ടുകാരുടെ സുഹൃദ്സംഘം ഓരോരുത്തരായി ഇപ്പോഴേക്കും എത്തിയിരിക്കും. തന്താങ്ങളുടെ സ്ഥാനങ്ങളിൽ നിൽപ്പുറപ്പിച്ചിരിക്കും, ആദ്യത്തെ റഖിയുടെ സിപ്പ് അകത്താക്കിയിരിക്കും. വളരെ വേഗം അവർ വയലിനോ വീണയുടെ പോലെയുള്ള ഉപകരണമോ

തുടങ്ങുമെന്ന് അയാൾ സങ്കൽപിച്ചു. താമസിയാതെ തങ്ങളുടെ ഓരോ കോശങ്ങളിലും വ്യാപരിച്ചിരിക്കുന്ന സംഗീതത്തിലേക്ക് തങ്ങളുടെ ആത്മാവ് തന്നെ നൽകി അവർ സ്വയം മറക്കും. എത്തിയ ദിവസംതൊട്ട് പുറത്തെടുക്കാതിരുന്ന തംബുരു പെട്ടിയിൽ നിന്ന് അയാൾ പുറത്തെടുത്തു, വായന തുടങ്ങി.

'ഇരുണ്ട കണ്ണുകൾ, കേൾക്കുന്നില്ല എന്റെ രോദനം
നീ വന്നെന്നെ രക്ഷിക്കൂ, എന്റെ നുണക്കുഴി.......'

അയാൾ തംബുരു താഴെവച്ചു തേങ്ങി തേങ്ങി കരഞ്ഞു. അപ്പോൾ അയാൾക്ക് ആശ്വാസം തോന്നി. അയാൾ പോയി കയ്യും മുഖവും ഈ നഗരത്തിന്റെ തണുക്കാൻ സാദ്ധ്യമല്ലാത്ത ചൂടുവെള്ളം കൊണ്ട് കഴുകി. അയാൾ കിടക്കയിലിരുന്ന് തന്റെ കൈയിൽ ബാക്കിയുള്ള പണമെത്രയുണ്ടെന്ന് തിട്ടപ്പെടുത്തി. എന്നിട്ട് അയാൾ ഹോട്ടലിൽ നിന്ന് അധികം ദൂരെ വഴിതെറ്റിപോകാതെ ഒരു കടയിൽ കയറി ഹമൂസിനൊപ്പം തക്കാളി സലാഡ് തിന്നുകയും ഏലത്തരിയിട്ട ടർക്കിഷ് കോഫി കുടിക്കുകയും ചെയ്തു. രാത്രി എത്തിയതോടെ ശബ്ദങ്ങളും മണങ്ങളും മാറി വന്ന തെരുവുകളിലൂടെ അയാൾ കറങ്ങി നടന്ന ശേഷം ഹോട്ടലിലേക്ക് തിരിച്ചു. അയാൾ കരഞ്ഞിരുന്നു. മനസ്സ് നൊന്തിരുന്നു. വഞ്ചിക്കപ്പെട്ടതിന്റെ വേദന അയാൾ അനുഭവിച്ചു. കുറെ ഏറെനേരം കിടന്നുറങ്ങാനും ഉണർന്നെണീക്കുന്ന സമയം, യുവാവും ഇനിയും ജീവിതത്തിൽ പ്രഹരം ഏറ്റിട്ടില്ലാത്തവനുമായ അസീസ് ബെയായി ഇസ്താൻബൂളിൽ തന്നെ കാണാനും അയാൾ മോഹിച്ചു. താൻ കടന്നുപോയതെല്ലാം ഒരു ദുസ്സ്വപ്നമെന്ന പോലെ. പക്ഷേ, അങ്ങനെയല്ല. പരുപരുത്ത യാഥാർത്ഥ്യമാണ് സത്യം. അയാൾ ഒരു വിദേശരാജ്യത്ത് ഏകാകിയും നിസ്സഹായനുമാണ് എന്നതാണ് സത്യം.

ജീവിതത്തിന്റെ അവസാനകാലത്ത് അസീസ് ബെയ് ഇതുപോലുള്ള ഒരു സാഹചര്യത്തിൽ ഒരിക്കൽ കൂടി ചെന്നുപെടും. അപ്പോഴും അയാൾ ഉറങ്ങണമെന്നും ഉറക്കമുണരുമ്പോൾ തന്റെ ജീവിതത്തിൽ പീഡനത്തിന്റേതായ ഘട്ടം സംഭവിച്ചിട്ടേ ഇല്ല എന്നു കാണാനും ആഗ്രഹിച്ചു. സ്വന്തം ചെയ്തികളെ ചൊല്ലിയുള്ള വ്യസനത്താൽ ജീവിതം അലങ്കോലമായ അനേകരുടെ പോലെത്തന്നെ.

അയാൾ തന്റെ കിടക്കയിൽ കിടന്നു. പക്ഷേ ഉഷ്ണം നിമിത്തം ഉറങ്ങാൻ പറ്റിയില്ല.

മറിയം പിറ്റേന്നും അതിനു പിന്നീടുള്ള ദിവസവും വരാതിരുന്നപ്പോൾ അവൾക്ക് വല്ലതും സംഭവിച്ചോ എന്ന ഉദാരമായ ഒരു ആകാംക്ഷ അവനനുഭവപ്പെട്ടു. അല്ലെങ്കിൽ മറിയം നിശ്ചയമായും വരേണ്ടതായിരുന്നു. അയാൾ മറിയത്തിന്റെ അമ്മാമൻ ആർട്ടിൻ നടത്തുന്ന രോമക്കടയിലേക്ക് പുറപ്പെട്ടു, അപരിചിതമായ, ചുറ്റി വളഞ്ഞു

കിടക്കുന്ന തെരുവുകൾക്കുള്ളിൽ വഴി തെറ്റാം എന്ന അപകടസാദ്ധ്യത അവഗണിച്ചു കൊണ്ടുതന്നെ. അയാളുടെ മനസ്സിൽ ഒരു വിപദ്ശങ്ക ഉണ്ടായിരുന്നു. കട അടച്ചിട്ടായിരിക്കും കാണുന്നത് എന്ന് അയാൾ ഭാവന ചെയ്തു. അല്ലെങ്കിൽ കട തികച്ചും ഉല്ലാസരഹിതമായും ഷട്ടറുകൾ അടഞ്ഞും വെളിച്ചം കെടുത്തിയുമായിരിക്കും.

പക്ഷേ കട തുറന്നും തികച്ചും ഉന്മേഷഭരിതവുമായിരുന്നു. ഒച്ചയും ബഹളവും നിറഞ്ഞ ഒരു വ്യാപാരദിനത്തിൽ അന്യ ചിന്തകളൊന്നുമില്ലാതെ ആ കടയും പങ്കെടുക്കുന്ന പോലുണ്ടായിരുന്നു. അയാൾ കടയുടെ സമീപമെത്തി വാതിൽക്കൽ നിന്ന് അകത്തേക്ക് നോക്കി. മറിയം അവിടെ ഉണ്ടായിരുന്നില്ല. പകരം എല്ലുകൾ പുറത്ത് കാണുന്ന ദേഹവും കറുത്ത മഷിയിൽ മുക്കിയ ടൂത്ത് ബ്രഷ് പോലെയുള്ള മീശയുമുള്ള മെലിഞ്ഞ ഒരാളും കഴുത്തിൽ വിയർപ്പാൽ നനഞ്ഞ തൂവാല കെട്ടിയ തടിച്ച ഒരു ചെറുക്കനും കൗണ്ടറിൽ നിവർത്തി വെച്ച ഒരു രോമക്കുപ്പായവും നോക്കി എന്തോ സംസാരിക്കുകയായിരുന്നു, അയാൾ അവർ പറയുന്നത് ശ്രദ്ധിച്ചു. ആർട്ടിൻ എന്ന പേർ കുറെ തവണ ഉച്ചത്തിലുള്ള ആ ചെറുക്കന്റെ അറബി വാക്കുകളിൽ നിന്ന് പിടിച്ചെടുത്തപ്പോൾ മനസ്സിലായി ടൂത്ത് ബ്രഷ്മീശക്കാരൻ മറിയത്തിന്റെ അമ്മാമനാണെന്ന്. ഉള്ളിൽ കയറിച്ചെന്ന് മറിയമെവിടെയാണെന്ന് ചോദിക്കാൻ ഒരു നിമിഷം അയാൾ ആലോചിച്ചു. പക്ഷേ വാതിൽക്കൽ ആരോ നിൽക്കുന്നുണ്ടെന്ന് തോന്നി ആർട്ടിൻ തലതിരിച്ചപ്പോൾ എന്തോ കുറ്റം ചെയ്ത് പിടിക്കപ്പെട്ടവനെപ്പോലെ അയാൾ കടയുടെ മുൻഭാഗത്തു നിന്ന് പൊടുന്നനെ പിൻവാങ്ങി. ഭിത്തിയുടെ താഴെ കുന്തിച്ചിരുന്നു. അയാൾക്ക് ഹൃദയം തൊണ്ടയിൽ മിടിക്കുന്ന പോലെ തോന്നി. കടയുടെ ഒരു മൂലയിലേക്ക് പമ്മിച്ചെന്ന് അയാൾ ഉള്ളിലേക്ക് നോക്കി. വേനൽ സീസണായിരുന്നതിനാൽ നീലച്ചായത്തിൽ കുറുക്കന്റെ രോമത്തിലുള്ള ചെറിയ ഒരു ജാക്കറ്റ് മാത്രമേ ജനാലയ്ക്കലുണ്ടായിരുന്നുള്ളൂ. ആ ജാക്കറ്റിന് പുറകിൽ നിന്ന് ആർട്ടിൻ ആഹ്ലാദത്തോടെ ചിരിക്കുന്നതാണ് അസീസ് ബെയ് കണ്ടത്. അവിടെ യാതൊന്നും അനിഷ്ടകരമായി ഉണ്ടായിരുന്നില്ല. പക്ഷേ, അവിടെ മറിയവും ഉണ്ടായിരുന്നില്ല.

തിരിച്ചുപോകാനുള്ള വഴി ഓർമ്മിക്കാൻ അയാൾ കഷ്ടപ്പെട്ട് ശ്രദ്ധിച്ചിരുന്നു എങ്കിലും നഗരത്തിലെ വളഞ്ഞുപുളഞ്ഞു കിടക്കുന്ന തെരുവുകളിൽ അയാൾക്ക് വഴി തെറ്റി, എല്ലാ റോഡുകളും ഒരുപോലെ തോന്നി, തന്റെ രാജ്യത്തെ തെരുവുകളിൽ നിന്ന് വിഭിന്നമായി. അയാൾക്ക് ചെന്നിയിൽ ഒരു വല്ലാത്ത മിടിപ്പ് തോന്നി. പ്രതീക്ഷ നശിച്ച പോലെ ക്ഷീണം തോന്നി അയാൾക്ക്. ആഴത്തിലുള്ള വേദന ആ സാധുവിന്റെ മനസ്സിനെ കുഴക്കി, ഹോട്ടലിലേക്ക് നയിക്കുന്ന

റോഡ് കണ്ടെത്താൻ വേണ്ടിയുള്ള അയാളുടെ നടത്തം മന്ദഗതിയിലാക്കി. അയാൾ കേട്ടുകൊണ്ടിരുന്ന പക്ഷേ ഒന്നും മനസ്സിലാകാതിരുന്ന വൈവിദ്ധ്യമാർന്ന വാക്കുകൾ അയാളെ മരവിപ്പിലേക്കെത്തിച്ചു. ആ മരവിപ്പിൽ ആരെയെങ്കിലും പിടിച്ചു നിർത്തി തന്റെ ഹോട്ടലിന്റെ പേർ ഓർത്ത് പറയാൻ പോലും അയാൾക്ക് പറ്റാതായി. അയാൾ പല തെരുവുകളിലും ചെല്ലുകയും പുറത്തു വരികയും ചെയ്തു. നഗരത്തിന്റെ വ്യത്യസ്തങ്ങളായ ഭാവങ്ങൾ പേറുന്ന വിവിധ ഡിസ്ട്രിക്റ്റുകളിലൂടെ അയാൾ യാത്ര ചെയ്തു. തികച്ചും അപ്രതീക്ഷിതമായ ചത്വരങ്ങളിൽ ചെന്നു പെട്ട്, തെരുവിലെ വെള്ള പൈപ്പ് തുറന്ന് കൈക്കുമ്പിളിൽ വെള്ളം കുടിച്ച് ആകെ വിയർപ്പിൽ കുളിച്ച് അവസാനം അയാൾ തന്റെ ഹോട്ടലിലെത്തി. അപ്പോഴേക്കും ആകാശത്തിൽ സൂര്യന്റെ അരുണാഭ പരന്നു കഴിഞ്ഞിരുന്നു. കൈക്കണ്ണാടി നോക്കി തന്റെ മീശ ഒതുക്കിക്കൊണ്ടിരുന്ന ക്ലാർക്കിനു മുന്നിൽ അയാൾ ഒരു നിമിഷം നിന്നു. ആ ദിവസത്തെ വ്യകുലത മായ്ക്കാൻ പര്യാപ്തമായ വിവരം തരുന്ന ഒരു കുറിപ്പോ ഒരു കഷണം കടലാസ്സോ ക്ലാർക്ക് നീട്ടുമെന്ന പ്രതീക്ഷയോടെ അയാൾ ക്ലാർക്കിന്റെ മുഖത്തേക്ക് നോക്കി. ക്ളാർക്ക് ചുമ്മാ ഒന്ന് പുഞ്ചിരിച്ചു. അയാൾ കോണി കയറി മുറിയിലെത്തി കൈയും മുഖവും കഴുകി കിടക്കയിലേക്ക് വീണു. മറിയം ഇനി വരില്ലെന്ന് വിശ്വസിക്കാൻ അയാൾ ഇഷ്ടപ്പെട്ടില്ല, അയാൾ ഉറക്കത്തിലേക്ക് വീണു. മറിയത്തേയും പ്രതീക്ഷിച്ച് പതിനൊന്ന് ദിവസം അയാൾ ഹോട്ടലിൽ കാത്തിരുന്നു. അയാൾ നോക്കിവെച്ചിരുന്ന ഒരു റസ്റ്റാറെന്റിൽ പോയി രണ്ടുനേരം അല്പഭക്ഷണം കഴിച്ചു. എല്ലാ ദിവസവും കാലത്ത് താഴെ റിസപ്ഷൻ എന്ന് വിളിക്കുന്ന സ്ഥലത്തുപോയി തലേന്ന് രാത്രി താമസിച്ചതിന്റെ വാടക ക്ളാർക്കിന് കൊടുക്കും. ലോബി എന്ന് വിളിക്കുന്ന ഭാഗത്തിന് മുന്നിലുള്ള തെരുവിലേക്ക് നോക്കി അയാൾ ഒരു മൂലയിൽ ഇരിക്കും. രാത്രി തന്റെ മുറിയിൽ പോയി തംബുരു വായിക്കും. വിദേശ രാജ്യത്തിലെ അപരിചിതത്വത്തിന്റെ യാതന അയാളുടെ ജീവിതത്തിൽ ആഴത്തിലുള്ള വടുക്കൾ ഉണ്ടാക്കിയിരുന്നു. പ്രണയം നൽകിയ കഠിനദുഖത്തിന്റെ വിലയായി ഈ യാതന. ഒടുക്കം അയാളുടെ പക്കലുണ്ടായിരുന്ന പണവും തീർന്നു.

വിദ്വേഷത്തിലും കലാപചിന്തയിലും കുതിർന്ന വാക്കുകൾ അയാൾക്കുള്ളിൽ തിക്കുമുട്ടിക്കൊണ്ടിരുന്നു. അയാൾക്ക് അവിടെ തങ്ങാനും മടങ്ങിപ്പോകാനും പറ്റാതായി. തന്റെ അച്ഛനോ അടുത്ത സ്നേഹിതർക്കോ പണമാവശ്യപ്പെട്ട് കത്തെഴുതിയാലും പണം എത്തുമ്പോഴേക്കും പട്ടിണി കിടന്ന് താൻ മരിച്ചിരിക്കും. തന്നെ അറിയാത്ത, ഒരു സ്നേഹിതൻ പോലുമില്ലാത്ത ഈ നഗരത്തിലേക്ക് വലിയ പ്രതീക്ഷകളോടെ, പക്ഷേ നിരാശനാകാൻ വേണ്ടി മാത്രം വന്നതിലുള്ള വേദന അയാൾക്ക് വല്ലാതെ ആഴത്തിൽ അനുഭവപ്പെട്ടു.

ഏതാനും ദിവസം അയാൾ നഗരത്തിൽ കറങ്ങി നടന്നു. പക്ഷേ തൊഴിൽ കിട്ടാനാവശ്യമായ രണ്ടോ മൂന്നോ വാക്കുകൾ പോലും അയാൾക്കറിഞ്ഞുകൂടായിരുന്നു. കല്ല് ചുമക്കാൻ വരെ തയ്യാറാണെന്ന് പറയാൻ കഴിയാതെ അയാൾ കെട്ടിടനിർമ്മാണം നടക്കുന്ന സ്ഥലത്ത് പോയി നിന്നു. ഉറുമ്പുകൾ പോലെ പാഞ്ഞുനടക്കുന്ന തൊഴിലാളികളെ പകച്ചുനോക്കി നിന്ന ശേഷം അയാൾ നിരാശനും ദയനീയനുമായി തന്റെ മുറിയിലേക്ക് തിരിച്ചെത്തും. അടുത്തു തന്നെ ഹോട്ടലിൽ പണം കൊടുക്കാൻ അയാൾക്ക് സാധിക്കാതെ വരും. റേഡിയോവിൽ ഉല്ലാസകരമായ പാട്ടുകൾ കേൾക്കാനിഷ്ടപ്പെടുന്ന ക്ലാർക്ക് അന്ന് അയാളുടെ കോളറിനു പിടിച്ച് പുറത്താക്കും.

അന്ന് പതിവുപോലെ അയാൾ നഗരത്തിൽ തെണ്ടിത്തിരിഞ്ഞ് കയ്യിലൊന്നും തടയാതെ ഹോട്ടലിൽ തിരിച്ചെത്തി. വൈകുന്നേരമായിത്തുടങ്ങിയിരുന്നു. ആ മനോഹരമായ അരുണിമ വീണ്ടും നഗരത്തെ ആവരണം ചെയ്തു. തെണ്ടികളും ഏകാകികളും ഏതാനും നാൾ താമസിച്ച് പോകുന്ന ആ ഹോട്ടലിൽ ആരുമുണ്ടായിരുന്നില്ല. ഇടനാഴിയെല്ലാം എപ്പോഴും വിജനമായിരുന്നു. ചിലപ്പോഴെല്ലാം ഒരു കരച്ചിലോ വിചിത്രമായ അലർച്ചയോ ഉയരും. പിന്നെ നിശ്ശബ്ദത. അസീസ് ബെയ് ജനലുകളും വാതിലും മലർക്കെ തുറന്നിട്ടെങ്കിലും നേർത്തൊരു കാറ്റ് പോലും അനുഭവപ്പെട്ടിരുന്നില്ല.അയാൾ തന്റെ തംബുരുവുമെടുത്ത് കിടക്കയിലിരുന്നു. വിഷാദം ഓളം തള്ളുന്ന അയാളുടെ ശബ്ദം ശൂന്യമായ ആ ഹോട്ടലിന്റെ ഇടനാഴികകളിൽ ചുറ്റിക്കറങ്ങി. അത് തന്റെ കസേരയിൽ സാധാരണപോലെ ചടഞ്ഞിരിക്കുന്ന ക്ലാർക്കിന്റെ ചെവിയിലുമെത്തി.

'എന്നുൾക്കാമ്പേ, വിരഹത്തിന്നൊരുനാൾ
കൂടി തീർന്നു; സൂര്യനും പോയ്.
വഞ്ചിച്ചു നിന്നെയൊരു നാൾ കൂടി പ്രതീക്ഷ
കഷ്ട, മെൻ ഹൃദയമേ....'

സംഗീതത്തിലേക്ക് ക്ലാർക്ക് ആകർഷിതനായി. പാട്ടിലെ വരികളുടെ അർത്ഥമൊന്നും അയാൾക്ക് മനസ്സിലായില്ലെങ്കിലും അവ ശാന്തമായി അയാളുടെ ഹൃദയത്തിലേക്ക് കടന്നു കയറി. പാട്ട് കുറേ കൂടി നന്നായി കേൾക്കാൻ അയാൾ ഒന്നാം നിലയിലേക്ക് കയറി അസീസ് ബെയുടെ മുറിയുടെ വാതിലിൽ ചെവിയോർത്തു. അയാളുടെ മുഖത്ത് അത്ഭുതവും ആദരവും പ്രകടമായിരുന്നു. പക്ഷേ അസീസ് ബെയ് തന്റെ സംഗീതത്തിന്റെ ഈണത്തിൽ മുഴുകിയിരിക്കുകയായിരുന്നതിനാൽ, അങ്ങനെയൊരാളെ ശ്രദ്ധിക്കുക പോലും ചെയ്തില്ല. പാട്ട് കഴിഞ്ഞ് അസീസ് ബെയ് തലയുയർത്തി നോക്കിയപ്പോഴാണ് മുന്നിൽ ചെറുചിരിയോടെ നിൽക്കുന്ന ക്ലാർക്കിനെ കണ്ടത്. ക്ലാർക്കിന് മനസ്സിലാവില്ലെന്ന് അറിഞ്ഞുതന്നെ അയാൾ പറഞ്ഞു,

"കാര്യങ്ങൾ അങ്ങനെയൊക്കെയാണ് മിസ്റ്റർ ക്ളാർക്ക്. നോക്കൂ, രക്ഷപ്പെടുമെന്ന പ്രതീക്ഷ, ഇന്നൊരു ദിവസം കൂടി എന്നെ വഞ്ചിച്ചിരിക്കുന്നു."

അന്ന് രാത്രി അയാൾ റൊട്ടി മാത്രം കഴിച്ചു.

അടുത്ത ദിവസം അയാൾക്ക് ക്ഷീണം അനുഭവപ്പെട്ടു. ദിവസം മുഴുവൻ അസ്വസ്ഥനായി കിടക്കയിൽ തിരിഞ്ഞും മറിഞ്ഞും കിടന്നു. വൈകുന്നേരമായപ്പോൾ അയാൾ എണീറ്റു. കണ്ണാടിയിൽ നോക്കിയപ്പോൾ വളർന്ന താടിയിലെ സിൽവർ ചായം പലയിടത്തും പൊടിഞ്ഞു വീണിരിക്കുന്നു എന്ന് കണ്ടു. ആദ്യം തന്റെ ഭാഷ മനസ്സിലാകുന്ന ആരെയെങ്കിലും കണ്ടുപിടിക്കണമെന്ന് അയാൾ ചിന്തിച്ചു. ഈ നഗരത്തിൽ കോൺസുലേറ്റ് ഒന്നും ഇല്ലേ? ആ സമയം ക്ലാർക്ക് മുറിയിലേക്ക് കടന്നു വന്നു. അയാൾ നഗരത്തിന്റെ കുഴക്കുന്നതും അവ്യക്തവുമായ ഭാഷയിൽ നിർത്താതെ സംസാരിക്കുകയായിരുന്നു. അസീസ് ബെയോട് എന്തോ പറഞ്ഞറിയിക്കാനെന്നപോലെ അയാൾ ഉറക്കെയും ആവേശത്തോടു കൂടിയുമാണ് സംസാരിച്ചത്. താഴെ ഇരിക്കുന്ന തംബുരുവിന്റെ നേർക്ക് അയാൾ വിരൽ ചൂണ്ടി. അസീസ് ബെയ് ചിരിച്ചു, തംബുരു വായിക്കാനാണ് അയാൾ ആവശ്യപ്പെടുന്നതെന്ന് വിചാരിച്ച് തംബുരു എടുത്ത് കട്ടിലിൽ ഇരുന്നു. പക്ഷേ ക്ലാർക്ക് അസീസ് ബെയയുടെ കൈക്കു പിടിച്ച് അയാളുടെ വസ്ത്രങ്ങളിലേക്ക് നോക്കിക്കൊണ്ട് വിചിത്രമായ ആംഗ്യചലനങ്ങളാൽ അസീസ് ബെയ് തന്റെ കൂടെ പുറത്തേക്ക് വരണമെന്നാണ് താൻ ഉദ്ദേശിക്കുന്നതെന്ന് വ്യക്തമാക്കി.

അസീസ് ബെയ് അമ്പരപ്പോടെ വസ്ത്രം ധരിച്ചു. എന്നിട്ട് തംബുരുവുമെടുത്ത് ക്ലാർക്കിനെ അനുഗമിച്ചു. ഇരുട്ട് വീണുകഴിഞ്ഞിരുന്നു. പകൽനേരത്തെ അത്യുഷ്ണം കാരണം പുറത്തിറങ്ങാത്ത നഗരവാസികളെല്ലാവരും കൂടി തെരുവിലേക്കൊഴുകിയ പോലെയുണ്ടായിരുന്നു. തെരുവുകൾ പ്രഭാപൂരവും സജീവവുമായിരുന്നു. ഇപ്പോഴും ചൂട് തങ്ങിനിൽക്കുന്ന വായുവിൽ സൂക്ഷ്മമായ ഒരു മധുര മണം പരന്നിരുന്നു. എവിടെ നിന്നോ മുല്ലപ്പൂവിന്റെ തീക്ഷ്ണ ഗന്ധം പരന്നു വന്ന പോലെ. അതാകട്ടെ, വളരെ രസകരമായ വിധത്തിൽ അസീസ് ബെയ്ക്ക് ജീവിക്കാനുള്ള ഇച്ഛ പ്രദാനം ചെയ്തു. ഇത്തവണ തന്നിൽ സുഖകരമായ ഒരു അനുഭൂതി നിറയുന്നതായും നഗരവീഥികളിലൂടെ തന്റെ പാദങ്ങൾ പറക്കുക്കുന്നതു പോലെ സാമാന്യം വേഗത്തിൽ ചലിക്കുന്നതായും അയാൾക്കനുഭവപ്പെട്ടു. ഇതേ വീഥികളിലൂടെയായിരുന്നു അയാൾ ആശയറ്റും ഉത്കണ്ഠയോടും കൂടി അലഞ്ഞിരുന്നത്.

ക്ലാർക്ക് വളരെ വേഗം നടന്നു. എല്ലാവരേയും അഭിവാദനം ചെയ്തും, വ്യത്യസ്തമായി ജീവിക്കുന്ന അപരിചിതരെ അപമര്യാദമായി നോക്കി

ക്കൊണ്ടും നടക്കുന്നതിനിടയ്ക്ക് അയാൾ തിരിഞ്ഞുനോക്കി അസീസ് ബെയ് തന്നെ അനുഗമിക്കുന്നുണ്ടെന്ന് ഉറപ്പു വരുത്തി. അവർ പോയി രുന്നത് നഗരം നിശാജീവിതം ആഘോഷിക്കുന്നിടത്തേക്കായിരുന്നു. വിപുലമായി അലങ്കരിച്ചതും തിളങ്ങുന്ന അറബിക് അക്ഷരങ്ങൾ ആലേഖനം ചെയ്തതുമായ ഉയരം കുറഞ്ഞ ഒരു വാതിലിനു മുന്നി ലെത്തി ക്ലാർക്ക് നിന്നു. അയാൾ ആ വാതിൽ തള്ളിത്തുറന്ന് അസീസ് ബെയോട് ആംഗ്യം കാണിച്ചു. അവർ കുത്തനെയുള്ള ഏതാനും പടികൾ താഴോട്ടിറങ്ങി ഒരു വിശാലമായ സ്ഥലത്ത് എത്തി. കണ്ണാടി കളാൽ ആവൃതമായ തൂണുകൾ കൊണ്ട് ആ സ്ഥലം വിഭജിക്ക പ്പെട്ടിരുന്നു. ബർഗണ്ടി വെൽവെറ്റുകൊണ്ട് അലംകൃതമായ ആ ഇരുണ്ട ബെയ്സ്മെന്റിൽ ബൾബുകൾ അരണ്ട പ്രകാശം പരത്തി. തലേരാത്രിയിലെ അതിഥികളെ കുറേമുമ്പ് വീടുകളിലേക്ക് അയച്ച നിശാക്ലബ്ബ് പുതിയ അതിഥികളെ സ്വീകരിക്കുവാനുള്ള തയ്യാറെടു പ്പിലായിരുന്നു.

അസീസ് ബെയ് ചുറ്റും കണ്ണോടിച്ചു. അയാൾക്കുള്ളിൽ ഒരു തരം നിർവ്വികാരതയായിരുന്നു. സുഗന്ധതൈലം തേച്ച് തിളങ്ങി മിനുങ്ങിയ താടിയും മുടിയുമായി ഒത്ത ശരീരമുള്ള ഒരു അറബി ഏതാനും തടിച്ച ആൾക്കാരുമൊത്ത് അവിടെ എത്തി. അയാൾ വരയൻ സൂട്ടും കൈയില്ലാക്കുപ്പായവുമാണ് അണിഞ്ഞിരുന്നത്. അറബിക്കും ഫ്രഞ്ചും കലർന്ന ഭാഷയിൽ അവിടവിടേക്ക് ചൂണ്ടി ക്കൊണ്ട് അയാൾ ഉച്ചത്തിൽ നിർദ്ദേശങ്ങൾ നൽകിക്കൊണ്ടിരുന്നു. അയാൾ ശ്രദ്ധാലുവും കാര്യങ്ങളിൽ തീർച്ച ഉള്ളവനുമായിരുന്നു. ക്ലാർക്കിനെ കണ്ടപ്പോൾ അയാളുടെ മുഖഭാവം മൃദുവായി. രണ്ടു പേരും അസീസ് ബെയെ നോക്കി സംസാരം തുടങ്ങി. ക്ലാർക്കിന്റെ മുഖഭാവം അയാൾക്ക് അസീസ് ബെയയോടുള്ള ആദരവും അഭി നന്ദനവും പ്രകടമാകുന്നതായിരുന്നു. പക്ഷേ ആ സമയം അസീസ് ബെയ്ക്ക് അത് ഉൾക്കൊള്ളാൻ സാധിക്കുമായിരുന്നില്ല. കാരണം അയാൾ തികച്ചും ഏകാകിയും അന്യതാബോധത്താൽ ദുഃഖിതനും ആയിരുന്നു, സാഹചര്യം മനസ്സിലാക്കാനോ സന്തോഷിക്കാനോ സാധിക്കുന്ന അവസ്ഥയിലായിരുന്നില്ല. അറബി സിഗരറ്റ് കെയ്സിൽ നിന്ന സിഗരറ്റെടുത്ത് കത്തിച്ചു, അപ്പോളയാളുടെ മുദ്രമോതിരത്തിന്റെ തിളക്കം അസീസ് ബെയയുടെ കണ്ണഞ്ചിപ്പിച്ചു. അയാൾ സൗഹൃദ ഭാവത്തോടെ അസീസ് ബെയോട് സംസാരിച്ചു തുടങ്ങി. എന്തോ വിശദമാക്കാൻ ആഗ്രഹിക്കുന്നതു പോലെ അയാൾ തന്റെ വലുപ്പ മുള്ള വിരലുകളുള്ള കയ്യുകൾ വായുവിൽ ദ്രുതഗതിയിൽ ചലിപ്പിച്ചു.

പക്ഷേ അസീസ് ബെയ്, തന്റെ സ്വന്തം തട്ടകത്തിൽ കൂകുന്ന ഒരു പൂവനും സ്വന്തം ചുറ്റുവട്ടത്ത് ഒരു സിംഹവും ബുദ്ധിശാലിയും അഭിമാനിയും അല്പം പൊങ്ങച്ചക്കാരൻ പോലും ആണെങ്കിലും

ആ രണ്ട് മനുഷ്യർ പറയുന്നതിലെ ഒരു വാക്കുപോലും മനസ്സിലാക്കിയെടുക്കാൻ അയാൾക്ക് സാധിച്ചില്ല. ഇത്രയുമായപ്പോൾ ക്ലാർക്കിന് സഹികെട്ടു. അയാൾ തംബുരുവെടുത്ത് അസീസ് ബെയയുടെ കൈയിലേക്ക് തിരുകി കൊടുത്തു. അപ്പോഴാണ് അസീസ് ബെയ്ക്ക് കത്തിയത്, അവർ പറയുന്നത് തംബുരു വായിക്കാനാണ് എന്ന്. ക്ലാർക്ക് ഒരു കസേര വലിച്ചിട്ടു കൊടുത്തു. അസീസ് ബെയ് ഇരുന്ന് തന്റെ മുട്ടുകൾക്കു മീതെ വെച്ച തംബുരു വായിച്ചു തുടങ്ങി.

'നിൻ പ്രണയത്തിൽ കണ്ണുനീർ വീഴ്ത്തി
ഹൃദയം ക്ഷീണിച്ചു പോയി,
കണ്ണീർ കഷ്ടമിനി ബാക്കിയില്ലാതായ്
അന്തരംഗം ക്ഷമയാൽ ശാന്തമായി.....'

കണ്ണീർ വാർക്കാതിരിക്കാനായി അയാൾ കണ്ണുകൾ ഇറുകെയടച്ചു. അയാളുടെ കൈകൾ വിറ പൂണ്ടിരുന്നെങ്കിലും, ശബ്ദം കണ്ണീരണിഞ്ഞതായിരുന്നെങ്കിലും അറബി ആനന്ദം പ്രകടമാക്കിക്കൊണ്ട് പുഞ്ചിരിച്ചു. ക്ലാർക്ക് ആകട്ടെ, അസീസ് ബെയെ നോക്കിക്കൊണ്ട് ഈ കലാപ്രകടനത്തിൽ അഭിമാനിക്കുന്ന പോലെ നിഷ്ക്കളങ്കമെങ്കിലും വിഡ്ഢിത്തം കലർന്ന ഒരു ചിരിയും ചിരിച്ച് നിന്നു. സംഗീതമവസാനിച്ചു, കരുത്തനായ ആ അറബി അസീസ് ബെയയുടെ പുറത്ത് ഒരു രക്ഷാധികാരിയെപ്പോലെ തലോടി, പെരുക്കപ്പട്ടിക കാണാതെ പഠിച്ച കുട്ടിയെ പുകഴ്ത്തുന്ന പോലെ. അയാൾ പുഞ്ചിരി വിടാതെ ക്ലാർക്കിന്റെ നേർക്ക് വാക്കുകളുടെ ഒരു പ്രവാഹം കെട്ടഴിച്ച് സ്ഥലം വിട്ടു. ക്ലാർക്ക് അസീസ് ബെയയുടെ കൈപിടിച്ച് ഒരു മൂലയിൽ കൊണ്ടുപോയിരുത്തിയ ശേഷം മങ്ങിയ വെളിച്ചത്തിലൂടെ അപ്രത്യക്ഷനായി.

അസീസ് ബെയ് തനിച്ചായി. അയാൾക്ക് നിസ്സഹായതയും വിഷാദവും അനുഭവപ്പെട്ടു. അയാൾക്ക് കരച്ചിൽ വന്നു. തംബുരു മുറുകെ പിടിച്ചിരുന്ന അയാളുടെ കൈകൾ വിയർത്തു. എല്ലാറ്റിനോടും അയാൾക്ക് അപരിചിതത്വം തോന്നി, തന്റെ നില മനസ്സിലാക്കാൻ സഹായിക്കുന്ന യാതൊരു ലക്ഷണവും അയാൾക്ക് കണ്ടെത്താൻ കഴിഞ്ഞില്ല. വെൽവെറ്റ് ബർഗണ്ടി കസേരയിൽ നിവർന്നിരിക്കാൻ ആത്മവിശ്വാസം നൽകുന്ന ഒരു വ്യാഖ്യാനവും (മുഖം രക്ഷിക്കാനെങ്കിലും) അയാൾക്ക് തോന്നിയില്ല. ആൾത്തിരക്കിൽ അമ്മയെ കാണാതെ ഉഴറുന്ന കുട്ടിയെപോലെ അയാളുടെ മുഖം വിഷാദ സങ്കുലമായിരുന്നു. ഈ ബാലിശവും കണ്ണീരണിഞ്ഞതും വല്ലായ്മയുള്ളതുമായ മുഖഭാവം അയാൾ കണ്ടിരുന്നെങ്കിൽ സംശയമില്ല, അയാളുടെ മനസ്സിൽ നിന്ന് പരിതാപകരമായ ഈ അവസ്ഥ ഒരിക്കലും മായുമായിരുന്നില്ല, മാത്രമല്ല, താരതമ്യേന ഹ്രസ്വമായ ആ ജീവിതം കൂടുതൽ വേഗത്തിൽ ഒടുങ്ങിയേനേ. തൂണുകൾ ആസകലം

ആവരണം ചെയ്ത കണ്ണാടികളിൽ വെളിച്ചം മങ്ങിയതിനാൽ, ഭാഗ്യ വശാൽ അയാൾക്കുതന്നെ കാണാനും കഴിഞ്ഞിരുന്നില്ല.

അല്പം നേരം കഴിഞ്ഞപ്പോൾ ഒരു വെയ്റ്റർ സമീപത്തുള്ള കോഫിടേബിളിൽ ഒരു ട്രേ കൊണ്ടുവന്നു വച്ചു. വൃത്താകൃതിയി ലുള്ള രണ്ട് അപ്പക്കഷ്ണങ്ങളും മാംസം കൊണ്ട് തയ്യാറാക്കിയ ഏതാനും ഉണ്ടകളും അല്പം പച്ചക്കറി സാലാഡും ട്രേയിൽ ഉണ്ടാ യിരുന്നു. ഒരു സാധുവിനോട് ദയതോന്നി നൽകപ്പെട്ട ഭക്ഷണമെന്ന രീതിയിൽ അസീസ് ബെയ് അതിനെ കണ്ടില്ല. വിശപ്പുകൊണ്ട് തല കറങ്ങുന്നുണ്ടെങ്കിലും തിടുക്കമൊന്നും കാണിക്കാതെ അയാളത് കഴിച്ചു, മനസ്സിൽ നിന്ന് ദുരഭിമാനമെല്ലാം കളഞ്ഞ്. ഏതാനും മണി ക്കൂറുകൾ കഴിഞ്ഞപ്പോൾ, വിളക്കുകളെല്ലാം മിന്നിത്തിളങ്ങി ആ ജനകീയസ്ഥാപനത്തിന്റെ പകിട്ട് കൂടി. മേശകളെല്ലാം അതിഥികളെ ക്കൊണ്ട് നിറഞ്ഞു തുടങ്ങി. അപ്പം ചുടാനുള്ള ഉഷ്ണമുള്ള ഈ രാജ്യത്തിലെ മനുഷ്യർ, വിയർപ്പിൽ കുളിച്ചും ശബ്ദമുയർത്തി സംസാരിച്ചും എപ്രകാരമാണ് തങ്ങളുടെ സ്വന്തം ലോകത്തിൽ സന്തുഷ്ടരായിരിക്കുന്നതെന്ന ചിന്തയിൽ അസീസ് ബെയ് മുഴുകി പ്പോയി.

അവർ മദ്യം കൊച്ചു ഗ്ലാസ്സുകളിലേക്ക് പകർന്ന് വിഴുങ്ങുന്നതു കണ്ട്, അവരുടെ പുഞ്ചിരിയും ഹൃദയം തട്ടിയുള്ള ചിരിയും നോക്കി, നീണ്ടമുടിയും മിനുത്ത നിറവുമുള്ള ക്ഷീണിതകളായ പെണ്ണുങ്ങളെ തുടർച്ചയായി പുൽകിക്കൊണ്ട് അവർ ആഹ്ലാദിക്കുന്നതും കണ്ടി രിക്കുമ്പോൾ, അയാളുടെ ചെവിയിൽ ഒരു വാചകം വന്നു വീണു.

‘‘ടർക്കയിൽ നിന്നെത്തിയ ആൾ നിങ്ങളാണോ?’’

അയാൾ ഞെട്ടി. മെലിഞ്ഞ് നേരിയ മീശയുള്ള സുമുഖനായ ഒരു ചെറുപ്പക്കാരൻ അയാൾക്ക് മുമ്പിൽ പുഞ്ചിരിച്ചു കൊണ്ട് നിന്നു. അവർ സമപ്രായക്കാരായിരുന്നു. അസീസ് ബെയ് ഇതിനൊരു വിശ ദീകരണം മനസ്സിൽ തേടിക്കൊണ്ടിരുന്നതിനിടെ ചെറുപ്പക്കാരൻ കസേല വലിച്ചിട്ട് അയാൾക്കരികിൽ ഇരുന്നു കഴിഞ്ഞിരുന്നു.

‘‘തംബുരു? അതും ഒരു വില്ലോടു കൂടിയത്.’’

ഉത്തേജിതമായ ആഹ്ലാദം അസീസ് ബെയയുടെ മുഖത്ത് വിരിഞ്ഞു. മുഖത്ത് ഉണങ്ങിവരണ്ട മൃതശരീരത്തിലെ പോലെ ആഴത്തിൽ ഉറച്ചുപോയ വരകൾക്ക് അയവ് വന്നു, അയാൾ പുഞ്ചിരിച്ചു.

‘‘അതെ, വില്ലോടു കൂടിയത്.’’ അയാൾ പറഞ്ഞു, ‘‘എന്റെ മുത്ത ച്ഛൻ അവശേഷിപ്പിച്ചു പോയത്.’’

കൈ നീട്ടിക്കൊണ്ട് തംബുരു തൊട്ടപ്പോൾ അർമീനിയന്റെ കണ്ണു കൾ നിറഞ്ഞു. അയാൾ അസീസ് ബെയ്ക്കു നേരെ നോക്കി. തന്റെ മാതൃരാജ്യത്ത് നിന്ന് വളരെ ദൂരം സഞ്ചരിച്ചെത്തിയ ഒരു സാധു

വിദേശിയെ കാണുന്ന പോലെ അല്ല, ഇസ്താംബൂളിൽ നിന്നെത്തിയ സുവനീർ ആയി. തൃപ്തിപ്പെടുത്താൻ പ്രയാസമായ ഒരു അഭിലാഷം അയാളുടെ മുഖത്ത് ദൃശ്യമായി.

''ഇസ്താംബൂളിൽ എവിടെനിന്നാണ് താങ്കൾ വരുന്നത്?''

''സാമത്യയിൽ നിന്ന്. നിങ്ങൾക്കാസ്ഥലം അറിയുമോ?''

''അറിയാതെ? ഞങ്ങളുടെ സ്ഥലത്തിനടുത്താണ് അത്. ഞാൻ കുംകാപിയിൽ നിന്നാണ്.... എന്റെ പേര് ടോറോസ്.''

ഇതോടുകൂടി വിദേശിയുടെ മാരകമായ പീഡിതഭാവം അസീസ് ബെയയിൽ നിന്ന് പറന്നകന്നു, സിഗരറ്റ് പുക തുറന്നിട്ട ജാലകത്തിലൂടെ സാവധാനത്തിൽ ഒഴിഞ്ഞു പോകുന്ന പോലെ; അയാൾ ശാന്തനായി. അവർ തമ്മിൽ ആദ്യമായി കാണുന്ന പോലെ ആയിരുന്നില്ല, ഒരേ തെരുവിൽ ഒരുമിച്ച് വളർന്ന ബാല്യകാല സുഹൃത്തുക്കളെ പോലെ ആയിരുന്നു.

കൂട്ടംകൂടി ലഹരിയാസ്വദിച്ചിരുന്ന അതിഥികളെ, സങ്കീർണ്ണമായ ഭാഷയിൽ, അതിന്റെ വിചിത്രമായ ശ്രുതിയോടും അപരിചിതമായ ഈണത്തോടും കൂടി വിനോദിപ്പിക്കുന്നതിനിടയ്ക്ക് വിയർപ്പിൽ കുളിച്ച പാട്ടുകാർ ഒരു ഇടവേളയെടുത്തിരുന്നു. ഇപ്പോൾ അവിടെയുണ്ടായിരുന്നത് ഉച്ചത്തിലുള്ള മൂളൽ മാത്രമായിരുന്നു. ഇടപാടുകാരുടെ ആവശ്യങ്ങൾ ശ്രദ്ധാപൂർവ്വം നോക്കിക്കൊണ്ട് ബോസ് അറബി അവർക്കിടയിൽ ചുറ്റിനടന്നു. മെസെ എന്ന ഭക്ഷണവും പാനീയങ്ങളും നിറച്ച പ്ലേയ്റ്റുകൾ മേശകളിലേക്ക് വേയ്റ്റർമാർ ചുമന്നു കൊണ്ടു വന്നു. ആ മേശകളിൽ നിന്ന് പൊട്ടിച്ചിരികളും എക്കിട്ടങ്ങളുടെ ശബ്ദവും അവ്യക്തങ്ങളായ കണ്ഠസ്വരങ്ങളും പൊടുന്നനെയുള്ള ആർപ്പുവിളികളും ഉയർന്നു. പ്രത്യേകിച്ച് ആരും ശ്രദ്ധിക്കാതെയുള്ള സ്വാഭാവികമായ ഒരു ചടുലത അവിടെ നിറഞ്ഞു നിന്നു. അസീസ് ബെയും ടോറോസും - ആറുകൊല്ലം മുമ്പ് ഒരു കുറ്റകൃത്യം ചെയ്ത് ടർക്കിയിൽ നിന്ന് ഓടി വന്നവൻ - അന്യോന്യം നോക്കിക്കൊണ്ട് നിർത്താതെ സംസാരിച്ചു.. അവരുടെ മൂഡ് അവിടെ കൂടിയ അപരരിൽ നിന്ന് തികച്ചും വ്യത്യസ്തമായിരുന്നു. അവരെ തമ്മിൽ രക്തബന്ധമുള്ള സഹോദരരാക്കുന്ന പോലെ അപ്പോൾ ബന്ധിച്ചത് ഗൃഹാതുരത്വമായിരുന്നു. ഒരേ തെരുവുകളിൽ അലഞ്ഞതിന്റെയും ഒരേ ട്രേയ്നിൽ സഞ്ചരിച്ചതിന്റെയും, ഒരേ പെൺകുട്ടികളെ ചൂളമടിച്ചതിന്റെയും ഒരേ വാക്കുകൾ പ്രയോഗിച്ച് തെറിവിളിച്ചതിന്റെയും (ഇപ്പോൾ ലജ്ജ തോന്നിപ്പിക്കുന്ന) പങ്കാളിത്തം അവർക്കിടയിലുണ്ടായിരുന്നു.

''അവരിപ്പോഴും അവിടെ നീലമത്സ്യം കഴിക്കുന്നുണ്ടോ. ഞാൻ ഒരു ഇസ്താംബൂളിൽ നീലമത്സ്യം കഴിച്ച് കൊല്ലം ആറാകുന്നു.''

അന്നു രാത്രി അസീസ് ബെയ് ഇസ്താംബൂൾകാരൻ ടോറോസിന്റെ മദ്യശാലയിൽ തംബുരു വായിക്കാൻ തുടങ്ങി. ടർക്കിയിൽ നിന്ന് കുടിയേറിയ അർമേനിയക്കാർ പതിവായി അവിടെ പോയിരുന്നു. പലപ്പോഴും നീണ്ട കാലുകളും കനത്ത മാറിടവുമുള്ള കഴുത്ത് താഴ്ത്തി വെട്ടിയ ഉടുപ്പുകൾ ധരിച്ച അറബി ക്രിസ്ത്യൻ പെൺകുട്ടികളെ അവർ കൊണ്ടു വന്നിരുന്നു. അവർ കുഞ്ഞുങ്ങൾ എന്നു വിളിക്കാവുന്ന തരത്തിൽ പ്രായക്കുറവുള്ളവരായിരുന്നു. അറബിയുടെ മദ്യശാലയുമായി താരതമ്യപ്പെടുത്തിയാൽ, ഈ മദ്യശാല ധാരാളിത്തമൊന്നുമില്ലാത്തതും പകിട്ട് കുറവായതുമായിരുന്നു. പക്ഷേ അവിടെ ഭയങ്കര ആവേശമായിരുന്നു. ഇടപാടുകാർ അസീസ് ബെയുടെ സംഗീതത്തെ ദാഹിക്കുന്നവൻ ഒരു ഗ്ലാസ്സ് വെള്ളം കണ്ടതുപോലുള്ള ആക്രാന്തത്തോടെ സ്വീകരിച്ചു.

മദ്യശാലയിലെ സംഗീതം അസീസ് ബെയുടെ ആത്മാവിൽ താൻ അനാഥനാണെന്ന അനുകമ്പാർഹമായ അവസ്ഥ സൃഷ്ടിച്ചു എങ്കിലും, ഇസ്താംബൂളിനെപ്പറ്റിയുള്ള പാട്ടുകൾ പാടുന്നത് ആ നഗരത്തിലെത്താനുള്ള അഭിനിവേശം ബലപ്പെടുത്തുകയും എപ്രകാരമെങ്കിലും ജീവൻ നിലനിർത്തി സ്വദേശത്തേക്ക് എത്തിച്ചേരാനുള്ള ആഗ്രഹം വർദ്ധിപ്പിക്കുകയും ചെയ്തു. തനിക്കും ഇസ്താംബൂളിനുമിടയിൽ ആയിരത്തിൽപ്പരം കിലോമീറ്റർ ദൂരമുണ്ടെന്ന് വിസ്മരിക്കുന്ന അവസ്ഥയിലെത്തി അയാൾ. പുറത്ത് നടക്കുമ്പോൾ അയാൾക്ക് തോന്നും താൻ നടന്ന് നടന്ന് സമാത്യയിലെ കല്ലുപാകിയ പരുക്കൻ വീഥകളിലെത്തുമെന്ന്. ശക്തിയായ കടൽക്കാറ്റ് കടൽപ്പായലിന്റെ ഗന്ധം അയാളുടെ മൂക്കിലെത്തിക്കുമെന്നും നഗരത്തിന്റെ നിശ്ശബ്ദതയ്ക്ക് ശ്രദ്ധാപൂർവ്വം ചെവിയോർത്താൽ കൊച്ചോളങ്ങൾ മൃദുവായി കരയെ തഴുകുന്നത് കേൾക്കുമെന്നും.

വർഷങ്ങൾ പിന്നിട്ട് അസീസ് ബെയ് ശരിക്കും അസീസ് ബെയ് ആയപ്പോൾ ഒരു രാത്രിയിൽ തനിച്ചിരിക്കുമ്പോൾ അയാളിരുന്ന് തന്റെ ജീവിതത്തിന്റെ ഒരു കണക്കെടുപ്പ് നടത്തി. ടോറോസിന്റെ മദ്യശാലയിൽ തംബുരു വായിച്ച ആദ്യ രാത്രി അയാൾ രണ്ടു ഭാഗത്തും രേഖപ്പെടുത്തി. അസീസ് ബെയുടെ ജീവിതത്തിൽ അപാരമായ നന്ദി തോന്നിയ വ്യക്തിയും അതേ, സമയം ഒരിക്കലും കണ്ടുമുട്ടാതിരുന്നെങ്കിൽ എന്നു തോന്നിയ ഏകവ്യക്തിയും ടോറോസായിരുന്നു. എല്ലാ ആശയും നശിച്ച സ്ഥിതിയിൽ പെട്ടെന്ന് പ്രത്യക്ഷപ്പെട്ടത് ടോറോസായിരുന്നു. കഷ്ടപ്പാടിന്റെ തുഞ്ചത്തുനിന്ന് നാശത്തിന്റെ ഇരുൾക്കുഴിയിലേക്ക് വീഴുന്നതിൽ നിന്ന് അസീസ് ബെയയെ രക്ഷിച്ചതും ടോറോസായിരുന്നു.

അന്ന് രാത്രി ടോറോസ് നൽകിയ തൊഴിൽ വാഗ്ദാനമാണ് ശിഷ്ട ജീവിതത്തിൽ അയാൾ പിന്തുടരേണ്ട പാത അടയാളപ്പെടുത്തിയത്.

ഇതേ ടോറസ് തന്നെയാണ് അയാളെ അനുമോദനമോ, നന്ദിയോ, വിശ്വസ്തതയോ ഇല്ലാത്ത ഈ ജീവിതവൃത്തിയിലേക്ക് കടക്കാൻ പ്രേരിപ്പിച്ചത് - മദ്യപിച്ചു തീർക്കുന്ന കുപ്പികളോടൊപ്പം മാറുന്ന മുഖം പോലെ ആത്മാവും മാറുന്ന മദ്യപരെ വിനോദിപ്പിക്കൽ. ഈ മദ്യപർക്ക് പെരുമാറാനറിയയില്ല, അവർ കരഞ്ഞും, ബഹളം വച്ചും ഛർദ്ദിച്ചും ചിരിച്ചും അക്രമോത്സുകരായും പെരുമാറി. ബഹളം വെക്കുന്ന നിസ്സാരന്മാരായ ഈ മദ്യപന്മാർ അവരുടെ കയ്യിൽ സംഗീതത്തെ ഒരു കളിപ്പാട്ടമായി വച്ചുകൊടുക്കുന്നതിൽ സന്തോഷിച്ച് അവർ തീരുമാനിക്കുന്ന ടിപ്സ് തരുമ്പോൾ അത് വാങ്ങി അസീസ് ബെയ് തൃപ്തനാകാൻ തുടങ്ങി. വിചിത്രമായ വിനോദ പ്രദർശനത്തിന് പ്രതിഫലം പ്രതീക്ഷിക്കുന്ന യാചകന്റെ പോലെ അയാൾ മദ്യശാലയിലെ ലഹരിപിടിച്ച അന്തരീക്ഷം കൊഴുപ്പിക്കാനായി സംഗീതം ഇടയ്ക്കിടയ്ക്ക് ഉച്ചസ്ഥായിയിലേക്ക് കൊണ്ടുപോയി.

തൊഴിൽ ഉണ്ടാക്കിത്തീർത്ത ഈ അധമബോധം അസീസ് ബെയെ ശിഷ്ടജീവിതത്തിൽ ഒരു കഠിനസ്വഭാവിയാക്കിത്തീർത്തു. അതു കാരണം അനുസരണയും മിതത്വവും വിനയവും ആവശ്യമായ പ്രധാനപ്പെട്ട അവസരങ്ങളിലെല്ലാം അസീസ് ബെയ് എപ്പോഴും പരാജയപ്പെട്ടു. താൻ ശ്രേഷ്ഠനാണെന്ന വാശി പിടിച്ച ഈ ഭാവം നഷ്ടങ്ങളല്ലേ ഉണ്ടാക്കിയത് എന്ന് ചോദിച്ചാൽ അയാൾ സമ്മതിക്കില്ല.

സേക്കിയുടെ മദ്യശാലയിൽ ആ ദുരന്തസംഭവം അരങ്ങേറിയ സമയം വരെ.

ഏകദേശം ആറുമാസക്കാലം രാത്രിതോറും ഒമ്പതേമുക്കാൽ മണിക്ക് ഏതാണ്ട് നന്നായിത്തന്നെ മദ്യപിച്ച് ഒരു മരക്കസേരയിൽ ഇരുന്നു മുട്ടുകൾക്കിടയിൽ തംബുരു സ്ഥാപിച്ച് അയാൾ രാത്രിസംഗീതം ഒരു ടാക്സിം പ്രാരംഭത്തോടെ ആരംഭിച്ചു. വെളുപ്പാൻ കാലം മരക്കസേരയിൽ നിന്ന് എഴുന്നേറ്റ് ഹോട്ടലിലേക്ക് തിരിച്ച പോകുന്ന പോക്കിൽ ഇനിയും തീരാനുള്ള ദിവസങ്ങൾ പിന്നോക്കം എണ്ണി. 99, 98, 97 എന്നല്ല... 1, 2, 5, 56, 73, 144.... എന്നിങ്ങനെ അയാൾക്ക് ധാരണയില്ലാത്ത അക്കങ്ങൾ എണ്ണി. ഈ നഗരത്തിന്റെ മാപ്പിലോ മനുഷ്യഹൃദയത്തിലോ ഇനിയും വേർതിരിക്കാനിരിക്കുന്ന കിഴക്കും പടിഞ്ഞാറും അയാളറിഞ്ഞിരുന്നു. ഈ നഗരത്തിലെ കാലാവസ്ഥ ശീതവുമാകുമെന്നും അയാൾ അനുഭവിച്ചറിഞ്ഞു. ഇവിടത്തെ പൂച്ചകൾ കുപ്പത്തൊട്ടികൾ പരതിയാണ് ഭക്ഷിക്കുന്നതെന്നും. നഗരത്തിന്റെ പാചകവുമായി അയാൾ പൊരുത്തപ്പെട്ടു. പൊളിഞ്ഞു തുടങ്ങിയ ഹോട്ടലിന്റെ ജനലിലൂടെ പുറത്തേക്ക് നോക്കുമ്പോൾ, ബഹുനിലക്കെട്ടിടങ്ങളുടെ ബാൽക്കണികളിൽ അലക്കിയ വസ്ത്രങ്ങൾ

തൂങ്ങിക്കിടക്കുന്നതിൽ മുഴുകിയിരിക്കുമ്പോൾ അയാൾ തന്റെ നാട്ടിലെ തെരുവുകൾ ഓർത്തുകൊണ്ടിരുന്നു.

ആഴ്ചയിൽ ഏതാനും ദിവസങ്ങൾ അയാൾ തുറമുഖത്തുപോയി നോക്കി. അയാൾ നോക്കിയിരുന്നത് തനിക്ക് യാത്രാക്കൂലി കൊടുക്കാൻ പറ്റുന്നതും തന്റെ ഭാഷ മനസ്സിലാക്കുന്നവരുള്ളതുമായ കപ്പലുകളായിരുന്നു. പക്ഷേ അങ്ങനെയുള്ള ഒരൊറ്റ കപ്പലും കണ്ടെത്താൻ ആയില്ല. എപ്പോൾ തുറമുഖത്ത് പോയി അന്വേഷിക്കുമ്പോളും അയാൾക്ക് കിട്ടിയ വിവരം ഏതാനും മണിക്കൂർ അല്ലെങ്കിൽ ദിവസങ്ങൾക്കു മുമ്പായി ഒരു ടർക്കിഷ് കപ്പൽ നങ്കൂരമെടുത്ത് യാത്രയാരംഭിച്ചു എന്നായിരുന്നു. തന്റെ വിധി ഈ ചുട്ടുപഴുത്ത നഗരത്തിൽ തുടരാനാണ് എന്ന് അയാൾക്ക് തോന്നിത്തുടങ്ങി. തന്റെ തോലിൽ നിന്നു വരുന്ന മഴകിട്ടാത്ത മരുഭൂമിയുടെ മണം അയാൾ അറിഞ്ഞു തുടങ്ങി. അറാക്കിന്റെ ഓരോ കവിൾ കുടിക്കുമ്പോളും തനിക്ക് കൂടുതൽ പഥ്യമായ റഖിയുടെ മേന്മ അയാൾക്ക് നഷ്ടബോധമുണ്ടാക്കി. അച്ഛനുമമ്മയ്ക്കും അയാൾ കത്തുകളെഴുതി, മറുപടിയൊന്നും കിട്ടിയില്ല. ഒരേ രാഗം വായിച്ചും ഒരേ പാട്ട് പാടിയും അയാൾക്ക് മടുത്തു. അറബിക്കും ഫ്രഞ്ചും അർമേനിയനും ടർക്കിഷും കലർന്ന സങ്കീർണ്ണമായ ആ ഭാഷയിലെ ചില വാക്കുകൾ അയാൾ മനസ്സിലാക്കിത്തുടങ്ങി. ടാക്സിം പ്രാരംഭം വായിച്ചിരുന്ന ആദ്യദിനങ്ങളിൽ നിർവൃതിയടഞ്ഞ ചില സംഗീതപ്രേമികൾ സ്റ്റേജിനു തൊട്ടു മുന്നിൽ വച്ചിരുന്ന ചെമ്പിന്റെ പാത്രത്തിൽ ഉദാരമനസ്കരായി, പക്ഷേ മറ്റുള്ളവർ കാണുന്ന വിധത്തിൽ നോട്ടുകൾ ഇടും. തന്റെ ഞെരമ്പിലൂടെ ഒഴുകുന്ന രക്തം തലയിലേക്ക് കയറുന്നപോലെ അയാൾക്ക് തോന്നും. അയാളുടെ മുഖം ചുവന്നുതുടുക്കും. പിന്നീട് ഇതയാൾക്ക് തഴക്കമായി തുടങ്ങി. ക്രമേണ, മരവിച്ചതുപോലെ അയാൾ കഠിനസ്വഭാവിയായി.

അയാൾ ജോലിതുടങ്ങി മൂന്നോ നാലോ ആഴ്ചകൾ കഴിഞ്ഞിരുന്നു. തട്ടിൽ നിന്ന് പങ്കകൾ തൂങ്ങുന്ന, ഇലക്ട്രിക് ഫാനുകൾ അവിടവിടെ നിലയ്ക്കാതെ കറങ്ങുന്ന, പ്രദർശനത്തിനായി മോടികൂട്ടിയ മേശകൾക്കുമേൽ എഴുപതിൽപ്പരം വിധത്തിൽ പാചകം ചെയ്ത മെസെസ് കൊണ്ടു വെക്കുന്ന ഈ മദ്യശാലയിൽ അയാൾക്ക് സമയബോധം നഷ്ടമായി. അയാൾ ദിവസങ്ങൾ കൂട്ടിക്കുഴക്കുന്നതിനാൽ സമയത്തിന്റെ കണക്കും അയാൾക്ക് നഷ്ടപ്പെട്ടു. അതിനാൽ ഇനി തീരാനുള്ള ദിവസങ്ങളുടെ എണ്ണം കണക്കാക്കി വെച്ചിരുന്നത് അയാൾ മറന്നു. എല്ലാ രാത്രികളിലും അയാൾ വീണ്ടും എണ്ണാൻ തുടങ്ങി. വൈകുന്നേരമാകുമ്പോഴേക്കും കാലത്ത് തന്നെ വീഴ്ത്തിയ ഉറക്കത്തിൽ നിന്ന് അയാൾ ഉണരും. കയ്യും മുഖവും കഴുകി അയാൾ കിടക്കയിൽ അല്പം നേരം ഇരിക്കും. ജോലിക്കു പുറപ്പെടാൻ ഇനിയും സമയമുണ്ട്. അയാൾ തന്റെ പ്രണയരോഗത്തിൽ നിന്ന്

മുക്തനായിക്കൊണ്ടിരിക്കുകയായിരുന്നു. തന്റെ ഹൃദയത്തിലേറ്റ മുറിവ്, ഭീമമായ തെറ്റ്, മറക്കാൻ ശ്രമിക്കുകയായിരുന്നു. നരകമയമായ ഈ നഗരമദ്ധ്യത്തിൽ സ്വന്തം തെറ്റുകാരണം വീണതായിരുന്നു അയാളെങ്കിലും നഗരം അയാളെ ആലിംഗനം ചെയ്തു. വിചിത്രമായ ഒരു നന്ദി അയാൾക്ക് ഈ നഗരത്തോട് തോന്നി. ഒരു ദിവസം ഇവിടന്നു പോകുമ്പോൾ ഹൃദയത്തിന്റെ ഒരു ഭാഗം ഇവിടെ വിട്ടു പോകുമെന്ന് അയാൾക്ക് തോന്നി. ഹോട്ടലിനു പുറത്ത് പോകണമെന്ന് അയാൾക്ക് തോന്നി. ഹോട്ടൽ ക്ലാർക്കുമായി അയാൾ ചങ്ങാത്തത്തിലായിരുന്നു. പലപ്പോഴും അയാൾക്കൊപ്പം ഒരു തരം ചൂത് പോലും കളിച്ചിരുന്നു. നന്നായി പരിചിതമായ തെരുവുകൾ കടന്ന് കൂറ്റൻ പനകളും ആഡംബരഹോട്ടലുകളും അതിരിട്ട വീതിയുള്ള നിരത്തുകളിലൂടെ നടക്കാൻ അയാൾക്ക് തോന്നി.

അയാളുടെ വസ്ത്രങ്ങൾ ഉലഞ്ഞുതൂങ്ങിയിരുന്നു, അയാളുടെ തൂക്കവും വല്ലാതെ കുറഞ്ഞിരുന്നു. പഴയ അസീസ് ബെയ് ഷർട്ടിന് യോജിക്കുന്ന ടൈ ഇല്ലാതെ വീടിന് പുറത്തിറങ്ങുന്നതിനെപ്പറ്റി ആലോചിക്കുക പോലുമുണ്ടായിരുന്നില്ല. തന്റെ കാലുറകൾ ശരിയായി അയേൺ ചെയ്തില്ലെങ്കിൽ, തൂവാല ശരിയായി കഞ്ഞി മുക്കിയില്ലെങ്കിൽ അയാൾ അവ വലിച്ചെറിയും. പഴയ അസീസ് ബെയ് ഒരിക്കലും ചിന്തിച്ചിരിക്കില്ല, സമ്പന്നരുടെ തെരുവുകളിലൂടെ ഒരു ദിവസം അയാൾ ചുളിഞ്ഞ കാലുറയും മങ്ങിനരച്ച ഷർട്ടും ധരിച്ച്, ടൈയും തൂവാലയുമില്ലാതെ, കുനിഞ്ഞ തോളും ഒളി കെട്ട് കണ്ണുകളുമായി അലയുമെന്ന്. മതിലിനുമേലിരുന്ന് പൂന്തോട്ടത്തിലെ സിനിമ കാണുന്ന ദരിദ്രബാലകരെ പോലെ.

വാസ്തവത്തിൽ താനെത്ര വൃത്തിഹീനനായിരിക്കുന്നു എന്ന് അസീസ് ബെയ്ക്ക് അറിയാതെയല്ല, അയാളത് ഗൗനിച്ചില്ല. വിദേശം അടിച്ചേൽപ്പിച്ച അന്യത്വത്തിന്റെ അനിവാര്യതയായി ഈ ദയനീയാവസ്ഥയെ അയാൾ സ്വീകരിച്ചിരുന്നു. തന്റെ യാതനകളെല്ലാം നിലനിൽപ്പിന്റെ ഭാഗമാണെന്ന് അറിവ് അയാളെ ആശ്വസിപ്പിച്ചു. ഈ യാതനകളിൽ നിന്ന് മോചിതനായി ഒരു നാൾ താൻ തന്റെ സ്വന്തം നഗരത്തിലെത്തുമെന്ന് അയാൾ വിശ്വസിച്ചു. ഉയർന്നതും പരിഷ്കൃതമായതുമായ കെട്ടിടങ്ങളുടെ തണലിലൂടെ വളരെ സാവധാനത്തിൽ അയാൾ നടന്നു. അയാളുടെ കണ്ണുകൾ കടലിൽ തിരഞ്ഞുകൊണ്ടിരുന്നു, തന്നെ കൊണ്ടു പോകുന്ന കപ്പലിനെ തേടുന്ന പോലെ. നഗരത്തിന്റെ വിലപിടിച്ച ഭംഗികൾ അയാളുടെ കണ്ണുകളെ മഞ്ഞളിപ്പിച്ചു.

വളരെ വിലപ്പിടിച്ച ഒരു കൺവർട്ടിബ്ള് കാർ അയാളെ കടന്നു പോയി ഒരു ആഡംബരഹോട്ടലിനു മുന്നിൽ നിന്നു. തൂവെള്ള വസ്ത്രം ധരിച്ച് ഒരു യുവാവും കറുത്തു ചുരുണ്ട മുടിയുള്ള ഒരു യുവതിയും

കാറിൽ നിന്നിറങ്ങി. തന്റെ ഹൃദയമിടിപ്പ് നിൽക്കുകയാണെന്ന് അസീസ് ബെയ്ക്ക് ഒരു നിമിഷം തോന്നി. അയാൾക്ക് മുട്ടിലൊരു ബലഹീനത തോന്നുകയും ചുമരിലേക്ക് ചാരി നിൽക്കുകയും ചെയ്തു. അനായാസമായി ഉല്ലാസത്തോടെ ഹോട്ടലിലേക്ക് ആ യുവമിഥുനങ്ങൾ നീങ്ങുമ്പോൾ, അയാൾ ആ യുവതിയെ ശ്രദ്ധാപൂർവ്വം നോക്കി. എന്നിട്ട് അയാൾ കണ്ണുകൾ അടച്ചു.

''ദൈവത്തിന് നന്ദി.''

അതേ മുടി, അതേ നടപ്പ്, അതേ സ്റ്റൈൽ ഒക്കെ ഉണ്ടെങ്കിലും അത് മറിയം ആയിരുന്നില്ല. അയാൾ നിലത്തേക്ക് കുഴഞ്ഞു, കയ്യും തലയിൽ വച്ച് കുറച്ചു നേരമിരുന്നു. മറിയത്തെ ഇങ്ങനെയൊരു ആഡംബരക്കാറിൽ സുമുഖനും ധാരാളിയും ആത്മവിശ്വാസം സ്ഫുരിക്കുന്നവനുമായ ഒരു യുവാവിനൊപ്പം കാണുമെന്ന സാദ്ധ്യത അയാളെ തളർത്തി. തന്നെ വിഷമുള്ള എട്ടുകാലി പോലെ അവളിലേക്ക് ആകർഷിച്ച ശേഷം പിങ്ക് കടലാസ്സിലുള്ള കത്തിൽ പറഞ്ഞ എല്ലാ സുന്ദര വാഗ്ദാനങ്ങളേയും വഞ്ചിച്ച, ഭാവിയെക്കുറിച്ച് തന്റെ എല്ലാ പ്രതീക്ഷകളേയും പരിഹസിച്ച, മറിയം. താൻ സാക്ഷ്യം വഹിച്ച ഈ ദൃശ്യം അയാളുടെ മനസ്സിൽ ഒരു സത്യം കൊത്തിവെച്ചു, മറിയം തന്നെ നിശ്ശബ്ദമായി, അവഗണനയോടെ വിട്ടുപോയിരിക്കുന്നു എന്ന കയ്പ്പേറിയ സത്യം. ഇത്തവണ അയാൾക്ക് ഉറപ്പായി, മറിയത്തിന് ഇതെല്ലാം മാധുര്യമുള്ള, പക്ഷേ യാഥാർത്ഥ്യമാകണമെന്നില്ലാത്ത, പകൽക്കിനാവ് മാത്രമായിരുന്നു എന്ന്. കാറ്റിൽ അങ്ങോട്ടുമിങ്ങോട്ടും പറക്കുന്ന കറുത്ത മുടിയുള്ള വിശ്വാസവഞ്ചകിയായ ആ പ്രണയിനിയെ മനസ്സിൽ നിന്ന് മായ്ച്ച് കളയാൻ അയാൾ തീരുമാനിച്ചു.

പക്ഷേ അതു സംഭവിച്ചില്ല. ജീവിതത്തിന്റെ ശിഷ്ടഭാഗം മറിയത്തെ മറക്കാൻ ഉഴിഞ്ഞുവെച്ചെങ്കിലും അവളുടെ അവഗണനയും വിശ്വാസവഞ്ചനയും മനസ്സിനേൽപ്പിച്ച ആഘാതങ്ങളെ അതിജീവിക്കാൻ ശ്രമിച്ചുകൊണ്ടിരുന്നു എങ്കിലും അയാളതിൽ പരാജയപ്പെട്ടു. ഉണങ്ങാത്ത മുറിവിൽ നിന്ന് ഇടയ്ക്കിടയ്ക്ക് ഊറി വരുന്ന രക്തം കിനിയുന്നതു പോലെ അയാളുടെ ഹൃദയം വേദനിച്ചു. ആ മുറിവ് ചിലപ്പോൾ ഒരു വേദനയായി മനസ്സിന്റെ ആഴത്തിലേക്കിറങ്ങി, ചിലപ്പോൾ കോപത്തിന്റെ രൂപത്തിൽ പുറത്തേക്ക് കവിഞ്ഞൊഴുകി. അയാൾ പിന്നീടൊരിക്കലും മറിയത്തെ കണ്ടില്ല, അവളുടെ ഒരു സൂചനപോലും അയാൾ കണ്ടെത്തിയില്ല, ഒരു വാക്കുപോലും അവളെക്കുറിച്ച് കേൾക്കുകയുമുണ്ടായില്ല. എന്നിട്ടും അയാൾക്ക് അവളെ മറക്കാൻ സാധിച്ചില്ല. മറിയം ഒരു പ്രേതസാന്നിദ്ധ്യമായി അയാൾക്കൊപ്പം എപ്പോഴും നിലകൊണ്ടു. ഇനിയും നിർവ്വഹിക്കാത്ത പ്രതികാരമായി, വീണ്ടും ചേരേണ്ട കാമിനിയായി, ഒരിക്കലും തീരാത്ത

ദാഹമായി, ഒരേ സമയം എല്ലാ വികാരങ്ങളുടേയും കുത്തൊഴുക്കായിരുന്ന മറിയം. മറിയത്തിനു പക്ഷേ, ഇതിനെക്കുറിച്ചൊന്നും ഊഹം പോലുമില്ലായിരുന്നു.

ശരിയാണ്, ട്രെയിൻ ടിക്കറ്റിനു വേണ്ട പണം സ്വരുക്കൂട്ടാനോ കഴിവതും വേഗം നാട്ടിലേക്കുള്ള കപ്പൽ കണ്ടെത്താനോ അയാൾക്ക് ഒരിക്കലും കഴിഞ്ഞില്ല, കാരണം ആത്യന്തികമായി സത്യത്തിൽ ഹൃദയം കൊണ്ട് അയാളതാഗ്രഹിച്ചിരുന്നില്ല.

അയാൾ ശരിക്കും പോകാനാഗ്രഹിച്ചിരുന്നെങ്കിൽ തുറമുഖത്ത് ഷിഷ വലിച്ച് തണലത്തിരിക്കുന്ന നീർക്കുതിര മീശക്കാരനായ ഉദ്യോഗസ്ഥന് കൈക്കൂലി കൊടുത്ത് ഏതെങ്കിലും കപ്പലിൽ കയറാമായിരുന്നു. കാരണം അപ്പോഴേക്കും അയാൾ അവിടത്തെ തെരുവുകളിൽ ആൾക്കാർ ഉച്ചത്തിൽ പറയുന്ന ഭാഷ കുറച്ചൊക്കെ മനസ്സിലാക്കിക്കഴിഞ്ഞിരുന്നു. ഊഷ്മളമായ ഒരു ശിശിരദിനത്തിൽ കപ്പലിന്റെ ഡക്കിൽ നിന്ന് തന്റെ പ്രിയനഗരത്തിന്റെ മങ്ങിയതെങ്കിലും മനോഹരമായ നിഴൽ അയാൾക്ക് കണ്ട് നിൽക്കാമായിരുന്നു. ഷിഷ വലിക്കുന്ന ഉദ്യോഗസ്ഥനെ കണ്ട് മാറിപ്പോയതിന് അയാൾക്കൊരു കാരണമുണ്ടായിരുന്നു- എന്തോ കാരണത്താൽ പോകാനുള്ള ആഗ്രഹമില്ലായ്മ. അയാൾ ആ കാരണത്തെ ഹൃദയത്തിന്റെ ഏറ്റവും അഗാധവും അജ്ഞാതവുമായ കോണിൽ ഗോപ്യമാക്കി വെച്ചിരുന്നു. തന്നോട് തന്നെ അയാളത് നിഷേധിച്ചിരുന്നു.

സാധാരണഗതിയിൽ കണ്ടുമുട്ടാൻ സാദ്ധ്യതയില്ലാത്ത ഏതെങ്കിലും തെരുവുമൂലയിൽ മറിയത്തെ ഒരു നാൾ കാണുമെന്നും അപ്പോൾ അവളോട് ഇപ്രകാരം ചോദിക്കുമെന്ന പ്രതീക്ഷയിൽ അയാൾ കാത്തിരിക്കുകയായിരുന്നു. ''നീയെന്തിനാണ് എന്നെ വഞ്ചിച്ചത്? എന്നോട് വരാൻ യാചിച്ചശേഷം എന്തിനാണ് എന്നെ ക്രൂരമായി ഉപേക്ഷിച്ചത്?'' അവൾക്ക് പ്രതികരിക്കാൻ അവസരം നൽകാതെ അയാൾ പറയും, ''എന്നെ നിന്റെ മനസ്സിൽ നിന്ന് കൂടി തുടച്ചു കളയ്.'' അതേ, അയാൾ ആറ് മാസം ജീവിച്ചത് ഈ പ്രതീക്ഷയിലായിരുന്നു. അയാളുടെ കണ്ണുകൾ ആഡംബര ഹോട്ടലുകളുടെ ടെറസ്സുകൾ സദാ പരതിക്കൊണ്ടിരുന്നു. എപ്പോഴേങ്കിലും കാറ്റിൽ പ്പറക്കുന്ന കറുത്ത ചുരുളൻമുടിയുമായി ഏതെങ്കിലും യുവതി അടുത്തുകൂടെ പോയാൽ അയാളുടെ പൾസ് വല്ലാതെ മിടിച്ചിരുന്നു.

ആ ആറുമാസം ജീവിച്ചു തീർക്കാൻ നന്നെ ബുദ്ധിമുട്ടായിരുന്നു. ഒരു പൊലീസുകാരനെ എവിടെ വച്ചെങ്കിലും കണ്ടാൽ അയാൾ വഴി മാറും. സംഗീതം ആസ്വദിച്ച് തങ്ങളുടെ ജന്മനാടിനോടുള്ള കൊതി അടയ്ക്കുവാൻ ആഗ്രഹിക്കുന്ന ധനികരും ചഞ്ചലചിത്തരുമായ മദ്യപരെ അയാൾ സന്തോഷിപ്പിച്ചു. എല്ലാവരും പോയ ശേഷം ചെമ്പു പാത്രത്തിൽ വീണ ടിപ്സ് വിളക്കുകളോരോന്നായി കെടുമ്പോൾ

മേശയ്ക്കു മുകളിൽ കൊട്ടി തന്റെ പങ്ക് അയാൾ എടുത്തു. അതെടുക്കുമ്പോൾ അയാളുടെ കൈകൾ എല്ലായ്പോഴും വിറച്ചു. അയാൾ ഒരിക്കലും പൂർണ്ണതൃപ്തനായിരുന്നില്ല. നന്നായി ഉറങ്ങിയിരുന്നുമില്ല.

പക്ഷേ അവസാനം താൻ പകൽ മുഴുവൻ നടന്നിരുന്ന തെരുവുകളിലൂടെ മറിയം പോകുന്നില്ലെന്ന് അയാൾ മനസ്സിലാക്കി. തന്റെ നാവിൻത്തുമ്പത്ത് സൂക്ഷിച്ചിരുന്ന രൂക്ഷമായ വാക്കുകൾ പൂതലിച്ചു കഴിഞ്ഞിരിക്കുന്നു. മാത്രമല്ല വെള്ള കീറുമ്പോൾ താൻ കയറിക്കിടക്കുന്ന തന്റെ വൃത്തികെട്ട കിടക്കയിൽ കണ്ണിൽ വരുന്നത് ഇസ്താംബൂളിലെ തെരുവുകൾ ഓരോന്നായായിരുന്നു. അപ്പോഴാണ് അയാൾ തിരിച്ചു പോകാൻ തീരുമാനിച്ചത്.

ശൈത്യകാലം എത്തിക്കഴിഞ്ഞിരുന്നു. ഇടയ്ക്കിടയ്ക്ക് വൃത്തികെട്ടതും നേർത്തതും ഈറനാക്കുന്നതുമായ ഒരു മഴ നഗരത്തിലെ തെരുവുകളെയെല്ലാം ചളികൊണ്ട് ശ്വാസം മുട്ടിച്ചിരുന്നു. ഒരു രാത്രി അസീസ് ബെയ് ഹോട്ടലിൽ തിരിച്ചെത്തി കൈകളും മുഖവും കഴുകി കിടക്കയിലിരുന്നു. അയാൾ പുറത്തു നോക്കിക്കൊണ്ട് ഹീറ്റർ ഇല്ലാത്ത നശിച്ച ഈ റൂമിലിരുന്നു അല്പ നേരം ആലോചിച്ചു. അയാൾക്ക് തണുപ്പ് തോന്നി. ഒരു തെരുവ് കച്ചവടക്കാരനിൽ നിന്ന് വാങ്ങിയ സെക്കണ്ട് ഹാൻഡ് കോട്ട് തോളുകൾക്കിരുവശവുമായി ഇട്ടുകൊണ്ട് അയാൾ തന്റെ ഉൾവസ്ത്രത്തിൽ പിൻ ചെയ്തു വച്ചിരുന്ന പണം എണ്ണി. അയാൾക്കുള്ളിൽ വിചിത്രമായ ഒരു ശൂന്യതയായിരുന്നു. ഡെക്കിൽ യാത്ര ചെയ്യാൻ ടിക്കറ്റിന് ഈ പണം മതിയാകും. പിറ്റേന്ന് കാലത്ത് അയാളുടെ ആദ്യത്തെ ജോലി പോയി ആ ടിക്കറ്റ് വാങ്ങുകയായിരുന്നു.

അടുത്ത ദിവസം രാത്രി പ്രോഗ്രാം കഴിഞ്ഞ് മദ്യപർ രണ്ടും മൂന്നുമായി പുറത്തേക്കു പോയി. മദ്യശാല വൃത്തിയാക്കി. അസീസ് ബെയ് ടോറോസിന്റെ അടുത്ത് ഇരുന്നു. മദ്യം കഴിച്ചുകൊണ്ടിരുന്ന ടോറോസിന്റെ മുഖം മദ്യശാലയിലെ ഒറ്റ വെളിച്ചത്തിനു കീഴെ മ്ലാനമായിരുന്നു. അയാൾ ഒരു ഗ്ലാസ്സ് അറാക്കുകൊണ്ട് നിറച്ചു.

''ടോറോസ്.'' അയാൾ പറഞ്ഞു, ''ഞാൻ ഇസ്താംബൂളിലേക്ക് തിരികെ പോകുകയാണ്. ഞാൻ ടിക്കറ്റെടുത്തു, ബോട്ടിന്.... ഞാൻ പോകുന്നു.''

ആഴത്തിലുള്ള നിശ്ശബ്ദത ആ സ്ഥലത്തെ ആവരണം ചെയ്തു. അവിടെ ആരും ഇല്ലാത്തപോലെയായിരുന്നു. ടോറോസ് അസീസ് ബെയയെ നിറക്കണ്ണുകളോടെ നോക്കി.

''ഇസ്താംബൂളിലേക്കോ, എപ്പോൾ?''

''ഒരാഴ്ചയ്ക്കകം.''

അവർ കുറച്ചുനേരം ഒന്നും സംസാരിച്ചില്ല. അസീസ് ബെയ് ഉമിനീരിറക്കി.

''നന്ദി, ടോറോസ്.'' അയാൾ പറഞ്ഞു, ''നീയുണ്ടായിരുന്നില്ലെങ്കിൽ ഞാനീ വിദേശത്ത് കിടന്നു മരിച്ചേനേ.''

ടോറോസ് പുഞ്ചിരിച്ചു. 'ഇങ്ങിനെ പാവമാകല്ലേ.''

ഒരു വെയ്റ്റർ നേന്ത്രപ്പഴം തൊലികളഞ്ഞതും ഓറഞ്ചും ടോറോസിന്റെ മേശമേൽ കൊണ്ടു വച്ചു. ടോറോസ് ഗ്ലാസ്സുകൾ നിറച്ചു. അയാൾ ഞെരങ്ങിക്കൊണ്ട് ദീർഘശ്വാസം വിട്ടു.

''ഇസ്താംബൂൾ,'' അയാൾ പറഞ്ഞു, ''ഇസ്താംബൂൾ, ഞാനിനി അവളെ കാണുമോ? ആർക്കറിയാം?''

അസീസ് ബെയ് തംബുരു എടുത്ത് വായിക്കാൻ തുടങ്ങി. രണ്ടു പേർക്കു മാത്രം കേൾക്കാനാവുന്ന വിധത്തിൽ ശബ്ദം താഴ്ത്തി ടോറോസ് പാടിത്തുടങ്ങി.

''എന്നഭിനിവേശ പുഷ്പമല്ലോ നീ
അനർഘമാമെൻ കിരീടം.
അറിവീലനീ, ഞാനെത്ര സ്നേഹിപ്പൂ നിന്നെ...''

അന്നു രാത്രി അവർ ഉറങ്ങിയില്ല.

പുറപ്പെടുന്ന ദിവസം കാലത്ത് അസീസ് ബെയ് നേരത്തെ ഉണർന്നു. സൂര്യപ്രകാശം പ്രതിഫലിച്ച് തിളങ്ങുന്ന നഗരത്തെ മുറിയുടെ വൃത്തികെട്ട ജാലകത്തിലൂടെ അയാൾ നോക്കി. അയാൾ ദുഃഖിതനായിരുന്നു. ഇനിയൊരിക്കലും ഈ നഗരം കാണില്ലെന്ന് അയാൾക്ക് ഉറപ്പായിരുന്നു. ജീവിതത്തിലെ ഏറ്റവും കയ്പേറിയ പാഠങ്ങൾ അയാൾ പഠിച്ച നഗരം. എല്ലാ വിശദാംശങ്ങളും സൂക്ഷ്മമായി അയാൾ ഓർമ്മയിൽ രേഖപ്പെടുത്തി. തംബുരു എടുത്തു, ആ നഗരത്തിൽ താൻ സമ്പാദിച്ചവ- സെക്കൻഡ് ഹാൻഡ് കോട്ട്, ഏതാനും സോക്സുകൾ, ഷേവിങ്ങ് സെറ്റ്, പട്ടുകുപ്പായം- എല്ലാം ഒരു സൂട്ട്കെയ്സിലാക്കി. അയാൾ ഹോട്ടലിനു പുറത്ത് കടന്നു. തണുപ്പുള്ളതെങ്കിലും ഇപ്പോഴും മസാലയും പൂക്കളും മണക്കുന്ന വായുവിൽ അയാൾ ശ്വാസമെടുത്തു. ടോറോസിനൊപ്പം തുറമുഖത്തെത്തി, ഒരു വലിയ കപ്പലിന്റെ നിഴൽപ്പാടിൽ അവർ ആലിംഗനം ചെയ്തു.

''ബാക്പരാസി റസ്റ്റോറന്റിൽ നിന്ന് നീലമത്സ്യം നീ കഴിക്കണം, മറക്കരുതേ.'' ടോറോസ് പറഞ്ഞു, ''ഗ്രിൽ ചെയ്തിട്ട് വേണം.''

''ശരി.''അസീസ് ബെയ് പറഞ്ഞു, ''മധുരപലഹാരമായി ഹൽവ കഴിക്കാം, നിനക്കു വേണ്ടി. കോസ്കയിൽ നിന്ന്, പസ്റ്റാഷ്യോ നട്ടുകളും ഉള്ളത്.''

കപ്പലിൽ നിന്ന് താഴേക്ക് നിവർത്തിയ കോണി അയാൾ കയറുമ്പോൾ ടോറോസ് തന്റെ കൈത്തലത്തിന്റെ പിൻഭാഗം കൊണ്ട് കണ്ണുകൾ തുടയ്ക്കുകയായിരുന്നു. ''ഇസ്താംബൂളിനോട് ഹലോ പറയൂ.''അയാൾ ഉറക്കെ വിളിച്ച് പറഞ്ഞു. ''എനിക്ക് വേണ്ടി ഇസ്താംബൂളിനെ അഭിവാദനം ചെയ്യൂ.''

അസീസ് ബെയ് റെയിലിങ് ചാരിനിന്ന് ഏറെ നേരം ടോറോസിനു നേർക്ക് കൈവീശിക്കൊണ്ടിരുന്നു. ഹോണിന്റെ ആഴത്തിലും അമർന്നുമുള്ളതുമായ ശബ്ദത്തിനു പിറകെ കപ്പൽ നങ്കൂരം വിടുവിച്ചു. ടോറോസിന്റെ ഉയർന്ന, മസിലുകളുള്ള സുന്ദരരൂപം ചെറുതായി ചെറുതായി വന്നു, ഒടുക്കം അതൊരു ബിന്ദു മാത്രമായി. വിചിത്രമായ ഈ സാഹസയാത്രയിൽ തനിക്ക് കരഗതമായ ഒരൊറ്റ നല്ല കാര്യം ആ നഗരത്തിൽ ഒരു സ്നേഹിതനെ പ്രതിഷ്ഠിച്ചു വന്നു എന്നതാണ് - തനിക്ക് ശുഭയാത്ര ആശംസിച്ച് കണ്ണുകൾ തുടക്കുന്ന സുഹൃത്ത്, അസീസ് ബെയ് ചിന്തിച്ചു. യാത്രയ്ക്കിടയിൽ മുഴുവൻ അസീസ് ബെയ് അസന്തുഷ്ടനായിരുന്നു, ഭാരമുള്ള കല്ലെടുത്ത് നടക്കുന്ന പോലെ.

ഫെബ്രുവരി മാസത്തിലെ ഹിമം പേറുന്ന മഞ്ഞ് ഇസ്താംബൂൾ തുറമുഖത്തെ മൂടിയിരുന്നു. നടക്കുന്ന സമയം അത് അയാളുടെ കാൽക്കീഴിൽ ഒച്ചയോടെ പൊടിഞ്ഞു. അസീസ് ബെയ് നിലത്ത് കുനിഞ്ഞ് ഒരു ചുമരിന്റെ അടിയിൽ നിന്ന് കൈനിറയെ ഖരരൂപത്തിലുള്ള മഞ്ഞ് എടുക്കുകയും തന്റെ മുഖത്ത് അത് ഉരയ്ക്കുകയും ചെയ്തു. കൈത്തലത്തിലും ചർമ്മത്തിലും അതിന്റെ തണുപ്പ് അറിഞ്ഞു, ചൂടായിരുന്ന അയാളുടെ തലയ്ക്ക് അതാശ്വാസം നൽകി. അയാൾ കരയുകയായിരുന്നു. മറ്റുള്ളവർ കപ്പലിറങ്ങി സ്ഥലം വിടുമ്പോൾ അയാളവിടെ വെറുതെ നിന്നു. യാത്രക്കാർ തങ്ങളെ സ്നേഹിക്കുന്നവരുമായി പുനസ്സമാഗമം നടത്തി. സഞ്ചികളും പെട്ടികളും അയാളെ കടന്ന് പൊയ്ക്കൊണ്ടിരുന്നു. ഇപ്പോൾ അയാൾക്കു മുന്നിൽ ഒരു പുതുജീവിതമുണ്ട്. അറിയാത്തലങ്ങളുള്ള ഒരു ജീവിതം, തന്റെ സാഹസയാത്രയുടെ തുടക്കത്തിലെ നാളുകൾപോലെ കൊള്ളാവുന്നവ, അല്ലെങ്കിൽ യാത്രയുടെ ഒടുക്കത്തിലേ പോലെ കെട്ടവ. ആ ജീവിതത്തിലെ നൈസർഗ്ഗികസാന്നിദ്ധ്യമായതിനാൽ അയാളെയൊന്നും പുറകോട്ട് വലിച്ചില്ല. എങ്ങോട്ട് പോകണമെന്ന് തീരുമാനിക്കുകയേ വേണ്ടൂ.

അയാൾ വീണു പോയ ഈ ശൂന്യത, വീടില്ലല്ലോ എന്ന വേവലാതി, ഇതെല്ലാം വളരെ അസ്വസ്ഥത ഉളവാക്കുന്നതായിരുന്നു. വിചിത്രവും സ്വല്പം മോശവുമായിരുന്നു; പക്ഷേ, പ്രത്യാശാരഹിതമായിരുന്നില്ല. തന്നെ കടന്നുപോകുന്ന എല്ലാവരേയും അയാൾക്ക് അറിയുന്ന പോലെ തോന്നി. ഈ തണുത്ത കാലാവസ്ഥ, മഞ്ഞ്,

ചാട്ടവാറുപോലെ അടിക്കുന്ന കാറ്റ്. ഈ ശബ്ദങ്ങൾ, സ്റ്റീമറുകളുടെ ചൂളം, മൂളലുകൾ, മേഘങ്ങൾ. ഈ നഗരത്തിന്റെ എല്ലാ അംശങ്ങളും അയാൾ തിരിച്ചറിഞ്ഞു. ഇപ്പോൾ അയാൾ മനുഷ്യരുടെ ഇടയിലാണ്. 'ഞാൻ മരിക്കുകയാണ്' എന്നയാൾ പറഞ്ഞാൽ അത് മനസ്സിലാക്കാൻ കഴിയുന്ന മനുഷ്യർ. വിദേശീയതയുടെ കനത്തഭാരം അയാളിൽ നിന്ന് നീങ്ങി, അയാൾക്ക് പോകാനാകുന്ന ആദ്യത്തെ സ്ഥലത്തേക്ക് അയാൾ നടത്തം തുടങ്ങി. തന്റെ പിതൃഭവനം. അയാൾ വളരെ സാവധാനത്തിലാണ് നടന്നത്. കാരണം താൻ എഴുതിയത് കുറേക്കാലമായി കാണാതിരുന്നതിനാൽ, വഴിയിൽ കണ്ട എല്ലാ എഴുത്തുകളും ആസ്വദിച്ചാണ് അയാൾ നടന്നത്, താൻ തിരിച്ചെത്താൻ അതീവമായി മോഹിച്ച ആ നഗരത്തെ ആസ്വദിച്ചു കൊണ്ട്. കടൽക്കാക്കകൾ മുകളിൽ ചുറ്റിപ്പറന്നു. ബസ്സുകളും ട്രാമുകളും കടന്നു പോയി. വാർത്താപത്രം വിൽക്കുന്ന കുട്ടികൾ അലറിവിളിക്കുന്നുണ്ടായിരുന്നു. എത്തേണ്ടിടത്ത് സമയത്ത് എത്താനായി കുടയെടുത്ത് സ്ത്രീകളും മഴക്കോട്ടുമായി പുരുഷന്മാരും പൊയ്ക്കൊണ്ടിരുന്നു. തന്നെ സ്വന്തം മറോടണയ്ക്കാൻ വെമ്പുന്ന അമ്മയാണ് നഗരമെന്ന് അയാൾക്ക് തോന്നി.

അയാൾ ലജ്ജ പുരണ്ട മുഖത്തോടെ ആ വാതിലിനു മുന്നിൽ നിന്നു; പോകുന്ന പോക്കിൽ അയാൾ ആഞ്ഞടച്ചപ്പോൾ ചില്ലുകൾ തകർന്നു ചിതറി വീണ വാതിൽ. അയാൾക്ക് അതിനെക്കുറിച്ചെല്ലാം ലജ്ജ തോന്നി. താൻ സ്നേഹിക്കപ്പെട്ടിരുന്നു എന്ന് സങ്കൽപിച്ചതിലും അത് തെറ്റിദ്ധാരണയായിരുന്നു എന്നതിലും അയാൾക്ക് മാനക്കേട് തോന്നി. സാധിക്കുമെങ്കിൽ മരിച്ചുപോകാൻ അയാൾ ആഗ്രഹിച്ചു. അച്ഛൻ ഉദ്ദേശിച്ചതിലും വലിയ പാഠം ജീവിതം അയാളെ പഠിപ്പിച്ചു കഴിഞ്ഞു. അയാൾ അർഹിക്കുന്നതിനേക്കാൾ കഠിനമായ പാഠം.

ആട്ടെ, അസീസ് ബെയ് തന്റെ പാഠം പഠിച്ചുവോ?

ഇല്ല..... മറ്റു പലരേയും പോലെ, അസീസ് ബെയും ഇഷ്ടപ്പെട്ടത് ജീവിതവുമായി മല്ലിടാനും ജീവിതത്തെ വെല്ലുവിളിക്കാനുമാണ്.

ബെല്ലിനു മുകളിൽ അയാളുടെ ചൂണ്ടുവിരൽ ഒരു നിമിഷം ഉറപ്പില്ലാതെ നിന്നു. രൂക്ഷമായ ഒരു കാറ്റ് വീശുന്നുണ്ടായിരുന്നു; അത് അയാളുടെ മുഖവും കഴുത്തിന്റെ പിൻഭാഗവും വ്രണപ്പെടുത്തി. ആറുമാസക്കാലമായി ഉഷ്ണകാലാവസ്ഥയുമായി പൊരുത്തപ്പെട്ടിരുന്ന അയാളുടെ ശരീരം വല്ലാതെ വിറയ്ക്കാൻ തുടങ്ങി, കുറേയൊക്കെ പ്രതീക്ഷിക്കാവുന്നതെന്താണ് എന്ന് അറിയാത്തതുമൂലമായിരുന്നു. താൻ ശകാരിക്കപ്പെടുമെന്നറിഞ്ഞിട്ടും അസീസ് ബെയ് തന്റെ സന്ദേഹത്തെ അതിജീവിച്ചു. അനുസരണയുള്ള കുട്ടിയെപോലെ ശങ്കയോടെ അയാൾ ബെല്ലിൽ വിരലമർത്തി. അകത്തു

നിന്ന് അടുത്തേക്കെത്തുന്ന കാൽപ്പെരുമാറ്റം അയാൾ ശ്രദ്ധിച്ചു. ആയാസത്തോടെ, ക്ഷീണിതമായ, കുഴഞ്ഞ ശബ്ദങ്ങൾ, അമ്മയുടെ തിരക്കിട്ട ചുവടുകളുമായി ഒരു സാമ്യവുമില്ല.

അയാളുടെ അച്ഛൻ വാതിൽ തുറന്നു. ഏതാനും നിമിഷങ്ങൾ അവർ അന്യോന്യം നോക്കിനിന്നു. അച്ഛന്റെ സ്ഥിതി കണ്ട് അസീസ് ബെയ് സ്തബ്ധനായി. അയാൾക്കു മുമ്പിൽ ക്ഷീണിതനായ ഒരാൾ നിന്നു. അദ്ദേഹത്തിന്റെ മുഖത്ത് വീണ വരകൾ ആസന്ന മരണ സാദ്ധ്യത പ്രതിഫലിപ്പിച്ചു. ദേഹം എല്ലും കോലുമായിരുന്നു. കണ്ണുകൾ കുണ്ടിലായി. പാറിപ്പറക്കുന്ന മുടിയും താടിയും മഞ്ഞുപോലെ വെളുത്തു പോയിരുന്നു. വേഷം വൃത്തികെട്ടതായിരുന്നു. രാത്രി മാത്രം അദ്ദേഹം ധരിച്ചു കണ്ടിരുന്ന വരയൻ പൈജാമ മലിനമായിരുന്നു. പാതിയിട്ട കുടുക്കുകൾക്കിടയിലൂടെ മഞ്ഞച്ച അടി വസ്ത്രം പുറമെ കണ്ടിരുന്നു. മുന്നിൽ കാണുന്ന ദയനീയവും ജീർണ്ണിച്ചതുമായ ദൃശ്യം അസീസ് ബെയ് വാ പൊളിച്ച് നോക്കി. എങ്കിലും അയാൾ ഉരിയാടാൻ ഒരുമ്പെട്ടു, ''അച്ഛാ...'' ആ നിമിഷത്തിൽ മൃതപ്രായമെങ്കിലും ജീവനുള്ള ആ വൃദ്ധനേത്രങ്ങളിൽ വെറുപ്പിന്റെ മിന്നലാട്ടമുണ്ടായി, അസീസ് ബെയുടെ മുഖത്തു തന്നെ അച്ഛൻ ഇരുമ്പുവാതിൽ കൊട്ടിയടച്ചു. വീണ്ടും അച്ഛനെക്കൊണ്ട് വാതിൽ തുറപ്പിക്കാൻ അയാൾക്ക് ആയതുമില്ല.

തന്റെ അഭാവത്തിൽ എന്താണ് നടന്നതെന്ന് അയാളറിഞ്ഞത് അമ്മായിയുടെ വീട്ടിൽ താമസിച്ച ആദ്യത്തെ രാത്രിയിലായിരുന്നു. അമ്മായിക്ക് അയാളോട് ഏറിയ വാത്സല്യമുണ്ടായിരുന്നെങ്കിലും അല്പം കുപിതയായി കാണപ്പെട്ടു. ആവി പറക്കുന്ന പാപ്രികാ സൂപ്പ് അയാൾ ഇളക്കിക്കൊണ്ടിരുന്നു. അയാൾക്ക് രുചി തോന്നിയില്ല. താൻ കേൾക്കാൻ പോകുന്നതിനെക്കുറിച്ച് ഭയന്ന് അയാൾ തന്റെ വിശപ്പും ക്ഷീണവും മറന്നുപോയിരുന്നു. വെറും മരപ്പലക മേൽക്കിടന്ന് തീർത്ത ഡെക്കിലെ നീണ്ട യാത്രയും തന്റെ വേദനകളൊക്കെയും മറന്നിരുന്നു. അമ്മയെക്കുറിച്ച് ചോദിക്കാൻ അയാൾക്ക് ധൈര്യമുണ്ടായില്ല. അവർ നിശ്ശബ്ദരായി ഇരുന്നു. അടുപ്പിൻമേലിരുന്ന കെറ്റിൽ ഉണ്ടാക്കുന്ന ശബ്ദം അതിനാൽ ആ മുറിയിൽ ഉയർന്നു നിന്നു.

പെട്ടെന്ന് അയാളുടെ അമ്മായി തുറന്നടിച്ചു. ''നിന്റെ അമ്മ മരിച്ചു. നീ പോയ ദിവസം...''

കെറ്റിലിൽ നിന്ന് തിളച്ച് തുളുമ്പുന്ന വെള്ളം തുള്ളിയായി അടുപ്പിനുമേൽ വീണു. അസീസ് ബെയ്ക്ക് കരിയടുപ്പ് ചുവന്ന് ജ്വലിച്ചു കൊണ്ടിരുന്ന മുറിയിൽ ഐസ്സ് ആണുള്ളതെന്ന് തോന്നി. അയാൾ ഒന്നും മിണ്ടിയില്ല. ഒന്നും കഴിക്കാതെ അയാൾ മേശയ്ക്കരികിൽ നിന്ന എഴുന്നേറ്റ് പോയി.

''എനിക്ക് വല്ലാതെ ഉറക്കം വരുന്നു.'' അയാൾ പറഞ്ഞു. ''ഞാൻ ക്ഷീണിച്ചിരിക്കുന്നു.''

തന്റെ മരുമകൻ ഒട്ടും ഭക്ഷണം കഴിച്ചില്ല എന്ന കാര്യം അയാളുടെ അമ്മായി ശ്രദ്ധിക്കാതിരുന്നില്ല; സ്റ്റൗവ് കത്തുന്ന മുറിയിൽ അവർ കിടക്ക വിരിച്ചു. അസീസ് ബെയ് തലയിണയിൽ മുഖമമർത്തി കിടക്കയിൽ കിടന്നു. അയാൾ ഉടനെ ഉറക്കമായി. പിറേറന്ന് കാലത്ത് അമ്മായി മുറിയിലേക്ക് കടന്നു വന്നപ്പോൾ കണ്ടത് അബോധാവസ്ഥയിൽ കിടക്കുന്ന അസീസ് ബെയെ ആണ്. അയാൾക്ക് ഉയർന്ന പനി ഉണ്ടായിരുന്നു. അയാളുടെ ഉച്ഛ്വാസം നീരാവി പോലെ ഈർപ്പമുള്ളതായിരുന്നു. അയാൾ ഒരു മാസത്തോളം തന്റെ അമ്മായിയുടെ വീട്ടിൽ കിടപ്പിലായിരുന്നു.

അസീസ് ബെയ് എപ്പോഴും ഒരു വാശിക്കാരനായിരുന്നു. അയാൾ പറഞ്ഞത് നടത്തും. ആരുടേയെങ്കിലും മുന്നിൽ തലകുനിച്ചോ സേവ പറഞ്ഞോ യാചിച്ചോ അഭ്യർത്ഥിച്ചോ നിൽക്കുന്നത് കണ്ടവരില്ല. അയാളുടേത് മുരടൻ സ്വഭാവമായിട്ടും തന്റെ അച്ഛനോട് രാജിയാകാൻ അയാൾ വളരെയധികം പരിശ്രമിച്ചു. നിരവധി തവണ അയാൾ അച്ഛന്റെ വീട്ടിലേക്ക് പോയി. പല തവണ ബെല്ലടിച്ചു നോക്കി. മുഖത്തടിച്ചപോലെ അയാൾക്കു മുന്നിൽ അടഞ്ഞ ആ വാതിൽ തുറക്കാനായി അയാൾ ക്ഷമയോടെ കാത്തു നിന്നു. ഓരോ തവണയും തെരുവിലേക്ക് തുറക്കുന്ന ജനലിലെ നെറ്റിന്റെ കർട്ടൻ അല്പമൊന്ന് നീങ്ങും, പക്ഷേ, പോകുന്ന പോക്കിൽ അസീസ് ബെയ് തകർത്ത ഗ്ലാസ്സിട്ടിരുന്ന വാതിൽ തുറന്നില്ല.

അങ്ങനെ സേക്കിയുടെ മദ്യശാലയിൽ ഉണ്ടായ സംഭവത്തിന് ഹേതുവായ അസീസ് ബെയ്, മനസ്സിനെ മഥിക്കുന്ന ഇത്തരം അനുഭവം ഉള്ളിലുണ്ടാക്കിയ ഒരിക്കലും ഉണങ്ങാത്ത ഒരു മുറിവ് പേറുന്ന ഈ അസീസ് ബെയ് തന്നെയായിരുന്നു. ആ മുറിവിന്റെ വേദന സഹിച്ചുകൊണ്ടാണ് അയാൾ ഒരു ജീവിതകാലം കഴിച്ചുകൂട്ടിയത്. അത്രയും ചെറുപ്രായത്തിൽ ജീവിതം സൃഷ്ടിച്ച കനത്ത ആഘാതം താൻപോരിമയോടെ നേരിടാൻ അയാൾ തന്റെ തലക്കനം പെരുപ്പിച്ചു, തന്റെ പ്രകൃതത്തിലെ ധിക്കാരത്തെ പൊലിപ്പിക്കയും ചെയ്തു.

ആരും ഈ കഥയിൽ വിജയിയായി പുറത്തു വന്നില്ല.

തിരിച്ചെത്തിയ ശേഷം അയാളുടെ ജീവിതം അപ്പാടെ മാറി. പിന്നീടൊരിക്കലും അയാൾ പ്രണയം ആസ്വദിച്ചിരുന്ന ചുറുചുറുക്കുള്ള, ചുമതലാബോധമില്ലാത്ത യുവാവായിട്ടില്ല. അയാൾ തന്റെ പഴയ സുഹൃത്തുക്കളുമായി ബന്ധപ്പെടുക പോലുമുണ്ടായില്ല. താൻ ജനിച്ചു വളർന്ന തെരുവുകളിൽ പഴയപോലെ കറങ്ങുന്നതും നിർത്തി., പഴയപോലെ തെരുവിൽ ചൂളമടിക്കുന്നതും നിർത്തി. ദിനാരംഭത്തിൽ മനസ്സ് ആനന്ദത്താൽ നിറഞ്ഞില്ല. കണങ്കൈ ഉളുക്കുന്നതു വരെ

അയാൾ തംബുരു വായിച്ചിരിക്കുക മാത്രം ചെയ്തു. പലപല ജോലികൾ കിട്ടുകയും നഷ്ടപ്പെടുകയും ചെയ്തു. അമ്മയുടെ മരണത്തിന് തന്നെ കുറ്റം പറയുന്ന അമ്മായിയുടെ വീട്ടിൽ അധികകാലം അയാൾക്ക് തങ്ങാൻ പറ്റിയില്ല. അയ്നലി സെസ്മിയിലെ ഒരു ബോർഡിങ്ങ് ഹൗസിൽ അയാളൊരു മുറി വാടകയ്ക്കെടുത്തു. ഇരുണ്ടതും ഇടുങ്ങിയതുമായ തെരുവിലേക്ക് വാതിലുള്ള, വസ്ത്രങ്ങളിലെല്ലാം പടർന്നു കയറുന്ന ഈർപ്പ ഗന്ധമുള്ള റൂമിൽ ഓരോ ദിവസവും രാവിലെ ഉണരുമ്പോൾ താൻ എത്ര ഏകനാണെന്ന് അയാൾ ചിന്തിക്കുകയും ആ വിഷാദകലുഷമായ മാനസികാവസ്ഥയിൽ തെരുവിലേക്ക് ഇറങ്ങുകയും ചെയ്തു വന്നു.

അയാൾക്ക് ചെറുപ്പമായിരുന്നു, സുമുഖനായിരുന്നു, അന്യരോട് എപ്രകാരമാണ് പെരുമാറേണ്ടതെന്നും സംസാരിക്കേണ്ടതെന്നും അറിഞ്ഞിരുന്നു. അതുകൊണ്ട് അയാൾക്ക് പല സ്ഥലങ്ങളും പ്രാപ്യമായിരുന്നു, പല ജോലികളും കിട്ടിയിരുന്നു. പക്ഷേ അത്തരം തട്ടുയരം കുറഞ്ഞ ഓഫീസുകളിലെ അപരിഷ്കൃതരായ മാനേജർമാരേയും അലസരായ അവരുടെ അസിസ്റ്റന്റുമാരേയും അയാൾക്ക് പെട്ടെന്ന് മടുത്തു. അവർ ഏൽപ്പിച്ച ജോലികൾ പഠിക്കാൻ അയാൾ ശ്രമിച്ചതുമില്ല. അയാളെ നയിച്ചിരുന്നത് ശുദ്ധവായു ശ്വസിക്കാനായി പുറത്തിറങ്ങാനോ നഗരത്തിലെ ഏതെങ്കിലും ശാന്തമായ തെരുവിലേക്ക് മടങ്ങാനോ ഉള്ള അഗ്രഹമായിരുന്നു. ശാസന കേൾക്കുന്നതും കല്പനകൾ അനുസരിക്കുന്നതും അയാൾക്ക് പൊരുത്തപ്പെടാനാകാത്ത കാര്യങ്ങളായിരുന്നു. എന്തെങ്കിലും ഓഫീസ് കാര്യത്തിനായി പുറത്തേക്കയച്ചാൽ അരമണിക്കൂറിനു പകരം നാല് മണിക്കൂറെങ്കിലും കഴിഞ്ഞേ അയാൾ തിരിച്ചെത്തൂ. അതേസമയം താൻ പോയ കാര്യം തീർന്നുകിട്ടാനായി ആകാംക്ഷയോടെ കാത്തിരിക്കുകയായിരുന്നു എന്ന് പറഞ്ഞ് ഫലിപ്പിക്കാനും അയാൾ ശ്രമിക്കും. ഇതെല്ലാം കാരണം അയാൾ ഒരു ജോലിയിലും അധികകാലം നിന്നില്ല. അയാൾക്ക് മുന്നത്തേക്കൾ തലക്കനവും ഗർവ്വും വന്നു ചേർന്നു.

ഒരു ഘട്ടത്തിൽ ഓഫീസുകളും കടകളും ഡിപ്പോകളും സ്റ്റോറുകളും തനിക്ക് മാനസികത്തളർച്ചയും മടുപ്പും ഉണ്ടാക്കുന്നു എന്ന കാരണം പറഞ്ഞ് അയാൾ ശാരീരികജോലികൾ ചെയ്തു നോക്കി. പകൽ മുഴുവൻ കായികാദ്ധ്വാനം ചെയ്ത് തളർന്നാൽ തന്റെ ആത്മാവിനെ ആവരണം ചെയ്തിരിക്കുന്ന വിചിത്രമായ വേദനയിൽ നിന്ന് ആശ്വാസം കിട്ടുമെന്ന് അയാൾ വിചാരിച്ചു. അയാൾ ഒരു കെട്ടിട നിർമ്മാണത്തിൽ വേല ചെയ്തു തുടങ്ങി. പക്ഷേ അത് അധികം തുടർന്നില്ല. ഇഷ്ടിക നിറച്ച വീൽ ബാരോ മറിഞ്ഞതിന് ഫോർമാൻ അയാളുടെ ചെകിടത്ത് അടിക്കാൻ പോയി, പക്ഷേ അസീസ് ബെയ് ഫോർമാനെ നന്നായൊന്നു പെരുമാറി സ്ഥലം വിട്ടു.

താർലാബസിയിലെ ഒരു മദ്യശാല അയാൾ പതിവാക്കിത്തുടങ്ങി. കയ്യിൽ പണമുള്ളപ്പോൾ അയാൾ ബിൽതുക കൊടുത്തു, ഇല്ലെങ്കിൽ പറ്റെഴുതി. അതൊട്ടും തിരക്കില്ലാത്ത സ്ഥലമായിരുന്നു. ഒന്നോ രണ്ടോ നിരുപദ്രവികളും ദരിദ്രരും വിഷാദപ്രകൃതക്കാരുമായ പതിവുകാർ. അയാൾ മിക്കവാറും എല്ലാ സന്ധ്യകളിലും അവിടെയെത്തും. ഇടയ്ക്ക് തംബുരുവുമെടുക്കും. ഫോർമാനെ അടിച്ച ദിവസം അയാൾ ചിന്താധീനനായിരുന്നു. അയാളുടെ സ്ഥിതി കണ്ട് മദ്യശാലയുടെ സൂക്ഷിപ്പുകാരൻ അയാൾക്കരികിലെത്തി അടുത്തിരുന്നു.

''മകനേ,'' അയാൾ പറഞ്ഞു, ''നീയെന്താണ് ആലോചിച്ചുകൊണ്ടിരിക്കുന്നത്? നിനക്ക് വിലപ്പെട്ട ഒരു കഴിവുണ്ട്. എന്റെ ഈ സ്ഥലം ചെറുതാണ്. പക്ഷേ നിനക്കു പറ്റുന്ന ഒരു സ്ഥലം നമുക്ക് കണ്ടുപിടിക്കാം.''

അന്ന് രാത്രി അസീസ് ബെയ് ഗാഢമായി ആലോചിച്ചു. താൻ വീട് വിട്ട് വിദൂരദേശത്തായിരുന്നപ്പോൾ, ജീവൻ നിലനിർത്താൻ മറ്റു മാർഗ്ഗങ്ങളൊന്നും ഇല്ലാതിരുന്നപ്പോൾ, മദ്യശാലയിൽ തംബുരുവായിക്കുന്നതിന് നല്ലൊരു കാരണമുണ്ടായിരുന്നു. പക്ഷേ തന്റെ നഗരത്തിൽ, താൻ തന്നെത്തന്നെ തദ്ദേശിയായി കാണുന്ന, താൻ അതിന്റെ ഉടമതന്നെയാണെന്ന പോലെ വിചാരിക്കുന്ന മദ്യശാലയിൽ, പെരുമാറാൻപോലും അറിയാത്ത മദ്യപന്മാരെ സന്തോഷിപ്പിക്കുക, അവരുടെ നികൃഷ്ടമായ ആഗ്രഹങ്ങൾക്ക് അനുസൃതമായി തന്റെ വിലപ്പെട്ട സംഗീതോപകരണത്തിന്റെ തന്ത്രികളിൽ സ്പർശിക്കുക.

പക്ഷേ തനിക്ക് വേറെ പോംവഴികളൊന്നുമില്ലെന്ന് അയാൾ കണ്ടു. ജീവിതത്തിൽ തനിക്ക് ശരിയാംവണ്ണം ചെയ്യാവുന്ന ഒരേയൊരു പ്രവൃത്തി തംബൂരു വായനയാണ്. അങ്ങനെ അയാൾ മദ്യശാലകളിൽ തംബുരു വായിച്ചു തുടങ്ങി.

ഈ വിഷമകരമായ തീരുമാനമെടുത്ത ശേഷം അയാളുടെ ഭാഗ്യം കുറച്ച് തെളിഞ്ഞു. സേക്കിയുടെ മദ്യശാലയിലെത്തും മുന്നേ അസീസ് ബെയ് മറ്റ് പല സ്ഥലങ്ങളിലുമുണ്ടായിരുന്നു. ബാറുകളും, നിശാക്ലബ്ബുകളിലും സംഗീതശാലകളിലും ജോലിയെടുത്തു. 'തംബൂരി അസീസ് ബെയ്' എന്ന പേരിലും അയാൾ അറിയപ്പെട്ടു; അത്രമാത്രമായിരുന്നു കലാനിപുണരുടേയും ഇടപാടുകാരുടേയും ഒരു പോലെയുള്ള ആദരവ്. അതുകാരണം ആ വർഷങ്ങളിൽ അയാൾക്ക് സ്വയം തൃപ്തി തോന്നിയിരുന്നു. പലപ്പോഴും മറിയത്തിൽ നിന്നേറ്റ പ്രഹരം അയാൾ മറക്കുമായിരുന്നു.

അയാൾ മോശപ്പെട്ട പെൻഷൻമുറികളിൽത്തന്നെ താമസിക്കുമ്പോൾ, കൃത്യമായ ഭക്ഷണമൊന്നുമില്ലാതെ പിരിപാടിയുടെ ഇടനേരം വിഴുങ്ങിയിടുന്ന ഭക്ഷണം മാത്രം കൊണ്ട് ജീവിക്കുമ്പോൾ

അയാൾക്ക് കൂടുതൽ നല്ല ഒരു മദ്യശാലയിൽ നിന്ന് ജോലിക്ക് ക്ഷണം കിട്ടി. നല്ല ഓഫറായിരുന്നു. രാത്രി മുഴുവൻ വെളുക്കുന്ന വരെ വായിക്കേണ്ടതില്ല, ഡ്രമ്മറും ക്ലാരിനെറ്റിസ്റ്റും സമാഹരിക്കുന്ന ടിപ്സിനു പുറമെ ചെറിയ ഒരു ശമ്പളവും. അയാൾ ആ ഓഫർ ഉടനെ സ്വീകരിച്ചു. എല്ലാം ശരിയാകാൻ പോകുകയാണ് എന്ന ഒരു പ്രത്യാശ, ചെറിയതെങ്കിലും അയാൾക്കുള്ളിൽ കൊളുത്തപ്പെട്ടു.

അച്ഛൻ തന്നെ സ്വീകരിക്കുമെന്ന പ്രതീക്ഷ ഇല്ലെങ്കിലും, മകനോടുള്ള വിരോധത്താൽ ഹൃദയം കല്ലു പോലായ ആ മനുഷ്യന്റെയടുത്ത് അയാൾ തുടർന്നും പോയി. എല്ലാ അവസരത്തിലും അതു തന്നെ സംഭവിച്ചു. ചില ദിവസങ്ങളിൽ വ്യത്യസ്തമായ സമയങ്ങളിൽ അയാൾ പോയി നോക്കി ദീർഘനേരം ബെല്ലടിച്ചു, അച്ഛൻ അറിയാതെ വാതിൽ തുറന്നെങ്കിൽ....കർട്ടൻ അല്പം നീക്കി കുറച്ചുനേരം നോക്കിയ ശേഷം അച്ഛൻ വീണ്ടും അപ്രത്യക്ഷനാകും. അസീസ് ബെയ്ക്കറിയുമായിരുന്നു, ഈ കീറാമുട്ടിയായ, അസംതൃപ്തനായ മനുഷ്യൻ കർട്ടന്റെ പിന്നിൽ നിന്ന് തന്നെ തുറിച്ചു നോക്കുകയാണെന്ന്. ജനൽപ്പാളിക്കു പുറത്ത് ജനലിനു മേൽ ദൃഷ്ടിയുറപ്പിച്ച് അനങ്ങാതെ അയാൾ ഏകദേശം അരമണിക്കൂർ കാത്തിരിക്കും. ചിലപ്പോൾ പേപ്പറിൽ ചെറിയ കത്തുകളെഴുതി വാതിലിനടിയിൽ കൂടി അകത്തേക്ക് തിരുകും.

ഇത്തരം സമയങ്ങളിൽ അയാളുടെ മനസ്സ് മരുഭൂമി പോല ഊഷരമാകും. വീട് വിട്ടതിനെക്കുറിച്ച് അയാൾക്ക് കുറ്റബോധം ഇല്ലായിരുന്നു. പക്ഷേ അത് വിശദീകരിക്കാൻ കഴിയാത്തതിന്റെ വേദന അയാൾ അനുഭവിച്ചു.

അന്ന് പുതിയൊരു പ്രതീക്ഷയോടെയാണ് അയാൾ അച്ഛനെ കാണാൻ പോയത്. അയാൾ ബെല്ലടിച്ചു, സാധാരണ ജനലിനു പിന്നിൽ കാണുന്ന ചലനം കാത്തിരിക്കുകയായിരുന്നു. അമ്മ മരിച്ചതിനു ശേഷം അലക്കാത്തതിനാൽ നരച്ചുപോയ കർട്ടൻ മാറാനായി കാത്തിരിക്കുകയായിരുന്നു, കർട്ടൻ നീങ്ങി അടയുന്നതിനു മുമ്പായി അച്ഛന്റെ മുഖം ഒരു നിമിഷം കാണാൻ.

പക്ഷേ അയാൾ ദീർഘനേരം ഇരുന്നിട്ടും കർട്ടൻ അനങ്ങിയില്ല. അസീസ് ബെയ്ക്ക് തന്റെ മാറത്ത് ഒരു രക്തക്കുഴൽ പൊട്ടി ഉള്ളിലാകെ രക്തം ഒഴുകുന്ന പോലെ തോന്നി. ഒരു വലിയ കല്ല് നിലത്തു നിന്നെടുത്ത് അയാൾ ജനൽ ഇടിച്ചു തകർത്തു. ആ ജനലിനു മുന്നിലായിരുന്നു അയാളുടെ അമ്മ പൂച്ചട്ടികൾ വെച്ചിരുന്നത്; ഒരു കുഷനു മേൽ ചാരിനിന്ന് ഈ ജനലിൽക്കൂടിയാണ് അവർ തെരുവിൽ കളിച്ചു കൊണ്ടിരുന്ന മകനെ ആകാംക്ഷയോടെ നോക്കി നിന്നിരുന്നത്. അയാൾ വളർന്നു വന്ന സന്തോഷദിനങ്ങൾക്ക് സാക്ഷിയായതും ആ ജനലായിരുന്നു. അയാൾ ആ ജനൽ തകർത്തശേഷം വീടിനുള്ളിലേക്ക് കടന്നു.

ഒരു പലകപോലെ മരവിച്ച് അച്ഛൻ തന്റെ കസേരയിൽ ഇരിക്കുകയായിരുന്നു. ധരിച്ചിരുന്നത് എപ്പോഴും പോലെ അതേ പൈജാമയും കണ്ണടയും. കയ്യിൽ ഒരു വർത്തമാന പത്രം ഉണ്ടായിരുന്നു. മേശമേൽ വെളുത്തുള്ളി സോസേജും ഫ്രൈ ചെയ്ത മുട്ടയും റൊട്ടിയുടെ ഉണക്കഭാഗവും പാതിയോളം കഴിച്ച് ബാക്കിവെച്ച ഫ്രൈയിങ്ങ് പാൻ ഉണ്ടായിരുന്നു. മുറിയിൽ കെട്ടിയ അഴമേൽ കഴുകിയിട്ട ഏതാനും ഉടുപ്പുകൾ തൂങ്ങിക്കിടന്നു. എത്ര ദിവസമായി എന്ന് നിർണ്ണയിക്കാനാകാത്ത വിധം പ്രവർത്തിച്ചിരുന്ന റേഡിയോവിൽ നിന്ന് ഒരു പാട്ട് പതിഞ്ഞ ശബ്ദത്തിൽ അയാൾ കേട്ടു.

'വാക്കുകൾ ഏൽപ്പിക്കുന്ന മുറിവ് പോലെ
വേദനിക്കുന്ന മുറിവില്ല,
ഹൃദയത്തിൻ വേദനയ്ക്ക് ഈ ലോകത്തിൽ
ഒരു ചികിത്സയുമില്ല.'

ചൂടുള്ള, നനവില്ലാത്ത ഒരു വേദന അയാൾക്കുള്ളിൽ ആളിക്കത്തി. വെയിലിൽ ഉണങ്ങിയ നദീതടം പോലെ അയാളുടെ കണ്ണീർ ഗ്രന്ഥികൾ ഉഗ്രതാപത്തിൽ കത്തുകയായിരുന്നു. ആ പ്രായം ചെന്ന മൃതദേഹത്തിന്റെ കൺപോളകൾ അടയ്ക്കാനായി തന്റെ വിറയ്ക്കുന്ന കൈകൾ നീട്ടാനുള്ള അഭിവാഞ്ഛ അയാളിൽ നിറഞ്ഞു. അടുത്ത കാലം വരെ തീപോലെ ഉണ്ടായിരുന്ന കണ്ണുകളിൽ ദേഷ്യത്തിന്റെ കണികപോലുമുണ്ടായിരുന്നില്ല. കൃഷ്ണമണികൾ, ഏതോ അപരിചിതന്റെ കണ്ണിന്റെ കുഴികളിൽ കിടക്കുന്ന രണ്ട് മങ്ങിയതും വൃത്തിയില്ലാത്തതുമായ ഗോട്ടികൾ പോലെ തോന്നിച്ചു. തന്റെ അച്ഛന്റെ മരവിച്ച കണ്ണുകൾ സ്പർശിച്ചപ്പോൾ, മരണമെന്ന യാഥാർത്ഥ്യത്തെ ഉൾക്കൊണ്ടുകൊണ്ട് താൻ ഈ ഭൂമിയിൽ പൂർണ്ണമായും തനിച്ചാക്കപ്പെട്ടു എന്നയാൾക്ക് തോന്നി. മണ്ണിൽ വീഴാതെ രണ്ടു കല്ലുകൾക്കിടയിൽ വീണ് പെട്ടു പോയ ഉണക്കവിത്തിനെ പോലെ അയാൾ ഇപ്പോൾ ഏകാനാണ്. ഇതെല്ലാം അയാളുടെ മനസ്സിലൂടെ കടന്നു പോയി, അതേസമയം താൻ ഇത്രയും കാലം ഈ സ്വാതന്ത്ര്യത്തിനായാണ് കാത്തിരുന്നത്, സത്യത്തിൽ ആഗ്രഹിച്ചിരുന്നത് എന്നയാൾ തിരിച്ചറിഞ്ഞു. അച്ഛന്റെ ദീർഘകാലം നിലനിന്ന ശാസന അയാൾ കാര്യമായി എടുത്തിരുന്നില്ല. പക്ഷേ സത്യത്തിൽ അയാളാണ് സ്വപിതാവിന് ഒരിക്കലും മാപ്പ് കൊടുക്കാതിരുന്നത്.

വീട് വിട്ടിറങ്ങുമ്പോൾ കണ്ട അമ്മയുടെ രൂപം. അച്ഛന്റെ നേർക്ക് നോക്കിയ അമ്മയുടെ കണ്ണുകളിൽ മരവിപ്പും പരാജയവും ക്ഷീണഭാവവും ആയിരുന്നു. ഒരിക്കലും സാന്ത്വനപ്പെടാനാവാത്ത വിധം അവർക്ക് മുറിവേറ്റിരിക്കുന്നു എന്നയാൾക്ക് മനസ്സിലായി. അമ്മ മാപ്പാക്കാത്തത് തന്നെയല്ല, അച്ഛനെയാണ് എന്നത് അയാൾക്ക് ആശ്വാസകരമായിരുന്നു. ഭർത്സിച്ചും ആക്രോശിച്ചും ഒരു ജന്മം കഴിച്ച

ആ വൃദ്ധൻ ഈ മുറിവേറ്റ മനസ്സ് കാണേണ്ടതായിരുന്നു. പക്ഷേ ആഴത്തിലുള്ള വിദ്വേഷം ആളിക്കത്തിക്കാനാണ് അദ്ദേഹം ശ്രമിച്ചത്. തെറ്റായ മൂല്യങ്ങളിലാണ് താൻ ജീവിതമാകെ പടുത്തുയർത്തിയത് എന്ന് സമ്മതിക്കുകയായിരുന്നു അദ്ദേഹം ചെയ്യേണ്ടിയിരുന്നത്. അക്കാരണത്താലാണ് തന്റെ കൺമുന്നിലുള്ള മരണത്തിന്റെ ഈ കാഴ്ച അസീസ് ബെയയക്ക് ഇരട്ടി വേദന ഉളവാക്കിയത്. ഈർപ്പത്തിന്റെ രൂക്ഷഗന്ധം വീടിനെ ദുർഗന്ധപൂരിതമാക്കി. അവർ കടന്നുപോയ ഒട്ടനേകം മാനസികവിക്ഷോഭങ്ങൾ ഉണ്ടാക്കി വച്ചിരുന്ന സന്താപം വീടിനെ ചുഴന്നു നിന്നു.

അമ്മ ശ്രദ്ധാപൂർവ്വം സൂക്ഷിച്ചതിനാൽ പുത്തൻ വടിവിൽ കാണപ്പെട്ട സ്യൂട്ടും ഷൂസുകളും റീഡിങ് ഗ്ലാസ്സും അയാളെടുത്തു. അച്ഛന്റെ മറ്റ് ജംഗമസ്വത്തുക്കളെല്ലാം അയൽക്കാർക്ക് കൊടുത്തു.

അയാൾ അടുത്ത സായാഹ്നത്തിൽ അച്ഛന്റെ സ്മോക്ഗ്രേ സ്യൂട്ടും സ്റ്റാർച്ച് ചെയ്ത ഷർട്ടും ധരിച്ച് ടൈയും കെട്ടിയാണ് പ്രോഗ്രാമിന് പോയത്. തന്റെ പരിപാടി തുടങ്ങിയത് അച്ഛനെ മനസ്സിൽ ഇരുത്തിയാണ്.

'എന്റെ ഹൃദയത്തിലെ ഈ മുറിവിന്
ശമനമുണ്ടാകുമോ?
യാതന പേറുന്ന എൻ ഹൃദയം
ഇപ്പോൾ ആകെ കറുത്തിരിക്കുന്നു.'

ആ സ്യൂട്ട് ധരിച്ചപ്പോൾ അയാളെന്തുകൊണ്ടോ അച്ഛനുമായി പൊരുത്തപ്പെടുകയും അദ്ദേഹത്തിന്റെ കുറ്റബോധം പങ്കിടുകയും ചെയ്തു.

ആ മരണം കഴിഞ്ഞ് വർഷങ്ങളോളം അയാളുടെ ജീവിതത്തിൽ കാര്യമായ മാറ്റമൊന്നുമുണ്ടായില്ല. കാലവും അയാളുടെ തംബുരുവിൽ നിന്നുയർന്ന താളങ്ങളും ജീവിതത്തിന്റെ കാഠിന്യത്തെ മയപ്പെടുത്തി. വാസസ്ഥലത്ത് രണ്ട് നിലകൂടി മുകളിൽ കൂടുതൽ വലിയ മുറിയിലേക്ക് അയാൾ താമസം മാറ്റി. നല്ല വെളിച്ചവും കാറ്റുമുള്ള മുറി. അയാൾ സമയത്തു തന്നെ ഭക്ഷണം കഴിച്ചു തുടങ്ങി. പുതിയ അടിവസ്ത്രങ്ങളും തൂവാലകളും വാങ്ങി. മറിയത്തെ കാണുന്നതിന് മുമ്പുണ്ടായിരുന്ന പോലെ ഒരുപാട് സ്ത്രീകൾ അയാളുടെ ജീവിതത്തിൽ കയറിയിറങ്ങി. പുതിയ സ്നേഹിതരും പരിചയക്കാരുമായി വീണ്ടും അയാൾ ചിരിക്കാനും സന്തോഷത്തോടെ സംസാരിക്കാനും തുടങ്ങി. അയാളുടെ യുവത്വത്തിന്റെ തുടക്കത്തിലുണ്ടായിരുന്ന പോലെ ആയില്ലയെങ്കിലും. സുമുഖനായ ഒരു ചെറുപ്പക്കാരനായി അയാൾ മദ്ധ്യവയസ്സിലേക്ക് എത്തി. അയാളുടെ നിലപാടിലും പെരുമാറ്റത്തിലും പക്വതയും ലോകപരിചയവും പ്രതിഫലിച്ചു. എന്നിട്ടും അയാൾ ലോകത്തോടുള്ള അകൽച തുടർന്നു. ജോലി

വാഗ്ദാനങ്ങൾ സ്വീകരിക്കുന്നതിൽ അയാൾ ധൃതി കാണിച്ചില്ല. പക്ഷേ അവധാനതയോടെ അയാൾ തന്റെ ജോലി തുടർന്നു, തന്റെ ചെറുവൃത്തത്തിൽ ക്രമേണ അറിയപ്പെടാനും ആദരിക്കപ്പെടാനും തുടങ്ങുന്നതുവരെ. ഒരു ദിവസം അയാൾ ഏറ്റവും മുന്തിയ ഒരു നൈറ്റ് ക്ലബ്ബിലേക്ക് ക്ഷണിക്കപ്പെട്ടു. ''ഞങ്ങളുടെ ക്ലബ്ബിൽ വാദനം ചെയ്യൂ.'' അവർ ക്ഷണിച്ചു. അയാൾ ആലോചിച്ച ശേഷം ആ ഓഫർ സ്വീകരിച്ചു. അതേ ദിവസം അന്ധനായ ഒരു തുന്നൽക്കാരന്റെ കടയ്ക്കു വെളിയിൽ അയാളീ പരസ്യം കണ്ടു 'പാതി തുന്നിത്തീർത്ത സൂട്ട് വിൽപ്പനയ്ക്ക്.' അച്ഛന്റെ സ്യൂട്ട് അപ്പോഴെക്കും പഴയതായിരുന്നു. 'ഞാനിത് വാങ്ങണോ വേണ്ടായോ' എന്ന് ആലോചിക്കുമ്പോൾ ത്തന്നെ അയാളുടെ കാലുകൾ കടയ്ക്കുള്ളിലേക്ക് ചലിക്കുകയും അയാൾ ആ സൂട്ട് വാങ്ങുകയും ചെയ്തു.

അത് കറുപ്പ് നിറത്തിൽ ആകർഷണീയമായ ഒരു ലോഞ്ച് സ്യൂട്ടായിരുന്നു. അതിന്റെ കോളറും കഫ്ഫും പർപ്പൾ സാറ്റിൻതുണി കൊണ്ടായിരുന്നു. മുറിയിൽ തിരിച്ചെത്തിയശേഷം അയാൾ അതണിഞ്ഞ് കണ്ണാടിയിൽ നോക്കി. ശരീരഭാഗത്ത് അത് ശരിക്കും പാകമായിരുന്നെങ്കിലും കൈനീളം കുറവായിരുന്നു. അതിന്റെ തുന്നൽപ്പണിയും പൂർത്തിയായിരുന്നില്ല. നൂലോട്ടിയതെല്ലാം അങ്ങനെത്തന്നെ ഉണ്ടായിരുന്നു. അയാൾ ലോഡ്ജിന്റെ ഉടമമായിരുന്ന മാസിഡ് ഹനീമിന്റെയടടുത്ത് പോയി.

''നല്ലൊരു തുന്നൽക്കാരനെ പറഞ്ഞു തരാമോ?'' അയാൾ ചോദിച്ചു. ''എനിക്ക് ഈ സ്യൂട്ടിന്റെ പണി പൂർത്തിയാക്കി കിട്ടണം. ഇതിന്റെ കൈനീളം കൂട്ടുകയും വേണം.''

അസീസ് ബെയെ സ്യൂട്ട് ഇടുവിച്ച് മോസഡ് ഹനീം എല്ലാ കോണിലും നിന്ന് പരിശോധിച്ചു.

''ഇതിൽ കാര്യമായി ഒന്നും ചെയ്യാനില്ല.'' അവർ പറഞ്ഞു. ''വുൾസാറ്റിന് ഈ പണി ഏതാനും രാത്രികൾ കൊണ്ട് തീർക്കാൻ സാധിക്കും. അവളെന്റെ അനന്തരവളാണ്. നിങ്ങൾക്ക് താത്പര്യമുണ്ടെങ്കിൽ ഞാനവളെ വിളിക്കാം. അവളിതൊന്ന് കണ്ടോട്ടെ. വാസ്തവത്തിൽ അവളൊരു സ്ഥാപനത്തിൽ ടൈപ്പിസ്റ്റാണ്, പക്ഷേ നന്നായി തുന്നുകയും ചെയ്യും.''

''ഈ പണി അവൾക്ക് ശരിക്കും പറ്റുമോ?'' അയാൾ ചോദിച്ചു. ''മനോഹരമായ എന്റെ സ്യൂട്ട് അവൾ നശിപ്പിക്കരുത്.''

''ഇത് ഒന്നുമല്ല അസീസ് ബെയ്.''മാസിഡ് ഹനീം പറഞ്ഞു. ''എന്റെ സഹോദരന്റെ വിന്റർ കോട്ടുകൾ പോലും അവൾ തുന്നിക്കൊടുക്കും. ഉറപ്പാണ്, അവൾക്കിത് ചെയ്യാൻ സാധിക്കും.''

''അങ്ങനെയെങ്കിൽ ദയവായി നിങ്ങളവളെ വിളിക്കുമോ, വരാൻ അനുവദിക്കുമോ?'' അസീസ് ബെയ് ചോദിച്ചു.

വുൾസാറ്റ് അന്ന് വൈകുന്നേരം തന്നെ എത്തി. അവൾ മെലിഞ്ഞ് വിളറിയ ഒരു പെൺകുട്ടിയായിരുന്നു. ചെറുപ്രായം കടന്നിരുന്ന അവളുടെ മുഖത്ത് ഭീരുത്വം നിഴലിച്ചിരുന്നു. അസീസ് ബെയ് അവളെ നിർദ്ദാക്ഷിണ്യം ധിക്കാരപൂർവ്വം നോക്കി.

''ഒരു അബദ്ധവും ഞാൻ അനുവദിക്കില്ല.'' അയാൾ പറഞ്ഞു. ''നിങ്ങൾക്ക് അറിയാനായി പറയുകയാണ്. നിങ്ങൾക്ക് പറ്റാത്ത പണിയാണെങ്കിൽ ഇത് ഏറ്റെടുക്കുകയേ വേണ്ട.''

എപ്രകാരം പ്രതികരിക്കണമെന്നറിയാതെ വുൾസാറ്റ് കുഴങ്ങി. ആ നിമിഷമാണ് അസീസ് ബെയ് അവളുടെ കണ്ണുകൾ ശ്രദ്ധിച്ചത്. അഗാധമായ വ്യസനത്തിൽ മുഴുകിയ, ചെറുപ്പം വിട്ട, പെൺകുട്ടിയുടെ കണ്ണുകൾ. മലിനമായ വിരലുകളാൽ എഴുതിയ ആ കണ്ണുകൾ തിളങ്ങി. അവ നിറയാൻ പോകുന്നതായി അസീസ് ബെയ് മനസ്സിലാക്കി. തന്റെ പരുഷമായ പെരുമാറ്റത്തെക്കുറിച്ച് അയാൾക്ക് ഖേദം തോന്നി.

''നന്നായി അയേൺ ചെയ്യണം.'' അയാൾ പറഞ്ഞു. ''ഞാൻ വളരെ കണിശക്കാരനാണ്.''

അന്ന് രാത്രി മദ്യശാലയിൽ വുൾസാറ്റ് അയാളുടെ മനസ്സിൽ ഇടയ്ക്കിടയ്ക്ക് പ്രത്യക്ഷയായി. അവളുടെ അടക്കം, ഒതുക്കം, നോട്ടത്തിലുള്ള ദുഃഖത്തിന്റെ ലാഞ്ഛന, എല്ലാം അയാളുടെ ഹൃദയത്തെ മഥിച്ചു. തന്റെ പെരുമാറ്റത്തിലെ പാരുഷ്യമോർത്ത് അയാൾക്ക് പശ്ചാത്താപം തോന്നി.

അന്ന് സ്നേഹിതരുമൊത്ത് സൊറ പറഞ്ഞിരിക്കുമ്പോൾ വിഷയം സ്ത്രീകളിലേക്കും അവരുടെ വിശ്വാസവഞ്ചനയിലേക്കും വഴിതിരിഞ്ഞു. അസീസ് ബെയ് മറിയത്തെക്കുറിച്ച് ആലോചിക്കുകയും വേദനാജനകമായ ആ സാഹസത്തിലൂടെ ഒരു യാത്ര പോകുകയും ചെയ്തു. ചൊവ്വാഴ്ച മാസിഡ് ഹനീമിന്റെ പക്കൽ നിന്ന് സ്യൂട്ട് വാങ്ങി ധരിച്ചപ്പോൾ ഒരു കാരണവുമില്ലാതെ അയാൾ ക്ഷോഭിച്ചു. കുറ്റങ്ങളുടെ ഒരു കൂമ്പാരം അയാൾ കണ്ടെത്തി, പുലമ്പാൻ തുടങ്ങി. ആ കുറ്റങ്ങളെല്ലാം തുന്നൽക്കാരി-അവളുടെ പേര് വുൾസാറ്റ് ആണെന്ന് അയാൾക്ക് കൃത്യമായി അറിയാമെങ്കിലും - അടിയന്തിരമായി തീർത്തു കൊടുക്കണമെന്നായി അയാൾ.

മാസിഡ് ഹനീം അത്ഭുതം കൂറി. അസീസ് ബെയ് പരാതിപ്പെട്ട ഒരു കുറവും അവർക്ക് കാണാൻ പറ്റിയില്ല.

''ഞാനവളോട് പറയാം, അസീസ് ബെയ്. അവളത് ശരിയാക്കിത്തരും.'' അവർ പറഞ്ഞു. ''എന്തിനാണ് ഇങ്ങനെ ക്ഷോഭിക്കുന്നത്?''

അസീസ് ബെയ് കോപം കൊണ്ട് വീർപ്പിടാനാകാതെ പോകുന്നത് അവർ നോക്കി നിന്നു. അവർക്ക് ഒന്നും മനസ്സിലായില്ല.

പിറ്റേന്ന് വൈകുന്നേരം അസീസ് ബെയ് നൈറ്റ് ക്ലബ്ബിലെ തിരക്കുകളുടെ ആയാസത്തിലായിരുന്നു - പുതുതായി തുന്നിയ സ്യൂട്ടിനെക്കുറിച്ച് പറഞ്ഞതെല്ലാം അയാൾ എപ്പോഴേ മറന്നു കഴിഞ്ഞിരുന്നു. തന്റെ പുതിയ പാട്ടിന് അയാൾ ഈണമിടുകയായിരുന്നു. അപ്പോൾ വാതിലിന്മേൽ തട്ടുന്ന ഒരു ശബ്ദം. മുട്ടണോ വേണ്ടയോ എന്ന് തീരുമാനിക്കാനാകാതെ, ദുർബ്ബലമായ ഒരു കയ്യ് പരിഭ്രമത്തോടെ വാതിലിന്റെ കട്ടിളയിൽ തൊടുന്ന പോലെയായിരുന്നു അത്. അസീസ് ബെയ് വാതിൽ തുറന്നു. വുൾസാറ്റിനെ കണ്ടു.

''ഞാൻ നിങ്ങളുടെ സ്യൂട്ട് കൊണ്ടു വന്നിട്ടുണ്ട്.''അവൾ പറഞ്ഞു.

ന്യൂസ്പേപ്പർ കൊണ്ട് പലവുരു പൊതിഞ്ഞ, അല്പം ഈറനായ പാക്കറ്റ് അവൾ മാറോടണച്ച് കോട്ടിനുള്ളിൽ പിടിച്ചിരിക്കുകയായിരുന്നു. അവളത് പുറത്തെടുത്ത് അയാൾക്ക് സമർപ്പിച്ചു. ചുറ്റും ആരുമുണ്ടായിരുന്നില്ല. റൂമുകളിൽ നിന്നും യാതൊരു ശബ്ദവും വന്നിരുന്നില്ല. ജനൽവാതിൽപ്പൊളികളിന്മേൽ മഴ ശക്തിയായി അടിക്കുന്ന ശബ്ദം മാത്രമേ ഉണ്ടായിരുന്നുള്ളൂ. അവളുടെ കോട്ടിന്റെ അരുകിൽ നിന്ന് മഴത്തുള്ളി വീഴുന്നത് അസീസ് ബെയ് ശ്രദ്ധിച്ചു. പരുപരുത്ത ഒരു കൈയിൽ പിടയുന്ന ഒരു കിളിയെപ്പോലെയാണ് അവൾ അയാൾക്ക് കാണപ്പെട്ടത്.

''ഉള്ളിലേക്ക് കയറി വരൂ...'' അയാൾ പറഞ്ഞു. ''നിങ്ങൾ ആകെ നനഞ്ഞിരിക്കുന്നു.''

വുൾസാറ്റ് ഉൽക്കണ്ഠാകുലയായിരുന്നു. നിശ്ശബ്ദയായും മര്യാദയോടും ആരുടേയും ശ്രദ്ധ ആകർഷിക്കാതെ കഴിഞ്ഞുപോയവയായിരുന്നു അവളെ സംബന്ധിച്ചേടത്തോളം പോയ വർഷങ്ങൾ. അതിനാൽ അവൾ ചകിതയും അതേസമയം മോഹിതയുമായിരുന്നു. ഈ മനുഷ്യനെ വലയം ചെയ്യുന്ന വിഷമവൃത്തത്തിലേക്ക് കടക്കാൻ. അയാളുടെ ആത്മവിശ്വാസം സ്ഫുരിക്കുന്ന പെരുമാറ്റവും ആകർഷകമായ ചലനങ്ങളും പാട്ടുകാരനെന്ന നിലയിൽ വർദ്ധിച്ചു വരുന്ന പ്രശസ്തിയും കാരണം അയാൾ അപ്രാപ്യനും വളരെ ഉന്നതനുമായി അവൾക്ക് തോന്നിയിരുന്നു.

''വേണ്ട, നന്ദി.'' പതിഞ്ഞ ശബ്ദത്തിൽ അവൾ പറഞ്ഞു. ''ഞാനെന്റെ ചെറിയമ്മയുടെ റൂമിലിരിക്കാം. നിങ്ങൾ ഇത് ധരിച്ച് നോക്കി ശരിയായോ എന്ന് പറയുമല്ലോ.''

അസീസ് ബെയ് ആ പെൺകുട്ടിക്ക് ഊഷ്മളമായ പുഞ്ചിരി സമ്മാനിച്ചു. തന്റെ പരുക്കൻ പെരുമാറ്റം ഹൃദയം തകർത്ത അതേ പെൺകുട്ടി.

''നിങ്ങളുടെ ചെറിയമ്മ അവിടെയില്ല.'' അയാൾ പറഞ്ഞു. ''ഇന്ന് രാത്രി അവർ ലോഡ്ജിന്റെ മറ്റേ വിങ്ങിലാണ്. ഉള്ളിലേക്ക് വരൂ.

അൽപമൊന്ന് ചൂടേൽക്കൂ. മുങ്ങിപ്പോയ എലിയെപ്പോലെയുണ്ട് ഇപ്പോൾ നിങ്ങളെ കാണാൻ. വരൂ അകത്തേക്ക്.''

അന്ന് രാത്രി പുസ്തകവുമെടുത്ത് കിടക്കയിലേക്ക് ചായുമ്പോൾ അയാൾക്ക് വുൾസാറ്റിനെ ഓർക്കാതിരിക്കാനായില്ല, ആകർഷിക്കാൻ ശ്രമിക്കാത്ത, ശരീരവലുപ്പമില്ലാത്ത, പക്ഷേ മുഖകാന്തിയുള്ള വുൾസാറ്റ്. അവളുടെ നടപ്പിലും മുഖത്തും മൃദുവായ ശബ്ദത്തിലും നന്മനിറഞ്ഞതും മനസ്സിൽ ശാന്തി പരത്തുന്നതുമായ എന്തോ ഒന്നുണ്ടായിരുന്നു. അസീസ് ബെയുടെ വിനാശകരമായ നോട്ടം അവളുടെ കണ്ണിൽ വീണപ്പോൾ അതവിടെ തങ്ങി. അയാളുടെ മനസ്സ് ചഞ്ചലമായി. പരിത്യക്തവും പരാജിതവുമായ ആ മുഖം, സ്നേഹത്തിൽ കുതിർന്ന കരുണ അയാൾക്കുള്ളിൽ കൊളുത്തി. ഒരു സാധു പെൺകുട്ടി, ഏകാകിയായ അവൾ നഗരത്തിലെ തന്റെ കൊച്ചു ലോകത്തിൽ സ്വയം വിസ്മൃതയായവൾ - അവിടെ ഏവരും അവനവന്റെ വ്യക്തിഗതമായ പരീക്ഷണങ്ങൾ നേരിടുന്നു. അപ്പോൾ അയാൾക്കൊരു ചിന്ത വന്നു, താനും അവളുടെ പോലെത്തന്നെ ഏകാകിയാണല്ലോ എന്ന്. അയാൾക്ക് വീടില്ല, കുടുംബവുമില്ല. കാലം പോകുന്നതറിയാതെ പാഞ്ഞുപൊയ്ക്കൊണ്ടിരിക്കുന്ന വർഷങ്ങളുടെ പ്രയാണത്തിന് ഇനിയും വേഗത കൂടും. തലയെടുപ്പോടെ അഭിമാനത്തോടെ ജീവിക്കാനായി താൻ പെടുന്ന കഷ്ടപ്പാടുകളും വ്യസനങ്ങളും സഹിക്കാൻ കൂടുതൽ പ്രയാസമായി വരും. അയാളുടെ മുറിക്ക് പുറത്ത് സ്നേഹിതരും ഭക്ഷണവും സദിരുകളും പ്രസ്താവനകളും അഭിമുഖങ്ങളും അനുമോദനവൃന്ദവും മറ്റു കാര്യങ്ങളും കൊണ്ട് എല്ലാ ദിശയിൽ നിന്നും അയാളെ പുതയുന്ന ജീവിതം. പക്ഷേ തിരിച്ച് മുറിയിലെത്തിയാൽ എല്ലാം വളരെ വ്യത്യസ്തമായ സ്ഥിതിയിലാകും. അപ്പോൾ ആത്മവിശ്വാസമുള്ള, തിരക്കുപിടിച്ച ജീവിതം നയിക്കുന്ന അസീസ് ബെയുടെ മനസ്സിൽ ബാലിശമായ ഒരു വാശി നിറയും. തന്റെ മനസ്സിൽ അമർത്തി വെച്ച കാര്യങ്ങൾ ശ്രദ്ധയോടെ കേൾക്കാൻ തയ്യാറുള്ള ആരെങ്കിലും വേണമെന്ന് അസീസ് ബെയ്ക്ക് തോന്നും.

ആ വ്യക്തി വുൾസാറ്റ് ആകുക സാദ്ധ്യമോ? പ്രണയത്തിലാകാൻ അയാൾക്ക് ആഗ്രഹമോ മനഃസ്ഥിതിയോ ഉണ്ടായിരുന്നില്ല. നിരന്തരമായ ആവശ്യങ്ങളുടെ അന്തസ്സാരമില്ലാത്ത താളക്കൂത്തായി രണ്ടുപേരുടെ ജീവിതം മാറ്റുന്ന ഒരു സ്ത്രീയെ സഹിക്കാനോ അവരുടെ ഹൃദയം കവരാൻ പാടുപെടാനോ പറ്റിയതായിരുന്നില്ല അയാളുടെ സ്ഥിതി. സ്വാർത്ഥതയോടെയുള്ള അയാളുടെ ചിന്തയിൽ വുൾസാറ്റിനെ പോലുള്ള ഒരു സ്ത്രീയോടൊപ്പം മാത്രമേ ജീവിക്കുവാൻ സാധിക്കൂ എന്നയാൾക്ക് തോന്നി. കാരണം, വുൾസാറ്റ് അടക്കമുള്ളവളും നിസ്സാരയും സൂക്ഷിച്ചു നോക്കിയില്ലെങ്കിൽ അദൃശ്യയും

ആവശ്യമില്ലാത്ത സാഹചര്യത്തിൽ സാന്നിദ്ധ്യം അറിയിക്കാത്തവളുമായിരുന്നു. അയാൾ സംസാരിച്ചാൽ അവൾ കേൾക്കും. അയാൾ ചോദിച്ചാൽ അവൾ മറുപടി പറയും. ചുരുക്കത്തിൽ തന്റെ ജീവിതം അനായാസമാക്കുന്ന ഒരു സ്ത്രീക്കൊപ്പം ജീവിക്കാമെന്ന് അയാൾക്ക് തോന്നി, മാത്രമല്ല അങ്ങനെയൊരു സ്ത്രീയെ അയാൾ ആഗ്രഹിക്കുകയും ചെയ്തു.

ഇടയ്ക്കിടയ്ക്ക് അയാൾ ഈ വിഷയത്തെക്കുറിച്ച് ആലോചിക്കാൻ തുടങ്ങി. ആവശ്യമില്ലെങ്കിലും അയാൾ വുൾസാറ്റിനെക്കൊണ്ട് രണ്ട് ഷർട്ടുകളും ഒരു ജാക്കറ്റും തുന്നിപ്പിച്ചു. അളവെടുക്കുക, പാകം നോക്കുക എന്നിവയ്ക്കായുള്ള പോക്കുവരവുകൾക്കിടയിൽ അയാൾ അവളെക്കുറിച്ച് ഒരഭിപ്രായം രൂപീകരിച്ചു. വുൾസാറ്റാകട്ടെ, അയാൾക്കരികെ ഒട്ടും പ്രാധാന്യമൊന്നും ഇല്ലാത്തവളായി സ്വയം കരുതുകയും അയാളുടെ മാർഗ്ഗത്തിൽ നിന്ന് മാറിനിൽക്കുകയും തന്നെ പ്രദർശിപ്പിച്ച് അയാളെ അലോസരപ്പെടുത്താതിരിക്കാനും ശ്രദ്ധിച്ചു. അടിസ്ഥാനമില്ലാത്ത പ്രതീക്ഷകളിൽ വീണുപോയി വേദനപ്പെടേണ്ടി വരുന്നതിനെപ്പറ്റി അവൾക്ക് ഭയമായിരുന്നു. അതിനാൽ, അസീസ് ബെയ് തങ്ങൾക്കിടയിൽ വേണമെന്ന് നിശ്ചയിച്ച ദൂരം അവളെപ്പോഴും കാത്തുസൂക്ഷിച്ചു. ഒരുപക്ഷേ അവൾ സ്വപ്നം കാണുന്നത് പോലും ഒഴിവാക്കി. സ്വപ്നം വിശ്വസിച്ച് അവയ്ക്ക് പിന്നാലെ താൻ പോകാതിരിക്കാനുള്ള കരുതലായിരുന്നു അത്.

ഉച്ചഭക്ഷണ ശേഷമുള്ള പതിവ് നടത്തത്തിനിടയിലാണ് അവർ അന്യോന്യം കണ്ടുമുട്ടിയത്. അത് യാദൃച്ഛികമായിരുന്നില്ല. വുൾസാറ്റ് ജോലി ചെയ്യുന്ന കെട്ടിടത്തിന്റെ നേരെ എതിർവശമുള്ള കഫേയിലാണ് അസീസ് ബെയ് ഇരുന്നിരുന്നത്. അയാൾ വുൾസാറ്റിനെ ഉച്ചഭക്ഷണത്തിനായി പുറത്തേക്ക് വരുന്നതും കാത്തിരിക്കുകയായിരുന്നു. സ്വയം തുന്നിയ കോട്ടും ധരിച്ച് അവൾ ഓഫീസ് ഗെയ്റ്റിൽ നിൽക്കുന്നത് കണ്ടപ്പോൾ അയാൾ കഫേയ്ക്ക് പുറത്തിറങ്ങി. കുറച്ചു നേരം അവളുടെ പിന്നാലെ നടന്നു. അതിനുശേഷം അവളുടെ അടുത്തേക്ക് ചെന്ന് പറഞ്ഞു, 'ഹലോ'. മറയില്ലാത്തൊരാനന്ദം വുൾസാറ്റിന്റെ മുഖത്ത് മിന്നിത്തെളിഞ്ഞു. അവർ കുറച്ചു നേരം സംസാരിച്ചു നടന്നു. അസീസ് ബെയ് തനിക്കാവുന്ന വിധം ഊഷ്മളമായി പെരുമാറി. അവൾ തുന്നിയ ജാക്കറ്റായിരുന്നു അയാൾ ധരിച്ചിരുന്നത്. അയാൾ അവളെ ഉച്ചഭക്ഷണത്തിനായി ക്ഷണിച്ചു. അയാളുടെ ആജ്ഞാശക്തിക്ക് മുന്നിൽ വേണ്ട എന്നോതുവാൻ അവൾക്ക് കഴിഞ്ഞില്ല. ഇതൊരു വെറും ക്ഷണമായി അവൾ സ്വയം വിശ്വസിപ്പിക്കുകയും അവളുടെ പ്രതീക്ഷകൾ ഉയർത്തുന്ന തരത്തിലുള്ള ഒരു ഉദ്ദേശ്യം അതിലുണ്ടോ എന്ന് ചികഞ്ഞുനോക്കാതിരിക്കുകയും ചെയ്തു. അവർ ഒരു പുഡ്ഡിങ്ങ് ഷോപ്പിലേക്ക് കയറി ചിക്കൻ പിലാഫ് ഓർഡർ ചെയ്തു. അധികാരസ്വരത്തിൽ അസീസ് ബെയ് എന്തൊക്കെയോ

പറഞ്ഞിരുന്നു. മുഖത്ത് പുഞ്ചിരിയോടെ വുൾസാറ്റ് കേട്ടുകൊണ്ടിരുന്നു. ചിക്കൻ പിലാഫ് കഴിച്ചുതീർന്നപ്പോൾ അവൾ മധുരപദാർത്ഥത്തിലേക്ക് നീങ്ങി.

അസീസ് ബെയ് ചോദിച്ചു. ''നിങ്ങൾക്ക് ശനിയാഴ്ചയും ജോലിയുണ്ടോ?'' സംഭാഷണത്തിനിടയ്ക്കുള്ള സ്വാഭാവികമായ വാചകമെന്ന് തോന്നിക്കുന്ന വിധമായിരുന്നു ആ ചോദ്യം. ''നിങ്ങൾ അന്ന് ഫ്രീ ആണെങ്കിൽ നമുക്കൊരു സിനിമ കാണാൻ പോകാം.'' വുൾസാറ്റിന്റെ കയ്യിൽ നിന്ന് പുഡ്ഡിങ്ങ് സ്പൂൺ താഴെ വീണു. അതെടുക്കാൻ ശ്രമിച്ചപ്പോൾ അവളുടെ കൈതട്ടി ഗ്ലാസ്സ് മറിഞ്ഞു.

തൊണ്ടയിടറിക്കൊണ്ട് അവൾ പറഞ്ഞൊപ്പിച്ചു. ''ശരി.''

അവർ കഫേ വിടുന്ന നേരം അവൾ കോട്ട് ധരിക്കാനോ പുറത്തേക്കുള്ള വാതിലെവിടെയെന്ന് കാണാൻ പോലുമോ സാധിക്കുന്ന സ്ഥിതിയായിരുന്നില്ല.

ഏതാനും മാസങ്ങൾക്കകം അവർ വിവാഹിതരായി. എത്ര കണ്ട് വുൾസാറ്റിന്റെ അച്ഛൻ സമ്മതം മൂളുന്നത് നീട്ടി വെക്കാൻ ശ്രമിച്ചെങ്കിലും, വീട്ടിലേക്ക് വരുമാനം നിൽക്കുന്നതിൽ നീരസം പ്രകടിപ്പിച്ചെങ്കിലും നിസ്സാരന്മാരായ അവളുടെ സഹോദരന്മാർ ഒരു പാട്ടുകാരന് ഞങ്ങളുടെ പെങ്ങളെ കൊടുക്കില്ല എന്ന് അനാവശ്യ തടസ്സങ്ങൾ എത്രകണ്ട് ശക്തമായി ഉന്നയിച്ചെങ്കിലും വുൾസാറ്റ് തന്റെ നിലപാട് അത്രതന്നെ കടുപ്പിച്ചു കൊണ്ട് പറഞ്ഞു .''ഞാൻ വിവാഹിതയാകാൻ പോകുന്നു.'' ഇത്രമാത്രം ഉറച്ച ഒരു നിലപാട് അച്ഛനേയും ചെറിയമ്മയേയും ഒട്ടൊന്നുമല്ല അത്ഭുതപ്പെടുത്തിയത്.

ഗോൾഡൻ ഹോൺ കായലിനെ അഭിമുഖീകരിച്ച് സ്ഥിതിചെയ്യുന്ന വാടകവീട് തയ്യാറാക്കുന്ന സമയം അസീസ് ബെയ് ജീവിതത്തിൽ ചില സുഖങ്ങളെല്ലാം അനുഭവിച്ചു. ഇനിമേൽ തന്റെ ജീവിതം സുഖകരവും അനായാസവും ആകുമെന്ന് അയാൾ ധരിച്ചു, പക്ഷേ തന്റെ പുതിയ അവസ്ഥയുടെ പ്രാധാന്യം അയാളോർത്തില്ല. പക്ഷേ വുൾസാറ്റിന്റെ മനസ്സിൽ അതെല്ലാം ഉണ്ടായിരുന്നു.

എല്ലാം നടന്നത് അസീസ് ബെയ് വിചാരിച്ച പോലെ ആയിരുന്നു. അധികം അതിഥികളെ ക്ഷണിക്കാൻ അയാൾക്ക് താത്പര്യമില്ലാതിരുന്നതിനാൽ വിവാഹച്ചടങ്ങ് വളരെ ലളിതമായിട്ടായിരുന്നു. വുൾസാറ്റിന്റെ അച്ഛൻ, ചെറിയമ്മ, രണ്ട് അടുത്ത സുഹൃത്തുക്കൾ... കഴിഞ്ഞു. ഈ കടന്ന ലാളിത്യം വുൾസാറ്റിനെ അസ്വസ്ഥയാക്കി. അതേസമയം അവൾ അതൊരു വലിയ വിഷയമാക്കിയില്ല, കാരണം അസീസ് ബെയുമായി വിവാഹിതയാകുന്നു എന്ന് ഇപ്പോഴും അവൾക്ക് വിശ്വസിക്കാൻ പ്രയാസമായിരുന്നു. ആദ്യരാത്രിയിൽ തന്റെ സമീപത്ത് കിടക്കുന്ന ആൾ അസീസ് ബെയ് തന്നെയല്ലേ എന്ന് ഇടയ്ക്കിടയ്ക്ക് ഉറക്കത്തിൽ നിന്ന് ഉണർന്ന് അവൾ നോക്കിയിരുന്നു.

പക്ഷേ അധികനാൾ വേണ്ടിവന്നില്ല വുൾസാറ്റിന് ഒരു കാര്യം വ്യക്തമാകാൻ - വിവാഹബന്ധത്തിൽ സ്നേഹിക്കുന്നവൾ അവൾ മാത്രമായിരുന്നു. രണ്ടുപേരും ജീവിതത്തിൽ ഒരേ അർത്ഥമല്ല തേടുന്നതെന്ന് വളരെ വേഗം മനസ്സിലാക്കി. വുൾസാറ്റിന്റെ ഹൃദയത്തിൽ നിറഞ്ഞു തുളുമ്പിയിരുന്ന കാല്പനികഭാവത്തിന്റെ കണികപോലും അസീസ് ബെയിൽ ഉണ്ടായിരുന്നില്ല. ആ ലളിതമായ ചടങ്ങോടെ അവൾ സസന്തോഷം ഉപേക്ഷിച്ചിരുന്ന തോടിലേക്ക് അവൾ സ്വയം ഒതുങ്ങി. വലിയൊരു സ്വപ്നം അതോടെ പൊലിഞ്ഞു.

അസീസ് ബെയുടെ പ്രതാപകാലമായിരുന്നു ഈ വർഷങ്ങൾ. വർണ്ണാഭമായ പുറംലോകം അയാളെ വലയം ചെയ്ത് അതിന്റെ ആലിംഗനത്തിലമർത്തി. വെള്ളംപോലെ സംഗീതവും മദ്യവും ഒഴുകിയിരുന്ന ആവേശകരവും ലഹരി പിടിപ്പിക്കുന്നതുമായ, കൂത്താടുന്ന ലോകത്തിലേക്ക് സന്തോഷത്തോടെ അയാൾ അലിഞ്ഞു. സൗമ്യപ്രകൃതരായ ആത്മാക്കൾക്ക് അവിടെ ഇടമുണ്ടായിരുന്നില്ല. ഉഷ്ണജലമുള്ള നദിയിൽ നീന്തി, വെള്ളച്ചാട്ടങ്ങൾ കടന്ന് അനക്കമില്ലാത്ത തടാകങ്ങളിൽ പെട്ട്, അവസാനം പതകൾക്കുള്ളിൽ സ്വയം കാണുന്ന പ്രതീതിയായിരുന്നു അയാൾക്ക് ആ ജീവിതം. ഓരോ സായാഹ്നവും വ്യത്യസ്തമായ ഭാവങ്ങൾ പ്രസരിപ്പിക്കുന്ന ജീവിതത്തിന്റെ ഈ ദ്രുതഗതി അയാൾ രസിച്ചു. ഒരേ രാത്രി തന്നെ അനവധി നിശാക്ലബ്ബുകളിൽ അയാൾ ആലാപനം നടത്തി. സംഗീതവുമായി ബന്ധപ്പെട്ട് ധാരാളം യാത്ര ചെയ്യുകയും തന്റെ ജീവിതത്തിലൂടെ കടന്നുപോകുന്ന സ്ത്രീകളെ അയാൾ ശ്രദ്ധിക്കുകയും ചെയ്തു. അയാൾ പണം വെള്ളം പോലെ ഒഴുക്കുകയും സംഗീതത്തിൽ ഉന്മത്തനാകുകയും ചെയ്തു. ഇപ്രകാരം അയാൾ മറിയത്തെ മറന്നു. ഏഴയായും സങ്കടപ്പെട്ടും മനോവീര്യം തകർന്നും ആ അത്യുഷ്ണ നഗരത്തിൽ കഴിഞ്ഞ കാലവും മറന്നു. തനിക്കു ചുറ്റും അയാൾ രൂപപ്പെടുത്തിയെടുത്ത പരിവേഷം വളരുകയും ശക്തിയാർജ്ജിക്കുകയും ചെയ്തു. അങ്ങനെ അസീസ് ബെയ് തന്റെ മനസ്സിന് മതിവരുവോളം നിരർത്ഥകമായി ജീവിച്ചു.

അപ്പോഴും ഉയർത്തിയ റഖി ഗ്ലാസ്സും സംഗീതവും ചിതറിവീഴുന്ന പൊട്ടിച്ചിരികളുമായി അയാൾ ഒഴുകി പോകുമ്പോൾ, വുൾസാറ്റ് ഏകയായി ജനലിനരികിൽ ഇരുന്നു. മുറിയുടെ ഒരു മൂലയിൽ വച്ച വിളക്കിൽ നിന്നുള്ള വെളിച്ചം അവളുടെ മുഖത്ത് കട്ടിയുള്ള നിഴലുകൾ വീഴ്ത്തി. ഗോൾഡൻ ഹോണിന്റെ മലിനജലത്തിൽ പ്രതിഫലിച്ചുകൊണ്ട് ചിതറിവീഴുന്ന നിലാവ് നോക്കിക്കൊണ്ട് വ്യസനത്തോടെ അവൾ തന്റെ ജീവിതത്തെക്കുറിച്ച് ചിന്തിച്ചു. അസീസ് ബെയുടെ പ്രതിഷേധത്തെ വകവെക്കാതെ അവൾ ഒരു കുഞ്ഞിനെ പ്രസവിച്ചിരുന്നു. കുഞ്ഞ് അധികം ജീവിച്ചില്ല. അതിനുശേഷം അവൾ ആകെ വാടുകയും നിശ്ശബ്ദയാകുകയും ചെയ്തു.

അങ്ങനെയവർ ഒരുപാട് വർഷങ്ങൾ ജീവിച്ചു തീർത്തു. രണ്ടാൾക്കും വയസ്സായി. വുൾസാറ്റ് വർഷങ്ങളായി തന്റെ മുറിവേറ്റ ഹൃദയവും പേറി പഴകിത്തേഞ്ഞ പോലായി. അസീസ് ബെയുടെ സുവർണ്ണ വത്സരങ്ങളുടേയും സമാപ്തിയായി. കാറയച്ച് അക്കാലത്തെ പ്രശസ്തനായ തംബൂർ പ്രതിഭയെ വരുത്തിയിരുന്ന നിശാക്ലബ്ബുകൾ ഓരോന്നായി പൂട്ടിത്തുടങ്ങി. ആൾക്കാരെല്ലാം വീടുകളിലേക്ക് ഒതുങ്ങിത്തുടങ്ങി. കാലഹരണപ്പെട്ട കലാകാരന്മാർ പുതുരീതികളുമായി പൊരുത്തപ്പെടാനാകാതെ തിരസ്കൃതരായി. അവരുടെ ഹൃദയം വേദനിച്ചു; അവരെല്ലാം മദ്യപാനികളായി മാറുകയും ചെയ്തു.

അസീസ് ബെയ് തന്റെ സമയം മിക്കവാറും വീട്ടിൽത്തന്നെ ചെലവഴിക്കാൻ തുടങ്ങി. അയാളെ കൈയ്ക്കുപിടിച്ച് വലിച്ച് സംഗീതോത്സവങ്ങളിലേക്ക് ആനയിച്ചിരുന്ന കൂട്ടുകാരെല്ലാം മോശം നൈറ്റ് ക്ലബ്ബുകളിലും നിലവാരമില്ലാത്ത സംഗീതശാലകളിലും ജീവിക്കാൻ വേണ്ട വരുമാനത്തിനായി കഷ്ടപ്പെട്ടു. ആ മിന്നിത്തിളങ്ങിയിരുന്ന ജീവിതം കടന്നുപോയപ്പോൾ, ഒരിക്കൽ നീണ്ട കളർഫിലിം പോലെ കാവ്യാത്മകവും സംഗീതാത്മകവും ആയിരുന്ന അസീസ് ബെയുടെ ജീവിതം മാഞ്ഞുതുടങ്ങിയതും മങ്ങിയതുമായ ഒരു ഫോട്ടോ പോലെ ആയിത്തീർന്നു. കുറച്ചുകാലമെല്ലാം അയാൾ പ്രതിരോധിക്കാൻ ശ്രമിച്ചെങ്കിലും ആത്യന്തികമായി കീഴടങ്ങി. തന്റെ അന്തമില്ലാത്ത ചാപല്യങ്ങൾ സഹിച്ചിരുന്ന നിശാക്ലബ്ബുകളിൽ നിന്ന് അയാൾ രണ്ടാംകിട മദ്യശാലകളിലേക്ക് ഒതുക്കപ്പെട്ടു. തന്റെ കൂട്ടുകാരുടെ വിധി അയാളും പങ്കിട്ടു.

തങ്ങളുടെ പരിപാടി പുലർച്ചെ കഴിയുന്ന നേരം ഒരാളുടെ ചുണ്ടിൽ നിന്നും ഒരു വാക്കു പോലും പുറത്തേക്ക് വന്നില്ല. അന്യോന്യം ശുഭരാത്രി ആശംസിച്ച് അവർ തലയും താഴ്ത്തി ജാക്കറ്റിന്റെ കോളർ പൊന്തിച്ച് വച്ച് സ്വന്തം വീടുകളിലേക്ക് തീവ്രവ്യഥയോടെ ചിതറിയകന്നു. അവർക്കായി മദ്യശാലയിലൊരു മേശയൊരുക്കാൻ സന്നദ്ധരായി ഒരാളും ഇല്ലാതായി. പ്രോഗ്രാമിന്റെ ഇടവേളകളിലെ ചർച്ചകളുടെ വിഷയങ്ങൾ പോലും മാറി. അടുത്ത കാലത്ത് മാർക്കറ്റിലെത്തിയ പെണ്ണുങ്ങൾ, അവിടം പ്രക്ഷുബ്ധമാക്കിയ അപവാദങ്ങൾ, ടർക്കിഷ് റേഡിയോവിലും ടിവിയിലും വരുന്ന സംഗീതസൃഷ്ടികൾ, പ്രശസ്തരായ പാട്ടുകാരെക്കുറിച്ച് മാദ്ധ്യമങ്ങളിൽ വരുന്ന ലേഖനങ്ങൾ, തങ്ങളുടെ തന്നെ വിഷയലമ്പടത്തത്തിന്റെ സ്മരണകൾ– ഇതെല്ലാം അവരുടെ സംഭാഷണങ്ങളിൽ നിന്ന് അപ്രത്യക്ഷമായി. പരിചയമുള്ളവരെ വിമർശിക്കുന്നതുപോലും അവർ നിർത്തി. വിറക്, കരി, വാടക, ഗ്യാസ് ബിൽ, പലചരക്കു പീടികയിൽ തീർക്കാനുള്ള പറ്റ് ഇവയൊക്കെ അവരുടെ ബോധത്തിൽ ഇടം പിടിച്ചു. എന്താണിങ്ങനെയാവാൻ എന്ന അമ്പരപ്പ് അവരുടെ മുഖത്ത് സ്ഥിരമായി

കാണപ്പെട്ടു. അവരുടെ ശബ്ദത്തിൽ ഒരു തരം ഇടർച്ച വന്നുകൂടി. അവർ വല്ലാതെ വഴങ്ങുന്നവരും വിനയാന്വിതരുമായി. ഒടുക്കം, ബാല്യം മുതൽ യാതൊരു കുറ്റവും കുറവും ഇല്ലാതെ സംഗീതം ആലപിച്ചിരുന്ന ആ ശുദ്ധസംഗീതജ്ഞരെല്ലാം അദൃശ്യതയിലേക്ക് മാഞ്ഞുപോയി.

ഗ്ലാസ്സ് കണക്കിന് മദ്യം അകത്തു ചെന്ന് നാവ് കുഴഞ്ഞ മദ്യപന്മാർ അസീസ് ബെയോട് അയാൾ കേട്ടിട്ടു പോലുമില്ലാത്ത അറാബസ്ക് പാട്ടുകൾ പാടാൻ ആവശ്യപ്പെട്ടു. അയാൾ ഇതെല്ലാം സഹിച്ചു, ഇതൊരു താത്ക്കാലികാവസ്ഥയാണെന്നും വളരെ വേഗം പഴയ വർണ്ണാഭമായ ജീവിതത്തിലേക്ക് താൻ തിരിച്ചെത്തുമെന്നും അയാൾ വിചാരിച്ചു. ഈ സഹനം അയാളെ കൂടുതൽ അസഹിഷ്ണുവും ശുണ്ഠിക്കാരനും പണ്ടത്തേക്കാൾ അക്രമണോത്സുകനുമാക്കി മാറ്റി. ഇങ്ങനെ നീണ്ട ഒരു കാലം കഴിഞ്ഞു പോയി.

മോശമായി തുടർന്ന സ്ഥിതി കൂടുതൽ വഷളായി. അസീസ് ബെയ് മാസങ്ങളായി തൊഴിൽരഹിതനായിരുന്നു. അയാൾ മിക്കവാറും എല്ലാ മദ്യശാലകളിലും ഒരുമാതിരി മാന്യതയുള്ള നിശാക്ലബ്ബുകളിലും ജോലിയെടുത്തു കഴിഞ്ഞു, എല്ലായിടത്തു നിന്നും അയാൾ കലഹിച്ചു പിരിഞ്ഞു. അവർ മുതലിൽ നിന്നെടുത്ത് ജീവിക്കേണ്ട സ്ഥിതിയിലായി. നിശാക്ലബ്ബുകൾ പൊളിച്ച് ഓഫീസ് ബ്ലോക്കുകൾ പണിത അയാളുടെ പഴയ ബോസ്സുമാരുടെ അടുത്ത് പോയി യാചിക്കുക അയാളാൽ അസാദ്ധ്യമായ കാര്യമായിരുന്നു. അയാൾക്കു മുന്നിൽ ഒരു കാലത്ത് ക്യൂ നിന്നിരുന്ന പ്രോഗ്രാം സംഘാടകരുടെ അടുത്തും പോകാൻ അഭിമാനം അനുവദിക്കാത്തതിനാൽ മാനസികമായ പിരിമുറുക്കവും വിഷാദവും സഹിച്ചുകൊണ്ട് ന്യൂസ് പേപ്പർ വായിച്ചും കോപ്പ കണക്കിൽ കാപ്പി കുടിച്ചും അയാൾ സദാസമയവും വീട്ടിൽത്തന്നെ നേരം പോക്കി. ചിലപ്പോൾ അയാൾ ബാൽക്കണിയിൽ പോയി നിന്ന് അയൽപക്കത്തെ പന്ത് കളിക്കുന്ന കുട്ടികളോട് കയർക്കും. അതേസമയം അയാൾക്ക് യോജിക്കുന്ന നല്ല ജോലിവാഗ്ദാനങ്ങൾ പ്രതീക്ഷിച്ച് ടെലഫോൺ മണിയടിക്കുന്നതും കാത്തിരിക്കും.

ഈ കാലത്താണ് വുൾസാറ്റിന്റെ മനസ്സിനേറ്റ മുറിവുകളെക്കുറിച്ച് അയാൾക്ക് ഊഹം കിട്ടിയത്. തൊഴിൽരഹിതനായിരുന്ന ആദ്യ ആഴ്ചകളിൽ ജോലിയും പ്രതീക്ഷിച്ച് പാട്ടുകാരുടെ കഫേയിൽ ദിവസം മുഴുവൻ ഇരിക്കുന്ന പതിവ് അയാൾക്കുണ്ടായിരുന്നു. പക്ഷേ താമസിയാതെ അയാൾക്കൊരു കാര്യം മനസ്സിലായി. ഈ സ്ഥലത്ത് തിങ്ങിക്കൂടിയിരിക്കുന്നത് അവരുടെ ചെറുപ്രായത്തിൽ തന്നെ കുംകാപിയിൽ വിനോദസഞ്ചാരികൾക്കായി ദർബൂക്ക കൊട്ടിക്കൊണ്ട് സംഗീതത്തൊഴിൽ ആരംഭിച്ചവർ മാത്രമായിരുന്നു എന്ന്. മാത്രമല്ല,

ഇവിടെ റമ്മി കളിക്കാർ ദുസ്സഹമായി അലറി, അശ്ലീലമായ വാക്കുകൾ വിളിച്ചു പറഞ്ഞുകൊണ്ട് കളി തകിടം മറിച്ചിരുന്നു. ഇത്തരമാൾക്കാരെ കൊണ്ട് വിഷമയമായ അന്തരീക്ഷം തനിക്ക് പറ്റിയതല്ലെന്ന് അയാൾ തീരുമാനിക്കുകയും വിശ്വസ്തരായ കുറച്ചു പേരെ തന്റെ ടെലഫോൺ നമ്പർ ഏൽപ്പിച്ച് അയാൾ വീട്ടിലേക്ക് മടങ്ങുകയുമാണ് ചെയ്തത്.

മറ്റെവിടേയും പോകാനില്ലാതായപ്പോൾ അയാളുടെ ശ്രദ്ധ ഭാര്യയിലേക്ക് തിരിഞ്ഞു. ആഴമുള്ള ചുളിവുകളിൽ ആണ്ടു കിടന്ന വുൾസാറ്റിന്റെ കണ്ണുകളിലെ ദുഃഖം അയാൾ കണ്ടു. ഒരു ദിവസം ഏതാണ്ട് ഉച്ചസമയത്ത് തന്റെ ഭാര്യയുടെ മുടിയെല്ലാം നരച്ചതായി അയാൾ കണ്ടു. അയാൾക്ക് അതിശയം തോന്നി. ആ നിമിഷം തന്റെ ഭാര്യ ഏറ്റവും അടുപ്പമുള്ളവളായും അതേസമയം ഇതുവരെ കണ്ടിട്ടില്ലാത്തവിധം അപരിചിതയുമായി അയാൾക്ക് തോന്നി. വുസ്ളാറ്റ് ഉച്ചഭക്ഷണം വിളമ്പാനായി ഊൺമേശ തയ്യാറാക്കുകയായിരുന്നു. അവൾ അടുക്കളയിൽ നിന്ന് മുറിയിലേക്കും തിരിച്ചും നടന്നു കൊണ്ടിരുന്നു. ദീർഘകാലം കാണാതിരുന്ന ശേഷം ഒരു നാൾ വാർധക്യം ബാധിച്ച് ദുർബ്ബലനായി പ്രത്യക്ഷപ്പെട്ട പഴയ സ്നേഹിതനെ കാണുന്ന പോലെ അസീസ് ബെയ് അവളെ നോക്കിക്കൊണ്ടിരുന്നു. അപ്പോൾ അവൾ തന്റെ പതിവുള്ള ദുർബ്ബലസ്വരത്തിൽ പറഞ്ഞു, ''ഭക്ഷണം തയ്യാറാണ്.'' തന്റെ അമ്മയെയാണ് അസീസ് ബെയ് അയാളുടെ ഭാര്യയുടെ ഈ ദുർബ്ബലമായ ശബ്ദത്തിലും മൃദുവായ സ്വരത്തിലും മേശയിലേക്ക് ഭക്ഷണം കൊണ്ടുവരുന്ന അവരുടെ പ്രക്ഷീണമായ കാൽവെപ്പിലും കേട്ടത്. അയാൾ ഞെട്ടിവിറച്ചു.

പക്ഷേ അതു മാത്രമായിരുന്നില്ല. എണീക്കാനായി കസേരക്കയ്യിൽ അമർത്തിപ്പിടിച്ച കൈകളിലേക്ക് അയാൾ നോട്ടമെറിഞ്ഞു. തന്റെ കൈകൾ... ഈ കൈകൾ തന്റെ അച്ഛന്റേതുപോലെതന്നെ ആയിരുന്നു. പെട്ടെന്ന് അയാൾ മനസ്സിലാക്കി, വിവാഹജീവിതത്തിൽ ഈ വീട്ടിലെ മുറികളിൽ ഉലാത്തിയിരുന്നത് താനായിരുന്നില്ല, തന്റെ അച്ഛനായിരുന്നു. അയാൾക്ക് വല്ലാത്ത പേടി തോന്നി.

ശ്രദ്ധിക്കപ്പെടാതെ തന്നെ അയാൾ അയാളുടെ അച്ഛനായി മാറിയിരുന്നു. തന്റെ ഹൃദയം സ്വന്തം ഭാര്യയ്ക്ക് തുറന്നു കാട്ടാത്ത അച്ഛൻ. വീടിനേക്കാൾ പുറംലോകം പ്രധാനമായി കണ്ട അച്ഛൻ, വീട്ടിനുള്ളിലെ ഹൃദയവേദനകൾ ഒരിക്കലും മനസ്സിലാക്കാതിരുന്ന അച്ഛൻ. മനസ്സിലാക്കിയാൽ തന്നെ അവയെ അവഗണിച്ചിരുന്ന മനുഷ്യൻ. അദ്ദേഹത്തിന്റെ മുഖം ശാശ്വതമായി കനച്ചതായിരുന്നു. ശബ്ദം എപ്പോഴും ഉച്ചത്തിലും ശാസിക്കുന്നതു പോലെയുമായിരുന്നു.

ഡ്രസ്സിങ്ങ് കണ്ണാടിയിൽ അയാൾ തന്റെ മുഖം കണ്ടു. അതേ വീതിയുള്ള നെറ്റി, അതേ തീക്ഷണമായ നോട്ടം. അയാൾ കൈ

തലമുടിക്ക് സമീപം കൊണ്ടുവന്നു. കണ്ണാടിയിൽ പ്രതിഫലിച്ച കയ്യിന്റെ ചലനം അച്ഛന്റേതുപോലെത്തന്നെ. പിന്നോട്ട് ചീകി വച്ച വെള്ളിമുടിയിഴകളിൽ തൊടുന്ന വിരലുകളും അദ്ദേഹത്തിന്റെ തന്നെ. മുഖത്തേക്ക് വാതിൽ ആഞ്ഞടിച്ച് ഒരിക്കൽ അയാൾ വിട്ടുപിരിഞ്ഞ ആ മനുഷ്യൻ അയാളിൽ പ്രവേശിച്ച് വർഷങ്ങളോളമായി നിശ്ശബ്ദം അവിടെ പാർപ്പാണ്.

അയാൾ വിചിത്രമായ ഒരു മാനസികാവസ്ഥയിലേക്ക് വീണുപോയി. തന്റെ യുവത്വത്തിലെ സ്വപ്നങ്ങളെ തകർത്ത, തനിക്കു ലഭിച്ച വാഗ്ദാനങ്ങളെ പിന്തുടരുന്നത് തടഞ്ഞ, അക്കാരണത്താൽ ഒരിക്കലും മാപ്പ് കൊടുക്കാൻ സാധിക്കാത്ത മനുഷ്യന്റെ തുടർച്ചയായല്ലോ താൻ എന്നത് അയാളെ വേദനിപ്പിച്ചു. എങ്കിലും ഈ അഭിന്നാവസ്ഥയിൽ ഒരു തരം അനർഘതയും മഹത്വബോധവും ഉണ്ടായിരുന്നു. രണ്ട് ജലകണികകളിലെ സാമ്യത പോലെ. ഈ അവസ്ഥ കുലീനതയുടെ അടയാളമായി ഒരു ക്ഷണം അയാൾക്ക് തോന്നി. തനിക്ക് ആനന്ദിക്കാൻ ഈ ഗതികെട്ട ലോകത്തിൽ എളിയ ഒരിടം അന്വേഷിക്കുമ്പോൾ, അയാൾക്ക് താൻ പ്രായം ചെന്ന ഒരു പ്ലാറ്റനസ് മരം പോലെ വേരാഴ്ന്നവനായി തോന്നി. അയാൾക്ക് അഭിമാനം തോന്നി. ഇതെത്ര അർത്ഥശൂന്യമാണെന്ന് ഉടനെ അയാൾക്ക് മനസ്സിലാകുകയും ചെയ്തു. ആയുഷ്ക്കാലം മുഴുവൻ തന്റെ തെറ്റുകളെയൊക്കെ ശരിയെന്ന് അവകാശപ്പെട്ടുകൊണ്ട് ജീവിച്ച, താനല്ലാത്ത ആരോ ആയി സ്വയം കാണാൻ ശ്രമിച്ചുകൊണ്ടിരുന്ന, ശാന്തസ്വഭാവിയും ചെറുത്തുനിൽക്കാത്തവളുമായ ഒരു സ്ത്രീയെ നിന്ദിച്ച ഒരു മനുഷ്യന്റെ കേവലം നിസ്സാരനായ ഒരു കോപ്പി മാത്രമാണ് താൻ. അയാളുടെ വിഷാദം ഇരട്ടിച്ചു.

നിറഞ്ഞ കണ്ണുകളോടെ അയാൾ തന്റെ ഭാര്യയെ നോക്കി. അവരപ്പോഴേക്കും മേശമേൽ ഭക്ഷണം സജ്ജീകരിച്ച് അയാൾ ഇരിക്കാനായി കാത്തു നിൽക്കുകയായിരുന്നു. 'ഞാൻ കഴിക്കുന്നില്ല' എന്ന് പറഞ്ഞ് അയാൾ കിടക്കാൻ പോയി. ഉറക്കം നടിച്ച് കിടന്ന സമയം അയാൾ ഭാര്യയെക്കുറിച്ച് ആലോചിച്ചു. വീട്ടിൽ അയാൾക്ക് അവരെ നഷ്ടപ്പെട്ടിരുന്നു. ഗോൾഡൻ ഹോണിലേക്ക് തുറക്കുന്ന ജനലിനരികിലെ ചാരുകസേരയിൽ അവരെ അയാൾ മറന്നിട്ടു പോയിരുന്നു. അവരെന്താണ് ചിന്തിക്കുന്നതെന്ന് അയാളൊരിക്കലും ചിന്തിച്ചിരുന്നില്ല. സായാഹ്നത്തിൽ കിടക്കയിൽ നിന്ന് എഴുന്നേറ്റപ്പോൾ വുൾസാറ്റിനോട്, വർഷങ്ങളോളം അവർക്കുണ്ടാക്കിയ വേദനയ്ക്ക് ഒരിളവ് തോന്നിക്കാൻ വേണ്ടി, എന്തെങ്കിലും ഹൃദ്യമായ വാക്കുകളിൽ സംസാരിക്കണമെന്ന് അയാൾ മനസ്സിൽ കുറിച്ചു, പക്ഷേ, വാക്കുകൾ അയാളുടെ നാവിൻതുമ്പത്ത് അറച്ച് നിന്നു.

സകല കാര്യങ്ങളും അയാൾ ശരിയാക്കുമായിരുന്നു, മാസങ്ങളോളം അയാൾ കാത്തിരുന്നിരുന്ന ആ ടെലഫോൺ സന്ദേശം

പിറ്റേ ദിവസം വരാതിരുന്നെങ്കിൽ, ഭാര്യയെക്കുറിച്ച് ഓർക്കാൻ അയാൾക്ക് അല്പം കൂടി സമയം ലഭിച്ചിരുന്നെങ്കിൽ, അഥവാ തന്റെ തന്നെ ഭാഗമായി അയാൾ കരുതുന്ന പുറംലോകം ഇത്ര പെട്ടെന്ന് അയാളെ തിരിച്ച് മാടി വിളിച്ചിരുന്നില്ലെങ്കിൽ... പക്ഷേ സോക്കി വച്ചു നീട്ടിയ ഓഫർ ഭാര്യയെക്കുറിച്ചുള്ള വെളിപാടുകളെല്ലാം പൊടുന്നനെ മറക്കാൻ അയാളെ പ്രേരിപ്പിച്ചു.

അടുത്ത ദിവസം വുൾസാറ്റ് തനിയെ ഭക്ഷണം കഴിച്ചു, പഴയ പോലെത്തന്നെ.

സോക്കിയുടെ മദ്യശാലയിൽ അസീസ് ബെയ് സന്തുഷ്ടനായിരുന്നു. അസീസ് ബെയ് വർഷങ്ങളായി ആഘോഷിച്ചതും ആത്മാർത്ഥമായും തന്റെ അവകാശമെന്ന നിലയിൽ കണ്ടിരുന്നതും പിൽക്കാലത്ത് നഷ്ടമായതുമായ, ബഹുമാനം അയാൾ തിരിച്ചു പിടിച്ചു. ബഹ്രിയും മർക്കാനും തന്നെ മേയ്സ്ട്രോ എന്ന് അഭിസംബോധന ചെയ്യുന്നത് അയാൾക്ക് ആനന്ദമുളവാക്കി. അതുപോലെ, അവർ 'താങ്കൾക്ക് ശേഷമാകട്ടെ, സർ ഞങ്ങളുടേത്' എന്ന് പറയുമ്പോഴും അവർ ഉൾപ്പെട്ടിരുന്നത് 'കുംകാപിയിൽ പഠിച്ചവർ' എന്ന് അയാൾ പരിഹാസത്തോടെ വിളിച്ചിരുന്ന താഴെക്കിടയിലുള്ളവരുടെ ഗണത്തിലായിരുന്നെങ്കിലും. അയാളുടെ ആഗ്രഹങ്ങൾ അവർക്ക് കൽപ്പനകളായിരുന്നു. സേക്കി, അസീസ് ബെയോടുള്ള ബഹുമാനം കുറെ പെരുപ്പിച്ച് പ്രദർശിപ്പിച്ചു. പരിപാടികൾക്കുശേഷം സേക്കി വളരെ വിപുലമായി ഭക്ഷണമേശ ഒരുക്കുകയും അവർ ഒരുമിച്ച് വലിയൊരു കുപ്പി റഖി കുടിച്ച് തീർക്കാതെ അസീസ് ബെയെ പോകാൻ അനുവദിക്കുകയും ചെയ്തില്ല.

കുടിച്ച് കുഴഞ്ഞ നാവു കൊണ്ട് അസ്പഷ്ടമായി സേക്കി പറഞ്ഞു, ''അബി (ചേട്ടാ), എന്റെ ഓഫർ സ്വീകരിച്ച് താങ്കളെന്നെ എത്രമാത്രമാണ് ഉയർത്തിയത് എന്ന് താങ്കൾ മനസ്സിലാക്കിയെങ്കിൽ.'' ഈ പുകഴ്ത്തലിൽ മാസ്റ്റർ അഭിരമിച്ചു. വിസ്മൃതിയാകുന്ന വേദനയുടെ മടിയിലേക്ക് എടുത്തെറിയപ്പെടുന്നതിന്റെ വക്കിൽ നിന്നിരുന്ന അയാളെ പുനരുജ്ജീവിപ്പിച്ചത് സേക്കിയുടെ ഓഫർ ആയിരുന്നു.

''ചേട്ടാ, താങ്കൾ ഒരിക്കലും ഇത് വിശ്വസിക്കില്ല. നോക്കൂ ബഹ്രിയുണ്ട് ഇതിന് സാക്ഷി. എത്രയോ തവണ ഞാൻ താങ്കളെ ഫോൺ ചെയ്യാൻ ഉദ്ദേശിച്ചു. പക്ഷേ എനിക്കതിന് ധൈര്യം വന്നില്ല.'' അവസാനം ഒരു ദിവസം ബഹ്രി പറഞ്ഞു. ''ചെയ്യൂ, അദ്ദേഹത്തെ ഫോൺ ചെയ്യൂ. കവിഞ്ഞത് എന്താണ് സംഭവിക്കാൻ പോകുന്നത്? അദ്ദേഹം നിങ്ങളുടെ അഭ്യർത്ഥന നിരസിച്ചേക്കും. ആകട്ടെ. അദ്ദേഹം നമുക്ക് മീതെ, നമ്മുടെ ഗുരുസ്ഥാനീയൻ അല്ലേ. ഞാനതിനെക്കുറിച്ച് ആലോചിച്ചു, ബഹ്രിയാണ് ശരി എന്ന് എനിക്ക് ബോദ്ധ്യപ്പെട്ടു. അപ്പോൾ ഞാൻ ഫോണെടുത്ത് താങ്കളെ വിളിച്ചു. ഞാൻ ചെയ്തതെത്ര

നന്നായി.'' ഈ കഥ ആവർത്തിക്കുന്തോറും അസീസ് ബെയ്ക്ക് അടക്കാനാവാത്ത ആനന്ദം അനുഭവപ്പെട്ടു.

അയാൾ ആഘോഷിച്ചു. ദിവസവും തന്നത്താൻ കണക്കെഴുതിയിരുന്നത്, ദരിദ്രർ വസിക്കുന്ന പ്രദേശങ്ങളിലുള്ള ഏതെങ്കിലും കല്യാണഹാളിൽ നിന്ന് വല്ല വിളിയും വന്നെങ്കിലോ എന്ന പ്രത്യാശയിൽ, അതിനു പറ്റിയ തരം താണ പാട്ടുകൾ പഠിക്കാനായി ചെവി കൂർപ്പിച്ചിരുന്നത്, പാട്ടുകാരുടെ കഫേയിൽ തൊഴിൽ രഹിതനായി ചടഞ്ഞു കൂടിയിരുന്നത്- ഇതൊന്നും താനേ ആയിരുന്നില്ല എന്ന മട്ടിൽ. സാക്കിയാകട്ടെ, ഈ സമയം ധൈര്യം സംഭരിക്കുകയായിരുന്നു. അഹംഭാവത്തിന്റെ പരിവേഷമുള്ള അസീസ് ബെയയുടെ തല ഒന്നുകൂടി ഉയർന്നു, ആദരവിന്റേയും വേണ്ടുകയുടേയും ഈ കടലിൽ മുങ്ങിക്കുളിച്ചുകൊണ്ടിരുന്നപ്പോൾ, അയാൾ തന്റെ ഭാര്യയുടെ ഹൃദയവേദനയെക്കുറിച്ച് ഒരിക്കൽ പോലും ഓർത്തില്ല. തൊഴിൽരഹിതനായിരുന്ന, കഷ്ടപ്പാട് നിറഞ്ഞ കാലത്ത് അല്പ നേരം മാത്രം കണ്ട ഒരു കാഴ്ച മാത്രമായിരുനന്നു ഭാര്യയുടെ വേദന.

അതെ, അയാൾ ക്ഷീണിതനായിട്ടായിരുന്നു. പരിപാടി ചെയ്ത ശേഷം അയാൾക്ക് പാടിയും മദ്യപിച്ചും സ്വയമുല്ലസിക്കാനുള്ള ഊർജ്ജം ഇല്ലായിരുന്നു. സേക്കിയോടൊത്ത് ഒരു ഗ്ലാസ് മദ്യം കഴിക്കുകയും അയാളുടെ പുകഴ്ത്തലുകൾക്ക് ചെവി കൊടുക്കുകയും ചെയ്ത ശേഷം വളഞ്ഞ് തിരിഞ്ഞ് വീട്ടിലേക്ക് നീങ്ങുകയായിരുന്നു അയാളുടെ പതിവ്. ജനലിനരികെ ഇരിക്കുന്ന നിലയിൽ അയാൾ ഭാര്യയെ കാണുകയും അവർ അയാൾക്കായി കാത്തിരിക്കുകയായിരുന്നു എന്ന് വിശ്വസിക്കുകയും ചെയ്തിരുന്നു. പക്ഷേ അയാൾക്കുവേണ്ടി കാത്തിരിക്കുന്നത് വുൾസാറ്റ് എന്നേ നിർത്തിയിരുന്നു എന്ന് അയാൾ അറിഞ്ഞില്ല. അവർ എന്തെങ്കിലും പ്രതീക്ഷിക്കുന്നത് നിർത്തിയിരുന്നു. അതൊരു പതിവ് സ്വഭാവം മാത്രമായിരുന്നു. വെളിച്ചം വഴിഞ്ഞൊഴുകുന്ന വീടുകളിലെ ജനലുകളെ ഉറ്റുനോക്കിക്കൊണ്ട് അവിടെ പുലരുന്നുണ്ടെന്ന് അവർ വിശ്വസിച്ചിരുന്ന സന്തോഷപൂർണ്ണമായ ജീവിതങ്ങളെക്കുറിച്ച് അസൂയ പൂണ്ടുള്ള ആ ഇരിപ്പ്.

അങ്ങനെ ഒരു വർഷത്തോളം കടന്നു പോയി. സേക്കിയുടെ മദ്യശാലയിൽ അയാൾക്ക് ലഭിച്ചിരുന്ന ആദരവും ശ്രദ്ധയും വെറും സാധാരണ മട്ടിലായി. ബഹ്രി അല്പം അലസനായി, മെർക്കാൻ അയാൾക്ക് തോന്നിയ പോലെ ചെയ്യാൻ തുടങ്ങി. ദാവൂത്താകട്ടെ, അയാളൊന്ന് തലയാട്ടി കാണിക്കുമ്പോഴേക്കും പഴയപോലെ റഖി കൊണ്ടുവരാതായി, അധികമൊന്നും ശ്രദ്ധിക്കാതെയുമായി. പരിപാടിക്കുശേഷം മേശമേൽ ഒരുക്കിയിരുന്ന വിവിധതരത്തിലുള്ള മെസ്സെസ് എന്ന വിശിഷ്ടഭോജ്യത്തിനു പകരം ആദ്യമൊക്കെ അസീസ് ബെയുടെ ചെറിയ മേശമേൽ അച്ചാറും ചീസും പ്രത്യക്ഷപ്പെട്ടു.

അതേസമയം സേക്കി കുടിച്ച് പൂസാവുമ്പോഴെല്ലാം അസീസ് ബെയെ വാനോളം പുകഴ്ത്തുന്നത് തുടർന്നു.

"ഈ ബിസിനസ്സ് ഇപ്പോഴും പിടിച്ച് നിൽക്കുന്നുണ്ടെങ്കിൽ അത് താങ്കൾ മൂലം മാത്രമാണ്, ചേട്ടാ." അയാൾ പറയും. "ഈ കാണുന്ന പതിവുകാരെല്ലാം വരുന്നത് താങ്കളുടെ വാദനം ശ്രവിക്കാനാണ്."

മദ്യപിച്ചിരിക്കുമ്പോൾ അയാളുടെ വാക്കുകൾ ആത്മാർത്ഥമായിരുന്നു, അസീസ് ബെയോടുള്ള ആരാധന അയാളിൽ നിറഞ്ഞിരുന്നു. ഇത്തരം അവസരങ്ങളിൽ ചമ്മലൊന്നും ഇല്ലാതെ അയാൾക്ക് കരയാൻ പറ്റുമായിരുന്നു. വിനയം അസീസ് ബെയുടെ പ്രകൃതത്തിലില്ലായിരുന്നു. പതിവുകാരെല്ലാവരും തന്നെ അയാളുടെ വാദനത്തിൽ ഏകാഗ്രമായി ശ്രദ്ധിക്കുന്നില്ലെങ്കിലും അസീസ് ബെയ് തീർത്തും വിശ്വസിച്ചിരുന്നത് താൻ കാരണമാണ് ആ സ്ഥലം നിറയുന്നത് എന്നായിരുന്നു.

ഒരു പുണ്യരാത്രിയിൽ പതിവുകാരൊന്നും വരില്ല എന്ന് സേക്കി ഭയപ്പെട്ടിരിക്കുമ്പോൾ, എട്ട് പത്ത് പേർ കൂട്ടമായി എത്തി. അവർ ചെറുപ്രായക്കാരും ബഹളം വെക്കുന്നവരുമായിരുന്നു. അവർ വന്നത് ജിജ്ഞാസ തീർക്കാൻ മാത്രമായിരുന്നു എന്ന് വ്യക്തമായിരുന്നു. ചിരിച്ചും വർത്തമാനം പറഞ്ഞും അവർ പെട്ടെന്ന് റഖ് കുടിച്ചു തീർത്തു. അവർക്കറിയാത്ത, ഭാരിച്ചതും വിരസവുമായ പാട്ടുകൾ കേൾക്കാൻ അവർക്ക് താത്പര്യമുണ്ടായിരുന്നില്ല. റഖ് സംസ്കാരം എന്തെന്ന് അവർക്ക് അറിവുമുണ്ടായിരുന്നില്ല; അതിനാൽ ഒത്തുപോകാത്ത ഭക്ഷണം അവർ ആവശ്യപ്പെട്ടു. അവ മെനുവിൽ ഇല്ലെന്നറിഞ്ഞപ്പോൾ അവർ പിണങ്ങി. സംഗീത സംസ്കാരമുള്ള മനസ്സുകൾക്കു മാത്രം രസിക്കുന്ന നല്ല പഴയ ഫാഷനിലുള്ള പാട്ടുകൾ നിർത്തി അസീസ് ബെയ് പുതിയ ലളിതമായ നമ്പറുകളിലേക്ക് മാറി. ചെറുപ്പക്കാർ ഇതും ശ്രദ്ധിക്കുന്നില്ലെന്ന് കണ്ട് അയാൾക്ക് അലോസരം തോന്നി.

ആരെയും കൂട്ടാക്കാത്ത പിടിവാശിക്കാരനായിട്ടും പതിവുകാരുടെ മനോനില പ്രകാരം തന്റെ സംഗീതാവിഷ്ക്കാരത്തിൽ മാറ്റങ്ങൾ വരുത്താൻ വർഷങ്ങളിലെ അനുഭവത്തിൽ നിന്ന് അയാൾ പഠിച്ചിരുന്നു. അവ നല്ല രുചിയിലായിരിക്കണമെന്നുമാത്രം. കുടിക്കാനും സന്തോഷിക്കാനുമായി വരുന്ന പതിവുകാർക്ക് അവരിഷ്ടപ്പെടുന്ന സംഗീതം ഉപലബ്ധമാകുന്നു എന്ന് അയാൾ ഉറപ്പിക്കും. പരിപാടി വിദഗ്ധമായി അയാൾ ഏറ്റെടുക്കും, അതോടെ പതിവുകാരുടെ ശ്രദ്ധ പൂർണ്ണമായും അയാളിലേക്ക് തിരിയും. പഴയ പാട്ടുകൾ അറിയുന്നവർ അവ നന്നായി ആസ്വദിക്കും, മറ്റുള്ളവർ ഇടയ്ക്കു വരുന്ന ഇസ്താംബൂൾ പാട്ടുകൾ രസിച്ചിരിക്കും. പക്ഷേ ഈ യുവാക്കളുടെ സംഘം അവരെ നല്ല മൂഡിലെത്തിക്കാനായുള്ള എല്ലാ ശ്രമങ്ങളെയും ചെറുത്തു നിന്നു.

എന്തായാലും സംഘത്തിലെ മിക്കവരും പത്തുമണിക്കു മുമ്പു തന്നെ കുടിച്ച് പിമ്പിരി ആയിക്കഴിഞ്ഞിരുന്നു. ഒരു പെൺകുട്ടി കരയാൻ തുടങ്ങിതോടെ രണ്ട് പയ്യന്മാർ പ്രശ്നത്തിലായി. അസീസ് ബെയ് ശാന്തത പാലിച്ചു കൊണ്ട് വാദനം തുടർന്നു. ബഹ്‌റി ഒപ്പമെത്താൻ നന്നായി ശ്രമിച്ചു. ആദ്യത്തെ ഇടവേളയിൽ വയറ് നിറയ്ക്കാനായി അടുക്കളയിലേക്ക് പോയിരുന്ന മെർക്കാൻ തിരിച്ചെത്തിയിരുന്നില്ല. സംഘത്തിനുള്ളിലെ വഴക്ക് മൂർച്ഛിച്ചപ്പോൾ അവരുടെ നല്ല സന്തോഷകരമായ അവസ്ഥയെല്ലാം ചോർന്നു പോയി. അവർ ബിൽ തീർത്ത് ഇറങ്ങിപ്പോയി, ലഹള തുടർന്നു കൊണ്ടു തന്നെ.

"നമുക്ക് ഇറങ്ങാം, സഹോദരരേ..." സേക്കി പറഞ്ഞു. "ഇന്ന് രാത്രി വെറുതെ തുറന്നു വെച്ചു."

വർഷങ്ങളോളമായി ഒരേ തരത്തിലുള്ള സംഗീതം ഒരേപോലുള്ള സ്ഥലങ്ങളിൽ നടത്തി മടുപ്പ് വന്നിരുന്ന ബഹ്‌റിയും മെർക്കാനും ഉടനെ സ്ഥലം കാലിയാക്കി. അസീസ് ബെയ് തന്റെ തംബുരു എടുത്ത് അവിടെ ശേഷിച്ചവരോട് ശുഭരാത്രി ആശംസിച്ച് ഇറങ്ങി.

ശീതകാലം എത്തിക്കഴിഞ്ഞും തണുപ്പിന് കാഠിന്യമുണ്ടായിരുന്നില്ല. ഊഷ്മളമായ ഒരു തെക്കൻ കാറ്റ് അസീസ് ബെയയുടെ കഴുത്തും മുഖവും തഴുകിക്കൊണ്ടും അയാളുടെ മുടി പറത്തിക്കൊണ്ടും വീശി. വീട്ടിലേക്ക് നടക്കുമ്പോൾ അയാൾ വുൾസാറ്റിനെക്കുറിച്ച് ആലോചിച്ചു. സുഖദവും ആനന്ദകരവുമായ ഒരനുഭൂതി അയാളിൽ നിറഞ്ഞു. ഭാര്യയില്ലാതെ തനിക്കാവതില്ല, അവരുടെ അടുത്ത് എത്തണം എന്നൊരു വികാരാധിക്യം, അവരെ കണ്ടതിന് ശേഷം ആദ്യമായി, അയാൾക്ക് തോന്നി. അത് കുറച്ച് വിചിത്രമായിരുന്നു. തനിക്ക് വയസ്സാകുകയാവണം എന്നൊരു തോന്നൽ ഈ അപരിചിതമായ മനോനില അയാളിലുണ്ടാക്കി. എത്ര വേഗമാണ് സഹിച്ചു തീർത്ത വേദനയും നിരാശതകളും നിറഞ്ഞ കാലം കടന്നു പോയത്. ഇപ്പോൾ അയാൾക്ക് തോന്നി താൻ പുറം ലോകവുമായി ഇണങ്ങിയിരുന്നില്ല എന്നും അതുമായി തുടർന്നു പോകാൻ അയാൾക്ക് വിഷമമുണ്ടെന്നും ഇപ്പോൾ സന്തോഷകോലാഹലങ്ങൾക്കും പൊട്ടിച്ചിരികൾക്കും വിഭവസമൃദ്ധികൾക്കും ഉച്ചത്തിൽ പാടുന്ന പാട്ടുകൾക്കും പകരം താൻ ആഗ്രഹിക്കുന്നത് ശാന്തനിശ്ശബ്ദതയാണ്.

തന്റെ തംബുരു കയ്യിൽ മുറുക്കിപ്പിടിച്ച് വീട്ടിൽ പോയി വുൾസാറ്റിന്റെ ഇഷ്ടഗാനങ്ങൾ ആലപിക്കാൻ അയാൾ ഉറപ്പിച്ചു. പക്ഷേ വുൾസാറ്റിന്റെ ഇഷ്ടഗാനങ്ങൾ എത്ര ആലോചിച്ചു നോക്കിയിട്ടും അയാൾക്ക് ഓർമ്മ വന്നില്ല. അവർക്കുവേണ്ടി താനൊരിക്കലും തംബുരു വായിച്ചിട്ടില്ലായിരുന്നു എന്നയാൾക്ക് ബോധം വന്നു, ഇതുവരെ അതാവശ്യമാണെന്ന് അയാൾക്ക് തോന്നിയിരുന്നുമില്ല. അപ്പോൾ അയാൾ തന്നെ ഒരു പാട്ട് തിരഞ്ഞെടുത്തു.

'എൻ പ്രണയത്തിൻ വസന്തമേ, എന്നാദ്യപ്രകർഷമേ
എൻ പ്രണയിനി, എന്നർഘലതേ, എന്നരുമ പ്രിയേ.'

വീട്ടിനുള്ളിൽ സാധാരണപോലെ കസേരയിൽ തന്റെ ഭാര്യയെ കാണുമെന്ന ഉറപ്പോടെ വീട്ടിൽ കയറിയ അയാൾ കസേര കാലിയായി കണ്ട് സ്തംഭിച്ചു നിന്നു. അടുപ്പ് അണഞ്ഞു കിടന്നു, മുറി തണുത്തു കഴിഞ്ഞിരുന്നു. അയാൾ അവരെ വിളിച്ചു, പക്ഷേ മറുപടി ഉണ്ടായില്ല. അപ്പോൾ അയാൾ അസ്വസ്ഥനായി. വുൾസാറ്റ് തന്നെ വിട്ട് പോയിരിക്കാം എന്ന സാദ്ധ്യത അയാളെ മരവിപ്പിച്ചു. അയാൾ വീട്ടിനുള്ളിലാകെ ചുറ്റി നടന്നു നോക്കി. കിടപ്പുമുറിയിലെത്തിയപ്പോൾ അയാളെ അലോസരപ്പെടുത്തിക്കൊണ്ട് വുൾസാറ്റ് കിടക്കയിൽ കിടക്കുന്നുണ്ടായിരുന്നു.

കോപം അയാൾക്കുള്ളിൽ തിരി കത്തി. ഇത് അസീസ് ബെയുടെ സ്വതസിദ്ധമായ മട്ടായിരുന്നു. അതെ, വുൾസാറ്റിനെ സ്നേഹിക്കാനുള്ള സമയം അയാൾ തീരുമാനിച്ചു, പക്ഷേ നോക്കൂ, അവർ കിടക്കാൻ പോയിരിക്കുന്നു. താൻ മനസ്സിൽ കരുതി വന്ന സുന്ദരമായ കാര്യങ്ങൾ ഒരാലോചനയും കൂടാതെ നിരാകരിക്കപ്പെട്ടതായി അയാൾക്കനുഭവപ്പെട്ടു. അയാൾ ദേഷ്യത്തോടെ വസ്ത്രം മാറ്റി പൈജാമയുമിട്ട് വുൾസാറ്റിന്റെ അടുത്ത് കിടന്നു. ദേഷ്യത്തോടെയുള്ള ദേഹചലനങ്ങൾക്കിടയിൽ ഭാര്യയുടെ കയ്യ് തൊട്ടപ്പോൾ അയാൾ ഞെട്ടിപ്പോയി. വുൾസാറ്റിന് കടുത്ത പനിയുണ്ടായിരുന്നു. വൃഥാവിലായ ഒരു ജീവിതത്തിന്റെ ഹൃദയവേദനകളാൽ അമർത്തപ്പെട്ട, അസ്തിത്വം പോലും മിക്കവാറും ഇല്ലാതായ ആ മൃദുശരീരം കത്തിക്കൊണ്ടിരിക്കുന്നതായി തോന്നിച്ചു. റേഡിയോയുടെ ശബ്ദം നേർത്ത് നേർത്തില്ലാതാക്കുന്ന തീർന്നുകൊണ്ടിരിക്കുന്ന ബാറ്ററി പോലെ വുൾസാറ്റ് ശ്രമം നിർത്തിക്കഴിഞ്ഞിരുന്നു. അസീസ് ബെയ് തന്റെ തല അവരുടെ മുഖത്തിനോട് അടുപ്പിച്ചു. അവരുടെ നിശ്വാസം നീരാവിയെ ഓർമ്മിപ്പിച്ചു. പ്രയാസപ്പെട്ടാൽ മാത്രം കേൾക്കാൻ സാധിക്കുന്ന ഞെരക്കം അവരുടെ വരണ്ട ചുണ്ടുകളിൽ നിന്ന് പുറത്തേക്ക് വന്നുകൊണ്ടിരുന്നു.

അയാൾ കട്ടിലിൽ നിന്ന് ചാടിയെഴുന്നേറ്റു. ഒരു കാർഡിഗൻ ധരിച്ച് അണയാൻ പോകുന്ന അടുപ്പിലേക്ക് മരത്തിന്റെ ഏതാനും ചീളുകൾ ഇട്ടു. എന്നിട്ട് അയാൾ അടുക്കളയിലേക്ക് നടന്നു.

മുമ്പ് ചെറിയമ്മ തനിക്ക് ചെയ്തു തന്ന പോലെ വിനാഗിരി കലർത്തിയ വെള്ളത്തിൽ തുണി നനച്ച് ഭാര്യയുടെ നെറ്റിയിലും കണങ്കൈയിലും അയാൾ വെച്ചു. തീക്ഷ്ണമായ ആ ഗന്ധം, ചുട്ടുപഴുത്ത നഗരത്തിൽ നിന്ന് തിരിച്ചെത്തിയപ്പോൾ ചെറിയമ്മയുടെ വീട്ടിൽ ബോധരഹിതനായി താൻ വീണത് അയാൾ ഓർമ്മിച്ചു.

അയാൾ ആ വേണ്ടാത്ത ഗന്ധം മറന്നിരുന്നില്ല, ഇടയ്ക്കിടയ്ക്ക് അതയാളുടെ സ്വപ്നങ്ങളിൽ വാർന്നിറങ്ങി വന്ന് അയാളുടെ നാസാരന്ധ്രങ്ങളിൽ അലോസരമുണ്ടാക്കി. വുൾസാറ്റിന്റെ തല പെട്ടെന്ന് നരച്ചുവെളുത്ത് കണ്ട ആ ദിവസം അയാളുടെ മനസ്സിലൂടെ കടന്നുപോയ ഹൃദയം ഊഷ്മളമാക്കുമായിരുന്ന വാക്കുകൾ പുറത്തേക്ക് വരാതിരുന്നതിന് പരിഹാരമൊന്നുമില്ലെങ്കിലും തന്റെ ചഞ്ചലമായ മനസ്സാക്ഷിയെ സാന്ത്വനപ്പെടുത്താൻ അയാൾ തീരുമാനിച്ചു.

വിനാഗിരി തേടിയിട്ട് അയാൾക്ക് കാണാനായില്ല. ഒന്നും എവിടെ വെച്ചിരിക്കുന്നു എന്നയാൾ അറിഞ്ഞിരുന്നില്ല. എല്ലാം തളികയിൽ വിളമ്പിക്കിട്ടിക്കൊണ്ടായിരുന്നു വീട്ടിൽ അയാൾ ജീവിച്ചിരുന്നത്. എല്ലാ കബോർഡുകളും തുറന്നടച്ച ശേഷം അയാൾക്കവസാനം അത് കിട്ടി. അയാളൊരു തോർത്തുമെടുത്തു വന്നു. കട്ടിലിന്നരികിലുള്ള വിളക്കിന്റെ മങ്ങിയ വെളിച്ചത്തിൽ രാവിലെയാകുന്നതുവരെ വുൾസാറ്റിറ്റിന്റെ നെറ്റിയിൽ അയാൾ വിനാഗിരിയിൽ നനച്ച തുണി വച്ചുകൊണ്ടിരുന്നു.

രാവിലെ വുൾസാറ്റ് കണ്ണുകൾ തുറന്നു. ശരീരത്തിന്റെ ടെംപറേച്ചർ അല്പം കുറഞ്ഞിരുന്നു. അസീസ് ബെയുടെ ഹൃദയം സന്തോഷത്താൽ നിറഞ്ഞു.

''നിനക്ക് സുഖമില്ലായിരുന്നു, വുൾസാറ്റ്.'' അയാൾ പറഞ്ഞു, 'നിനക്ക് കടുത്ത ടെംപറേച്ചറുണ്ടായിരുന്നു. ഇപ്പോഴത് കുറഞ്ഞു, പരിഭ്രമിക്കേണ്ട.''

ആദ്യമായിട്ടായിരുന്നു അയാളുടെ ശബ്ദത്തിൽ സ്നേഹം പ്രതിഫലിച്ചത്. വുൾസാറ്റിന്റെ കണ്ണുകൾ നിറഞ്ഞു. അവരുടെ തെളിഞ്ഞ മുഖത്ത് ഒരു സമാധാനഭാവം ദൃശ്യമായി. അവരുടെ നിശ്വാസത്തിന് ഇപ്പോഴും ഉയർന്ന ചൂടായിരുന്നു.

''രാവിലെ ആയോ?'' അവർ ചോദിച്ചു.

അസീസ് ബെയ് പുഞ്ചിരിച്ചുകൊണ്ട് തലയാട്ടി. കട്ടിലിനരികിലെ വിളക്ക് അയാൾ കെടുത്തി. പൊട്ടിവിരിയാൻ തയ്യാറെടുക്കുന്ന തീർത്തും മങ്ങിയ വിളറിയ പ്രകാശം കർട്ടനു പിന്നിൽ ഇടം പിടിച്ചു. മധുരമായതും പ്രത്യാശ ദ്യോതിക്കുന്നതുമായ പാതി വെളിച്ചം വീടിനുള്ളിലുള്ളവരെ വലയം ചെയ്തു. അസീസ് ബെയ് കിടക്കയിലേക്ക് കയറിക്കിടക്കുകയും തന്റെ ഭാര്യയെ പുണരുകയും ചെയ്തു. അവരുടെ ചൂടിന് ശമനമുണ്ടായിരുന്നു. അവരൊന്നിച്ച് ഉറങ്ങി.

അവരുണർന്നപ്പോഴെക്കും സൂര്യനുദിച്ച് കറച്ച് സമയമായിരുന്നു. വീടിനുള്ളിൽ വെളിച്ചം തളം കെട്ടി. അസീസ് ബെയ് അടുപ്പ് കത്തിച്ചു. വുൾസാറ്റിനെ അയാൾ സ്വീകരണമുറിയിലെ കട്ടിലിന്മേൽ കൊണ്ടിരുത്തി, അവരെ ബ്ലാങ്കറ്റ് കൊണ്ട് പുതപ്പിച്ച് അവർക്കുള്ള പ്രാതൽ

ഒരു ട്രേയിൽ കൊണ്ടു വന്നു. വുൾസാറ്റിന് രുചിയുണ്ടായിരുന്നില്ല. എങ്കിലും അയാൾ വിഷമിക്കാതിരിക്കാൻ അല്പം കഴിക്കുകയും കുറച്ച് ചായ കുടിക്കുകയും ചെയ്തു. അസീസ് ബെയ് കുറച്ച് വിറക് അടുപ്പിലേക്ക് വെച്ച് മുറിയിൽ കാറ്റ് കടക്കാനായി അഞ്ച് മിനിട്ട് നേരത്തേക്ക് ജനലുകൾ തുറന്നിട്ടു. പിന്നെ അയാൾ ബരിക് പരാസിയിൽ പോയി ചില സാധനങ്ങൽ വാങ്ങി. കെമിസ്റ്റിനെ കണ്ട് മരുന്നുകൾ വാങ്ങി. അടുക്കളയുടെ അകവും പുറവും ഇതിനകം അയാൾ മനസ്സിലാക്കിയിരുന്നു. അയാൾ ഭാര്യക്ക് ഓറഞ്ച് ജൂസ് പിഴിഞ്ഞു കൊടുത്തു. ചിക്കൻ ബ്രോത്തിന്റെ സൂപ്പ് ഉണ്ടാക്കി.

ഇതെല്ലാം ചെയ്യുമ്പോൾ അയാൾക്ക് ഊഷ്മളമായ ഒരനുഭൂതി തന്റെ ഉള്ളിൽ പ്രസരിക്കുന്നതായി തോന്നി. വ്യസനകരമെന്ന് പറയട്ടെ ഈ രുചി അയാൾ വികസിപ്പിച്ചെടുത്തത് വളരെ വൈകിയായിരുന്നു. വികാരവായ്പോടെ തങ്ങൾ ഒരുമിച്ച് ദിവസങ്ങൾ കഴിക്കാതിരുന്നത് തന്റെ തെറ്റുകൊണ്ടായിരുന്നു എന്നത് അയാളുടെ ഹൃദയത്തിൽ മുറിവേൽപ്പിച്ചു. സൂപ്പ് ഇളക്കിക്കൊണ്ടിരിക്കുമ്പോൾ, ഇതയാളുടെ കണ്ണിനെ ഈറനാക്കി. വുൾസാറ്റിനെ സംബന്ധിച്ചേടത്തോളം ഇതെല്ലാം അവരെ അത്ഭുതപ്പെടുത്തി.; ഈ മധുരസ്വപ്നം വളരെ വേഗം അവസാനിക്കുമെന്ന് അവർ ഭയന്നു.

ഉറുമ്പിനെപോലെ ഉത്സാഹത്തോടെ അടുക്കളയിൽ അത്താഴം പാചകം ചെയ്ത് പുറത്തു വന്ന അസീസ് ബെയ് കണ്ടത് വീണ്ടും പനി കൂടി ബോധം കെട്ട് കിടക്കുന്ന വുൾസാറ്റിനെ ആയിരുന്നു. തന്റെ ഭാര്യക്ക് എളുപ്പം മാറാത്ത ഫ്ളൂ പിടിപെട്ടിരിക്കുന്നു എന്ന് വിചാരിച്ച് അയാൾ സേക്കിയെ വിളിച്ച് വരുന്നില്ല എന്നറിയിച്ചു. സേക്കി മറുപടി പറഞ്ഞു, ‘‘സാരമില്ല ചേട്ടാ.’’ മാത്രമല്ല, താൻ എന്തെങ്കിലും ചെയ്യേണ്ടതുണ്ടോ എന്നും അയാൾ അന്വേഷിച്ചു. മറ്റേതെങ്കിലും സന്ദർഭമായിരുന്നെങ്കിൽ അസീസ് ബെയ് വരാത്തതിൽ അയാൾക്ക് അലോസരം തോന്നുമായിരുന്നു. പക്ഷേ റമദാൻ സമയമായിരുന്നു അത്, തിരക്കും കുറവായിരുന്നു.

ഇത്തവണ വുൾസാറ്റിന്റെ ടെംപറേച്ചർ കുറേക്കൂടി വേഗത്തിൽ താണു. പക്ഷേ ഒരാഴ്ച കഴിഞ്ഞപ്പോൾ ഒരു ടാക്സി വീടിനു മുന്നിൽ വന്നു നിന്നു. വുൾസാറ്റിനെ ബ്ലാങ്കറ്റിൽ പൊതിഞ്ഞ് കാത്തുനിന്നിരുന്ന ടാക്സിയിൽ കയറ്റാൻ അസീസ് ബെയെ സേക്കിയും ബഹ്രിയും മെർക്കാനും സഹായിച്ചു. അവരെ ആശുപത്രിയിൽ അഡ്മിറ്റാക്കി.

അവസരത്തിനായി നിൽക്കുന്ന പാട്ടുകാരെപ്പോലെ അസീസ് ബെയ് വല്ലാത്ത ചഞ്ചല പ്രകൃതിയായിരുന്നു. ഹോട്ടലുകളിലെ റൂം സർവ്വീസിന് തലവേദനയുണ്ടാക്കുമായിരുന്നു ഈ പ്രകൃതം. അയാൾ ഗണ്യമായ വരുമാനവുമുണ്ടാക്കിയിരുന്നു. ആ പണമെല്ലാം തന്റെ

സുഖത്തിനായി അയാൾ ചെലവാക്കി. പക്ഷേ, ഇപ്പോൾ അയാൾ രക്തം നിറച്ച ടെസ്റ്റ്ട്യൂബുകളുമായി ചുമരുകളിൽ ഈർപ്പമുള്ള ഇരുണ്ട ഇടനാഴികകളിൽ കൂടി തിരക്കിട്ട് പോകുന്നു. ബെയിസ്മെന്റിന്റെ നനഞ്ഞ നിലത്തുകൂടി ഓടുന്നു. ഡോക്ടർമാരുടെ വാതിലുകൾക്ക് മുന്നിൽ ക്യൂ നിൽക്കുകയും ചെയ്യുന്നു. ഈ വർഷങ്ങളിലൊന്നും അന്വേഷിക്കുക പോലും ചെയ്യാതിരുന്ന വുൾസാറ്റിന് അയാൾ ടീസ്പൂണിൽ പാല് കൊടുക്കുന്നു, അവരെന്തെങ്കിലും കഴിക്കാനായി പാലിൽ ബിസ്കറ്റ് കുതിർത്ത് ചേർക്കുന്നു. അയാളിപ്പോൾ അവരുടെ മുഖവും കൈകളും തുണികൊണ്ട് തുടക്കുകയും അവരുടെ കൈപിടിച്ച് ടോയ്‌ലറ്റിലേക്ക് നടത്തുകയും ചെയ്യുന്നു. വളരെ വൈകി മാത്രം വില മനസ്സിലാക്കിയ ഈ വ്യക്തിയെ എന്നന്നേക്കും നഷ്ടപ്പെടുമെന്ന ഭീതി പെട്ടെന്ന് അയാളെ പിടികൂടി. അതേ പാട്ട് അയാളുടെ മനസ്സിലൂടെ പൊയ്ക്കൊണ്ടിരുന്നു. ''ഞാനവളെ കാണാൻ വൈകിപ്പോയി, അവളെയെനിക്ക് നഷ്ടമായി താമസിയാതെ, ജീവിതം എന്നെ അഗാധമായി സങ്കടപ്പെടുത്തി.''

വാസ്തവത്തിൽ വുൾസാറ്റിനെ നഷ്ടപ്പെടുന്ന പോലെത്തന്നെ ഭയാനകമായിരുന്നു അയാൾക്ക് താൻ തനിച്ചാവുന്ന അവസ്ഥ. ഭാര്യയ്ക്ക് ഭക്ഷണം തയ്യാറാക്കുവാനോ അവർക്കായി വൃത്തിയുള്ള വസ്ത്രം എടുത്തു കൊണ്ടുവരുവാനോ ആയി വീട്ടിലേക്ക് വന്നപ്പോഴെല്ലാം അയാൾ വീടിന്റെ ഓരോ മൂലയിലും അല്പനേരം തങ്ങി നോക്കി; അവരില്ലാതെ എല്ലാ മുറികളിലും നശിച്ച ശൂന്യത അയാൾക്ക് അനുഭവപ്പെട്ടു.

വുൾസാറ്റിന്റെ ക്ഷീണിച്ച അവശയായിരുന്ന അവസാന ആഴ്ചകളിൽ അസീസ് ബെയ് പ്രകടിപ്പിച്ച് ശുശ്രൂഷയും ശുഷ്കാന്തിയും പക്ഷേ അവരെ രക്ഷിക്കാൻ പര്യാപ്തമായിരുന്നില്ല. ബൈറാം ആഘോഷത്തിന്റെ മൂന്നാം ദിവസം വുൾസാറ്റ് മരിച്ചു. രോഗമുക്തിക്കായുള്ള വേണ്ടിയുള്ള ഒരു ശ്രമവും അവർ നടത്തിക്കണ്ടില്ല. അവരുടെ മുഖത്ത് ഇതെഴുതിയ പോലെ ഉണ്ടായിരുന്നു. ''ഈ വിഷാദത്തിന്റെ, അസന്തുഷ്ടിയുടെ അവസ്ഥ വർഷങ്ങളായി തുടരുന്നു, കഴിവതും വേഗത്തിൽ അതിനൊരറുതി വരട്ടെ.'' തിരിച്ചു വരാൻ സാദ്ധ്യമല്ലാത്ത പാതയിലേക്ക് പ്രവേശിച്ചതിനാൽ അവർ ശാന്തയായിരുന്നു. അസീസ് ബെയ്ക്ക് ഇതിനെപ്പറ്റി ഒരു ഊഹം ഉണ്ടായിരുന്നു, അത് അതിദാരുണമായ ഒരു മാനസികാവസ്ഥ അയാളിൽ ഉണ്ടാക്കി. ഓരോ തവണയും വുൾസാറ്റിന്റെ ശ്വാസഗതി മന്ദമാകുകയും അവർ മരണത്തിനടുത്തേക്ക് നീങ്ങുകയും ചെയ്തപ്പോൾ ഒരേ ചോദ്യം അയാളുടെ മനസ്സിൽ ഉയർന്നു വന്നു:

''എന്നെ പ്രണയിച്ചതിൽ അവൾ ഖേദിച്ചിരുന്നോ?''

അയാൾക്കപ്പോൾ മറിയത്തെക്കുറിച്ച് ഓർമ്മ വന്നു. ഒറ്റ ഒരു ക്ഷണംകൊണ്ട് അയാളുടെ ജീവിതത്തിന്റെ ഗതി തന്നെ അവൾ മാറ്റി മറിച്ചു; വിവരണത്തിനതീതമായ വേദന അവൾ അയാൾക്ക് സമ്മാനിച്ചു, എന്നിട്ടും അവളെ പ്രണയിച്ചതിൽ അയാൾക്ക് ഖേദം തോന്നിയിട്ടില്ല. അപ്പോൾ അയാൾക്ക് ബോദ്ധ്യമായി, വുൾസാറ്റിനും ഏകപക്ഷീയമായ ഈ പ്രണയത്തിൽ ഖേദം ഉണ്ടായിരുന്നില്ലെന്ന്.

പള്ളിമുറ്റത്ത് ആൾക്കാർ അധികം തിങ്ങിക്കൂടിയിരുന്നില്ല. ഏതാനും സ്നേഹിതരോടൊപ്പം അസീസ് ബെയ് കുട്ടികളെപോലെ കണ്ണുകളും തുളുമ്പി നിന്നു. മനോഹരമായ ജീവിതത്തിലെ ദിന ങ്ങൾ എന്നന്നേക്കുമായി പോയ്മറഞ്ഞെന്നും അപരിഹാര്യവും ക്രൂരവുമായ ഏകാന്തത തന്നെ കാത്തിരിക്കുന്നു എന്നും അയാൾക്ക് മനസ്സിലായി. വിദൂരതയിൽ നിന്ന് അയാളുടെ മേശ നിറച്ചിരുന്ന ഉല്ലാസപ്രദമായ ശബ്ദങ്ങൾ അയാളുടെ ചെവികളിലെത്തി മേഘാ വൃതമായ വായുവിൽ അലിഞ്ഞുപോയി. അയാൾക്ക് എല്ലാവരും എല്ലാതും നഷ്ടപ്പെട്ടിരിക്കുന്നു. ഈ നഷ്ടങ്ങളിൽ വച്ച് ഏറ്റവും ഹൃദയഭേദകം വുൾസാറ്റിന്റെ വിയോഗമാണെന്ന് അയാൾ വിശ്വ സിച്ചു. ആ ശൂന്യത നികത്താനാകാത്തത്. വുൾസാറ്റിനെ അയാളെ പ്പോഴും കണ്ടിരുന്നത് ഒരു നിഴലായി, മൃദുവായ വെളിച്ചമായി, ചുമരു കളിലേക്ക് ലയിച്ചു ചേരുന്ന ഫർണിച്ചറായി; കാണാതായാലും അതിന്റെ അഭാവം അനുഭവപ്പെടാത്ത വിധം തികച്ചും സാധാരണ മായ ഒരു വസ്തുവായി. സ്നേഹിക്കാൻ അയാൾക്ക് സമയം കിട്ടി യില്ല, വാസ്തവത്തിൽ അയാൾ അതിനായി ശ്രമിച്ചില്ല.

ശവമടക്കിനു പിന്നാലെ സേക്കിയും ബഹ്രിയും അയാളുമൊപ്പം വീട്ടിലേക്ക് വന്നു. അവർ കുറച്ചു നേരം ഇരുന്നു. അസീസ് ബെയ് ചിന്താക്കുഴപ്പത്തിലായിരുന്നു. ഏതു നിമിഷവും ഭാര്യ കടന്നു വരു മെന്ന് അയാൾ പ്രതീക്ഷിക്കുന്നപോലെ അയാൾ അടുക്കളവാതി ലിലേക്ക് ഉറ്റുനോക്കിക്കൊണ്ടിരുന്നു. പക്ഷേ വെളുത്ത ടൈലിൽ ഭാര്യയുടെ ശാന്തമായ മുഖത്തിന്റെ പ്രതിഫലനമോ കഴുകി വെടി പ്പാക്കി നിരത്തിയ പാത്രങ്ങളുടെ തിളക്കമോ കാണാനായില്ല. കുറച്ചു നേരം ഇരുന്ന ശേഷം സേക്കി എഴുന്നേറ്റു.

''ചേട്ടാ, ഈ വ്യസനത്തിൽ നിന്ന് മനസ്സിനെ വീണ്ടെടുക്കുന്നതു വരെ കടയിലേക്ക് വരേണ്ട.'' അയാൾ പറഞ്ഞു, ''താങ്കൾക്ക് വേണ മെങ്കിൽ എവിടേയെങ്കിലും യാത്രപോയി വിശ്രമിക്കൂ. ചെലവിനെ പ്പറ്റി വേവലാതിപ്പെടേണ്ട.''

സഹാനുഭൂതി നിറഞ്ഞ കണ്ണുകളോടെ അയാൾ അസീസ് ബെയെ ഉറ്റുനോക്കി. എന്നിട്ട് അയാളെ മുറുകെ ആലിംഗനം ചെയ്തു. അസീസ് ബെയുടെ ദയനീയമായ നില കണ്ട് അയാൾക്ക് അനുകമ്പ

തോന്നിയിരുന്നു. ഇത്രയും ഊർജ്ജസ്വലനായ വ്യക്തി പെട്ടെന്ന് തകർന്നു പോയാൽ തുടർന്നുള്ള ഏകാന്ത ജീവിതവുമായി എങ്ങനെ പൊരുത്തപ്പെടുമെന്ന് അയാൾ ചിന്തിച്ചു പോയി.

ആ വൈകുന്നേരമായിരുന്നു സേക്കിയുടെ മദ്യശാലയിൽ ദുരന്ത സംഭവത്തിൽ കലാശിച്ച കഥയുടെ ഏറ്റവും നിർണ്ണായകമായ ഭാഗം തുടങ്ങിയത്. ശവമടക്കിന്റെ അന്ന് വൈകുന്നേരം തന്റെ സംഗീത സംഘത്തിലേക്ക് ഒരു വയലിനിസ്റ്റിനെ ചേർക്കാനുള്ള ധൃതിയിലായിരുന്നു സേക്കി. മദ്യശാലയുടെ ചിട്ടവട്ടങ്ങളുമായി ഇണങ്ങിയ മദ്ധ്യവയസ്കരായ പുരുഷന്മാരും സ്ത്രീകളും അടങ്ങിയ ചെറിയ ഗ്രൂപ്പുകളുടെ തിരകൾ ആ സ്ഥലത്തെ മുഖരിതമാക്കി. അവർ മദ്യപാനം തുടങ്ങിക്കഴിഞ്ഞിരുന്നു. ദാവുത്ത് ഉറക്കെ വിളിച്ചു പറഞ്ഞുകൊണ്ട് മേശകൾക്ക് സമീപം ചുറ്റി നടന്നു. ആൾക്കൂട്ടത്തിന്റെ ആഗ്രഹങ്ങൾ പൂർത്തീകരിക്കാനുള്ള വ്യഗ്രതയിൽ സേക്കി അവിടെ ശ്രദ്ധാപൂർവ്വം നിലകൊണ്ടു. റമദാൻ കാലം മുഴുവൻ പിടിച്ചു നിന്ന ആൾക്കാർ ഇപ്പോൾ നന്നായി ആസ്വദിക്കാനായിട്ടാണ് വന്നിരിക്കുന്നത്. ആരെങ്കിലും ജോലിയിൽ ഉഴപ്പുന്നുണ്ടെന്ന് കണ്ടാൽ മതി, സേക്കി അവരെ രൂക്ഷമായി നോക്കി ദഹിപ്പിക്കും. അയാൾ ബോസ് എന്ന സ്ഥാനത്തിൽ നിന്ന് ഇറങ്ങി വന്ന് സർവ്വീസ് നടത്തുന്നവരെ സഹായിക്കുകയായിരുന്നു.

ബഹ്രിയും മെർക്കാനും പുതിയ വയലിനിസ്റ്റും അവരവരുടെ സ്ഥാനങ്ങളിലേക്ക് നീങ്ങി സംഗീതം ആരംഭിക്കുന്നതേയുള്ളൂ. അപ്പോഴാണ് അസീസ് ബെയുടെ വരവ്. സേക്കിക്ക് ഒരു നിമിഷം വിചിത്രമായതും അസുഖകരവുമായ ഒരു തോന്നലുണ്ടായി. പക്ഷേ അയാൾ സ്വയം ശാസിക്കുകയും അനുകമ്പ പ്രകടിപ്പിക്കാൻ ശ്രമിക്കുകയും ചെയ്തു. ഒരു പക്ഷേ അസീസ് ബെയ്ക്ക് വീട്ടിൽ തീർത്തും തനിച്ചിരിക്കാൻ വിഷമമുണ്ടാകാം. അയാൾ അസീസ് ബെയയെ അഭിവാദനം ചെയ്യുകയും സൗഹാർദ്ദത്തോടെയും ആദരവോടെയും ആലിംഗനം ചെയ്യുകയും ചെയ്തു. അയാൾ ബെയെ അയാളുടെ ചെറിയ മേശയ്ക്കരികിൽ ഇരുത്തി. കുശലാന്വേഷണത്തിനു ശേഷം അയാൾ പറഞ്ഞു, "ചേട്ടാ, ഒരുപക്ഷേ താങ്കൾ ഇന്ന് രാത്രി തംബുരു വായിക്കാതിരിക്കുന്നതാകും ഉചിതം. ദാവുത്ത് നമുക്കായി ഒരു മേശ ഉടനെ ഒരുക്കും. നമുക്ക് ഇരുന്ന് മദ്യപാനം ചെയ്യാം, താങ്കളുടെ പിരിമുറുക്കത്തിന് അയവ് വരും."

"ഞാൻ വാദനത്തിനായിട്ടാണ് വന്നിരിക്കുന്നത്." അസീസ് ബെയ് പറഞ്ഞു. "മുമ്പ് എനിക്ക് പാടാൻ കഴിയാതിരുന്ന അനവധി പാട്ടുകളുണ്ട്."

സേക്കി അടിപൊളി സംഗീതത്തിനായി അക്ഷമരായി ഇരിക്കുന്ന ആൾക്കൂട്ടത്തിലേക്ക് പൊടുന്നനെ കണ്ണയച്ചു, തിരികെ അസീസ് ബെയുടെ നേർക്കും. മഹാനായ ആ സംഗീതജ്ഞന്റെ നിഗൂഢമായ കണ്ണുകളിൽ ഉരുണ്ടുകൂടുന്ന വിഷാദം അവിടെ കൂടിയ ഇടപാടുകാരിലേക്ക് പ്രസരിക്കുമെന്ന് അയാൾ ഭയപ്പെട്ടു. അത് തടയാൻ താൻ ശ്രമിക്കുകയാണെങ്കിൽ അതാ മനുഷ്യന്റെ അന്ത്യമായിത്തീരാം എന്നുള്ള ചിന്തയിൽ അയാൾ മന്ത്രിച്ചു, 'അതുകൊണ്ടെന്താണ്? എന്തു വേണമെങ്കിലുമാകട്ടെ.'

അസീസ് ബെയ് അന്തസ്സായി സാക്സഫോൺ വാദ്യക്കാരുമായി ചേർന്നു. അവിടേക്ക് തിരക്കിട്ട് ചെന്നിരുന്ന വയലിനിസ്റ്റ് ഈ പുതിയ ബോസ് തന്നെ ഇഷ്ടപ്പെടുമെന്നും ഒരു സ്ഥിരം തസ്തിക നൽകുമെന്നും പ്രതീക്ഷിച്ചു കൊണ്ട് വന്ന വ്യക്തി - അല്പം നിരാശനായെങ്കിലും എഴുന്നേറ്റുനിന്ന് ആദരവോടെ അയാൾക്ക് തന്റെ സ്ഥലം ഒഴിഞ്ഞ് കൊടുത്തു.

അസീസ് ബെയ് ഇരുന്നു, അയാളുടെ ചലനങ്ങൾ സാവധാനത്തിലും ഉറച്ചവയുമായിരുന്നു. തന്റെ മുട്ടുകൾക്കിടയിൽ തംബുരു ഇറുക്കിപ്പിടിച്ചു കൊണ്ട് വിഷാദത്തോടെയുള്ള നീണ്ട ആരംഭത്തിനുശേഷം അയാൾ സംഗീതം തുടങ്ങി.

'നിശയുടെ വിലാപത്തിൽ
ഞാനെന്റെ പ്രണയത്തെ മൂടിപ്പൊതിയട്ടെ.
നീ പോയ്ക്കഴിഞ്ഞു, ഞാനെവിടെ നിന്നെ തേടും
ക്ഷമ യാചിക്കും
മാറാത്ത രക്തമൊലിപ്പിക്കുന്ന മുറിവല്ലോ ഞാനിപ്പോൾ
നീ പോയ് മറഞ്ഞു, ഞാനെവിടെ
നിന്നെ കാണും, യാചിക്കും.'

ആദ്യമാദ്യം കാണികൾ ഈ വിഷാദാത്മസംഗീതം ശ്രദ്ധിക്കാൻ താത്പര്യം കാണിച്ചില്ല. പരമ്പരാഗതവും നീറ്റലുളവാക്കുന്നതുമായ സംഗീതം അവർക്ക് എത്രകണ്ട് പഥ്യമാണെങ്കിലും ഈ സായാഹ്നത്തിൽ അവർ വന്നെത്തിയത് സുഖാസ്വാദനത്തിനാണ്. കുറേകൂടി ജീവസ്സുള്ള രാഗങ്ങൾ കേൾക്കാനുള്ള ആഗ്രഹം അവരുടെ മുഖത്ത് വായിക്കാൻ പറ്റുമായിരുന്നു. ഗ്ലാസ്സുകൾ നിറയുകയും കാലിയാവുകയും ചെയ്തു. ദാവുത്തും മേശ തുടയ്ക്കുന്നവരും തിരക്കിട്ട് മദ്യവും ഭക്ഷണവും പേറിക്കൊണ്ട് നടന്നു. പക്ഷേ പെട്ടെന്ന് ഈ എളിയ മദ്യശാലയിലെ അന്തരീക്ഷം അസീസ് ബെയുടെ വിഷാദശബ്ദത്തിൽ പുതഞ്ഞു പോയി. ഒരു മണിക്കൂർ പോലും വേണ്ടി വന്നില്ല. മേശകൾക്കരികിൽ അസ്വസ്ഥരായിരിക്കുന്ന ഇടപാടുകാർ വ്യസനത്തിന്റെ

പിടിയിലമർന്നു, അവരൊരിക്കലും മറക്കില്ലാത്ത വിഷാദത്തിന്റെ. അവരെല്ലാം ചിന്താഗ്രസ്തരായി, അവരവരുടെ ഓർമ്മകളിലേക്കുള്ള യാത്രയിൽ മുഴുകി. അവർ അസീസ് ബെയുടെ ശോക സംഗീതത്തിൽ സ്വയം നഷ്ടപ്പെട്ടു.

ശ്വാസം മുട്ടുന്ന വരെ അസീസ് ബെയ് തന്റെ പാട്ടുകൾ ആലപിച്ചു, തംബുരു താഴെ വെച്ചു, തൂവാല കൊണ്ട് നെറ്റി തുടച്ചു. ഇടപാടുകാരിൽ നിന്ന് അത്യുച്ചത്തിലുള്ള കയ്യടി ഉയർന്നു. ഒരു പക്ഷേ ജീവിതത്തിലാദ്യമായി ആസ്വാദനക്ഷമമായ ഒരു ശോകാന്തരീക്ഷം അവർ ആസ്വദിച്ചു. കൈയടി കേട്ടപ്പോൾ അസീസ് ബെയ് താൻ മുഴുകിയിരുന്ന ലോകത്തിന് പുറത്ത് വരുകയും തന്നെ സൂക്ഷിച്ച് നോക്കുന്ന ഈറൻ കണ്ണുകളിലേക്ക് നോക്കുകയും ചെയ്തു. എന്താണ് സംഭവിക്കുന്നതെന്ന് അറിയാൻ ശ്രമിക്കുന്ന പോലായിരുന്നു ആ നോട്ടം. അയാൾ തന്റെ സുവർണ്ണകാലം ഓർമ്മിച്ചു. അയാൾ പുഞ്ചിരിച്ചു കൊണ്ട് തന്റെ സംഗീതത്താൽ ശക്തമായി സ്വാധീനിക്കപ്പെട്ട കാണികൾക്കു മുന്നിൽ തല ചെറുതായി കുനിച്ചു. സ്ത്രീകൾ നിശ്ശബ്ദരായി പേപ്പർ നാപ്കിൻ ഉപയോഗിച്ച് കണ്ണ് തുടയ്ക്കുന്നുണ്ടായിരുന്നു. പുരുഷന്മാരാകട്ടെ തങ്ങളുടെ ഒഴിഞ്ഞ ഗ്ലാസ്സുകൾ നിറയ്ക്കുകയും പുതിയ സിഗരറ്റ് കൊളുത്തുകയും ചെയ്തു. അസീസ് ബെയ് ഇടയ്ക്ക് നിർത്തിയ അവസരം മുതലെടുത്ത് സേക്കി കാണികൾക്കിടയിൽ ചുറ്റി നടക്കുകയും തംബൂർ വിദ്വാൻ ഇത്രയും വികാരാധക്യമുള്ള പാട്ടുകൾ പാടാൻ കാരണം അദ്ദേഹം ഭാര്യയുടെ ശവമടക്ക് നടത്തിയത് അന്നു മാത്രമാണ് എന്നതിനാലാണ് എന്നും പറഞ്ഞു. ഈ വിശദീകരണം കാണികളുടെ വിചിത്രമായ രസം ഇരട്ടിപ്പിച്ചു.

രാത്രിയവസാനിച്ച് അവർ മദ്യശാല വിട്ടു പോകുമ്പോൾ അവർ അസീസ് ബെയെ അനുമോദിക്കുകയും അവരുടെ അനുശോചനം അറിയിക്കുകയും ചെയ്തു. ചിലരെല്ലാം തങ്ങൾ അത്തരമൊരു സങ്കടം അനുഭവിക്കാൻ പോകുന്ന സമയത്തെക്കുറിച്ച് ചിന്തിച്ചു. പങ്കാളി നഷ്ടപ്പെടുന്ന രാത്രി തങ്ങൾ എന്തു ചെയ്യുമെന്നും അവർ ആലോചിച്ചു. സേക്കി അസീസ് ബെയെ സ്നേഹപൂർവ്വം ആശ്ലേഷിച്ചു. നൈസർഗ്ഗികതയുടെ ആശ്ചര്യപ്പെടുത്തുന്ന രാത്രിയായിരുന്നു അത്. അസീസ് ബെയുടെ കൂടെ നടന്നിരുന്ന ബഹ്രി അസീസ് ബെയ്ക്ക് നേരെ തന്റെ ആരാധന പ്രകടിപ്പിക്കാൻ വാക്കു കിട്ടാതെ കുഴഞ്ഞു. അതേ സമയം, ക്ഷീണിതനായ ഈ മനുഷ്യൻ വീട്ടിലെത്തി തന്റെ തണുത്ത കിടക്കയിൽ കിടക്കുമ്പോൾ, അയാൾക്കരികെ ശൂന്യത മാത്രമാകും എന്ന ചിന്തയിൽ അനുകമ്പയും തോന്നി.

അന്നു രാത്രി അസീസ് ബെയ് തന്റെ കിടക്കയിൽ കിടന്നില്ല. സിറ്റിങ് മുറിയിലെ സോഫയിൽ അയാൾ ചുരുണ്ടുകൂടി. അയാൾ കരഞ്ഞു കൊണ്ട് ഉറക്കത്തിലേക്ക് വീണു.പക്ഷേ തുടർന്നു വന്ന രാത്രികളിൽ ഈ വിഷാദത്തിന്റെ ആകർഷണശക്തി നഷ്ടമായി ത്തുടങ്ങി. തൊട്ടതെല്ലാം ജ്വലിപ്പിക്കുന്ന ഒരു തീഗോളമാണ് താൻ എന്ന് അസീസ് ബെയ് സങ്കൽപ്പിച്ചു. തന്റെ ഈ വിഷാദാവസ്ഥയ്ക്ക് എല്ലായ്പോഴും അനുവാചകമനസ്സിൽ പ്രതിസ്പന്ദമുണ്ടാകുമെന്നും അയാൾ പ്രതീക്ഷിച്ചു. പക്ഷേ യാഥാർത്ഥ്യം അങ്ങനെ ആയിരു ന്നില്ല. അസീസ് ബെയുടെ ധ്യാനാത്മകവും മ്ലാനവുമായ പാട്ടുകൾ മദ്യശാലയിലെ സാധാരണ പതിവുകാർക്ക് മടുത്തു. അവർ ഈ സങ്കടപാട്ടുകളെ ആദ്യ മണിക്കൂറുകളിൽ സഹിച്ചു. പക്ഷേ പിന്നീട് പകൽ അവരനുഭവിച്ച സമ്മർദ്ദം അലിയിച്ചുകളയാൻ അവർക്ക് പ്രസന്നമായ പാട്ടുകൾ ആവശ്യമായി.

അസീസ് ബെയ് അവരുടെ അഭ്യർത്ഥനകളെ ശ്രദ്ധിച്ചതേയില്ല. എല്ലാ ഇടപാടുകാരും തന്റെ സന്താപത്തിന്റെ സ്വമേധയായുള്ള സാക്ഷികളാകണം എന്നയാൾ താത്പര്യപ്പെട്ടു, വിനോദത്തിനായി പണം കെട്ടിയ മനുഷ്യരായിട്ടല്ല. പ്രസന്നത പ്രസരിപ്പിക്കുന്ന പാട്ടു കൾക്കായി ആവശ്യമുന്നയിക്കുന്നത് തന്നോട് കാണിക്കുന്ന അനാ ദരവായി അയാൾ കണ്ടു. ബഹ്രിയും മെർകാനും പ്രസന്നമായ ഈണങ്ങളിലേക്ക് നീങ്ങുന്നത് അയാൾ വളരെ ശ്രമപ്പെട്ട് തടഞ്ഞു. തന്റെ ആത്മാവിലൂടെയുള്ള വിഷാദപൂർണ്ണമായ യാത്രയോടുള്ള കൂറുകൊണ്ട് അയാൾ ബന്ധനസ്ഥനായിരുന്നു. അയാൾ ആവർ ത്തിച്ച് അതേ ശോകസംഗീതത്തിൽ കറങ്ങി നിന്നു. ഇടപാടുകാർ കേൾക്കാൻ ആഗ്രഹിച്ച പ്രസന്നമായ പാട്ടുകളുടെ പേരുകൾ കുറി ച്ചിരുന്ന പേപ്പർ നാപ്കിനുകൾ ദാവൂത്ത് കൊണ്ടു വന്നപ്പോൾ നാട കീയമായി അയാൾ അവ വലിച്ചെറിഞ്ഞു, ചിലത് ചവിട്ടി മെതിക്കു കയും ചെയ്തു. തങ്ങൾ കേൾക്കാനാഗ്രഹിക്കുന്ന പാട്ടുകളുടെ കാര്യം ഇടപാടുകാർ ഉച്ചത്തിൽ വിളിച്ച് ചോദിക്കുമ്പോൾ അയാൾ കുപിതനായി. അർദ്ധരാത്രിയായിട്ടും തങ്ങൾ ആവശ്യപ്പെട്ട പാട്ടു കൾ പാടുന്നില്ല എന്ന് മനസ്സിലായപ്പോൾ അവർ പിറുപിറുത്തുകൊണ്ട് എഴുന്നേൽക്കുകയോ പാട്ട് കേൾക്കുന്നത് നിർത്തി തമ്മിൽത്തമ്മിൽ ഉല്ലാസത്തോടെ വർത്തമാനം പറഞ്ഞ് ചിരിക്കുകയോ ചെയ്തു. അസീസ് ബെയുടെ ദുഃഖാവസ്ഥയ്ക്ക് യോജിക്കുന്നതായിരുന്നില്ല ഇത്.

ഇത് കാരണമാണ് ഓരോ രാത്രി ചെല്ലുമ്പോഴും ആ സ്ഥലത്ത് ആൾക്കാരുടെ എണ്ണം കുറഞ്ഞു വന്നത്. അസീസ് ബെയുടെ മുഖത്ത് വ്യസനത്തിന്റെ സ്ഥാനത്ത് കോപം ഇടം പിടിച്ചു തുടങ്ങിയിരുന്നു.

മദ്യശാലയിലേക്കെത്തിയ പതിവുകാർ അയാളുടെ മുഖം കണ്ട് അന്തം വിട്ടു. സേക്കിയെ കൂടുതൽക്കൂടുതൽ അലോസരസരപ്പെടുത്തിക്കൊണ്ട് പരാതികൾ അധികരിച്ചു.

ഒരു ദിവസം വൈകുന്നേരം വൈകിയപ്പോൾ അസീസ് ബെയ് തന്റെ വീട്ടിൽ കട്ടിലിനു മുകളിൽ ഒരു പെട്ടി നിറയെ ഫോട്ടോകൾ ചൊരിഞ്ഞിട്ടു. അയാൾ തന്റെ ഭാര്യയുടെ ഫോട്ടോ തേടുകയായിരുന്നു. സമീപത്ത് കോഫീമേശമേൽ ഒരു ഗ്ലാസ്സ് റഖിയും. പ്ലേറ്റിൽ ഏതാനും ഓറഞ്ച് വട്ടത്തിൽ മുറിച്ചു വെച്ചിരുന്നു. ആ ഫോട്ടോകളിൽ - അയാൾ കടൽത്തീരത്ത് നിൽക്കുന്നത്, വിശാലവീഥികളിൽ, കണവർട്ടിബിൾ കാറുകളിൽ, മുന്തിയ റസ്റ്റാറന്റുകളിൽ, പ്രശസ്തരായ ഗായകർക്കൊപ്പം, വാദനം നടത്തുന്നത്, മദ്യപിക്കുന്നത്, ചിരിച്ച് സന്തോഷിച്ചു കൊണ്ടുള്ളത് - പക്ഷേ, എവിടേയും വുൾസാറ്റുമായി ബന്ധപ്പെട്ട യാതൊന്നും ഇല്ലായിരുന്നു. ആകെ ഉണ്ടായിരുന്നത് അവരുടെ വിവാഹച്ചടങ്ങിനെടുത്ത് മങ്ങിയ ഫോട്ടോകൾ മാത്രമായിരുന്നു. ആ ഫോട്ടോകളിൽ നിന്ന് വുൾസാറ്റ് അയാളെ വേദന സ്ഫുരിക്കുന്ന മിഴികളോടെ ഉറ്റു നോക്കി.

അസീസ് ബെയ് കരച്ചിലിന്റെ വക്കത്തെത്തിയിരുന്നു. അപ്പോഴാണ് ആരോ വാതിലിൽ മുട്ടുന്നത് കേട്ടത്. ദിവസങ്ങളായി ആരും ആ വാതിൽക്കൽ വന്നു മുട്ടിയിട്ടില്ല.

അത് സേക്കി ആയിരുന്നു. അസീസ് ബെയ്ക്ക് ഒരു താക്കീത് കൊടുക്കുകയായിരുന്നു അയാളുടെ ആഗമനോദ്ദേശ്യം. കാര്യങ്ങൾ ഇങ്ങനെ മുന്നോട്ട് പോക വയ്യ. ഇടപാടുകാരുടെ ആഗ്രഹപ്രകാരം അസീസ് ബെയ് വാദനം നടത്തണം. അസീസ് ബെയയുടെ ശോകശേഖരം വേണ്ടത്രയായിക്കഴിഞ്ഞു. പ്രതിവിധി അസീസ് ബെയോടു നേരിട്ട് ഒരു വാക്ക് പറയുകയാണ്. മദ്യശാലയിൽ സംസാരിക്കാൻ അയാളിഷ്ടപ്പെട്ടില്ല. കാരണം അസീസ് ബെയെ അങ്കലാപ്പിലാക്കാൻ ആയാളിഷ്ടപ്പെട്ടില്ല. പോരാത്തതിന് അസീസ് ബെയ് എത്തുന്നതു തന്നെ മദ്യപിച്ചാണ്, മറ്റുള്ളവരുടെ മുന്നിൽ അയാളെങ്ങനെ പ്രതികരിക്കുമെന്ന് മുൻകൂട്ടി പറയാനുമാകില്ല.

പക്ഷേ സേക്കിക്ക് യാതൊന്നും പറയാനുള്ള അവസരം ഒത്തില്ല. അസീസ് ബെയ് സേക്കിയുടെ വരവിൽ ആഹ്ലാദവാനായി, അയാളുടെ താളത്തിനൊത്ത് തുള്ളാൻ തയ്യാറായി. സേക്കിക്കായി അയാൾ കാപ്പിയുണ്ടാക്കി, ഒരു ഗ്ലാസ്സ് റഖി ഒഴിച്ചു കൊടുത്തു, സൗകര്യമായി അയാളെ ഇരുത്തി പിന്നിൽ കുഷനുകൾ വച്ചു കൊടുത്തു, എന്നിട്ട് അയാളുടെ വരവിൽ താൻ ആത്മാർത്ഥമായും സന്തുഷ്ടനാണെന്ന് പ്രസ്താവിച്ചു. അടുക്കളയിൽ നിന്ന് വരുന്ന കാബ്ബേജ് സ്റ്റ്യൂവിന്റെ ഗന്ധം പരന്ന ഈ വീട്ടിൽ സായാഹ്നത്തിന്റെ അറുതിയാകുന്ന ഈ

നേരം വരെ അയാൾ മദ്യപിക്കുകയായിരിക്കണം. പൈജാമയും ധരിച്ച് റഖിയും കുടിച്ചിരിക്കുന്ന ഈ ദയനീയ വ്യക്തിയോട് തന്റെ മനസ്സിലുള്ള വിഷയം അവതരിപ്പിക്കാൻ സേക്കിക്ക് കഴിഞ്ഞില്ല. അവർ അതുമിതും പറഞ്ഞിരുന്നു, പിന്നീട് അയാൾ സ്ഥലം വിട്ടു.

പിറ്റേന്ന് അസീസ് ബെയ് അരമണിക്കൂർ നേരത്തെ ആണ് എത്തിയത്. ഈ അവസരം സേക്കി ഉപയോഗിച്ചു. തനിക്ക് അഭിമുഖമായി അയാൾ അസീസ് ബെയയയെ ഇരുത്തി. പകൽ പറയാൻ മനസ്സിൽ കരുതിയിരുന്ന കാര്യങ്ങൾ, നീരസത്തോടല്ലെങ്കിലും ഉറച്ച തീരുമാനം പ്രകടമാകുന്ന വാക്കുകളിൽ അറിയിക്കാനായിരുന്നു ആ തയ്യാറെടുപ്പ്.

''ചേട്ടാ, താങ്കളോട് എനിക്ക് വലിയ ബഹുമാനമാണ്.'' അയാൾ ആരംഭിച്ചു, ''പക്ഷേ താങ്കൾ ഇങ്ങനെ ചെയ്യരുത്. നോക്കൂ, പതിവുകാർ ഇവിടേക്ക് വരാതായി. 'ശോകശാല' എന്ന പേരിൽ നമ്മുടെ സ്ഥാപനം അറിയപ്പെട്ടു തുടങ്ങിയിരിക്കുന്നു. നല്ലവണ്ണം കരയണമെന്നുണ്ടെങ്കിൽ, സേക്കിയുടെ മദ്യശാലയിലേക്ക് പോയാൽ മതി എന്ന് പോലും ആൾക്കാർ പറഞ്ഞു തുടങ്ങിയിരിക്കുന്നു. ദയവു ചെയ്ത് ചേട്ടാ, മരിച്ചവരെ നമുക്ക് തിരിച്ച് കൊണ്ടുവരാൻ സാധിക്കില്ല, താങ്കൾ ഇപ്പോൾ ഒന്ന് ഉഷാറാവണം.''

അസീസ് ബെയ് സേക്കിയെ ഉറ്റുനോക്കി. അയാൾ ഒരു രക്ഷാധികാരിയെപോലെ നിശ്ചയിച്ചുറച്ച സ്വരത്തിൽ പ്രതിവചിച്ചു:

''നിസ്സാരന്മാരായ മദ്യപർക്കു വേണ്ടി ഞാൻ സംഗീതത്തെ അപമാനിക്കുകയില്ല, സേക്കി.''

സേക്കിക്ക് മറുപടി പറയാൻ പറ്റിയില്ല. കുറച്ചു നേരത്തേക്ക് അയാളുടെ കാലുകൾ കോപം കാരണം വിറച്ചു. അന്നു രാത്രി വീണ്ടും അസീസ് ബെയ് തന്റെ രീതിയിൽ തന്നെ തുടർന്നു,

എന്തുചെയ്യണമെന്ന് സേക്കിക്ക് രൂപമുണ്ടായില്ല, ''നാളെ തൊട്ട് താങ്കൾ വരരുത്, ചേട്ടാ'' എന്ന് പറഞ്ഞ് തീർക്കാൻ സേക്കിക്ക് ഒട്ടും കഴിവില്ലായിരുന്നു. പിരിച്ച് വിടലിനായുള്ള പുതിയ പതിയ വാക്യങ്ങൾ മനസ്സിൽ തയ്യാറാക്കിയാണ് അയാൾ ദിവസവും നിശ്ചയദാർഢ്യത്തോടെ എത്തുക. പക്ഷേ ''ഞാനിത് ആദ്യത്തെ ഇടവേളയിൽ പറയും.'' കുറച്ചു കഴിഞ്ഞ്, ''വേണ്ട പരിപാടി കഴിയട്ടെ.'' ഇങ്ങനെ രാത്രി അവസാനിക്കുകയും അസീസ് ബെയ് പിരിച്ചുവിടപ്പെടാതെ വീട്ടിലേക്ക് പോകുകയും ചെയ്തു. ഏതാനും ദിവസങ്ങൾ അയാൾ അസീസ് ബെയെ അവഗണിക്കുകയും വേതനം വൈകി കൊടുക്കുകയും ചെയ്തു. പക്ഷേ, ഇതൊന്നും തന്നെ അസീസ് ബെയയെ ഒട്ടും ബാധിച്ചില്ല.

ഒരു ദിവസം അയാൾ ബഹ്രിയുടെ കൈക്കുപിടിച്ച് പുറത്തേക്ക് കൊണ്ടുപോയി. അവർ കുറച്ച് നേരം ഉലാത്തി.

''അയാളോട് ഇനി വരേണ്ടെന്ന് പറയൂ.'' അയാൾ പറഞ്ഞു, ''നോക്കൂ നമ്മൾ എല്ലാവരും ഒരുമിച്ച് തുലഞ്ഞു പോകും. അയാളോട് സംസാരിക്കൂ. അയാൾ മറ്റേതെങ്കിലും സ്ഥലം കണ്ടെത്തട്ടെ, അയാൾക്കതിന് സാധിക്കുമെങ്കിൽ.''

''ഞാനെങ്ങനെ അദ്ദേഹത്തോട് അതു പറയും, സേക്കി?'' ബഹ്രി ചോദിച്ചു, ''വിധി അയാൾക്ക് ഒരു പ്രഹരമേൽപ്പിച്ചു കഴിഞ്ഞു; എങ്ങനെയാണ് എനിക്ക് പറയാൻ സാധിക്കുക, 'ഇത്രയേ ഉള്ളൂ, നിങ്ങളൊത്തുള്ള ബിസിനസ്സ് ഞങ്ങൾ നിർത്തി, ഇനി ഇവിടെ വരരുത്!' നിങ്ങൾ തന്നെ പറഞ്ഞാൽ മതി.''

സേക്കി കോപാകുലനായി ബഹ്രിയുടെ കയ്യ് വിട്ടു കളഞ്ഞു. കാലിനരികെ കിടന്നിരുന്ന ഒരു ടിൻ അയാൾ കാൽകൊണ്ട് തട്ടിത്തെറിപ്പിച്ചു.

''എനിക്കാവില്ല.''അയാൾ പറഞ്ഞു, 'ആകുമെങ്കിൽ ഉറപ്പായും ഞാനത് ചെയ്തേനെ!'

അന്ന് വൈകുന്നേരം സേക്കി ദൃഢനിശ്ചയമെടുത്തു, അന്നത്തെ പരിപാടിക്കു ശേഷം താൻ അസീസ് ബെയുമായുള്ള സകല ബന്ധങ്ങളും മുറിക്കുമെന്ന്. ആവശ്യമെങ്കിൽ അദ്ദേഹത്തിന്റെ ആഴ്ച ശമ്പളം തുടർന്നും കൊടുത്തേക്കാം, അദ്ദേഹം വന്ന് പതിവുകാരെ തന്റെ ശോകഗീതങ്ങളാൽ അലോസരപ്പെടുത്താതിരിക്കാൻ മാത്രം.

ഒന്നോ രണ്ടോ വെറും സാധാരണക്കാരായ കുടിയന്മാർ മാതമേ മദ്യപിക്കുന്നുള്ളൂ. പാതി ഉറക്കത്തിലാണവർ. അവരുടെ മുന്നിൽ കുറച്ച് അച്ചാറും, മത്തക്കഷ്ണവും, അല്പം വെള്ള ചീസും ഒലീവ് എണ്ണയിലിട്ട ബീൻസും ഉണ്ട്. കോപത്താൽ സേക്കിക്ക് കരച്ചിൽ വന്നു. തന്റെ ബിസിനസ്സിന്റെ ഇപ്പോഴത്തെ അവസ്ഥ കണ്ട് അയാൾ പ്രാകി. അപ്പോൾ ഒട്ടും ഗംഭീരം അല്ലാതിരുന്ന പരിപാടി കഴിഞ്ഞു. അസീസ് ബെയ് സാധാരണ പോലെ മേശയ്ക്കരികിൽ വന്ന് ഇരുന്നു. അയാളുടെ മുഖം വല്ലാതെ വിളറിയിരുന്നു. അയാൾക്ക് ഒട്ടും ആരോഗ്യമുള്ളതായി തോന്നിയില്ല. ഇതാണ് കാര്യം അവതരിപ്പിക്കാൻ പറ്റിയ നേരം എന്ന് സേക്കി വിചാരിച്ചു.

''ചേട്ടാ, ഇനി നിർത്തൂ, താങ്കളെന്റെ വിലപ്പെട്ട ബിസിനസ്സ് നശിപ്പിച്ചു.'' എന്ന് പറയാൻ ആയുമ്പോഴാണ് അസീസ് ബെയ് ചുമയ്ക്കാൻ തുടങ്ങിയത്. അയാളുടെ തൊണ്ടയിലെന്തോ കുടുങ്ങിയ പോലെ ആയിരുന്നു. ശ്വാസം കിട്ടാതെ അയാൾക്ക് വീർപ്പുമുട്ടുന്നുണ്ടായിരുന്നു. ബഹ്രി ഓടിപ്പോയി ഒരു ഗ്ലാസ്സ് വെള്ളം കൊണ്ടുവന്നു.

മെർക്കാൻ അയാളുടെ തോൾ പിടിച്ച് കുലുക്കിയപ്പോൾ അസീസ് ബെയുടെ വായിൽ നിന്ന് വിമ്മിട്ടപ്പെട്ട് ശ്വസിക്കുന്നതിന്റെ കുറുകൽ പുറത്തുവന്നു. അയാൾക്ക് ശ്വാസമെടുക്കാൻ പറ്റുന്നില്ല, അയാളുടെ കണ്ണുകൾ വലുതായി തുറന്നു. ബഹ്രി അയാളുടെ കൈപിടിച്ച് പുറത്തേക്ക് നയിച്ചു.

''ആഴത്തിലൊരു ശ്വാസമെടുക്കൂ, ചേട്ടാ.'' അയാൾ പറഞ്ഞു, ''താങ്കൾക്ക് വേണമെന്ന് തോന്നുന്നെങ്കിൽ നമുക്ക് ആസ്പത്രിയിൽ പോകാം.''

അസീസ് ബെയ് കണ്ണുകൾ മലർക്കെ തുറന്നു, തലയാട്ടി. ക്രമേണ അയാളുടെ ചുമയുടെ കാഠിന്യം കുറഞ്ഞു, ഏറക്കുറെ നിന്ന പോലെ ആയി. പുറത്ത് തണുപ്പുണ്ടായിരുന്നു. അവരകത്തേക്ക് വന്നു. കസേര യുടെ അറ്റത്ത് വളരെ ശ്രമപ്പെട്ട് അസീസ് ബെയ് ഇരുന്നു, അയാൾ തളർന്നു പോയിരുന്നു. അയാളുടെ മുഖം വിളറിയിരുന്നു എങ്കിലും പുഞ്ചിരിക്കാൻ ശ്രമിച്ചു കൊണ്ട് അയാൾ നേർത്ത ശബ്ദത്തിൽ പറഞ്ഞു,

''എനിക്ക് കുഴപ്പമൊന്നുമില്ല, പരിഭ്രമിക്കേണ്ട. ആശ്വാസം തോന്നു ന്നുണ്ട്.''

ഈ രംഗം കണ്ടതോടെ സേക്കിക്ക് ഒന്നും പറയാനാകാത്ത അവസ്ഥയായി, അയാൾ ബഹ്രിയുടെ നേർക്ക് നോക്കി.

''നിങ്ങൾക്ക് അസീസ് ബെയയെ വീട്ടിലേക്ക് കൊണ്ടു പോകാ നാകുമോ?''

അസീസ് ബെയ് എതിർത്തൊന്നും പറഞ്ഞില്ല. അയാൾ ബഹ്രി യുടെ കൈയ്ക്കു പിടിച്ച് സാവധാനത്തിൽ നടന്നു തുടങ്ങി. ഇട യ്ക്കിടയ്ക്ക് അയാൾ ചുമച്ചു, അപ്പോഴെല്ലാം അയാളുടെ ശരീരം മുന്നോട്ട് വളയുന്നുണ്ടായിരുന്നു. വാതിലിൽ ചാരിക്കൊണ്ട് അവർ പോകുന്നത് തീവ്രമായ മാനസിക വേദനയോടെ നോക്കിക്കൊണ്ട് സേക്കി നിന്നു.

''ഇനി പോയി അദ്ദേഹത്തോട് പറയ്, ''താങ്കളുടെ കാലം കഴിഞ്ഞു.''

തന്റെ ആരോഗ്യം ഒട്ടും തന്നെ ശ്രദ്ധിക്കാത്തതിനാൽ ആയിരുന്നു അസീസ് ബെയ്ക്ക് ജലദോഷം വന്നത്. കുറച്ചുകാലം അയാൾ അസുഖമായി വീട്ടിൽ തന്നെ കഴിച്ചു കൂട്ടി. ബഹ്രി ഇടയ്ക്ക് വന്ന് അയാൾക്കെങ്ങനെയുണ്ടെന്ന് അന്വേഷിച്ചു. ദൈന്യതയിൽ മുങ്ങി ആകെ ചുങ്ങിപ്പോയ ആ മനുഷ്യൻ, ചുങ്ങിക്കൊണ്ടിരിക്കുമ്പോഴും സങ്കടകരവും ശിശുസഹജവുമായ വശ്യത പ്രകടിപ്പിച്ചിരുന്നു. ചില പ്പോൾ ബഹ്രി അസീസ് ബെയ്ക്കു വേണ്ടി മരുന്ന് കൊണ്ടു വരും.

അതല്ലെങ്കിൽ പാചകം ചെയ്ത സൂപ്പ് കൊണ്ടു കൊടുക്കുവാനും വസ്ത്രങ്ങൾ അലക്കാനും വേണ്ടി തന്റെ ഭാര്യയെ അയയ്ക്കും.

ബഹ്റിയെ കാണുമ്പോഴൊക്കെ അസീസ് ബെയ് ഒരു കുട്ടിയെ പോലെ കരയും.

സേക്കി ഈ അസുഖം മുതലാക്കി. ഈ മനുഷ്യനോട് നന്ദികേട് കാണിക്കാൻ അയാൾ ആഗ്രഹിച്ചില്ല. ഒരു കൊല്ലം മുമ്പ് അസീസ് ബെയുടെ സംഗീതം അയാളുടെ ബിസിനസ്സിനെ ഏറ്റവും ഉയരത്തിലേക്കെത്തിച്ചത് അയാളോർത്തു, അയാൾക്ക് കുറ്റബോധം തോന്നിയെങ്കിലും ഇതിങ്ങനെ തുടരാൻ സാധിക്കില്ല എന്നയാൾക്കറിയാമായിരുന്നു. അയാൾ കൈനിറയെ സാധനങ്ങളുമായി അസീസ് ബെയെ സന്ദർശിക്കാൻ പോയി. അസീസ് ബെയുടെ തംബുരു അയാൾ കൊണ്ടു വന്നിരുന്നു, അതെടുക്കാൻ എന്ന കാരണം പറഞ്ഞ് അസീസ് ബെയ് മദ്യശാലയിലേക്ക് വരാനുള്ള സാദ്ധ്യത ഇല്ലാതാക്കുകയായിരുന്നു അയാൾ. അയാൾ വാതിലിന്മേൽ മുട്ടി. അസീസ് ബെയുടെ ചുങ്ങി ചുളുങ്ങിയ മുഖമാണ് വാതിൽ തുറക്കുമ്പോൾ കണ്ടത്. അയാൾ താടി വടിച്ചിരുന്നില്ല, വല്ലാത്ത പ്രാകൃത രൂപത്തിലുമായിരുന്നു. എന്നിട്ടും സേക്കിയെ കണ്ടപ്പോൾ അയാൾക്ക് ആഹ്ലാദം അനുഭവപ്പെട്ടു, അയാളുടെ മുഖം പ്രകാശിച്ചു. അവർ മുറിക്കുള്ളിലേക്ക് നടന്നു. മാപ്പ് ചോദിച്ച ശേഷം അസീസ് ബെയ് തന്റെ കട്ടിലിൽ നിവർന്ന് കിടന്നു, സേക്കി കട്ടിലിനരികെ ഇരുന്നു.

"ചേട്ടാ, താങ്കളുടെ ആരോഗ്യത്തേക്കാൾ ഒന്നും തന്നെ പ്രധാനമല്ല, ഞങ്ങൾക്ക്." അയാൾ പറഞ്ഞു, "ഞങ്ങൾക്ക് താങ്കൾ എത്രയോ അമൂല്യമാണ്. ഷോപ്പിലേക്ക് വന്ന് താങ്കൾ ക്ഷീണിക്കരുത്. ഞാൻ താങ്കളുടെ മകന്റെ പോലെയാണ്. താങ്കളെ ശുശ്രൂഷിക്കുക എന്നത് എന്റെ കടമയാണ്. എന്റെ ബിസിനസ്സിനെ താങ്കൾ കൊടുമുടിയിലെത്തിച്ച ദിവസങ്ങൾ ഞാനൊരിക്കലും മറക്കില്ല."

സേക്കിയുടെ വാക്കുകളിൽ തുളുമ്പിയ ആത്മാർത്ഥത ഏറെ മണിക്കൂറുകൾ അയാളെ കരയിച്ചു. സേക്കി പോയിക്കഴിഞ്ഞപ്പോൾ അയാൾ മരുന്നു കഴിച്ചു. കഴിവതും വേഗം രോഗശാന്തി ഉണ്ടാകട്ടെ എന്ന് അപ്പോൾ അയാൾ പ്രാർത്ഥിച്ചു. നിർത്തി വെച്ച ഇടത്തിൽ നിന്ന് ഈ വിശ്വസ്തന്റെ ജോലി കഴിവതും വേഗം തുടർന്ന് ചെയ്യാനായി.

ദുരന്തസംഭവത്തിന്റെ ആ രാത്രി സേക്കിയ്ക്ക് തന്റെ ക്ഷമ നഷ്ടമായി. വാസ്തവത്തിൽ എല്ലാം തന്നെ ഭംഗിയായി പോയ്ക്കൊണ്ടിരിക്കുകയായിരുന്നു. അസീസ് ബെയ് അസുഖമായി വിശ്രമിച്ചിരുന്ന അഞ്ച് ആഴ്ചകൾ കൊണ്ട് സേക്കി പുതിയ ഒന്നാന്തരം ഒരു ഗായക

സംഘത്തെ രൂപീകരിച്ചു, ജനപ്രീതിയുള്ള പാട്ടുകൾ എല്ലാം അറിയുന്ന ജിപ്സി വയലിനിസ്റ്റിനേയും അതിലെടുത്തു, കർട്ടനുകളും മേശവിരികളും മാറ്റി, എയ്ർ കണ്ടീഷണർ സ്ഥാപിച്ചു. മാത്രമല്ല പുതുതായി ആരംഭിച്ച പരിപാടി എന്ന നിലയ്ക്കുള്ള പരസ്യം വർത്തമാന പത്രങ്ങളിലെല്ലാം കൊടുക്കുകയും ചെയ്തു. ഫലം ഉടനെ ത്തന്നെ ദൃശ്യമായി: ഒരു സ്വകാര്യ പാർട്ടി, വലിയൊരു ഗ്രൂപ്പ് ഒരു രാത്രിക്കായി ആ മദ്യശാല മൊത്തമായി ബുക്ക് ചെയ്തു.

സേക്കി തന്റെ ഏറ്റവും നല്ല വസ്ത്രങ്ങളിൽ ഒരുങ്ങിക്കൊണ്ട് വാതിൽക്കൽ ഇടപാടുകാരെ അഭിവാദ്യം ചെയ്യുകയായിരുന്നു. അപ്പോഴാണ് അസീസ് ബെയ് തന്റെ തംബുരുവുമെടുത്ത് എത്തിച്ചേർന്നത്. സേക്കിക്ക് തന്റെ കണ്ണുകളെ വിശ്വസിക്കാനായില്ല. അസീസ് ബെയുടെ സ്വതവേയുള്ള അമിത ആത്മവിശ്വാസവും അഹന്തയും നിറഞ്ഞ മുഖം നോക്കി ഒരു വാക്കു പോലും സേക്കിക്ക് പറയാനായില്ല.

അസീസ് ബെയ് ധരിച്ചിരുന്നത് പർപ്പ്ൾ നിറത്തിലുള്ള സാറ്റിൻ കോളറും കഫുമുള്ള തന്റെ പഴയ കറുപ്പ് വേഷമായിരുന്നു. മുടി പിന്നോട്ട് കോതി മിനുസവും തിളക്കവുമുള്ളതാക്കിയിരുന്നു. മുഖത്ത് ചായം പുരട്ടിയിരുന്നു. കാണാൻ ഗംഭീരമായി തോന്നുമെങ്കിലും അയാൾ വളരെ മെലിഞ്ഞുപോയതായും ആകാരം കുറഞ്ഞതായും ആർക്കും കാണാവുന്നതേ ഉണ്ടായിരുന്നുള്ളൂ. എന്നിട്ടും ഇതെല്ലാം ഇരിക്കെത്തന്നെ, അയാൾ തന്റെ മാന്യവും തലയെടുപ്പുള്ളതുമായ ഭാവം തിരിച്ച് പിടിച്ചിരുന്നു. വിഖ്യാതമായ ആ ഔത്സുക്യം അയാളുടെ നോട്ടത്തിൽ പ്രകടമായിരുന്നു.

‘‘എങ്ങനെയിരിക്കുന്നു സേക്കി?’’ അയാൾ രക്ഷാധികാരി ചമഞ്ഞ് ചോദിച്ചു. ‘‘ഞാനില്ലാതെ കാര്യങ്ങൾ മുന്നോട്ട് കൊണ്ടു പോകാൻ താങ്കൾക്ക് സാധിക്കുന്നുണ്ടോ?’

മറുപടിക്ക് കാക്കാതെ അയാൾ അകത്തേക്ക് പോയി. ദേഷ്യത്താൽ സേക്കിയുടെ കൈകൾ തരിച്ചു തുടങ്ങി. ഏതെങ്കിലുമൊരു വ്യക്തിയല്ല അകത്തേക്ക് പോയത്. അത് അസീസ് ബെയ് ആയിരുന്നു. മാറാത്ത അസീസ് ബെയ്, മന്ദമാരുതനെ പോലെ, ആ വ്യക്തിപ്രഭാവം, ഗർവ്വോടുകൂടിയ ആ നിൽപ്. ഒരു പ്രത്യേകമായ പരിവേഷം അയാൾക്ക് ചുറ്റും ഉണ്ടായിരുന്നു. അധികാരസ്വരത്തിൽ അയാൾ ബഹ്രിയേയും മെർക്കാനേയും അന്വേഷിച്ചു. ദാവൂത്തിനോട് കുറച്ച് റഖി കൊണ്ടുവരാൻ കൽപിക്കുകയും മേശകൾക്കരികിൽ സഹായികളായ പയ്യന്മാരുടെ പുറത്ത് തട്ടുകയും ചെയ്തു. അയാൾ അടുക്കളയിൽ പോലും പ്രവേശിക്കുകയും ഷെഫിനോട് തമാശ പറയുകയും ചെയ്തു. അകത്ത് സംഭവിച്ചു കൊണ്ടിരിക്കുന്ന ചലനങ്ങൾ

സേക്കി വാതിൽക്കൽ നിന്ന് തുറിച്ചു നോക്കിക്കൊണ്ടിരുന്നു. അയാൾ ബഹ്രിയോട് ആംഗ്യം കാണിച്ച് അടുത്തു വരാൻ പറഞ്ഞു.

''എവിടന്നാണീ ഇദ്ദേഹം ചാടി വരുന്നത്?'' തന്റെ ശബ്ദത്തിലെ കോപം അയാൾക്ക് നിയന്ത്രിക്കാൻ പറ്റുന്നതിലധികമായിരുന്നു.

''എനിക്കെങ്ങനെ അറിയാം പറ്റും ചേട്ടാ?'' ബഹ്രി ചോദിച്ചു. ''അദ്ദേഹത്തിന് സുഖമായിക്കാണും. അദ്ദേഹത്തെ നോക്കൂ, മെലിഞ്ഞു പോയെങ്കിലും എപ്പോഴും പോലെ ഉത്സാഹിയായിരിക്കുന്നു.''

''ഇങ്ങോട്ട് നോക്ക്.'' കോപത്താൽ വിറയലുള്ള ശബ്ദത്തിൽ സേക്കി പറഞ്ഞു, ''ആ മൂഢനെ വക വെക്കരുത്, ഞാൻ താക്കീത് നൽകുന്നു. നിങ്ങൾ ഇടപാടുകാർ ആവശ്യപ്പെടുന്നത് മാത്രം വാദനം ചെയ്താൽ മതി. ഞാൻ മറ്റൊന്നും കേൾക്കാൻ തയ്യാറല്ല.'' അയാളൊന്ന് നിർത്തി, ആഴത്തിൽ ശ്വസിച്ചു. ''ബഹ്രി'' അയാൾ പറഞ്ഞു ''ഞാൻ ശപഥം ചെയ്യുന്നു, ഈ രാത്രി എന്തെങ്കിലും തകരാറായാൽ ഞാൻ നിന്നെ പുറത്താക്കും, അല്ല എല്ലാവരേയും. ഞാൻ താക്കീത് തരുന്നു. ഇവിടെ നോക്കൂ, ഈ ബിസിനസ്സിൽ ഞാനെന്റെ എല്ലാ സമ്പത്തും ചെലവാക്കിയിരിക്കുന്നു. അതിനെ ഇങ്ങനെ നശിപ്പിക്കാൻ ഞാൻ സമ്മതിക്കില്ല.''

സേക്കിയുടെ മേശയ്ക്കരികിൽ പരിപാടി തുടങ്ങാനായി ക്ഷമയോടെ അസീസ് ബെയ് കാത്തിരുന്നു. ദാവൂത്ത് എറിഞ്ഞു കൊടുത്ത പോലെ മേശമേൽ വച്ച റഖിയിൽ നിന്ന് അയാൾ ഒരിറക്ക് കുടിച്ചു. സേക്കി അയാൾക്ക് എതിർവശത്തിരുന്നു. തുടക്കത്തിൽ അയാൾ പുഞ്ചിരിക്കുക പോലും ചെയ്തു.

''താങ്കളെ കണ്ടതിൽ ഞാൻ യഥാർത്ഥമായും സന്തോഷവാനാണ് ചേട്ടാ.'' അയാൾ പറഞ്ഞു. ''താങ്കളെ ദൈവം രക്ഷിക്കട്ടെ. താങ്കൾ നന്നായിരിക്കുന്നു, മുഖത്ത് രക്തച്ഛവിയുണ്ട്.''

''എന്റെ ആരോഗ്യം മെച്ചപ്പെട്ടിരിക്കുന്നു.'' അസീസ് ബെയ് പറഞ്ഞു, ''കാര്യങ്ങളെല്ലാം ഇപ്പോഴെന്റെ നിയന്ത്രണത്തിലാണ്. ഞാൻ പഴയ തലമുറയിൽ പെട്ട് ആളാണ് മോനേ.'' എന്നിട്ട് അയാൾ ചുറ്റുമൊന്ന് കണ്ണോടിച്ചു. ''നിങ്ങൾ ഇവിടെ എല്ലാം നന്നായി പോളിഷ് ചെയ്തിരിക്കുന്നു, അത് നന്നായി.''

വീണ്ടും അതേ ഗർവ്വോടുകൂടിയ വാക്കുകൾ, അതേ താൻപോരിമയുള്ള നിലപാട്. കുറച്ച് നേരത്തേക്ക് ഒരു നിശ്ശബ്ദത അവർക്കിടയിൽ തങ്ങി നിന്നു. സേക്കി സഹിച്ചു കൊണ്ടിരുന്നു.

''ചേട്ടാ, ഞാനൊന്ന് ചോദിക്കട്ടെ, ദയവുചെയ്ത് കേൾക്കൂ.'' അയാൾ പാതി യാചനാസ്വരത്തിൽ പറഞ്ഞു. ''ഈ രാത്രിയിൽ നമ്മുടെ അതിഥികൾ നമുക്ക് വളരെ വേണ്ടപ്പെട്ടവരാണ്. അവർ

പ്രത്യേകം ആവശ്യപ്പെട്ടിരുന്നു, സങ്കടപ്പെടുത്തുന്നതോ വിഷാദാത്മകമോ ആയ ഗാനങ്ങൾ ഒഴിവാക്കണമെന്ന്. പ്ലീസ് ചേട്ടാ... താങ്കൾ ശോകഗാനങ്ങൾ മീട്ടുകയില്ലല്ലോ, അങ്ങനെ ചെയ്താൽ ഞാൻ തീർത്തും നശിച്ചു പോകും.''

അസീസ് ബെയ് ഈ യാചനയെ മറുപടി അർഹിക്കുന്നതായി കണ്ടില്ല. അയാൾ വെറുതെ നോക്കി, ''ഓ... ദയവായി...'' എന്നിട്ട് റഖി ഒരു കവിൾ കുടിച്ചു. കാലിനു മേൽ കാൽ കയറ്റി വച്ച് അയാൾ കസേരയിൽ അയാൾ ചടഞ്ഞിരുന്നു. ഇരുപത്തഞ്ച് വയസ്സുള്ള അസീസ് ബെയ്, ലോകത്തെ തന്റെ കയ്യിലൊതുക്കി അതിൽ നിന്ന് പിഴിഞ്ഞ് ചാറെടുക്കുന്ന പോലെയായിരുന്നു ആ ഇരുപ്പ്.

അരമണിക്കൂറിൽ മദ്യശാല നിറഞ്ഞു തുളുമ്പി. അസീസ് ബെയ് വാദകരുടെ കൂടെ തന്റെ സ്ഥാനം പിടിച്ചിരുന്നു. നീണ്ട ഒരു തംബുരു ടാക്സിമും അവതരിപ്പിച്ചു കഴിഞ്ഞിരുന്നു. സേക്കിയുടെ കണ്ണുകൾ അസീസ് ബെയ്ക്കു മേൽ ഉണ്ടായിരുന്നു. തത്കാലം അത് നന്നായി പോകുന്നുണ്ടായിരുന്നു. ഈ നീണ്ട രോഗാവസ്ഥ ഗായകന് ഗുണം ചെയ്തിരിക്കാം എന്ന് അയാൾ പ്രതീക്ഷിച്ചു. ഒരു പക്ഷേ ഇത് പഴയ അസീസ് ബെയ് തന്നെ ആയിരിക്കാം, പതിവുകാരുടെ ആഗ്രഹങ്ങൾ മനസ്സിലാക്കിക്കൊണ്ട് ഈ രാത്രി എല്ലാവർക്കും ആഘോഷമാക്കി മാറ്റുമായിരിക്കാം.

പക്ഷേ പരിപാടി വീണ്ടും തുടർന്നത് ശോകഗാനങ്ങളോടെ ആയിരുന്നു.

''ദുഃഖമയം വീണ്ടുമെൻ ഹൃദന്തം,
ഉള്ളിനുള്ളിൽ ഞാൻ
നിന്നെയോർക്കുന്നു
പോയി ഞാൻ വീണ്ടും പഴയ
ശിശിര ഉദ്യാനങ്ങളിലൂടെ.''

സേക്കി തന്റെ സമനില തെറ്റാതിരിക്കാൻ കഠിനമായി ശ്രമിച്ചു. ആദ്യത്തെ ഏതാനും മണിക്കൂറുകൾ ഇമ്മാതിരി ഭാരിച്ച, ഹൃദയസ്പർശിയായ പാട്ടുകൾ പാടുന്നത് സ്വാഭാവികമാണെന്ന് കരുതി അയാൾ ആശ്വസിക്കാൻ ശ്രമിച്ചു. പഴയ സ്കൂൾ സ്നേഹിതരുടേതായ ആ ഗ്രൂപ്പ് മദ്യശാല നിറയ്ക്കാൻ മാത്രമുണ്ടായിരുന്നു. അവർ വളരെ നല്ല ഉല്ലാസത്തിലായിരുന്നു. മേശകളിൽ ഇടവിടാതെയുള്ള തിരക്കുണ്ടായിരുന്നു. ഇവരെല്ലാം വളരെ കാലത്തിനു ശേഷമായിരുന്നു തമ്മിൽ കാണുന്നത്. അഞ്ചാറു കൊല്ലമായി ജോലിയിലായിരുന്ന അവർ തങ്ങൾ ജീവിതത്തിന്റെ കഠിനമായ പരീക്ഷകൾ വിജയകരമായി തരണം ചെയ്തുകൊണ്ടിരിക്കുകയാണെന്ന് സ്വയം

വിശ്വസിച്ചു. അവർ നിർത്താതെ തങ്ങളുടെ സന്തോഷകരമായ, ചുമതലകളൊന്നും ഇല്ലാതിരുന്ന, യാതൊരു വേവലാതിയും ഇല്ലായിരുന്ന സ്കൂൾ ദിനങ്ങളെക്കുറിച്ച് സംസാരിക്കുകയും ചിരിക്കുകയും ചെയ്യുന്നുണ്ടായിരുന്നു. യുവാക്കളുടെ സമയത്തെക്കുറിച്ചുള്ള ധാരണയനുസരിച്ച് അടുത്ത കാലത്ത് സംഭവിച്ച കാര്യങ്ങൾ അവർക്ക് വളരെക്കാലം മുമ്പത്തെ എന്ന പോലെ അനുഭവപ്പെട്ടു. അനതിവിദൂരമായ ഭൂതകാലത്തെപ്പറ്റി പറഞ്ഞ് അവർ അന്യോന്യം ആലിംഗനം ചെയ്യാനും ചുംബിക്കാനും തുടങ്ങി.

രാത്രി പോകെപ്പോകെ, അവരുടെ ഗൃഹാതുരത്വം നേർത്തു വരികയും പൊതുവായി പങ്കിട്ടിരുന്ന ഓർമ്മകൾ അവസാനിക്കുകയും പലർക്കും ലഹരി തലയ്ക്കു പിടിക്കുകയും ചെയ്തു. മറ്റ് മേശകളിൽ നിന്നുള്ള സ്നേഹിതരുടെ വരവും പോക്കും കുറഞ്ഞു. ചിലരെല്ലാം ലഹരിയുടെ ഉയർന്ന വിതാനങ്ങളിലെത്തി. മറ്റ് ചിലരാകട്ടെ ആഘോഷിക്കാനുള്ള മറ്റ് മാർഗ്ഗങ്ങൾ തേടുന്ന പരുവത്തിലുമായി. എന്നിട്ടും അസീസ് ബെയുടെ ശോകപരിപാടിയിൽ യാതൊരു വ്യതിയാനവും ഉണ്ടായില്ല. സംഗീതം ക്ലിഷ്ടവും ശോകാകുലവും ആയത് ഇടപാടുകാരുടെ മനസ്സിലെ ഉല്ലാസഭാവത്തിന് യോജിച്ചതായിരുന്നില്ല.

അസീസ് ബെയ് തന്റെ വിഷാദമയമായ ആന്തരിക ലോകത്തിലെ ഏറ്റവും ഇരുണ്ട ഗാനം ആലപിക്കുമ്പോൾ പുറത്ത് മഴ കോരിച്ചൊരിയുന്നുണ്ടായിരുന്നു. ഇടപാടുകാർ സന്തുഷ്ടരല്ലെന്ന് മനസ്സിലായ ആദ്യ ഇടവേളയിൽ സേക്കി അസീസ് ബെയുടെ സമീപത്തേക്ക് പോയി.

''ചേട്ടാ, ദൈവത്തെയോർത്ത്...'' അയാൾ പറഞ്ഞു, ''താങ്കളുടെ മനോഹരമായ സംഗീതം ആസ്വദിക്കാൻ മാത്രം പക്വതയില്ലാത്ത കുട്ടികളാണിവർ. അവർക്ക് ആവശ്യമുള്ള സംഗീതം അവർക്ക് നൽകൂ.''

അസീസ് ബെയ് പരുഷമായി സേക്കിയെ തടഞ്ഞു. വെളിച്ചം മങ്ങിയ മദ്യശാലയിൽ അയാളുടെ മുഖത്ത് താണു വന്നു പതിച്ച നിഴലുകൾ അയാളുടെ രൂപഭാവങ്ങൾ കൂടുതൽ വ്യക്തമാക്കി. അയാൾ ഉള്ളതിലധികം മെലിഞ്ഞും ഉയരമുള്ളതായും തോന്നിച്ചു.

''അവർക്കിത് ആസ്വദിക്കാനാകുന്നില്ലെങ്കിൽ എന്ത് കുന്തമാണ് അവരിവിടെ ചെയ്യുന്നത്? അവർക്ക് മറ്റെവിടെയെങ്കിലും പോയിക്കൂടെ?''

അയാൾ തിരിച്ച് സ്റ്റേജിലെത്തി തന്റെ സീറ്റിൽ ഇരുന്നു. അനന്തരം താൻ പാടി നിർത്തിയിരുന്ന ശോകസ്വരങ്ങളും കരളലിയിക്കുന്ന ഗാനങ്ങളും തുടർന്ന് ആലപിക്കാൻ തുടങ്ങി. സേക്കിയുടെ

ഞരമ്പുകൾ വലിഞ്ഞുമുറുകി. അയാൾ ബഹ്രിയുടെ ശ്രദ്ധ ആകർ ഷിച്ചു കൊണ്ട് വിളിച്ച് പറഞ്ഞു, ''അടിച്ച് പൊളിക്ക്, എരിവുള്ള പാട്ടുകൾ.'' പക്ഷേ തനിക്കൊന്നും ഇതിൽ ചെയ്യാനില്ലാത്ത മട്ടിൽ ബഹ്രി തല താഴ്ത്തി. സേക്കിയുടെ മുഖം വികൃതമായി. പല്ലിറു മ്മുന്ന കാരണം അയാളുടെ താടിയെല്ല് വേദനിച്ചു. അസീസ് ബെയ് പൊടുന്നനെ തന്റെ മാത്രമായ ലോകത്തിന്റെ അഗാധതയിലേക്ക് ഇറങ്ങി അവിടെ ചുറ്റിത്തിരിയുകയായിരുന്നു. ബഹ്രിയും മെർക്കാനും ഇടയ്ക്ക് ഉല്ലാസഭരിതമായ സംഗീതത്തിന് തുടക്കം കുറിച്ചെങ്കിലും അസീസ് ബെയുടെ തീക്ഷ്ണമായ നോട്ടവും അയാളുടെ തംബു രുവിന്റെ ശബ്ദവും മുറിയെ അപ്പാടെ ആവരണം ചെയ്തതിനാൽ അവർക്കൊന്നും പറ്റിയില്ല.

ഇതിനിടയ്ക്ക് കോഴിമുട്ട പോലെ മിനുസത്തിൽ ഷേവ് ചെയ്തി രുന്ന, ഷർട്ടും കഫ്ലിങ്കുകളും ധരിച്ച് തങ്ങൾ ജോലിയെടുക്കുന്ന സ്ഥാപനങ്ങളുടെ ഗമയിൽ-ബാങ്കുകൾ, കോർപ്പൊറേറ്റുകൾ, സ്റ്റോക്ക് എക്സ്ചേയ്ഞ്ച്, റിയൽ എസ്റ്റേറ്റ്- വന്നിരുന്ന യുവാക്കൾ അവരുടെ ജാക്കറ്റുകൾ അഴിക്കുകയും ടൈകൾ ലൂസാക്കുകയും ചെയ്തിരുന്നു. അവർ തങ്ങളിൽ കൂടിയാലോചിച്ച് എല്ലാവരോടും ചിരിച്ചു കൊണ്ട് അവരാഗ്രഹിക്കുന്ന പാട്ടുകളുടെ പേർ നാപ്കിനിൽ എഴുതി കൊടു ക്കാൻ ആവശ്യപ്പെട്ടു. നല്ലൊരു തുക അഭ്യർത്ഥനകൾ എഴുതിയ നാപ്കിനുകൾക്കിടയിൽ വച്ച് അവർ ദാവൂത്തിന് കൈമാറി. അഭ്യർ ത്ഥനകൾ കൈമാറിയശേഷം കസേരകളിൽ അവരുടെ നീണ്ടു നിവർന്നുള്ള കിടപ്പും അവരുടെ മുഖത്തുണ്ടായിരുന്ന അധികാര ഭാവവും കണ്ടാൽ ആർക്കും തോന്നും അവർ പ്രതീക്ഷിക്കുന്ന വിനോദത്തിനായി പണം കൊടുക്കാൻ അവർ തയ്യാറാണെന്ന്. ആ ധിക്കാരപ്രകടനത്തിന്റെ ധ്വനിയും കൃത്യമായിരുന്നു. ''ഇനി മതി യാക്കൂ, സമയമായി, ഞങ്ങളെ നിങ്ങൾ ഉല്ലസിപ്പിക്കുന്നതും കാണണ മല്ലോ.'' അവർ നിർത്താതെ സംസാരിച്ചുകൊണ്ടിരുന്നു. മറ്റു മേശ കൾക്കരികിൽ ഇരിക്കുന്ന തങ്ങളുടെ പെൺസുഹൃത്തുക്കളെ അവർ കളിയാക്കാനും തുടങ്ങി. മെസെകൾ (ഏപ്പിറ്റൈറ്റസ്ർ) അവർ ഇഷ്ട പ്പെടാതെ തിരിച്ചയച്ചു. മേശ ഒരുക്കുന്ന പയ്യന്മാരെ അവർ പനി നീർപൂക്കൾ വാങ്ങിക്കൊണ്ടു വരാനായി ഓടിച്ചു വിട്ടു. പൂവിന്റെ ഇതളുകൾ അവർ പെൺകുട്ടികൾക്കു മുന്നിൽ നിർലജ്ജം വിതറി.

ഈ രണ്ടു പേർ പണവും നാപ്കിനുകളും ദാവുത്തിന് ധിക്കാര ത്തോടെ കൈമാറുന്നത് അസീസ് ബെയ് ശ്രദ്ധിച്ചിരുന്നു. സേക്കി വിളിച്ചു പറഞ്ഞു, ''അത് ബഹ്രിക്ക് കൊടുക്കൂ.'' പക്ഷേ ആകപ്പാ ടെയുള്ള ശബ്ദകോലാഹലത്തിനിടയ്ക്ക് അയാളുടെ ശബ്ദം ആരും കേട്ടില്ല. നാപ്കിനുകളുമായി പോയ ദാവുത്ത് ബഹ്രിക്ക് അവ കൈ

മാറുന്നതിനു പകരം, അസീസ് ബെയുടെ മുന്നിലുള്ള കോഫീ ടേബിളിൽ ഗ്ലാസ്സിനരികെയായി വച്ചു. ദാവൂത്തിന് നല്ല ഉറപ്പായിരുന്നു ഈ ഗാനങ്ങളുടെ ലിസ്റ്റ് അസീസ് ബെയയെ പ്രകോപിപ്പിക്കുമെന്ന്.

പണം പുറത്തേക്ക് വ്യക്തമായി തള്ളി നിൽക്കുന്ന ടേബിൾ നാപ്കിൻ അസീസ് ബെയ് ഒന്ന് നല്ല പോലെ നോക്കി. അയാൾ തന്റെ ഗാനം പൂർത്തിയാക്കി. എന്നിട്ട് അയാൾ നാപ്കിനും പണവുമെടുത്ത് നീണ്ട മേശയുടെ തലയ്ക്കലേക്ക് നടന്നു. ആ കൂട്ടത്തിലുള്ള എല്ലാ യുവാക്കളും പുഞ്ചിരിച്ചും ഈ സംഗീതജ്ഞൻ അവർക്കൊപ്പം ചേർന്ന് എന്തെങ്കിലും ചെറിയ തമാശ കാണിക്കുമെന്ന് പ്രതീക്ഷിച്ചും കൊണ്ട് അസീസ് ബെയെ നോക്കുന്നുണ്ടായിരുന്നു. ആ രണ്ട് യുവാക്കൾ അന്യോന്യം നോക്കി. ഈ പരിഹാസ്യമായ വേഷവിധാനത്തിൽ വരുന്ന മനുഷ്യനെ ഒന്ന് പരിഹസിക്കാൻ അവർ തയ്യാറെടുക്കുകയായിരുന്നു. സേക്കിക്ക് പെട്ടെന്ന് ഒരു വിറയൽ അനുഭവപ്പെട്ടു. ദാവൂത്ത്, വരാനുള്ളതും കാത്തുകൊണ്ട്, ചെറുചിരിയോടെ ചുമർ ചാരിനിന്നു. അസീസ് ബെയ് പണം മേശമേലേക്ക് എറിഞ്ഞു. പേപ്പർ നാപ്കിൻ അഴുക്കായ തൂവാല പോലെ പൊക്കിപ്പിടിച്ചു വീശി.

"ഇതാരാണ് ചോദിച്ചത്?'' അധികാരസ്വരത്തിൽ അയാൾ ആരാഞ്ഞു.

ആസന്നമായ ഒരു വിപത്തിന്റെ മണം പിടിച്ച ബഹ്രി സർവ്വശക്തിയുമുപയോഗിച്ച് ക്ലാരിനെറ്റ് വായിച്ചു, അസീസ് ബെയുടെ വാക്കുകളും അവയിലെ അപമാനങ്ങളും മുക്കിക്കളയാൻ ഉള്ള ഒരു ശ്രമം മാത്രം. മെർക്കാൻ തന്റെ ദർബൂക്ക നിർത്താതെ അടിച്ചു. പുതുതായി ജോലിയിൽ ചേർന്ന വയലിനിസ്റ്റ് തന്നത്താൻ ബഹ്രിയുടെയും മെർക്കാന്റെയും ശ്രമങ്ങൾക്കൊത്ത് വായിച്ചു. വയലിൻ തന്ത്രികൾക്കു മീതെ ബോ ഉരസിയപ്പോൾ ചിലക്കുന്നതും ചുരണ്ടുന്നതുമായ ശബ്ദം പുറത്തേക്ക് വന്നു. അവിടെ സ്വരവും താളവും യാതൊന്നും മാനിക്കപ്പെട്ടില്ല. ഈ അപസ്വരം അസീസ് ബെയെ കൂടുതൽ ക്ഷോഭിപ്പിക്കുകയേ ഉള്ളൂ എന്ന് മനസ്സിലാക്കി ബഹ്രി തന്റെ ക്ലാരിനെറ്റ് താഴെ വെച്ചു. മെർക്കാന്റെ ദബൂക്ക മുട്ട് സാവധാനത്തിലായി, പിന്നെ നിശ്ശേഷം നിന്നു. അസീസ് ബെയുടെ ധിക്കാരവും കോപവും ചേർന്ന മുഖം, കണ്ണുകൾ മങ്ങിയ വെളിച്ചത്തിൽ ജ്വലിക്കുന്നപോലെ തോന്നിച്ചിരുന്നു. യുവാക്കളുടെ സംഘത്തെ കുഴക്കി.

അവിടെ നിശ്ശബ്ദത പരന്നു. ഈ നിശ്ശബ്ദതയിൽ അസീസ് ബെയുടെ ചോദ്യം മുഴങ്ങി.

"ഞാൻ ചോദിച്ചത് കേട്ടില്ലേ? ഇതാരാണ് ആവശ്യപ്പെട്ടത്?''

അയാൾ നാപ്കിൻ ചെറു കഷ്ണങ്ങളായി കീറി മുറിച്ച് ആഘോഷത്തിൽ വർണ്ണക്കടലാസ് ശകലങ്ങൾ എന്നപോലെ മേശയ്ക്കുമുകളിൽ പറത്തി. നാപ്കിൻ കഷ്ണങ്ങൾ പാതി കഴിച്ചു വച്ച എണ്ണ ബീൻസിലും യോഗർട്ട് ഗാർലിക് സ്പ്രെഡിലും സലാഡിലും ചെന്നു പതിച്ചു. പാതി ലഹരിയിൽ അങ്ങേ അറ്റം അവഹേളിക്കുന്ന ഒരു വാചകം നാപ്കിൻ കൊടുത്തിരുന്ന ഒരു ചെറുപ്പക്കാരനിൽ നിന്ന് പുറത്തു വന്നു,

"അങ്ക്ൾ, നിങ്ങൾക്ക് ഭ്രാന്തോ മറ്റോ ആണോ?"

ഈ വാക്കുകൾ കേട്ട അസീസ് ബെയ് മേശമേൽ മുഷ്ടി ചുരുട്ടി ഇടിക്കുകയും അതേ നിമിഷം സേക്കി അയാൾക്കുമേൽ ചാടി വീഴുകയും ചെയ്തു. അസീസ് ബെയ് തന്റെ മുഷ്ടി കൊണ്ട് ഇടിച്ച ഇളകുന്ന മേശമേലുണ്ടായിരുന്ന കുപ്പികളും ഗ്ലാസ്സുകളും എല്ലാം ഒരുമിച്ച് താഴെ വീണു. ചുവന്ന വൈൻ തങ്ങളുടെ ദേഹത്തിലേക്ക് തെറിക്കുന്നതു കണ്ട് പെൺകുട്ടികൾ അലറാനും കരയാനും തുടങ്ങി.

സേക്കി അസീസ് ബെയെ ചുമലിൽ പിടിച്ച് കുലുക്കി.

"വൃത്തികെട്ട മനുഷ്യാ, നിറുത്ത്." മാസങ്ങളായി അയാൾക്കുള്ളിൽ പതഞ്ഞുകൊണ്ടിരുന്ന കോപം ഇപ്പോൾ ആസ്വാദ്യമായ ആനന്ദമായിരിക്കുന്നു. ദിവസങ്ങളായി അയാളുടെ തലച്ചോറിൽ തങ്ങിനിന്നിരുന്ന വാക്കുകൾ സിറപ്പിന്റെ മാധുര്യത്തോടെ ഇപ്പോൾ വെളിയിലേക്ക് വന്നു. അയാൾക്കു തന്നെ ഈ ആനന്ദാനുഭൂതി വിശ്വസിക്കുവാനായില്ല. അയാൾ ആഴത്തിൽ ശ്വാസമെടുത്തു, ഉറക്കെ അലറുന്ന നേരം വായിൽ നിന്ന് തുപ്പൽ തെറിപ്പിക്കുകയും ചെയ്തു. തനിക്ക് എന്താണ് സംഭവിക്കുന്നതെന്നറിയാതെ നിന്ന അസീസ് ബെയെ അയാൾ വലിച്ചിഴച്ച് വാതിലിനടുത്തേക്ക് കൊണ്ടുപോയി. കെട്ടിക്കിടന്ന പുക പുറത്തേക്ക് പോകാനായി വാതിൽ കുറച്ചു മുമ്പ് തുറന്നിട്ടിരുന്നു.

"മതിയായി എനിക്ക്." അയാൾ അലറി. "ഇത്രകാലം ഞാൻ ക്ഷമിച്ചു. നിങ്ങൾ എന്നെ നശിപ്പിച്ചു. എന്നെ നിസ്വനാക്കി നീ. തന്തയില്ലാത്തവൻ! നീയൊരു മൃഗമാണ്. ഞാൻ ദയാപൂർവ്വം നിന്നോട് പെരുമാറിയതോ എന്റെ കുറ്റം? നിനക്ക് തീറ്റ തന്നതോ, പറയടാ, നീ ആർത്തി പട്ടി."

ഒരേ സമയം അയാൾ അസീസ് ബെയുടെ ചുമലിൽ രണ്ട് കൈകൾ കൊണ്ടും ഇടിക്കുകയും തള്ളുകയും ചെയ്തു. തള്ളുന്തോറും അസീസ് ബെയ് ചെറിയ ചുവടുകളെടുത്ത് പിന്നോട്ട് തെന്നി മാറി. അതേ സമയം, അയാളുടെ മുഖത്ത് തെറ്റൊന്നും ചെയ്യാതെ അന്യായമായി ശകാരം കേൾക്കുന്ന കുട്ടിയുടെ ഭാവമായിരുന്നു.

ഈ രംഗം ബഹ്രിയെ വല്ലാതെ നീരസപ്പെടുത്തി. അസീസ് ബെയുടെ മുഖത്ത് ഒതുങ്ങിയതും നിഷ്ക്കളങ്കവുമായ ഭാവമായിരുന്നു. ഈ രംഗം വീക്ഷിച്ച എല്ലാവർക്കും തോന്നിയത് ഇപ്പോൾ കടന്നുപോയ സംഭവങ്ങൾ സ്വപ്നം മാത്രമായിരുന്നു എന്നായിരുന്നു. ഏതാണ് സ്വപ്നം ഏതാണ് യാഥാർത്ഥ്യം എന്ന് തീരുമാനിക്കാനാവാത്ത സ്ഥിതിയിലായിരുന്നു അവർ. ബഹ്രി ഏതാനും സെക്കന്റുകൾക്കകം, ഇതെല്ലാം നടന്നുകൊണ്ടിരിക്കുമ്പോൾ, അവർക്കൊപ്പമെത്തുകയും സേക്കിയെ പിന്തിരിപ്പിക്കാൻ ശ്രമിക്കുകയും ചെയ്തു.

സേക്കി എന്തു കാരണത്താലാണ് ഇതെല്ലാം ചെയ്യുന്നതെന്ന് മനസ്സിലാവാതെ അസീസ് ബെയ് വികാരശൂന്യമായ കണ്ണോടെ നിന്നു. സമാധാനമായി ചുരുണ്ടു കൂടി കിടന്നുറങ്ങുന്നതിനിടയ്ക്ക് വലിയ വടികൊണ്ട് ശക്തിയായി കുത്തി ഉണർത്തപ്പെട്ട പോലെയാണ് അയാൾക്ക് തോന്നിയത്. അപ്പോൾ സംഭവത്തിനുണ്ടായ കാരണമല്ല, സംഭവം തന്നെ അഭിമുഖീകരിക്കുകയാണ് ഇപ്പോൾ അനിവാര്യമായിരിക്കുന്നത് എന്നയാൾക്ക് ബോധമുദിച്ചു. അയാൾ നിന്നു, തുപ്പാൻ പോകുകയാണ് എന്ന് തോന്നിക്കുന്ന ഒരു ഭാവം അയാളുടെ മുഖത്തുകൂടെ കടന്നു പോയി. ഉടനെത്തന്നെ അമ്പരന്ന കുട്ടിയുടെ മുഖം മാറി ഭാവം ദൃഢമായി. സംഗീതത്തോടൊപ്പം വളർന്ന തംബുരു വാദകൻ, മുന്നിൽ ഗായകർ എത്തി ശ്രദ്ധയോടെ നിൽക്കുന്നവൻ, ആ വ്യക്തിയാണ് അസീസ് ബെയ്. അദ്ദേഹത്തെ ചവിട്ടുകയാണ് ഒരു കുള്ളൻ കൈയേറ്റക്കാരൻ, ഒരു ദരിദ്രനീചൻ, തീട്ടക്കണ്ടി! പൊടുന്നനെ അയാളുടെ ചുമലുകൾ നിവർന്നു. അയാൾ മുന്നോട്ട് കുതിച്ചു, ഈ അധമന് അയാളുടെ പലഹാരം കൊടുക്കുവാൻ, അവനെ ഇടിച്ചു പൊടിയാക്കുവാൻ. പ്രായത്തിന്റെ പുള്ളികൾ ദൃശ്യമായ കയ്യുകൾ സേക്കിയെ മുഖത്ത് ഇടിക്കാൻ തയ്യാറായി ഉയർന്നു. സേക്കി ഈ ചലനം കണ്ടു. രക്തം അയാളുടെ തലച്ചോറിലേക്ക് ഇരച്ചു കയറി. ഇടിക്കാൻ പൊന്തിയ കൈ പിടിക്കുന്നതിന് പകരം അയാൾക്ക് പിടുത്തം കിട്ടിയത് ആ പഴകിയ വസ്ത്രത്തിന്റെ തുന്നൽ വിട്ടുപോയ കുപ്പായക്കൈയ്യിലായിരുന്നു. അയാൾ കോപത്താൽ വിറച്ചു. അയാളാദ്യം അസീസ് ബെയെ തന്നിലേക്ക് ഊക്കോടെ വലിച്ചടുപ്പിക്കുകയും അതിനുശേഷം അക്രമണോത്സുകതയോടെ ഉന്തിക്കൊണ്ട് അയാളെ വാതിലിന് പുറത്തേക്ക് തള്ളുകയും ചെയ്തു.

വർഷങ്ങൾക്കു മുമ്പത്തെ കിളിരമുള്ള, ദൃഢപേശിയായ, ശക്തനും അന്തസ്സുറ്റവനുമായ യുവാവ് ആണ് താനിപ്പോഴും എന്നാണ് അസീസ് ബെയ്ക്ക് തന്നെക്കുറിച്ചുള്ള പ്രതിച്ഛായ. ആ മനുഷ്യനാണ് മദ്യശാലയുടെ മുന്നിൽ ചളിവെള്ളക്കെട്ടിൽ കിടന്ന് പുരളുന്നത്. അസീസ് ബെയുടെ കുപ്പായക്കൈ സേക്കിയുടെ കൈയിൽ തന്നെ ഇരുന്നു.

ഇപ്പോഴും ഒച്ചയോടെ ആഴത്തിൽ ശ്വാസമെടുക്കുന്ന, പൊടുന്നനെ സംഭവിച്ച ഈ കോപത്തിന്റെ സ്ഫോടനത്തിൽ നിന്നുള്ള ആനന്ദ ത്തിൽ മുഴുകിയ സേക്കിയെ ബഹ്രി തടഞ്ഞു നിർത്തി. ചളിവെള്ള ത്തിൽ കിടക്കുന്ന, നനഞ്ഞ പൂച്ചയുടേതുപോലെ കണ്ണുകളുള്ള മനുഷ്യനെ തല്ലിച്ചതയ്ക്കാൻ ബഹ്രി അനുവദിച്ചില്ല. കത്തിക്കുത്തെല്ലാം ഇത്തരം സ്ഥലങ്ങളിൽ സാധാരണമെന്ന് കരുതിയിരുന്ന നല്ല കുടും ബങ്ങളിൽ നിന്നുള്ള പെൺകുട്ടികൾ വിളറുകയും സേക്കിക്ക് പിന്നിൽ കൂട്ടംകൂടി നിൽക്കുകയും ചെയ്തു. രക്തം കാണ്ടാൽ അലറിക്കര യാനും ബോധക്ഷയം വരാനും തയ്യാറായിട്ടായിരുന്നു ആ നിൽപ്പ്. എല്ലാവരും സ്തബ്ധരായി നിന്നു.

സേക്കി കോപത്താൽ പരുഷമായ ശബ്ദത്തിൽ അലറി.

"പോയി തുലയ്, തന്തയില്ലാത്തവനെ! മേലിൽ ഈ വഴി നിന്നെ കണ്ടു പോകരുത്."

മഴയിൽ കുളിച്ച് അസീസ് ബെയ് മുട്ടിൽ എഴുന്നേറ്റു, ചാവാൻ പോകുന്ന ഒരു പക്ഷിയുടെ കാൽപോലെ തന്റെ വലതു കൈപ്പടം തുറന്ന് അയാൾ ഉയർത്തി, വായുവിൽ അങ്ങനെ നിർത്തി.

"എന്റെ കുപ്പായത്തിന്റെ കയ്യുറ തരൂ.." അയാൾ ഞരങ്ങി.

ഈ ദയനീയ രംഗം സൃഷ്ടിച്ചതിന് വരും ദിവസങ്ങളിൽ താൻ ആഴത്തിൽ വേദന അനുഭവിക്കാൻ പോകുകയാണെന്ന് ചിന്തിക്കാതെ കീറത്തുണി പോലുമല്ലാത്ത ആ കുപ്പായക്കൈയുറ സേക്കി ദേഷ്യ ത്തിൽ അസീസ് ബെയയുടെ നേർക്ക് എറിഞ്ഞു. അത് വെള്ളത്തിൽ ചെന്ന് വീണു. അസീസ് ബെയ് വെള്ളത്തിൽ നിന്ന് അതെടുത്ത് കുടഞ്ഞു. യാതൊന്നും ഉരിയാടാതെ വിറയ്ക്കുന്ന കൈകൾ കൊണ്ട് ബഹ്രി സേക്കിയെ ഉള്ളിലേക്ക് വലിക്കുന്നുണ്ടായിരുന്നു. വാതിൽ ക്കൽ തിങ്ങിക്കൂടിയ പെൺകുട്ടികളുടെ പിന്നിൽ നിന്ന് നോക്കി ക്കൊണ്ട് മെർക്കാൻ എന്താണ് സംഭവിക്കുന്നതെന്ന് നിരീക്ഷിക്കാൻ ശ്രമിക്കുന്നുണ്ടായിരുന്നു. ദാവൂത്ത് മദ്യശാലയുടെ മുൻവശത്ത് ഉട നീളമുള്ള ചുമരിലെ ജനലിനു പിന്നിൽ ചെറുചിരിയോടെ നില്പുണ്ടാ യിരുന്നു.

സേക്കി നിർത്തി, ആഴത്തിൽ ശ്വാസമെടുത്തു, ചളിവെള്ളത്തിൽ നിന്ന് എണീക്കാൻ ശ്രമിക്കുന്ന അസീസ് ബെയുടെ നേർക്ക് ഭയാ നകമായി ഒരു ആട്ട് ആട്ടി. എന്നിട്ട് അയാൾ സാവധാനം അടഞ്ഞു കൊണ്ടിരുന്ന വാതിൽ ആഞ്ഞ് ചവിട്ടി. അടച്ചു. എല്ലാവരുടേയും മനസ്സിൽ നിന്ന് ഈ രംഗം മായ്ച്ചു കളയാനും എല്ലാം പുതുതായി തുടങ്ങാനും എന്ന പോലെ. കൈകൊണ്ട് തുന്നിയ കർട്ടൻ മറച്ചി രുന്ന വാതിലിന്റെ ചില്ല് ഇളകി വീഴുകയും അസീസ് ബെയയുടെ

മേൽ തകർന്ന് തരിപ്പണമാകുകയും ചെയ്തു. അസ്വസ്ഥമായ ആ ജീവിതത്തിനു മേൽ- ഉള്ളംകൈയിലെ മെർക്കുറി പോലെ ചഞ്ചലവുമായ- ചെയ്തിറങ്ങിയ ചെലമ്പിച്ചതും ഭീതിദവുമായ ശബ്ദം കേട്ട് സേക്കി തളരുകയും നിസ്സഹായനാകുകയും ചെയ്തു. അയാൾ ഒരു മേശയ്ക്കരികിൽ ഇരുന്നു. ആദ്യം കയ്യിൽകിട്ടിയ ഗ്ലാസ്സിലെ വെള്ളം വിറയ്ക്കുന്ന കൈകളാൽ അയാൾ എടുത്തു കുടിച്ചു. ഇടപാടുകാർ ഭയന്ന് നിശ്ശബ്ദമായി പുറകോട്ട് മാറി.

തന്റെ മേൽ വന്നു വീണ പൊട്ടിയ ചില്ല് അസീസ് ബെയ് കുടഞ്ഞുകളഞ്ഞു. താൻ നീണ്ട പ്രതീക്ഷാനിർഭരമായ യാത്രയ്ക്ക് പുറപ്പെടുമ്പോൾ അടക്കാനാവാത്ത ദേഷ്യത്തിൽ ആഞ്ഞടച്ച വാതിലിൽ നിന്ന് താഴെ വീണ ചില്ല് ആ നിമിഷത്തിൽ അയാൾക്ക് ഓർമ്മ വന്നു. പൊട്ടിച്ചിതറിയ വാതിൽച്ചില്ലിൽ അയാൾ തുടങ്ങിയ നീണ്ട സാഹസയാത്ര അവസാനിച്ചിരിക്കുന്നു.

ബഹ്രി വാതിൽ തുറന്ന് പുറത്തേക്ക് പോയി. മഴ തകർത്ത് പെയ്യുകയായിരുന്നു. തെരുവു വിളക്ക് ഇടുങ്ങിയ, ശ്വാസം മുട്ടിക്കുന്ന തെരുവിനു മേൽ മങ്ങിയ വെളിച്ചം തൂവുന്നുണ്ടായിരുന്നു. അതിന്റെ പ്രകാശപഥത്തിൽ ഓരോ മഴത്തുള്ളിയും മിക്കവാറും വെവ്വേറെയായി ദൃശ്യമായിരുന്നു. അസീസ് ബെയ് നടന്നകലുന്നത് അയാൾ കണ്ടു. കുപ്പായക്കൈ വിട്ടു പോയതിനാൽ വെളിയിൽ കാണുന്ന അയാളുടെ വെള്ള ഷർട്ടിന്റെ വലത്ത് കയ്യ് ദൂരെദൂരെ മങ്ങി കാണപ്പെട്ടു. അതുപോലെത്തന്നെ ആ കൈയിൽ നിന്ന് തൂങ്ങി നിലത്തിഴയുന്ന കുപ്പായക്കൈയും. രാത്രിയുടെ ഇരുട്ടിൽ വ്യസനത്തിന്റെ ശ്വേതവൃത്തം.

ചുവപ്പ് ഭീകരത*

ഞങ്ങൾ: നോട്ടറി, യങ്ബക്ക് പിന്നെ ഈ ഞാനും - എഴുത്തുകാരന്റെ മനസ്സിലെ മൂന്ന് കഥാപാത്രങ്ങളാണ്, ഞങ്ങളുടെ ഭാഗധേയം എഴുതപ്പെടാൻ വേണ്ടി അതീവം അക്ഷമരായി കഴിയുന്നവർ. ഇനിയും എഴുതപ്പെടാനിരിക്കുന്നതേ ഉള്ളൂവെങ്കിലും മൂവരും ഒരേ കഥയിലെ കഥാപാത്രങ്ങളായിരിക്കുമെന്ന ഒരു ഊഹം ഞങ്ങൾക്കെല്ലാമുണ്ടായിരുന്നു; ഏത് തരം ബന്ധങ്ങളായിരിക്കും ഞങ്ങൾ തമ്മിൽ എഴുത്തുകാരൻ സൃഷ്ടിക്കുക എന്ന് ഊഹിക്കാനും ഞങ്ങൾ ശ്രമിച്ചിരുന്നു. പക്ഷേ ഞങ്ങൾ മൂവരേയും ഒന്നിപ്പിക്കാനായി ഇതുവരെ ഒരൊറ്റ വാക്യം പോലും അദ്ദേഹം എഴുതിയിട്ടില്ല. അക്കാരണത്താൽ ദൂരെ നിന്നുകൊണ്ട് അന്യോന്യം വീക്ഷിക്കുകയല്ലാതെ ഞങ്ങൾക്ക് അടുത്ത് ഇടപഴകാൻ സാധിച്ചിട്ടില്ല.

ഇപ്പോഴും ഞങ്ങളുടെ കഥയ്ക്ക് കൃത്യമായ ഒരു പ്ലോട്ടില്ലായിരുന്നു. അത് എഴുത്തുകാരന്റെ ഭാവനയിൽ മഥനം ചെയ്യപ്പെട്ടുകൊണ്ടിരിക്കുകയായിരുന്നു. ഞങ്ങൾ ആരായിരിക്കും, എന്ത് ചെയ്യും എന്നൊന്നും തിട്ടമായിരുന്നില്ല. ഞങ്ങൾക്ക് അസ്തിത്വമുണ്ടാകുമോ എന്നു പോലും വ്യക്തമായിരുന്നില്ല. അദ്ദേഹത്തിന്റെ മനസ്സിൽ ഉരുവം കൊള്ളുന്നതിനെ ഞങ്ങളുമായി ബന്ധപ്പെടുത്താൻ മാത്രം ഞങ്ങൾ വളർന്നു കഴിഞ്ഞിരുന്നില്ല. ഞങ്ങൾക്കു തന്നെ ഞങ്ങളെക്കുറിച്ച് വളരെ കുറച്ച് അറിവേ ഉണ്ടായിരുന്നുള്ളൂ. കഥാപാത്രങ്ങളുടെ അതിമാനുഷലോകത്തിൽ എഴുതാപ്പെടാനിരിക്കുന്ന നായകരായി ലക്ഷ്യമില്ലാതെ ഞങ്ങൾ അലഞ്ഞു തിരിഞ്ഞു. ഞങ്ങളുടെ മനസ്സ് ചഞ്ചലമായിരുന്നു. ഒറ്റപ്പെട്ടു എന്ന് തോന്നലും ഞങ്ങൾക്കുണ്ടായി. എഴുത്തുകാരൻ പലപ്പോഴും കുറിപ്പുകൾ തയ്യാറാക്കിയിരുന്നത് ഞങ്ങളുടെ കഥയുമായി ബന്ധപ്പെട്ടാകുമെന്ന് ഞങ്ങൾ കരുതി. അദ്ദേഹം ആദ്യവാചകങ്ങൾ തന്റെ കറുത്ത മഷി നിറച്ച ഫൗണ്ടൻപെന്നു കൊണ്ട് പരുക്കൻ കടലാസ്സിൽ എഴുതുമ്പോൾ അത് ഞങ്ങളെ ആവേശഭരിതരാക്കി. പിന്നെ അദ്ദേഹം അതെല്ലാം ചുരുട്ടിക്കൂട്ടി വലിച്ചെറിയും. അങ്ങനെ ഞങ്ങളെ അദ്ദേഹം അന്ധകാരത്തിന്റെ

പടുകുഴിയിലേക്ക് വലിച്ചിടും. അദ്ദേഹം ഞങ്ങളെപ്പറ്റി കാര്യമായൊന്നും മനനം ചെയ്യുന്നുണ്ടെന്ന് പറയുക വയ്യായിരുന്നു. ഞങ്ങളെ സൃഷ്ടിക്കാനായി അദ്ദേഹത്തിന്റെ സമയം അധികമൊന്നും നീക്കി വച്ചില്ല. ശരിയാണ്, നോട്ടറിയെക്കുറിച്ച് അദ്ദേഹം ഇടയ്ക്കിടയ്ക്ക് ചിന്തിച്ചിരുന്നു, പക്ഷേ എന്നെയും യങ്ബക്കിനെയും സാധാരണഗതിയിൽ അദ്ദേഹം മറന്നു. വിശേഷിച്ചും എന്നെക്കുറിച്ച് ഒരു വാക്കു പോലും അദ്ദേഹം കുറിച്ചില്ല. എന്നെ കടലാസിലേക്ക് പരിവർത്തനപ്പെടുത്താൻ അദ്ദേഹം താമസിക്കുംതോറും കഥയിൽ നിലനിൽപ്പിനായുള്ള എന്റെ പ്രതീക്ഷ വളരെ വേഗത്തിൽ മങ്ങിപ്പോയി.

മറ്റ് കഥകളിലെ കഥാപാത്രങ്ങളുമായി ഞാനിനിയും പരിചയമാകേണ്ടതുണ്ട് എന്നതിനാൽ ഞാനെന്റെ ശ്രദ്ധ മുഴുവൻ എഴുത്തുകാരനിലാണ് കേന്ദ്രീകരിച്ചത്. എന്റെ നിലനിൽപ്പ് അദ്ദേഹത്തിന്റ കയ്യിലാണെന്ന അറിവ് വിശദീകരിക്കാനാകാത്ത വിധം ഹൃദ്യമായ വികാരമാണ് എന്നിൽ ഉളവാക്കിയത്. ഞങ്ങൾ തമ്മിൽ ദൈവികമായ ഒരു തുലനാവസ്ഥ ഉള്ളതു പോലെയായിരുന്നു അത്. ഞാനും മറ്റ് കഥാപാത്രങ്ങളുമാണ് എഴുത്തുകാരന്റെ ജീവിതത്തിന് അർത്ഥം നൽകിയിരുന്നത്. അദ്ദേഹം എന്നെ സൃഷ്ടിക്കുന്നുവെങ്കിൽ ഞാനദ്ദേഹത്തിന്റെ അസ്തിത്വത്തെ പോഷിപ്പിക്കും. എഴുത്തുകാരനും അദ്ദേഹം പരാമർശിക്കുന്ന കഥാപാത്രങ്ങൾക്കും ഇടയിലുള്ള ഈ ബന്ധം, എന്റെ നിലനിൽക്കാനുള്ള ആഗ്രഹത്തെ ഉണർത്തി വിട്ടു. ഇതെന്നെ ഗംഭീരമായി പ്രചോദിപ്പിച്ചു.

നമ്മുടെ എഴുത്തുകാരൻ വളരെ കാലമായി പണി നടത്തിക്കൊണ്ടിരിക്കുന്ന ഒരു കഥയിലെ പ്രധാന കഥാപാത്രമായിരുന്നു ആക്രിക്കാരൻ. ആ 'ആക്രിക്കാരൻ' പറഞ്ഞാണ് ഞാനറിഞ്ഞത്, നമ്മുടെ എഴുത്തുകാരന് കഥയെഴുതാൻ വളരെയധികം സമയം ആവശ്യമാണെന്ന്. എഴുതുന്നതിനുമുമ്പ് വളരെ കാലം അദ്ദേഹം കഥാപാത്രങ്ങളെ തലയിൽ പേറി നടക്കാറുണ്ടത്രെ. മാത്രമല്ല, വളരെ കാലമായിട്ടും മുഴുമിപ്പിക്കാതെ ഇപ്പോഴും അദ്ദേഹം പണി തുടരുന്ന കഥാപാത്രങ്ങളുമുണ്ട്. നിരന്തരമായ എഴുത്തിനുശേഷവും ആക്രിക്കാരന് തന്റെ പൂർണ്ണരൂപത്തിലേക്ക് എത്താൻ സാധിച്ചില്ല. ഒരു പക്ഷേ അയാളത് കരുതിക്കൂട്ടി ഒഴിവാക്കിയതുമാകാം. ഞങ്ങളുടെ കഥയുടെ എഴുത്തു പ്രക്രിയയിൽ ഞാനേറ്റവും ആശയറ്റ് ഇരുന്ന സമയത്ത്, ആക്രിക്കാരന്റെ സമാധാനം പകരുന്ന സാന്നിദ്ധ്യം എനിക്കെപ്പോഴും അനുഭവപ്പെട്ടു. നോട്ടറി, യങ്ബക്ക്, ഞാൻ എന്നിവർ വെവ്വേറെ ആയിട്ടായിരുന്നു ഞങ്ങളുടെ എഴുത്തുകാരന്റെ മനസ്സിൽ സൃഷ്ടിക്കപ്പെട്ടത്. ഇതെപ്പോഴാണ് എങ്ങിനെയാണ് ആരംഭിച്ചതെന്ന് എനിക്ക് നിശ്ചയമില്ല. ഒരിക്കൽ ഞങ്ങൾ ഒരുമിച്ച് ഇരിക്കുമ്പോൾ ഞാൻ രണ്ടു പേരേയും ഇടങ്കണ്ണിട്ടു നോക്കി. അപ്പോഴാണ് ഞങ്ങൾ മൂവരും ഒരേ

കഥയിലായിരിക്കും എന്നൊരു തോന്നൽ എനിക്കുണ്ടായത്. ഞങ്ങളുടെ തുടക്കം അത്രമാത്രം നിശ്ശബ്ദവും, തണുപ്പനും, അകൽച്ചയോടുകൂടിയതും ചിന്തിക്കാൻ പ്രേരിപ്പിക്കുന്നത് പോലുമായിരുന്നു.

ഞങ്ങൾ എന്തായിത്തീരാനാണ് പോകുന്നത്? ഞങ്ങൾക്ക് എന്ത് സംഭവിക്കും? ഭാവിവായനക്കാരുടെ ഹൃദയത്തിലേക്ക് ഏതുതരം വ്യക്തിത്വങ്ങളായിട്ടാകും ഞങ്ങൾ കടന്നു ചെല്ലുക? അവരുടെ ഏത് വികാരമായിരിക്കും ഞങ്ങൾ ചെന്ന് സ്പർശിക്കുക? അവരുടെ ഏത് ചിന്തയുടെ സൃഷ്ടിപ്രക്രിയ ആയിരിക്കും ഞങ്ങളാൽ സുകരമാവുക? ഞങ്ങൾക്ക് ഒന്നും അറിഞ്ഞു കൂടായിരുന്നു. എന്തായാലും, കഥ ആരംഭിക്കാൻ വൈകുന്തോറും ഞങ്ങളുടെ വേവലാതിയും അധികരിച്ചു വന്നു. ഞങ്ങൾക്ക് ഒരിക്കലും നിലനിൽപ്പുണ്ടാവില്ല എന്ന ഭയം ഞങ്ങളെ വന്നു മൂടി. എല്ലാ പ്രഭാതങ്ങളിലും എഴുത്തുകാരൻ തന്റെ മേശയ്ക്കരികിലേക്ക് പോകുമ്പോൾ പുതിയ പ്രതീക്ഷകൾ ഞങ്ങളിൽ നിറഞ്ഞു. അദ്ദേഹത്തിന്റെ മനസ്സിൽ ഞങ്ങളുടെ കഥ പാകപ്പെട്ടു വരുമ്പോൾ ഞങ്ങൾക്ക് ആവേശം കയറി. ചില അവസരങ്ങളിൽ ഞങ്ങൾ പ്രത്യക്ഷപ്പെടാൻ പോകുമ്പോൾ, ഞങ്ങളുടെ നിലനിൽപ്പിനോട് പുഞ്ചിരിക്കുമ്പോൾ, ഞങ്ങളുടെ എഴുത്തുകാരൻ പെന്ന് താഴെ വെക്കും. ഞങ്ങൾ നീണ്ടതും മടുപ്പിക്കുന്നതും നിശ്ശബ്ദവുമായ കാത്തിരിപ്പ് തുടരുകയും ചെയ്യും.

പക്ഷേ ഈ നില വളരെക്കാലം തുടർന്നില്ല. ഞങ്ങൾ ഒരേ കഥയിലെ കഥാപാത്രങ്ങളാണെന്ന് വൈകാതെ മനസ്സിലായി. നോട്ടറി കൂടുതൽ കാര്യബോധമുള്ള വ്യക്തിയായി. യങ്ബക്കും ഞാനും അവഗണിക്കപ്പെട്ടു, ശരിയായി വിവരിക്കപ്പെടാതെ, ചിലപ്പോൾ ഏതാനും വാക്കുകൾ പോലും ഞങ്ങളെക്കുറിച്ച് കുറിക്കപ്പെടാതേയും. ഞങ്ങളുടെ എഴുത്തുകാരന്റെ ഈ അനാസ്ഥ ഞങ്ങൾ രണ്ടുപേരെ കൂടുതൽ അടുപ്പിച്ചു, പക്ഷേ നോട്ടറിയുമായി അകൽച്ച കൂട്ടുകയും ചെയ്തു.

നോട്ടറി ഇപ്പോൾ ആകെ മാറി. അനിശ്ചിതമായ വിധി എങ്ങനെയൊക്കെ ആയിരിക്കും തന്നെ ബാധിക്കുക എന്ന് ഭയന്നിരുന്ന ആ ഭീരു അപ്രത്യക്ഷനായി, അയാളുടെ സ്ഥാനത്ത് ഇപ്പോഴുള്ളത് ലോഗ്യമില്ലാത്തവനും ധിക്കാരിയും ഉണങ്ങിയ ചില്ല പോലെ വികാരശൂന്യനുമായ വ്യക്തിയായിരുന്നു. അയാളുമായി വേവലാതികളും, വികാരങ്ങളും പ്രതീക്ഷകളും പങ്കിടുന്നത് ഞങ്ങൾ നിർത്തി. സിനിമയിൽ തിളങ്ങുന്ന താര പരിവേഷമുള്ള റോൾ കിട്ടിയ അഭിനേതാവിന്റെ മാതിരി സംതൃപ്തനായി ചിരിച്ചു കൊണ്ട് അയാൾ അഹങ്കരിച്ചു നടന്നു. മറ്റുള്ളവരെ അസ്വസ്ഥമാക്കുന്ന ഒരു ഭാവം അയാളുടെ കണ്ണുകളിൽ സ്ഥാനം പിടിച്ചു കഴിഞ്ഞിരുന്നു. അയാൾക്ക് ഉറക്കമില്ലായ്മയും വന്നു പെട്ടു. അയാളുടെ വലിയ കണ്ണുകൾ

അടഞ്ഞതേയില്ല. രാത്രിയുടെ കൂരിരുട്ടത്തും ഫോസ്ഫറസ് പോലെ ആ കണ്ണുകൾ തിളങ്ങി. നമ്മെ ദുരന്തപൂർണ്ണമായ ഉന്മൂലനത്തിലേക്ക് നയിക്കുന്ന ശപിക്കപ്പെട്ട ഒരു വാച്ച് ഡയൽ പോലെ.** ഞങ്ങൾ ഉറങ്ങുമ്പോൾ പോലും ഒരു കറുത്ത നിഴൽ പോലെ അയാളുടെ സാന്നിദ്ധ്യം ഞങ്ങളുടെ മജ്ജ തുളച്ചു കയറുന്നതായി ഞങ്ങൾക്ക് തോന്നി.

ഞങ്ങളുടെ ഗ്രന്ഥകാരൻ എല്ലായ്പ്പോഴും നോട്ടറിയുടെ മേൽ പണി ചെയ്തുകൊണ്ടിരുന്നു. അദ്ദേഹം അയാളുടെ എല്ലാ സ്വഭാവ വിശേഷങ്ങളും പ്ലാൻ ചെയ്തിരുന്നു- അഭിനിവേശങ്ങളും, ദൗർബ്ബ ല്യങ്ങളും ചിട്ടകളും വിചിത്രമായ അയാളുടെ ആഗ്രഹങ്ങളും അയാൾ താമസിച്ചിരുന്ന സ്ഥലം പോലും. ഞങ്ങളുടെ ഗ്രന്ഥകാരന്റെ കുറി പ്പുകൾ അനുസരിച്ചും അദ്ദേഹമെഴുതിയ അദ്ധ്യായങ്ങൾ പ്രകാരവും, നോട്ടറി തനിച്ച് താമസിച്ചിരുന്നത് ഭീതിദമായതും പഴകിപ്പൊളിഞ്ഞ തുമായ വലിയൊരു വീട്ടിലായിരുന്നു. വീട് തീവണ്ടിപ്പാതയ്ക്ക് അഭി മുഖമായിരുന്നു. നഗരത്തിൽ നിന്ന് വളരെ ദൂരെ. ദിവസവും കാലത്ത് അയാൾ തന്റെ വീട്ടിൽ നിന്നിറങ്ങി സ്റേറഷനിലേക്ക് നടക്കും. ട്രെയിനിൽ കയറും. വൈകുന്നേരം അതേ റൂട്ടിൽ മടങ്ങി വരും. അയാളിനിയും പൂർണ്ണമായി എഴുതപ്പെട്ടിരിക്കില്ല. പക്ഷേ അയാൾ താത്പര്യമുണർത്തുന്ന ഒരു കഥാപാത്രമാകുമെന്ന് വ്യക്തമായി രുന്നു. അയാളുടെ ശരീരത്തിലെ രാസഘടന രാത്രിയും പകലും മാറിക്കൊണ്ടിരുന്നു. അയാൾ പകൽ സമയം എല്ലാവരെയും പോലെ സാധാരണ മനുഷ്യനായി ജീവിച്ചു, ജീവിതത്തിലെ അനന്തമായ ചിട്ടകൾ പാലിച്ചു, തന്റെ കടുംനിറമുള്ള സ്യൂട്ടണിഞ്ഞ് ജോലി ചെയ്യു മ്പോൾ അമിതമായ കൃത്യത കാണിച്ചു, അയാൾ വ്യവസ്ഥിതിയുടെ സമർപ്പിതമായ ഭാഗമായി. ആജീവനാന്തം അങ്ങനെ തുടരാൻ പോകുന്ന ഒരു വ്യക്തിയെപ്പോലെ. എന്നാൽ, സൂര്യൻ മലകൾക്കു പിന്നിൽ മറഞ്ഞ് രാത്രിയുടെ ഇരുട്ട് ഭൂമിക്കു മീതെ പടർന്നിറങ്ങി യാൽ, അയാളുടെ ആത്മാവിന്റെ ഒരു ഭാഗം രോഗഗ്രസ്തവും അസ്വസ്ഥവുമാകും. തുടർന്ന് രാവിലെയാകും വരെ അയാൾ ജനാലയുടെ അടുത്ത് കണ്ണ് ഇമവെട്ടാതെ ഇരിക്കും. നിഗൂഢവും രോഗാതുരവുമായ ഏകാന്തതയുടെ ഒഴുക്കിൽ പെട്ടും. പകൽ സമയം നിഷിദ്ധമെന്ന് സ്വയം ഗണിച്ചിരുന്ന വികാരങ്ങളുടെ ശമനത്തിനായി ജ്വലിച്ചു കൊണ്ടും.

മറ്റ് കഥാപാത്രങ്ങൾക്ക് അയാളെക്കുറിച്ച് സംസാരിക്കാൻ തുച്ഛ മായ ഇത്തരം ശ്രദ്ധയൊക്കെ മതിയായിരുന്നു. അയാളെ ചൂണ്ടി ക്കൊണ്ട് അവർ പരസ്പരം കുശുകുശുത്ത് സംസാരിച്ചു. അയാൾക്കു ചുറ്റും കൂട്ടം കൂടി- പാതി ആരാധനയും പാതി ലജ്ജയുമായി നിന്നു. നോട്ടറിക്കും ഈ കാര്യം മനസ്സിലാകുന്നുണ്ടായിരുന്നു. അതു കാരണം

അയാൾ യങ്ബക്കിനേയും എന്നേയും ധിക്കാരത്തോടെയും പുച്ഛ ത്തോടെയും നോക്കാൻ തുടങ്ങി. ഞങ്ങളെ അവജ്ഞയോടെ അയാൾ നിരീക്ഷിച്ചു. കഥയിലെ നായകൻ താനായിരിക്കുമെന്ന് അയാൾക്ക് അത്രയധികം ഉറപ്പായതിനാൽ ഗ്രന്ഥകാരൻ എഴുതിത്തീർത്ത ഭാഗ ത്തിൽ വരുന്ന പ്രധാന കഥാപാത്രങ്ങളെ മാത്രമേ സംസാരിക്കാൻ യോഗ്യരായി പരിഗണിക്കാൻ അയാൾ തയ്യാറായുള്ളൂ. അയാൾ പെട്ടെന്ന് മാറി. അയാളാകുന്ന കഥാപാത്രത്തിന്റെ വിശദാംശങ്ങൾ വ്യക്തമായതോടെ അയാളുടെ അഹങ്കാരവും വർദ്ധിച്ചു.

അയാൾ പക്ഷേ അവിടെ നിർത്തിയില്ല. തന്റെ വരിഷ്ഠതയിലുള്ള ബോദ്ധ്യം അയാൾ ചുറ്റുമുള്ളവരിലേക്ക് പരത്തി, അതിനാൽ കഥാ പാത്രങ്ങളോട് സംസാരിക്കുന്നതു പോലും തന്റെ ഔദാര്യമായി അയാൾ കരുതി. അയാൾ കഥാപാത്രങ്ങൾക്കിടയിൽ വിവേചനം കാണിക്കുകയും ചിലരെ അപമാനിക്കുകയും ചെയ്തു. അയാൾ ഇങ്ങനെ ചെയ്യുന്തോറും ചെറിയ കഥാപാത്രങ്ങൾ അയാൾക്കു ചുറ്റും കൂടി മുഖസ്തുതി പറയാൻ തുടങ്ങി. അവർ ആവശ്യത്തിലധികം താത്പര്യം പ്രകടിപ്പിക്കുകയും, എഴുത്തുകാരൻ എഴുതിയതിൽ മാത്രം ഒതുങ്ങിക്കൂടേണ്ടിയിരുന്ന ഒരു കഥാപാത്രത്തെ വിഗ്രഹവൽ ക്കിരിക്കുകയും ചെയ്തു.

ഈ നാടകീയതകൾക്ക് ഇടയിൽ നോട്ടറി കൂടുതൽ വഴങ്ങാ ത്തവനായി വളരുകയും അയാൾ, ഞങ്ങളുടെ അതിമാനുഷലോകത്തിൽ പരിഹാസ്യനായിത്തീരുകയും ചെയ്തു. പക്ഷേ ഞങ്ങളുടേത് ലക്ഷ്യ രഹിതമായ ലോകമായിരുന്നു, നിയമങ്ങളൊന്നുമില്ലാത്തും. എഴു ത്തുകാരന്റെ മനസ്സിനുള്ളിലെ സ്വതന്ത്രമേഖലയിൽ ഞങ്ങൾ പ്രകൃതി യുടെയും സമൂഹത്തിന്റെയും നിയമങ്ങളിൽ നിന്ന് ദൂരെ മാറിയാണ് ജീവിച്ചിരുന്നത്. ഞങ്ങളുടെ നിരുപാധികമായ അടിയറവാണ് തനി ക്കാവശ്യം എന്ന് വ്യക്തമാക്കിക്കൊണ്ട്, നോട്ടറി കഥാപാത്രങ്ങളെ യെല്ലാം തന്റെ പെരുമാറ്റം കൊണ്ടും ശരീരഭാഷ കൊണ്ടും സ്വാധീ നിച്ചു. ഞങ്ങളുടെ ഭരിക്കപ്പെടാതെയിരുന്ന വ്യതിരക്തതയുള്ള സമൂ ഹത്തിൽ വിചിത്രമായ ഒരു അധികാരശ്രേണി അയാൾ നടപ്പിലാക്കി ക്കഴിഞ്ഞു എന്നത് വ്യക്തമായിരുന്നു. തന്റെ ഭാഗധേയത്തിന്റെ അനിശ്ചിതത്വത്തിൽ യങ്ബക്ക് ആഴത്തിൽ വ്യഥിതനായിരുന്നു. അയാൾക്ക് തന്റെ ചുറ്റുപാടിൽ സംഭവിക്കുന്ന കാര്യങ്ങളെപ്പറ്റി താത്പര്യം പോലും നഷ്ടപ്പെട്ടു. ഉറക്കത്തിൽ പോലും അയാൾക്ക് ഉൽക്കണ്ഠയും ഭയവുമായിരുന്നു. നിലനിൽപ്പില്ലാത്തവനാകുക എന്ന ഭയം അയാളെ ക്ഷിപ്രകോപിയാക്കി മാറ്റി. ആക്രിക്കാരനും എനിക്കും ഇതിന്റെയൊക്കെ ഭയാനകതയെക്കുറിച്ച് ബോധമുണ്ടായിരുന്നു, പക്ഷേ ഞങ്ങൾക്ക് ഇതിൽ യാതൊന്നും ചെയ്യാൻ കഴിയുമായിരു ന്നില്ല.

നോട്ടറി അതിവേഗത്തിൽ വ്യക്തത ആർജ്ജിക്കുകയും ഞങ്ങൾ സംഭീതരായി വരുകയും ചെയ്ത കാലത്താണ് ഞാൻ ആക്രിക്കാരനെ പരിചയപ്പെടുന്നത്. അയാൾക്ക് വേണമെങ്കിൽ എഴുത്തുകാരന്റെ മനസ്സിൽ ഒരു സ്ഥിര സാന്നിദ്ധ്യമാകാമായിരുന്നു. എത്ര കൊല്ലങ്ങളായി അയാൾ എഴുത്തുകാരന്റെ മനസ്സിൽ കുടിപാർക്കുന്നു എന്നും എത്ര കഥകളിൽ അയാൾ പ്രധാന കഥാപാത്രമായി തുടങ്ങി എന്നും അയാൾക്ക് ഓർത്തെടുക്കാൻ സാധിച്ചിരുന്നില്ല. അത്രകണ്ട് എഴുതപ്പെടാത്ത കഥാപാത്രമായതിനാൽ അയാൾ എഴുത്തുകാരന്റെ മനസ്സാക്ഷിയും വിമർശകനുമായി മാറി. അയാൾക്ക് വയസ്സായി, എഴുത്തുകാരന്റെ മനസ്സിലെ ഒരു വ്യക്തിയായിത്തന്നെ അയാൾ വളർന്നു കഴിഞ്ഞിരുന്നു.

ഉടനീളം അയാൾ 'ഇനിയും എഴുതപ്പെടേണ്ടവനായി' തുടർന്നു. ആക്രിക്കാരൻ കണ്ട കഥാപാത്രങ്ങൾ ഇത്ര അസംഖ്യമായിരുന്നതിനാൽ എഴുതപ്പെടുന്നോ ഇല്ലയോ എന്നതു തന്നെ അപ്രസക്തമായി. ഞങ്ങൾക്കിടയിൽ നിലനിൽപ്പിനെക്കുറിച്ച് വേവലാതിപ്പെടാത്ത ആൾ ആക്രിക്കാരനായിരുന്നു. ഞാനൊരിക്കലും ഇത് പറഞ്ഞില്ലെങ്കിലും എനിക്കൊരു തോന്നലുണ്ടായിരുന്നു, അതായത്, ഞങ്ങളുടെ എഴുത്തുകാരൻ ആക്രിക്കാരനെ എഴുതിക്കഴിഞ്ഞാൽ അത് എല്ലാ സാഹസികതകളുടേയും അവസാനമാകുമെന്നും, അദ്ദേഹം എഴുത്തു പുസ്തകം അടച്ചുവെക്കുമെന്നും.

എല്ലാ കഥാപാത്രങ്ങൾക്കും ആക്രിക്കാരന്റെ പ്രാധാന്യം അറിയുമായിരുന്നു. അവർ നോട്ടറിക്കു ചുറ്റും കൂട്ടംകൂടിയിരിക്കാം, പക്ഷേ ആക്രിക്കാരനാണ് അവരെ വിരട്ടിയിരുന്നത്; അവർ അയാളോടുള്ള തങ്ങളുടെ ബഹുമാനം ഒളിച്ചുവച്ചില്ല.

എഴുത്തുകാരൻ ഇതുവരെ സൃഷ്ടിച്ച കഥാപാത്രങ്ങളിൽ ഏറ്റവും ഉന്നതൻ താനാണെന്ന് ഉറച്ച് വിശ്വസിച്ചിരുന്ന നോട്ടറി ആ നാളുകളിൽ ആക്രിക്കാരനെയും തന്റെ സ്വാധീനവലയത്തിലേക്ക് കൊണ്ടുവരാൻ ആഗ്രഹിച്ചു. പക്ഷേ, മറ്റ് കഥാപാത്രങ്ങളെ വരുതിയിലാക്കുന്ന തന്റെ ശക്തമായ രീതികൾ ആക്രിക്കാരന്റെ മേൽ ഏശുന്നില്ലെന്ന് അയാൾ അമ്പരപ്പോടെ കണ്ടു. അപ്പോഴാണ് ഞാൻ മനസ്സിലാക്കിയത് നോട്ടറിയും തന്റെ ഭാഗധേയത്തെക്കുറിച്ച് സംശയാലുവാകാൻ തുടങ്ങിയിട്ടുണ്ടെന്ന്.

ഒരു ദിവസം കാലത്ത്, ഞാൻ അസ്തിത്വത്തിനായുള്ള ആശമിക്കവാറും വെടിഞ്ഞിരിക്കുമ്പോൾ, ഞങ്ങളുടെ എഴുത്തുകാരൻ തന്റെ എഴുത്തുമേശയ്ക്കരികിലിരുന്നു. നോട്ടറി പ്രധാന പാത്രമായി തന്റെ മനസ്സിൽ വളരുന്ന പ്ലോട്ട് കടലാസ്സിൽ പകർത്തിയ ശേഷം, അദ്ദേഹം ഞങ്ങളെ അതിലേക്ക് എഴുതിത്തുടങ്ങി. ഞാൻ ഒരു ചുവപ്പ് വസ്ത്രത്തിലായിരുന്നു. യങ്ബക്കിന് തിളങ്ങുന്ന ചുവപ്പ്

ആഡംബര കാറുണ്ടായിരുന്നു. നോട്ടറി ഒരു കൂമനെപ്പോലെ തന്റെ പൊളിഞ്ഞ വീടിന്റെ ജനാലയ്ക്ക് അരികെ ചിന്താമഗ്നനായി ഇരിക്കുകയായിരുന്നു.

യങ് ബക്ക് തന്റെ നിലനിൽപ്പിനെ അല്പം പൊലിപ്പിച്ചു കണ്ട് പെട്ടെന്ന് ഊർജ്ജസ്വലനായി. ഞാനൊരിക്കൽ നോട്ടറിയെ തിരിച്ചറിയാൻ വിഷമിച്ചതുപോലെ യങ്ബക്കിനെയും ഇപ്പോൾ തിരിച്ചറിയാൻ എനിക്ക് പ്രയാസം അനുഭവപ്പെട്ടു. അസ്തിത്വമില്ലാത്ത അവസ്ഥ നിലനിന്നിരുന്ന നാളുകളിൽ, അയാളൊരിക്കൽ ആഗ്രഹിച്ചിരുന്നു കുറച്ച് വരികളിലെങ്കിലും തനിക്ക് നിലനിൽക്കാൻ സാധിച്ചിരുന്നുവെങ്കിലെന്ന്. ഇപ്പോൾ ആ വ്യക്തി അപ്രത്യക്ഷനായിരിക്കുന്നു. അയാളുടെ സ്ഥാനത്ത് ദയനീയനായ ഒരാൾ വന്നിരിക്കുന്നു, കഥയിൽ നിലനിൽപ്പിനായി ഏതുതരം വ്യക്തിത്വത്തേയും ചുമക്കാൻ തയ്യാറായ ഒരാൾ. 'അവസാനം...നമ്മൾ എഴുതപ്പെടുന്നു!' തന്റെ സന്തോഷം പൊലിപ്പിച്ച് കാട്ടിക്കൊണ്ട് അയാൾ ആർത്തുവിളിച്ചു.

എന്നിട്ടും ഞാൻ അസന്തുഷ്ടയായി തുടർന്നു. അസ്തിത്വത്തിനായി കഥ പങ്കിടുന്നത് പക്ഷേ നോട്ടറിയുമായി വേണ്ടി വരുന്നല്ലോ എന്ന ചിന്തയിൽ. ഞങ്ങൾക്കിടയിൽ വിചിത്രമായ അധികാരശ്രേണി സൃഷ്ടിച്ച് ഞങ്ങളുടെ കാല്പനിക ലോകത്തെ അട്ടിമറിച്ചവനുമൊത്ത് ഈ കഥയിൽ ഞാൻ തടവിലാകുമല്ലോ എന്ന വികാരം അഗാധ ദുഃഖമായി എന്റെ ഹൃദയത്തിൽ തളം കെട്ടി. ആക്രിക്കാരന് എന്റെ അസന്തുഷ്ടി മനസ്സിലായിരുന്നു. കഥയുടെ അവസാനത്തെ വിരമചിഹ്നം ഇടും വരെ പ്രതീക്ഷ കൈവെടിയരുതെന്ന് അയാൾ എന്നെ ഉപദേശിച്ചു. അയാളിതു പറഞ്ഞത് സ്വാനുഭവത്തിൽ നിന്നായിരുന്നു, നീണ്ട വർഷങ്ങളായി എഴുതപ്പെടാത്ത അവസ്ഥയിലൂടെ കടന്നുപോയ അയാളുടെ അനുഭവം. അതിനാലാണ് അയാളെന്നെ ആശ്വസിപ്പിക്കാൻ തുനിഞ്ഞത്. പക്ഷേ പ്രസന്ന സ്വരത്തിൽ അയാൾ പറഞ്ഞതൊന്നും തന്നെ എന്റെ ഹൃദയത്തിൽ അടിഞ്ഞു കൂടിയ വ്യഥ അകറ്റാൻ ഉതകിയില്ല.

ഞാൻ യങ്ബക്കിന്റെ വിലപ്പിടിച്ച ചുവപ്പ് കാറിന്റെ മുൻസീറ്റിൽ ഇരിക്കുകയായിരുന്നു. ഞാൻ എന്റെ ചുവന്ന നിറമുള്ള അല്പവസ്ത്രത്തിലായിരുന്നു. ചുണ്ടുകളിൽ കടും ചുവപ്പ് നിറം തേച്ചിരുന്നു. എന്റെ നീണ്ട കാലുകളിൽ മേത്തരം നേരിയ കറുപ്പു നിറത്തിലുള്ള സ്റ്റോക്കിങ്സ് ഇട്ടിയിരുന്നു. കാലിൽ കൂർത്ത ഹീലുള്ള ചെരിപ്പുകൾ, ചുമലിൽ കൃത്രിമമായ കറുപ്പ് രോമാവരണ ഷാൾ വലിച്ചിട്ടിരിക്കുന്നു. തരംതാണ വിധത്തിലുള്ള ഒരു മോടി എനിക്കുണ്ടായിരുന്നു. ഞാനൊരു സിഗരറ്റ് വലിച്ചുകൊണ്ടിരുന്നു. യങ്ബക്കിന് എന്നോടുള്ള ലൈംഗികാഭിനിവേശം അയാളുടെ ചർമ്മത്തിന്റെ തിളക്കത്തിലൂടെ പ്രസരിച്ചിരുന്നു.

സമയം രാവേറെ ചെന്നിരുന്നു. വീടുകൾ വിരളമാകുകയായിരുന്നു. അവയ്ക്കുള്ളിലെ വെളിച്ചം അണഞ്ഞിട്ട് നേരമേറെയായിരുന്നു. ജനങ്ങളെല്ലാം ക്ഷീണിതരായി ഉറക്കത്തിന്റെ ആലിംഗനത്തിലമർന്നിരുന്നു. റെയിൽ ലൈനിന് ഏതാനും മീറ്റർ ഉയർന്നു കിടക്കുന്ന ടാർ റോഡിലൂടെ കാർ ഉന്മേഷത്തോടെ പാഞ്ഞു പൊയ്ക്കൊണ്ടിരുന്നു. നോട്ടറിയുടെ വീട്ടിൽ, ഉപേക്ഷിക്കപ്പെട്ടതും വിശാലവുമായ ഒരു തോട്ടത്തിനുള്ളിൽ കറുത്ത വലിയൊരു കണ്ണിനെ ഓർമ്മിപ്പിക്കുന്ന ആ വീട്ടിൽ, ഞങ്ങൾ ഇനിയും എത്തിയിട്ടില്ല. യങ്ബക്കിന്റെ ആവേശം പ്രകടമായിരുന്നു. എഴുത്തുകാരൻ ആഗ്രഹിച്ചപോലെ അയാൾ മദ്യലഹരിയിലായിരുന്നു. അയാൾ കാറിന്റെ ജനൽ തുറന്ന് ആനന്ദത്താൽ കൂവി വിളിച്ച് ആക്സിലറേറ്ററിൽ കാലമർത്തി.

ഇതോടെ ഞാൻ ഉറപ്പിച്ചു, ഞങ്ങൾ നോട്ടറിയുടെ കഥ ബലപ്പെടുത്തുകയാണ് എന്ന്. ഞങ്ങൾ ശ്രദ്ധേയരല്ലാത്ത വെറും കഥാപാത്രങ്ങളായി നിലനിന്നു. ഞങ്ങളുടെ അതിമാനുഷ ലോകത്തിൽ ഏതോ താണതരം മൂലയിൽ ഒരു സ്ഥാനം കിട്ടാൻ വേണ്ടി പിടയാൻ വിധിക്കപ്പെട്ടവരായി, ഒറ്റവായനയോടെ ഞങ്ങളെല്ലാം വിസ്മൃതിയിലാകും. അപൂർവ്വതകൾ ഒന്നുമില്ലാതെ.

ഞാനും മദ്യലഹരിയിലായിരുന്നു. ഞാൻ ജനൽ തുറന്നു. ഇടക്കിടയ്ക്ക് പുറത്ത് മൃദുവായി പെയ്യുന്ന മഞ്ഞിലേക്ക് ഞാൻ എന്റെ നഗ്നമായ കയ്യ് നീട്ടിപ്പിടിച്ച് തീപോലെ പൊള്ളുന്ന എന്റെ ചർമ്മം തണുപ്പിക്കാൻ ശ്രമിക്കുകയായിരുന്നു. യങ്ബക്ക് ഒരു കൈകൊണ്ട് കാറോടിച്ച് മറ്റേ കൈകൊണ്ട് എന്റെ സ്കർട്ട് വലിച്ച് ഉയർത്തി എന്റെ കാലുകൾ താലോലിക്കാൻ തുടങ്ങി. ഞാനയാളുടെ കൈകൾ തട്ടി നീക്കി, പക്ഷേ അയാൾ അത് ശ്രദ്ധിച്ചില്ല. അയാളുടെ കൈകൾ കൂടുതൽ കൂടുതൽ അപമര്യാദമായി നീങ്ങി, അയാൾക്ക് കിട്ടിയ കഥാഭാഗം അയാൾ ആസ്വദിക്കുന്നതിന്റെ സൂചനയായിരുന്നു അത്. ഇപ്രാവശ്യം ഞാനയാളുടെ കൈകൾ പരുഷമായി എടുത്തു മാറ്റുകയും എന്നെ തൊടരുതെന്ന് അയാളോട് കർശനമായി പറയുകയും ചെയ്തു. അയാൾ എന്റെ ചെകിട്ടത്ത് അടിച്ചു, എന്നിട്ട് അലറി, "വേശ്യ." ഞാനയാളെ തിരിച്ച് അടിച്ചു. പൊടുന്നനെ ഞങ്ങൾ പോരടിക്കാൻ തുടങ്ങി. ഞാനയാളെ അടിക്കാൻ ശ്രമിക്കുമ്പോഴെല്ലാം അയാൾ പറഞ്ഞു കൊണ്ടിരുന്നു. മുൻകൂട്ടി പണം നൽകിയതിനാൽ അയാൾക്ക് എന്നെ ഇഷ്ടമുള്ളത് ചെയ്യാം എന്ന്. എന്റെ തലമുടി പിടിച്ച് അയാളെന്റെ തല കാറിന്റെ ജനലിന്മേൽ ഇടിച്ചു. പിന്നെ മുടിയിലെ പിടി വിട്ട് എന്റെ കഴുത്ത് ഞെരിച്ചു, അപ്പോഴെല്ലാം എന്നെ ആവർത്തിച്ച് അടിച്ചുകൊണ്ടിരുന്നു.

ഞാൻ പരിക്കുകൾ ഏറ്റുവാങ്ങിക്കൊണ്ടിരുന്നു. കോപത്താൽ വിറച്ചുകൊണ്ട്, എന്റെ മുഖത്ത് വന്നുവീഴുന്ന അടികൾ തടുക്കാനായി

ഞാനയാളുടെ ബലിഷ്ഠകരങ്ങൾ പിടിച്ച് നിർത്താൻ നോക്കി. പക്ഷേ ഞാൻ വിജയിച്ചില്ല. അയാൾ ആക്സിലറേറ്ററിൽ നിന്ന് കാലെടുത്തപ്പോൾ കാറിന്റെ വേഗത അല്പം കുറഞ്ഞു, ഞാൻ വാതിൽ തുറന്ന് പുറത്തേക്ക് ചാടി. ഞാൻ ഏതാനും മീറ്റർ ദൂരം ഉരുണ്ട് പോയി റെയിൽ ലൈനിനടുത്ത് എത്തി. ഞാൻ റെയിലിന്മേൽ അവശയായി വീണു.

എന്റെ മൂക്കിൽ നിന്ന് ഒഴുകുന്ന ചോരയുടെ ചൂട് എന്റെ മുഖത്ത് പരന്നുകൊണ്ടിരുന്നപ്പോൾ ഞാൻ തീവണ്ടിയുടെ കടുചൂളംവിളി കേട്ടു. എനിക്ക് എഴുന്നേൽക്കണമെന്നുണ്ടായിരുന്നു. പക്ഷേ കഴിഞ്ഞില്ല. തീവണ്ടി പെട്ടെന്ന് വളവ് കടന്ന് എനിക്കുനേരെ അതിവേഗത്തിൽ വന്നു. അതിന്റെ ഭീമാകാരമായ ഹെഡ്‌ലൈറ്റ് ക്ഷണത്തിൽ ചുറ്റുപാടും പ്രഭാമയമാക്കി. ഞാൻ കണ്ണുകൾ ഇറുക്കിയടച്ച് എന്റെ എഴുത്തുകാരനെ ശപിച്ചു. തീവണ്ടി എനിക്കു നേരെ പാഞ്ഞു വന്നു. ഞാൻ നിർഭാഗ്യവതിയും അല്പായുസ്സുമായ ഒരു കഥാപാത്രമായി മാറും, ഓരോ വായനയിലും മരണം രുചിച്ചുകൊണ്ട്.

വണ്ടിയുടെ ചൂളം വിളി അടങ്ങി, നേർത്ത് നേർത്ത് കേൾക്കാതായി. സംഭ്രമത്തോടെ ഞാൻ കണ്ണുകൾ തുറന്നു. കണ്ണ് തുളച്ചിരുന്ന പ്രകാശം മറഞ്ഞു, അവിടം കനത്ത ഇരുട്ടിലായി. തീവണ്ടി എന്നെ ഇടിച്ചു വീഴ്ത്തി പിന്നിൽ ഉപേക്ഷിച്ചിട്ടില്ല, അത് രണ്ടാമത്തെ പാതയിലൂടെയായിരുന്നു കടന്നുപോയത്. എന്റെ കഥ യഥാർത്ഥത്തിൽ തുടങ്ങാൻ പോകുന്നതേയുള്ളൂ എന്ന തോന്നലോടെ ഞാൻ പിടഞ്ഞെണീറ്റു. നോട്ടറിയുടെ വെളിച്ചമില്ലാത്ത വീട് എന്നെ വിളിച്ചു. രാത്രിയുടെ ഇരുളിൽ വീടിന്റെ ആകൃതി കാണാമായിരുന്നു. ഞാനെന്റെ ഭാഗധേയത്തിലേക്ക് ക്ഷീണിച്ചു കുഴഞ്ഞ ചുവടുകൾ വച്ച് നടന്നു.

എന്റെ മൂക്കിൽ നിന്ന് അപ്പോഴും രക്തമൊഴുകിക്കൊണ്ടിരുന്നു. എന്റെ തലമുടി അലങ്കോലമായിരുന്നു, എന്റെ രോമാവരണം മുൾപ്പടർപ്പിൽ കുടുങ്ങിപ്പോയിരുന്നു. എന്റെ പേറ്റന്റ് തോൽ ഷൂസ് കാലിൽ നിന്ന് വിട്ടുപോയിരുന്നു. ഞാൻ തണുത്ത് മരവിക്കുകയായിരുന്നു. എന്റെ നഗ്നമായ മാറിടം മുറിവുകളുള്ള കൈകൾ കൊണ്ട് മറച്ചു പിടിച്ച് ഞാൻ നോട്ടറിയുടെ അവഗണിക്കപ്പെട്ട തോട്ടത്തിലേക്ക് പ്രവേശിച്ച് വീടിന്റെ ഇരുമ്പ് വാതിലിന്മേൽ ഇടിച്ചു. എന്റെ എഴുത്തുകാരൻ എഴുതി- അദ്ദേഹം എല്ലാം കണ്ടിരിക്കുന്നു, ഇപ്പോൾ എന്നെ കാത്തിരിക്കുകയുമായിരുന്നു എന്ന്. ഫോസ്ഫറസ് കണ്ണുകളുമായി നോട്ടറി വാതിൽ തുറന്നു. തോൽ മാത്രമായി എല്ലുന്തി നിൽക്കുന്ന അയാളുടെ കൈകളിൽ ഞാൻ ബോധരഹിതയായി വീണു. രാത്രി പകലിലേക്ക് കൺമിഴിക്കുന്ന ഇടവേളയിൽ വലിയ ഒരു മുറിയുടെ നടുക്കിട്ടിരുന്ന ഭീമൻ കട്ടിലിൽ എനിക്ക് ബോധം വന്നപ്പോൾ ഞാൻ നോട്ടറിയെ കണ്ടു, അദ്ദേഹം രാത്രി മുഴുവൻ

എന്റെ കണങ്കാലുകൾ തടവി പകൽ സമയത്തേക്കുള്ള തയ്യാറെടുപ്പിനായി തന്റെ കറുത്ത സ്യൂട്ട് വാർഡ്രോബിൽ നിന്ന് എടുക്കുകയായിരുന്നു.

ഞാൻ മരിച്ചിരുന്നില്ല. പക്ഷേ നോട്ടറിയുടെ തടവുകാരിയായിക്കഴിഞ്ഞിരുന്നു. അത് മരണത്തേക്കാൾ ദുഷിച്ചതായിരുന്നു. ഞാൻ എന്റെ അസ്തിത്വത്തിൽ സന്തുഷ്ടയായിരുന്നില്ല. പക്ഷേ എന്നെ ശരിക്കും തകർത്തത് ഇതായിരുന്നില്ല, യങ്ബക്കിന്റെ അമിതമായ സന്തോഷമായിരുന്നു. സംവേദനക്ഷമനും നിഷ്ക്കളങ്കനുമായിരുന്ന ആ യുവാവ്, എനിക്ക് അടക്കാനാവാത്തവിധം താലോലിക്കാൻ തോന്നിയിരുന്ന ശിശുസഹജമായ ശരീരപ്രകൃതമുണ്ടായിരുന്നവൻ, യങ്ബക്ക്, അയാൾ ഇനിയില്ല. അയാൾ നോട്ടറിയുടെ ഇഷ്ടം സമ്പാദിക്കാനുള്ള ശ്രമത്തിലായിരുന്നു, സന്തോഷം അടക്കാനാകാത്ത സ്ഥിതിയിലുമായിരുന്നു. ഞാനാകെ ആശയക്കുഴപ്പത്തിലായി. ഞങ്ങൾ ഈ കഥയിൽ വാസ്തവത്തിൽ ഉണ്ടായിരുന്നില്ല. യാതൊന്നും പറയാൻ ഞങ്ങൾ നിമിത്തവുമായിരുന്നില്ല. ഞാനൊരു വെറും ലൈംഗികത്തൊഴിലാളി, അയാൾ നികൃഷ്ടനായ ഒരു ചെറുപ്പക്കാരൻ. നോട്ടറിയുടെ നിലനിൽപ്പിന് വെറും ഒരു ഉപാധികളായിരുന്നു ഞങ്ങൾ. യങ്ബക്ക് ഇതൊന്നും ശ്രദ്ധിച്ചിരുന്നില്ല. മറ്റ് കഥാപാത്രങ്ങളോട് എന്നെ അടിച്ച കാര്യവും എന്നെ തലോടുമ്പോൾ അയാൾക്ക് തോന്നിയ വികാരവും വർണ്ണിക്കുമ്പോൾ അയാൾ അട്ടഹസിച്ച് ചിരിക്കുകയായിരുന്നു. അയാൾ തികച്ചും അപലപനീയനായിക്കഴിഞ്ഞിരുന്നു. അതുകാരണം, നോട്ടറിയെ എക്കാലത്തേയും വരിഷ്ഠ കഥാപാത്രമെന്ന് അയാൾ പുകഴ്ത്തിക്കൊണ്ടേയിരുന്നു. ഈ നോട്ടറിയെ ആയിരുന്നു അസ്തിത്വം ലഭിക്കുന്നതിന് മുമ്പ് അയാൾ വെറുത്തിരുന്നത്. നോട്ടറിയാകട്ടെ, തിരിച്ച് അയാളെ ലാളിക്കുകയും പുഞ്ചിരികൾ സമ്മാനിച്ചുകൊണ്ട് പ്രോത്സാഹിപ്പിക്കുകയും ചെയ്തു.

പക്ഷേ ഒരു രാത്രിയിൽ തികച്ചും അപ്രതീക്ഷിതമായാണ് അത് സംഭവിച്ചത്. ആക്രിക്കാരൻ അവിടെ എത്തി നമ്മുടെ എഴുത്തുകാരന് ഉറങ്ങാൻ പറ്റുന്നില്ല എന്ന് പറഞ്ഞു. സത്യമായും അദ്ദേഹം കിടക്കയിൽ തിരിഞ്ഞും മറിഞ്ഞും കിടക്കുകയായിരുന്നു. ഞാൻ യങ്ബക്കിനെ നോക്കി. ആനന്ദത്താൽ ക്ഷീണിതനായി അയാൾ എല്ലാം മറന്ന് മുഖത്ത് ഒരു വിഡ്ഢിയുടെ ഭാവവുമായി ഉറങ്ങുകയായിരുന്നു. പക്ഷേ, എഴുത്തുകാരന്റെ അസ്വസ്ഥത നോട്ടറി ശ്രദ്ധിച്ചു. ഞങ്ങളുടെ കണ്ണുകൾ തമ്മിൽ ഇടഞ്ഞു. എപ്പോഴും തുറന്നിരിക്കുന്ന അയാളുടെ കണ്ണുകളിൽ ഭയത്തിന്റെ സുതാര്യമായ നിഴൽ തിടം വച്ചു. അവസാനം ഞങ്ങളുടെ എഴുത്തുകാരൻ എഴുന്നേറ്റു. എഴുത്തുമേശയുടെ മുന്നിൽ ഇരുന്നു ജോലി തുടങ്ങാൻ വട്ടം കൂട്ടി.

വളരെ ആഴ്ചകൾ നീണ്ടു നിന്ന മൽപ്പിടുത്തം പോലെ തീർത്ത ജോലിക്കൊടുവിൽ നോട്ടറിയും യങ്ബക്കും അപ്രത്യക്ഷരായി. നോട്ടറി പരിഭ്രാന്തനും സമ്പൂർണ്ണമായി തകർക്കപ്പെട്ടവനുമായി മാറി. താൻ ബലികഴിക്കപ്പെട്ടിരിക്കുന്നു എന്ന് അയാൾക്ക് വിശ്വസിക്കാനായില്ല. യങ്ബക്കിന്റെ നാവിറങ്ങി. എന്താണ് സംഭവിച്ചതെന്ന് മനസ്സിലാക്കാൻ കഴിവില്ലാതെ ഒരു പുഞ്ചിരി അയാളുടെ ചുണ്ടിൽ മരവിച്ചു നിന്നു. ആ പുഞ്ചിരി മങ്ങി, അവസാനത്തെ കടലാസു കൂടി എറിയപ്പെട്ടപ്പോൾ അത് തീർത്തും മാഞ്ഞു.

ഈ അനുഭവം മറ്റു കഥാപാത്രങ്ങളേയും വളരെ അത്ഭുതപ്പെടുത്തി. വാസ്തവത്തിൽ അത് അവരെ ഇളക്കി മറിച്ചു. പിന്നെയവർ സംസാരിച്ചു തുടങ്ങി, എങ്ങിനെയാണ് നോട്ടറി തങ്ങളെയെല്ലാം ഇത്ര സ്വാധീനിച്ചത്? അയാളെ പ്രീതിപ്പെടുത്താനുള്ള ശ്രമത്തിൽ തങ്ങൾ സ്വയം താണനിലയെക്കുറിച്ച് ലജ്ജയോടെ അവർ കുമ്പസാരിച്ചു. നിറമുള്ള, ആഘോഷപൂർണ്ണമായ കഥാപാത്രങ്ങളുടെ ലോകം സാവധാനത്തിൽ അതിന്റെ പഴയ മഹത്വം തിരിച്ചുപിടിക്കാൻ തുടങ്ങി.

ആ എഴുതി തീർന്നിട്ടില്ലാതിരുന്ന കഥയിൽ ബാക്കിയായത് ഞാനായിരുന്നു. നീണ്ട കാലം ഞങ്ങളുടെ എഴുത്തുകാരന്റെ മനസ്സിൽ ചുവപ്പ് വസ്ത്രമണിഞ്ഞ് ചുവന്ന ലിപ്സ്റ്റിക്കുമിട്ട് തരം താണ സ്ത്രീയായി ഞാൻ ജീവിച്ചു. പിന്നീട് ഒരു പ്രഭാതത്തിൽ ഞങ്ങളുടെ എഴുത്തുകാരൻ എന്റെ കഥ തുടങ്ങി. ഇതിനു മുമ്പ് കണ്ടിട്ടില്ലാത്ത ഒരു കഥാപാത്രവുമൊന്നിച്ച് ഞാനൊരു മദ്യശാലയുടെ പുറത്തേക്ക് വരുന്നു. നേരത്തേതുപോലെ അത് രാത്രി വളരെ വൈകിയായിരുന്നു. ഞങ്ങൾ യങ്ബക്കിന്റെ അപകടത്തിൽ പെട്ട കാറിൽ അതേ തീരപ്രദേശ റോഡിലൂടെ പൊയ്ക്കൊണ്ടിരുന്നു. ഞങ്ങൾ രണ്ടു പേരും മദ്യപിച്ചിരുന്നു. അവനെ ഞാനായിരുന്നു വശീകരിച്ചത്.

ഞങ്ങൾ ഒരു വേനൽവസതിയിലേക്കാണ് പൊയ്ക്കൊണ്ടിരുന്നത്. അവിടെ ഞാനെന്റെ കറുത്ത കൃത്രിമ രോമഷാളും, കറുത്ത സിൽക്ക് സ്റ്റോക്കിങ്സും പേറ്റന്റ് ലെതർ ഷൂസും, ചുവന്ന ഉടുപ്പും അഴിച്ചു മാറ്റി, ഈ ലജ്ജാശീലനും സംവേദനക്ഷമനുമായ യുവാവിനെ കാമം എന്ന വികാരം പരിചയപ്പെടുത്തും. ഞാനന്ന് തീവണ്ടിപ്പാതയിലേക്ക് വീണുരുണ്ട സ്ഥലമെത്താറാകുമ്പോൾ അനുഭവജ്ഞാനമില്ലാതെ മനസ്സിൽ പേടിയോടെ ആ ചെറുപ്പക്കാരൻ വിറയ്ക്കുന്ന വിരലുകൾകൊണ്ട് എന്റെ കാലുകൾ സ്പർശിച്ചു. എല്ലാം എഴുത്തുകാരൻ കുറിച്ചിട്ട പോലെത്തന്നെ ആയിരുന്നു. നല്ല പ്രായം പിന്നിട്ടു കഴിഞ്ഞ ചഞ്ചലയായ ഞാനെന്ന ലൈംഗികത്തൊഴിലാളി, ഈ ചെറുപ്പക്കാരനൊപ്പം കിടക്കുന്നതിനെക്കുറിച്ചുള്ള അഭിപ്രായം പൊടുന്നനെ മാറ്റി. ധൃതിയിൽ ഞാനയാളുടെ കൈ പിടിച്ച് മാറ്റി

അയാളെ അപമാനിക്കാൻ മുതിർന്നു. ഞാൻ പറഞ്ഞു, അയാൾ എനിക്ക് പണം തന്നു എന്ന് കരുതി അയാൾക്ക് തോന്നിയതൊന്നും എന്നോട് ചെയ്യാൻ പറ്റില്ല. അവൻ അത്ഭുതത്തോടെയും ലജ്ജയോടെയും എന്നെ നോക്കി. അവന് പശ്ചാത്താപം തോന്നി, എന്നെ തൊടുന്നത് അവൻ നിർത്തിയിരുന്നു. പക്ഷേ ഇത്തവണ ഞാൻ മറ്റൊരു വിധത്തിലെഴുതപ്പെട്ടവളായിരുന്നു. ജുഗുപ്സയുളവാക്കുന്നവളും കുടിച്ച് പൂസായവളുമായിരുന്നു.

ഞാൻ കാറിന്റെ ജനൽ തുറന്ന് അലറാൻ തുടങ്ങി. റോഡിരികിലുള്ള ചില വീടുകളിൽ വെളിച്ചം തെളിഞ്ഞു. ഭീരുവായ ചെറുപ്പക്കാരൻ എന്നെ ശാന്തയാക്കാൻ പരിശ്രമിക്കുന്നുണ്ടായിരുന്നു. അവനെന്നോട് ഒച്ച കുറയ്ക്കുവാനായി യാചിച്ചു, ഞാൻ ഒച്ചയിടുന്നത് തുടർന്നു. എന്റെ അലർച്ച രാത്രിയെ തുളച്ചു. അവനെന്റെ വായ പൊത്തിപ്പിടിക്കാൻ ശ്രമിക്കുന്നതിനിടയ്ക്ക് പഴയ ആ കാറിന്റെ വാതിൽ പെട്ടെന്ന് തുറക്കുകയും ഞാൻ അതേ റെയിൽ പാതയിലേക്ക് അതേ സ്ഥലത്തുനിന്ന് ഉരുണ്ട് വീഴുകയും ചെയ്തു. വീണ്ടും അതേ തീവണ്ടി പ്രത്യക്ഷപ്പെട്ടു. അതിന്റെ ഹെഡ്‌ലൈറ്റിൽ ചുറ്റുപാടുകൾ പകൽ പോലെ പ്രകാശിച്ചു.

തീവണ്ടി അടുത്ത ട്രാക്കിലൂടെ കടന്നു പോയി. വീണ്ടും എന്റെ മൂക്കിൽ നിന്ന് രക്തം ഒഴുകി. ഞാനെഴുന്നേറ്റ് കടലിന് നേരെ നടന്നു. ഞാനൊരു മരത്തിന്മേൽ ചാരി നിന്നു. ഞാൻ ലഹരിയിലും എന്റെ മനസ്സ് തളർന്നിട്ടുമായിരുന്നു. പെട്ടെന്ന് ചെറുപ്പക്കാരന്റെ ആർത്തനാദം ഞാൻ കേട്ടു. എന്നെ തീവണ്ടി ഇടിച്ചു വീഴ്ത്തി എന്ന് അവൻ വിചാരിച്ചു. അവൻ ചെരിവിറങ്ങി താഴേക്ക് വരാൻ തത്രപ്പെടുകയായിരുന്നു.

റെയിൽ ട്രാക്കിൽ തളർന്നിരിക്കുമ്പോൾ അവന് സമനില തെറ്റിയ പോലെ ഉണ്ടായിരുന്നു. ''എവിടെയാണ് നിങ്ങൾ?'' അവൻ പലവട്ടം അലറി ചോദിച്ചു. അവൻ പരിഭ്രാന്തനും ക്ഷീണിതനുമായിരുന്നു. പെട്ടെന്നായിരുന്നു എതിർദിശയിലേക്ക് പോകുന്ന ഒരു വണ്ടി പ്രത്യക്ഷമായത്. കടുത്ത ചൂളംവിളി കടലിന്റെ ഭാഗത്തേക്ക് നേർത്ത നേർത്ത് പോയി. ഹെഡ്‌ലൈറ്റ് ചുറ്റുപാടുകളെ പ്രകാശമാനമാക്കി. അവന്റെ അലർച്ചയും ശരീരം കഷ്ണമായി തെറിക്കുന്നതിന്റെ പ്രതിദ്ധ്വനിയും ഞാൻ കേട്ടു. ആ നിമിഷം ഒരു കൊടുംവേദന എന്റെ ഹൃദയത്തിൽ തുളച്ചു കയറി. ജ്വലിക്കുന്ന ചുവപ്പ് ഭീകരത ഞാൻ അനുഭവിച്ചറിഞ്ഞു.

അങ്ങനെ അവസാനം കഥാപാത്രങ്ങളുടെ ലോകത്തിൽ ഞങ്ങളുടെ അസ്തിത്വം സംഭവിച്ചു. കാല്പനികനും കാരുണ്യം തുളുമ്പുന്ന കണ്ണുകളുമുള്ള ഭീരുവായ ആ യുവാവ് എപ്പോഴും എന്നോട് പറഞ്ഞിരുന്നു, 'നിങ്ങൾ നല്ലൊരു കഥാ സ്നേഹിതയാണ്.' ഞാൻ പറയും, ''നിന്റെ പ്രതിശ്രുത വധുവിനേയും നമ്മുടെ ഗ്രന്ഥകാരൻ

എഴുതിയിരുന്നെങ്കിൽ.'' ഞങ്ങളുടെ ഗ്രന്ഥകാരൻ അവന്റെ കഥ വ്യത്യസ്തമായി എഴുതിയിരുന്നെങ്കിൽ. പക്ഷേ, അവൻ പിറ്റേന്ന് വിവാഹിതനാകേണ്ടവനായിരുന്നു. അവന്റെ അവസാനത്തെ ബാച്ചിലർ രാത്രി എന്നോടൊത്ത് കഴിയണമെന്നു മാത്രമേ അവനാഗ്രഹി ച്ചിരുന്നുള്ളൂ.

കുറിപ്പുകൾ

* Red Torment എന്നാണ് ശീർഷകത്തിന്റെ ഇംഗ്ലീഷ് പരിഭാഷ, റഷ്യൻ വിപ്ലവാനന്തരം ബോൾഷെവിക്കുകൾ രാഷ്ട്രീയ എതിർ പക്ഷത്തിനെ ശാരീരികമായി നിർമ്മാർജ്ജനം ചെയ്ത ചരിത്രം (Red Terror) കൂടി മനസ്സിൽ വെച്ചാണോ കഥക്ക് ഈ ശീർഷകം നൽകിയിരിക്കുന്നത് എന്ന് ആലോചിക്കുന്നത് കൗതുകകരമാണ്. മനുഷ്യന്റെ ഭാഗധേയത്തെ നിർണ്ണയിക്കുന്ന ഏകാധിപത്യ ശക്തിയുടെ, അല്ലെങ്കിൽ നിർമ്മമമായ ചരിത്രത്തിന്റെ പ്രതീകം ആകുന്നുണ്ടോ ഇതിലെ എഴുത്തുകാരൻ? കഥയിൽ വ്യക്തമായ സൂചന ഇല്ലാത്തതിനാൽ, കഥാശീർഷകത്തിന്റെ സാംഗത്യം വായനക്കാരുടെ ആലോചനയ്ക്കായി സമർപ്പിക്കുന്നു.

** അമേരിക്കയിൽ വാച്ചുകളുടെ ഡയൽ പേയിന്റ് ചെയ്യാൻ നിയോഗി ക്കപ്പെട്ടിരുന്ന വനിതാ തൊഴിലാളികൾ (റേഡിയം ഗേൾസ്) നേരിട്ടി രുന്ന റേഡിയേഷനുമായി ബന്ധപ്പെട്ടായിരിക്കാം ഈ പരാമർശമെന്ന് തോന്നുന്നു.

നിരുന്മേഷമായ ഒരു ശൈത്യകാലം

തണുപ്പിന്റെ കാഠിന്യം കാരണം, കുറെ അടരുകളിലായി വസ്ത്രങ്ങൾ ധരിച്ചിരുന്നെങ്കിലും സെമാവി ബെയ്ക്ക് രാത്രി ഒട്ടും ഉറങ്ങാൻ സാധിച്ചില്ല. അദ്ദേഹം കിടന്നിരുന്നത് പൂപ്പൽ പിടിച്ച രണ്ട് ക്വിൽറ്റുകൾക്കുള്ളിലായിരുന്നു. അതിനു മുകളിൽ പഴകിയ ഒരു ഓവർ കോട്ടും പാറ്റകൾ തുളച്ച രോമപ്പുതപ്പും ഉണ്ടായിരുന്നു. എന്നിട്ടും തണുപ്പിന്റെ കാഠിന്യം അസഹനീയമായിരുന്നു. ഈ ശീതകാലത്തിനായി അദ്ദേഹം നേരത്തെ തയ്യാറെടുത്തിരുന്നു, എന്നിട്ടും അവസ്ഥ ഇതായിരുന്നു. ശിശിരത്തിന്റെ പ്രസന്നമായ ഉണർവ്വ് അനുഭവപ്പെട്ടു തുടങ്ങിയപ്പോൾ തന്നെ, വർഷങ്ങളായി വീടിന്റെ ചുമർ ഉടനീളം അരിച്ചരിച്ച് പടർന്നു കയറിയിരുന്ന വള്ളിച്ചെടിയിലെ ഇലച്ചാർത്ത് ചുവപ്പായി നിറം മാറുന്നത് അദ്ദേഹം നിരീക്ഷിച്ചിരുന്നു. എന്നിട്ട് മുറുമുറുക്കുകയും ചെയ്തു, "ഈ ശീതകാലം കഠിനമായിരിക്കും..." അപ്പോൾ തന്നെ മുൻകരുതൽ എടുക്കാൻ തുടങ്ങിയതാണ്.

താൻ താമസിക്കുന്ന താഴത്തെ നിലയിലെ എല്ലാ ജനലുകളും പ്രത്യേക തരം ടേയ്പ്പ് ഒട്ടിച്ച് കാറ്റ് അകത്തേക്ക് കടക്കാത്ത വിധം അടച്ച് അദ്ദേഹം ബന്ധവസ്സാക്കി. ഈർപ്പം കാരണം ജീർണ്ണിച്ചു തുടങ്ങിയ ബാൽക്കണി വാതിലിനടിയിൽ ന്യൂസ് പേപ്പർ തിരുകി വച്ചു. കോണിപ്പടികൾ ഘടിപ്പിച്ച സ്തൂപം ഒന്നാം നിലയിൽ മുട്ടുന്ന ഭാഗം അടച്ചിരുന്ന മരപ്പലകയിലെ വിള്ളലുകൾ പഴയ ഷീറ്റുകൾ തിരുകി അടച്ചു. ഈ പരിശ്രമങ്ങളെല്ലാം ചെയ്ത ശേഷവും കാറ്റിനെ തടയാൻ സാധിച്ചില്ല. കാറ്റ് വീട്ടിനുള്ളിലൂടെ വലിയ ഇരമ്പത്തോടെ വീശുകയും ചുമരുകളെല്ലാം ഐസ്സ് പോലെ തണുക്കുകയും ചെയ്തു. കഴിഞ്ഞ ശീതകാലങ്ങളേക്കാൾ മ്ലാനവും കഠിനവും ആണ് ഇക്കൊല്ലത്തേത്.

സത്യത്തിൽ സെമാവി ബെയ്ക്ക് ഋതുക്കൾ പ്രധാനമായിരുന്നില്ല, വസന്തത്തിലെ ആദ്യ മുകുളങ്ങളോ ബോസ്ഫോറസ് നദിക്ക് വിചിത്ര നിറങ്ങൾ നൽകിക്കൊണ്ട് മുകളിൽ ഉരുണ്ടുകൂടുന്ന ശിശിരമേഘങ്ങളോ അദ്ദേഹത്തിൽ ഒരു ചലനവും ഉണ്ടാക്കിയില്ല. പ്രായം കൂടുന്തോറും

പക്ഷേ, അദ്ദേഹത്തിന്റെ ശരീരം ചൂടിനോടും തണുപ്പിനോടും അധിക മധികം പ്രതികരിച്ചു തുടങ്ങി.

ഗ്രീഷ്മസൂര്യന്റെ മഞ്ഞരശ്മികൾ അദ്ദേഹത്തിന്റെ മനസ്സ് ഊഷ്മള മാക്കുകയും ശീതകാലത്തെ തണുപ്പ് മറ്റ് ആരേക്കാളും കൂടുതലായി അദ്ദേഹത്തിന്റെ എല്ലുകൾ വിറങ്ങലിപ്പിക്കുകയും ചെയ്തു. തനിക്ക് വയസ്സായിക്കഴിഞ്ഞു എന്ന് തോന്നിയ ദിവസം തൊട്ട്, താൻ പോകു ന്നിടത്തെല്ലാം കൂടെ പിന്തുടരുന്ന ഒരു പട്ടിയായിട്ടാണ് അദ്ദേഹം സ്വശരീരത്തെ കണ്ടത്, നിരർത്ഥകമായ സ്നേഹം നൽകാൻ വ്യഗ്രത കാട്ടി കൂടെ നടക്കുന്ന പട്ടി. വിശക്കുമ്പോൾ, ദാഹിക്കുമ്പോൾ, തണു പ്പനുഭവപ്പെടുമ്പോൾ, എല്ലാം അദ്ദേഹം തന്റെ ശരീരവുമായി കല ഹിച്ചു. വർഷങ്ങളായുള്ള യാതനാനുഭവത്താൽ തീർത്തും ഉണങ്ങി പീഡിതമായ അദ്ദേഹത്തിന്റെ ആത്മാവിനോട് ഈ ശരീരത്തിന് യാതൊരനുകമ്പയും ഉണ്ടായിരുന്നില്ല.

ഇപ്പോൾ കണ്ണ് പാതി തുറന്നുകൊണ്ട്, വിറച്ചു കൊണ്ടിരിക്കുന്ന തന്റെ ശരീരം അദ്ദേഹം ശ്രദ്ധിച്ചു. അസഹ്യമായ ഈർപ്പനാറ്റം പുറത്തു വിടുന്ന കിൽറ്റിനുള്ളിൽ നിന്ന് കൈ പുറത്തെടുത്ത് ഒട്ടും ചൂട് കിട്ടാത്ത ഇലക്ട്രിക്ക് റേഡിയേറ്റർ അദ്ദേഹം തൊട്ടു നോക്കി. എട്ട് കോയിലുകളുള്ള റേഡിയേറ്റർ രാത്രി മുഴുവൻ പ്രവർത്തിച്ചിട്ടും റൂമിന്റെ കാര്യം പോട്ടെ, അതു തന്നെ ചൂടായിട്ടില്ല. അതിന് ചുറ്റിലും ഒരു വട്ടത്തിനുള്ളിൽ നേരിയ ചൂട് പ്രദാനം ചെയ്യാനേ റേഡിയേറ്റ റിന് പറ്റിയിട്ടുള്ളൂ. ഈ എട്ട് ശക്തികുറഞ്ഞ കോയിലുകൾ ഉള്ള റേഡിയേറ്റർ വിന്റർ കടന്നു കിട്ടാൻ മതിയാകില്ലെന്ന് അദ്ദേഹത്തി നറിയാമായിരുന്നു. അദ്ദേഹം കൈ ഉള്ളിലേക്ക് തിരിച്ചെടുത്ത് കിൽറ്റ് തലയ്ക്ക് മുകളിലേക്ക് വലിച്ചിട്ടു. കരയാതിരിക്കാൻ അദ്ദേഹം പണി പ്പെട്ടു. അദ്ദേഹത്തിന് തീയിലേക്ക് നോക്കാൻ പറ്റില്ലായിരുന്നു. ഈ കാരണത്താൽ എല്ലാ ശീതകാലത്തും അദ്ദേഹം അങ്ങേയറ്റം കഷ്ട പ്പെട്ടു. ഇങ്ങനെ യാതന അനുഭവിച്ച് കടന്നുപോയ ഓരോ വർഷവും വൃഥാ ഒഴുകിപ്പോകുന്ന വെള്ളം പോലെ അദ്ദേഹത്തിന്റെ ജീവിതം വ്യർത്ഥമാക്കി. വിധിയുടെ ക്രൂരതക്ക് കീഴ്പ്പെട്ടു കൊണ്ടുള്ള അസ ന്തുഷ്ടവും ഈറ പിടിച്ചതുമായ ജീവിതമായിരുന്നു അദ്ദേഹത്തി ന്റേത്. കിറുക്കുള്ള പ്രകൃതവും പ്രത്യേക തരത്തിലുള്ള ഭയങ്ങളും കാരണം പരിചയക്കാരെല്ലാം, മര്യാദ നടിച്ചുകൊണ്ടു തന്നെ, അദ്ദേ ഹത്തെ അകറ്റി നിർത്തി. ആത്മാവ് മരിച്ച ശേഷവും തന്റെ ശരീരം ഇപ്പോഴും ഒരുവിധം പ്രവർത്തിക്കുന്നതും ജീവിച്ചിരിക്കാനുള്ള സഹജ വാസനയുടെ വിശ്വസ്ത പ്രതീകമായി ഓരോ കോശവും ജീവൻ നിലനിർത്തുന്നതും അദ്ദേഹത്തിന് അത്ഭുതമുളവാക്കി. തളർത്തുന്ന പരാശ്രിതത്വത്തിലേക്ക് സ്വജീവിതത്തെ കൊണ്ടെത്തിച്ച ആ സംഭ വത്തെ, അദ്ദേഹം മനസ്സിനെ മരവിപ്പിച്ച്, ഓർമ്മയുടെ ഏറ്റവും രഹസ്യമായ

മൂലയിലേക്ക് നാടു കടത്തിയിരുന്നു. തീയിലേക്ക് നോക്കാതിരിക്കുന്നിടത്തോളം അദ്ദേഹത്തിന്റെ മനസ്സ് കോളില്ലാത്ത കടൽപോലെ സമാധാനപൂർണ്ണമാകും. പക്ഷേ തീയിലേക്ക് നോക്കാനുള്ള കഴിവ് കേട് ശീതകാലത്തെ അദ്ദേഹത്തിന് ഭയങ്കരമായ പീഡനകാലമാക്കി മാറ്റി. എല്ലാറ്റിനും കാരണം തീ ആയിരുന്നു.

മനോഹരമായ വള്ളിച്ചെടികൾക്കിടയിലൂടെ റൂമിലേക്ക് അരിച്ചിറങ്ങി വരുന്ന വെളിച്ചത്തിലേക്ക് ക്വിൽറ്റ് പൊക്കി അദ്ദേഹം ഉറ്റു നോക്കി. കിടപ്പുമുറിയുടെ ജാലകം മുഴുവൻ പടർന്ന് ആവരണം ചെയ്തശേഷം വള്ളികൾ ഒന്നാം നിലയിലെ ബാൽക്കണിയിലേക്ക് പടർന്ന് കയറിയിരുന്നു. ഈ ബാൽക്കണിയുടെ വലിയൊരു ഭാഗം വർഷങ്ങൾക്കു മുമ്പ് കത്തിപ്പോയിരുന്നു. പിന്നീടൊരിക്കലും തൊടാതിരുന്നതു കാരണം അത് കറുത്ത ചാരത്തിന്റെ ഒരു കൂനയായി മാറിയിരുന്നു,- ഓർമ്മകൾ തിങ്ങുന്ന ഒരു മുനമ്പ്.

“ശീതകാലം അവസാനിക്കാൻ ഇനിയും സമയമെത്ര നീണ്ട് കിടക്കുന്നു.” അദ്ദേഹം തന്നത്താൻ ചിന്തിച്ചു.

മഞ്ഞ്പെയ്ത്ത് തൽക്കാലത്തേക്ക് നിന്നിരുന്നു. ശീതകാലത്തിലെ മോഹിപ്പിക്കുന്ന വെയിൽ റൂമിനുള്ളിൽ വെളിച്ചത്തിന്റെ നൂലുകൾ വീഴ്ത്തി. ഇലകളുടെ നിഴലുകൾ അദ്ദേഹത്തിന്റെ മുഖത്ത് ഒളിച്ചു കളിച്ചു. വല്ലാത്ത ദൈന്യതയോടെ അദ്ദേഹം കണ്ണുകൾ മുറുകെ ചിമ്മി.

അദ്ദേഹം ചിന്തിച്ചു: പ്രതീക്ഷയുടെ ചെറിയ, വ്യാജമായ തിരിനാളങ്ങൾ തനിക്കുള്ളിലേക്ക് വിതറിയ, വിശ്വസിക്കാൻ കൊള്ളാത്ത ഈ ശീതകാലസൂര്യൻ മേഘങ്ങൾക്കിടയിലേക്ക് വേഗം മറയും; ആകാശം പെട്ടെന്ന് ഇരുളും. മുറിവേറ്റ തന്റെ ആത്മാവ് വീണ്ടും നോവും. തീ കാണുന്നത് ഒഴിവാക്കിക്കൊണ്ട് ദേഹം ചൂടാക്കാൻ പറ്റുന്ന സ്ഥലങ്ങളിൽ അദ്ദേഹം ദിവസം മുഴുവൻ കറങ്ങി നടക്കും. സൂര്യന്റെ സുവർണ്ണരശ്മികൾ കാണും വരെ ചൂടാവാൻ വിസമ്മതിക്കുന്ന തന്റെ ശരീരത്തെ തണുപ്പിൽ നിന്ന് രക്ഷിക്കാനായി ചൂടുള്ള തെന്തെങ്കിലും ഇടയ്ക്കിടയ്ക്ക് കുടിക്കും. എല്ലാവരും വീടുകളിലേക്ക് പിൻവാങ്ങുന്ന സമയമാകുമ്പോൾ അദ്ദേഹം തന്റെ ഈ ഗംഭീരമായ ജീർണ്ണതയിലേക്ക് മടങ്ങും. അപ്പോളെല്ലാം അദ്ദേഹം വിലപിക്കുകയും ചെയ്യും, താൻ തണുത്ത് വിറച്ചു കൊണ്ട് പൂപ്പൽ പിടിച്ച ക്വിൽറ്റിനുള്ളിൽ രാത്രി കഴിയാനാണല്ലോ വീട്ടിലേക്ക് മടങ്ങുന്നതെന്ന്.

ഒരു കാലത്ത് വിലപ്പിടിച്ച പെയിന്റിങ്ങുകളും ഗിൽറ്റ് കണ്ണാടികളും അലങ്കരിച്ചിരുന്ന ചുമരിന്റെ തണുപ്പ് അദ്ദേഹത്തിന്റെ ചർമ്മത്തിന് തൊട്ടറിയാൻ സാധിച്ചിരുന്നു. അദ്ദേഹത്തിന് തണുപ്പ് അസഹ്യമായി തോന്നി. ഉടനെ വീട് വിട്ടിറങ്ങണമെന്നും കോഫീ ഹൗസിൽ പോയി ഓവനിൽ നിന്ന് ചൂടോടെ എടുക്കുന്ന ‘സിമിറ്റ്’ബ്രെഡ്ഡും ചായയും അടങ്ങിയ പ്രാതൽ കഴിക്കണമെന്നും അദ്ദേഹത്തിന്

തോന്നി. അവിടെ അടുപ്പിന് പുറംതിരിഞ്ഞ് ഇരിക്കണം. അവിടെയിരുന്ന് ബോസ്ഫോറസ് നദിയിലെ പതയുന്ന മലിനജലത്തിലേക്ക് നോക്കിയിരിക്കണം, തന്റെ എല്ലുകൾ ചൂടാകുന്നതു വരെ തന്റെ മനസ്സിലൂടെ കടന്നുപൊയ്ക്കൊണ്ടിരിക്കുന്ന ചിന്തകളെ പിന്തുടർന്നു കൊണ്ട് അവിടെ ഇരിക്കണം, എന്നിട്ട് ദിവസത്തിന്റെ ബാക്കി മണിക്കൂറുകൾ അവിടവിടെയായി അലഞ്ഞ് തീർക്കണം.

പൈജാമയ്ക്ക് മീതെ അദ്ദേഹം വസ്ത്രങ്ങൾ എടുത്ത് ധരിച്ചു. വാതിൽക്കലെത്തിയപ്പോൾ അദ്ദേഹം താക്കോൽ കയ്യിലുണ്ടല്ലോ എന്നുറപ്പിച്ചു. പിന്നോട്ട് തിരിഞ്ഞ് വീടിനു നേർക്ക് ഒരു നോട്ടമെറിഞ്ഞു. വീട് ജീർണ്ണിച്ച ഒരു ശരീരമായി മാറിയിരിക്കുന്നു. തന്റെ അച്ഛൻ തന്റെ ആയുഷ്ക്കാലം മുഴുവൻ സമർപ്പിച്ചു കൊണ്ട് നിർമ്മിക്കുകയും അലങ്കരിക്കുകയും ചെയ്ത വീടിന്റെ തേങ്ങുന്ന അധഃപതനത്തിൽ അദ്ദേഹം മതിവരാത്ത ആനന്ദം കണ്ടെത്തി. അധികാരപ്രമത്തതയും ക്രൂരതയും ക്രോധവും വച്ചു പുലർത്തി കൊണ്ട് തീർത്ത ഒരു ജീവിതത്തിന്റെ കയ്യൊപ്പായ ഈ വീടിന്റെ ദുഖകരമായ അവസ്ഥ. അത് തന്റെ വ്യഥാവിലായ ജീവിതത്തിനുള്ള പ്രതികാരമായി അദ്ദേഹം കണ്ടു. വാതിൽക്കൽ അദ്ദേഹം ഒരു നിമിഷം നിന്നു. ഈർപ്പത്തിൽ കുതിർന്ന ചുമർഭാഗങ്ങൾ കൂടുതൽ സ്ഥലങ്ങളിലേക്ക് പടർന്ന പോലെ, വയർലെസ്സിനുള്ളിൽ തുരുമ്പിച്ച ഒരു വയർകൂടി പൊട്ടിയ പോലെ, വീടിന്റെ പുറകിലത്തെ മുറികളിൽ പടർന്ന പൂപ്പൽ തന്റെ അച്ഛനുപയോഗിച്ചിരുന്ന മേശയുടെ വലിപ്പിലേക്ക് പരന്നതുപോലെ. ആ മേശയ്ക്കരുകിലിരുന്നാണ് സദാ കോപിഷ്ടനായിരുന്ന ആ മനുഷ്യൻ ഓഫീസിൽ പോകാതിരുന്ന സമയം സ്വയം മറക്കാനായി കണ്ണടയുമിട്ട് പണം സംബന്ധിച്ച കാര്യങ്ങളിൽ മുഴുകിയിരുന്നത്. അച്ഛനുമായി ബന്ധപ്പെടുത്തി തനിക്കല്ലാതെ മറ്റുള്ളവർക്ക് അജ്ഞാതമായ ഇത്തരം ഓർമ്മകളും അനുഭൂതികളും അദ്ദേഹത്തിന്റെ ആത്മാവിനെ പ്രസന്നമാക്കുകയും സമാധാനിപ്പിക്കുകയും ചെയ്തു. വാതിലടച്ച് അദ്ദേഹം പുറത്തേക്ക് നടന്നു. ഇംഗ്ലീഷ് പൂന്തോട്ടങ്ങളുടെ ചിത്രങ്ങൾ കണ്ടും നിരന്തരം തോട്ടക്കാരനെ ശകാരിച്ചും അച്ഛൻ ഉണ്ടാക്കിയ തോട്ടത്തിന്റെ നില ശോചനീയമായിരുന്നു. ശ്രദ്ധിക്കാതെ വിട്ട മരങ്ങൾ ദുഃഖമാചരിക്കുന്ന പോലെ ഉണങ്ങിയും നിരുല്ലാസമായും ഉണ്ടായിരുന്നു. പൊട്ടിയ കാലി പൂച്ചട്ടികളിൽ ഐസ് നിറഞ്ഞിരിക്കുന്നു. അദ്ദേഹം തോട്ടത്തിൽ നിന്ന് പുറത്തേക്കിറങ്ങുമ്പോൾ വീജാഗരി പൊട്ടി ആടിക്കൊണ്ടിരിക്കുന്ന ഇരുമ്പ് ഗെയ്റ്റ് അദ്ദേഹത്തിന്റെ ജീവിതത്തിലെ ലക്ഷ്യമില്ലായ്മയത്രയും ആവാഹിച്ചെടുത്ത് ആടുന്ന പോലെ തോന്നി.

മഞ്ഞിൽ മൂടിയ മലഞ്ചെരിവിറങ്ങി നടന്നു പോകുമ്പോൾ അദ്ദേഹത്തിന് കൂടുതൽ ചൂടും പ്രസന്നതയും അനുഭവപ്പെട്ടു. അങ്ങനെ

പുറത്തിറങ്ങി നടക്കുന്നത് അദ്ദേഹത്തിന് ഗുണം ചെയ്തിരുന്നു. തോട്ടത്തിലെ മരങ്ങളുടെ കാര്യത്തിലെന്ന പോലെ വീട്ടിലിരിക്കുമ്പോൾ താഴേക്കിറങ്ങി വരുന്ന മ്ലാനതയുടെ മൂടലിൽ അദ്ദേഹം വാടുകയായിരുന്നു. ബോസ്ഫോറസിനെ അഭിമുഖീകരിച്ചുള്ള ജനാലയ്ക്കൽ കുഴിഞ്ഞു തുടങ്ങിയ കസേരയിലിരുന്ന് ദൂരെയൊരു ബിന്ദുവിലേക്ക് കണ്ണിമയ്ക്കാതെ നോക്കിക്കൊണ്ട് മണിക്കൂറുകളോളം തണുപ്പ് സഹിക്കാനാവാതെയും ഭാര്യയെ ഓർത്തും അദ്ദേഹം കരയും. ചിലപ്പോൾ ബോസ്ഫോറസിലെ തിളങ്ങുന്ന വെളിച്ചത്തിൽ നിന്ന് കണ്ണെടുത്ത് അദ്ദേഹം സ്വയം ചോദിക്കും, 'എനിക്ക് ഭ്രാന്താണോ?' തീപ്പെട്ടിക്കൊള്ളി ഉരക്കുന്നതോ ലൈറ്ററിന്റെ നാളമോ പോലും അദ്ദേഹത്തിന് കണ്ട് നിൽക്കാൻ പറ്റിയിരുന്നില്ല. ശബ്ദിക്കുന്ന ഒരു സ്റ്റൗ പോലും അസുഖമായി അദ്ദേഹത്തെ കിടപ്പിലാക്കാൻ പര്യാപ്തമായിരുന്നു. ഇതിനെല്ലാം എന്താണ് കാരണമെന്നതും അദ്ദേഹത്തിന് നന്നായിട്ട് അറിയും, പക്ഷേ ഒരിക്കലും ഈ ബാധ ഒഴിവാക്കാൻ അദ്ദേഹം തെല്ലും ശ്രമിച്ചില്ല. ചിറകുകളില്ലാത്ത പക്ഷിയെപ്പോലെ, കണ്ണു കാണാത്ത നായയെപ്പോലെ, കരയ്ക്കു കയറ്റി വച്ച് മറവിയിലാണ്ട തോണി പോലെ അദ്ദേഹം ആശയറ്റവനും നിശ്ശബ്ദനുമായിരുന്നു. ബുദ്ധിമുട്ടേറിയ ദിവസങ്ങൾ ഒന്നിനു പിറകെ ഒന്നായി കടന്നുപോയി, എല്ലാം ഒരുപോലെയും വികാരശൂന്യവും.

കൈയിലെ കാശ് തീരുന്ന ദിവസം മാത്രമാണ് അദ്ദേഹം ഉന്മേഷവാനായിരുന്നത്. ആ ദിവസമാണ് അദ്ദേഹം താൻ ജീവിതം ജീവിച്ചു തീർത്തിരുന്ന ബെഡ്റൂമും സിറ്റിങ് റൂമും വിട്ട് മറ്റ് മുറികളിൽ കറങ്ങി നോക്കിയിരുന്നത്. താൻ ഒരിക്കലും ഉപയോഗിക്കാത്ത മുറികൾ- അവിടെ ഉണ്ടായിരുന്നതെല്ലാം അച്ഛന്റെ പ്രിയ വസ്തുക്കളായിരുന്നു. സ്പൈറൽ വരകളുള്ള ഒരു ഗ്ലാസ്സ്പാത്രം, മെസ്സീൻ പോർസലൈന്റെ ഒരു അലങ്കാരവസ്തു, ഒരു മ്യൂസിക് ബോക്സ്, വിലപിടിച്ച പെയ്ന്റിങ് അല്ലെങ്കിൽ ഒരു മാന്റൽ ക്ലോക്ക്. കണ്ണിൽ തടഞ്ഞ വസ്തു ധൃതിയിൽ എടുത്ത് കക്ഷത്ത് വെച്ച് അദ്ദേഹം പുരാതനവസ്തുക്കൾ കച്ചവടം ചെയ്യുന്ന കടയിലേക്ക് കൊണ്ടുപോയി വിൽക്കും. കാലം പോകെ തന്റെ കക്ഷത്ത് വെച്ച് കൊണ്ടുപോയി സസന്തോഷം ഒഴിവാക്കാവുന്ന വസ്തുക്കൾ തീർന്നു തുടങ്ങി; വലിയ സാധനങ്ങളുടെ ഊഴമായി. അദ്ദേഹം കൊണ്ടു വരുന്നത് വിലപ്പെട്ട പുരാതനവസ്തുക്കളായതിനാൽ വാതിൽക്കൽതന്നെ കടയുടമ അദ്ദേഹത്തെ സ്വീകരിക്കുകയും സന്തോഷിപ്പിക്കാൻ ശ്രമിക്കുകയും ചെയ്തു വന്നു. അദ്ദേഹം കോസ്റ്റ് റോഡിലുള്ള ഒരു പെട്ടിക്കടയിൽ കയറി ഫോൺ ചെയ്യും, (വർഷങ്ങൾക്ക് മുമ്പ് കണക്ഷൻ വിടുവിച്ച ഫോൺ അദ്ദേഹം വീണ്ടും കണക്റ്റ് ചെയ്തിരുന്നില്ല) അരമണിക്കൂറിൽ കടക്കാരൻ വീട്ടിലെത്താമെന്നും പറയും. സാധനങ്ങൾ മൊത്തമായി എടുക്കാമെന്ന് കടക്കാരൻ എത്രയോ തവണ പറഞ്ഞതാണ്. പക്ഷേ,

സെമാവി ബെയ്ക്ക് തന്റെ അച്ഛൻ വിലമതിച്ചിരുന്ന വസ്തുക്കൾ വിറ്റഴിക്കുന്നതിൽ നിന്ന് ലഭിക്കുന്ന ആനന്ദം വിട്ടു കളയാൻ ഇഷ്ടമുണ്ടായിരുന്നില്ല.; വസ്തുക്കൾ ഓരോന്നായി വിൽക്കുന്നതിൽ നിന്ന് ലഭിക്കുന്ന ആനന്ദം, തന്റെ ജീവിതം നിർദ്ദയത്വത്താലും നിർവ്വികാരതയാലും വിഷമയമാക്കിയ മനുഷ്യന്റെ വസ്തുക്കൾ.

ഇന്ന് അങ്ങനെ പുരാതനവസ്തു വാങ്ങുന്ന കടക്കാരനെ വിളിക്കേണ്ട ദിവസമാണ്. ചെറിയ ഒരു ലോറി ഗേയ്റ്റിൽ എത്തും, അയാൾ വീട്ടിലെ വസ്തുക്കൾ ഓരോന്നായി നോക്കും, ഉല്ലാസത്തോടെ ആലോചിക്കും, ഇന്ന് ഞാൻ ഇതിലേതാണ് വിൽക്കേണ്ടത്? ഇപ്രകാരമെല്ലാം ആലോചിച്ചു നടക്കുമ്പോൾ പെട്ടെന്ന് ഇരുട്ട് വ്യാപിച്ചു, ഒരു മഞ്ഞ്മഴ പെയ്യാനും ആരംഭിച്ചു. ഉടനടി കോഫീഹൗസിലേക്ക് കയറണമെന്ന് അദ്ദേഹത്തിന് മനസ്സിലായി. ഈ കോഫീഹൗസ് അദ്ദേഹത്തിന് ഇഷ്ടമായിരുന്നു. കാരണം അവിടെ അടുപ്പ്, കടയുടെ വളരെ ഉള്ളിലായിട്ടായിരുന്നു. കടയുടമ അടുപ്പിന്റെ മൂടി തുറക്കുന്നതും കരിയിടുന്നതും തീജ്ജ്വാലകൾ കരിക്കഷ്ണങ്ങളെ വിഴുങ്ങുന്നതും മൂടിയിൽ നക്കിക്കൊണ്ട് തീ പുറത്തേക്ക് ആളുന്നതും കാണേണ്ടതില്ല. അദ്ദേഹം ഇറക്കമിറങ്ങി കോസ്റ്റ് റോഡിലെത്തി കോഫീഹൗസിലേക്ക് എത്തിപ്പെടാനുള്ള ഉദ്ദേശ്യത്തോടെ നടന്നു. ഹിമപാതം കാരണം അദ്ദേഹത്തിന് തൊട്ടു മുന്നിലുള്ള വസ്തുക്കൾവരെ കാണാൻ പറ്റിയിരുന്നില്ല.

കോഫീ ഹൗസിനു മുന്നിലുള്ള പ്ലേയ്ൻ മരത്തിന്റെ കീഴിലെത്തിയപ്പോഴാണ് എന്തോ അബദ്ധം പിണഞ്ഞ പോലെ അദ്ദേഹത്തിന് തോന്നിയത്. കോഫീഹൗസ് അടഞ്ഞു കിടക്കുന്നു. അടുത്തു പോയി നോക്കുമ്പോൾ വാതിൽ, പൂട്ട് കൊണ്ട് പൂട്ടി സീൽ വെച്ചിരിക്കുന്നതായി അദ്ദേഹം കണ്ടു. കടയുടെ ഉള്ളിൽ അടുപ്പ് കത്തുന്ന സ്ഥലത്ത് രാത്രി സമയങ്ങളിൽ ചൂത് കളിക്കാൻ കടയുടമ സൗകര്യമൊരുക്കിയിരുന്നു. അവസാനം കടയുടമ പിടിക്കപ്പെട്ടിരിക്കുന്നു. പെട്ടെന്ന് അദ്ദേഹത്തിന് താൻ ഭവനരഹിതനായല്ലോ എന്നൊരു തോന്നൽ വന്നു. തിരക്കുള്ള ഒരു ചന്തയിൽ അമ്മയെ കാണാതായ കുട്ടിയെപ്പോലെ അദ്ദേഹത്തിന്റെ മുഖം കണ്ണീരണിഞ്ഞു. എങ്ങോട്ട് പോകണമെന്ന് തീരുമാനിക്കാനാകാതെ അദ്ദേഹം പ്ലേയ്ൻ മരത്തിനു താഴെ അന്തിച്ചു നിന്നു. രാത്രി മുഴുവൻ വിറച്ച് തളർന്ന് വെറിപിടിച്ച ഈ ശരീരം എവിടെ കൊണ്ടുപോയി ചൂടുപിടിപ്പിക്കും? അദ്ദേഹത്തിന് വല്ലാത്ത ക്ഷീണം തോന്നി. അദ്ദേഹം അനങ്ങാതെ എന്തു ചെയ്യണമെന്നറിയാതെ നിന്നു. പോകാൻ പറ്റിയ ഒരിടവും മനസ്സിൽ തോന്നിയില്ല.

മനുഷ്യരെ വീട്ടിനുള്ളിൽ തടവിലാക്കിയ ഹിമപാതത്തെ പിളർന്ന് കൊണ്ട് കുലുക്കത്തോടെ പോയ ഒരു സിറ്റിബസ്സ് ഐസ് മൂടിയ

നിരത്തിൽ ടയറിന്റെ ചെയ്ൻ ആകൃതിയിലുള്ള ചാലുകൾ ശേഷിപ്പിച്ചു. ബസ് അവശേഷിപ്പിച്ചു പോയ ചാലുകൾ പിന്തുടർന്നുകൊണ്ട് അദ്ദേഹം നടന്നു. നിരത്തിൽ ആരുമുണ്ടായിരുന്നില്ല. കടകളെല്ലാം അടഞ്ഞ് കണ്ടപ്പോഴാണ് അദ്ദേഹമോർത്തത് അന്ന് ഞായറാഴ്ച ആണല്ലോ എന്ന്. സമയമാണെങ്കിൽ വെളുപ്പാൻ കാലവും. എപ്പോഴും തോന്നാറുള്ള പോലെ അദ്ദേഹത്തിന് ഈ വലിയ നഗരത്തിൽ, ഈ വലിയ രാജ്യത്തിൽ, ഈ വിസ്തൃത ലോകത്തിൽ ഏകാന്തത തോന്നി.

ഈ തോന്നൽ ആത്മാവിലുണ്ടാക്കിയ വേദന, അദ്ദേഹത്തിന്റെ മുഖം പിളർത്തിക്കൊണ്ട് അടിച്ച മൂർച്ചയുള്ള ശീതക്കാറ്റിൽ, അമർന്നു പോയി. അദ്ദേഹം തണുപ്പിൽ കൂടുതൽ മരവിച്ചു കൊണ്ടിരുന്നു. ബസ്സിന്റെ ടയർ പാടുകൾ പിന്തുടരുന്നത് നിർത്തി അദ്ദേഹം ഒരു വശത്തെ തെരുവിലേക്ക് കയറി. വേഗത്തിൽ നടന്നു, അദ്ദേഹം ക്ഷീണിതനായിരുന്നു. രോഗഗ്രസ്തമായ സ്നേഹവും കയ്പ്പാർന്ന വിദ്വേഷവും വർഷങ്ങളോളമായി നടമാടിയിരുന്ന ആ ഹൃദയം ഇത്ര ധൃതി പിടിച്ചുള്ള നടത്തമൊന്നും താങ്ങാവുന്ന നിലയിലായിരുന്നില്ല, ശ്വാസമെടുക്കാൻ പ്രയാസം തോന്നിയപ്പോൾ ഒരു കെട്ടിടത്തിന്റെ കോലായയിൽ അദ്ദേഹം അഭയം തേടി. ചുമർ ചാരിക്കൊണ്ട് നിലത്തേക്ക് ഊർന്നു വീഴുന്ന പോലെയായിരുന്നു ആ നിൽപ്പ്. ശരീരം ചൂടാക്കാൻ പറ്റിയ സ്ഥലം തേടിക്കൊണ്ട് ദിവസം മുഴുവൻ കറങ്ങുന്നത് അസാദ്ധ്യമാണ് എന്ന് അദ്ദേഹത്തിന് തോന്നി. തന്റെ അകന്ന ബന്ധത്തിലുള്ള സഹോദരരെ അദ്ദേഹം ഓർത്തു. എത്ര സുഖോഷ്മളമായിരിക്കും അവരുടെയെല്ലാം വീടുകൾ. അവരുടെ മുഖത്തെ മര്യാദ പുരണ്ട സംഭ്രമം. "കുറെ നേരമായല്ലോ ഈ ഇരിപ്പ്, സ്ഥലം വിടാനായില്ലേ നിങ്ങൾക്ക്..." എന്ന് പറയാതെ പറയുന്ന അവരുടെ നോട്ടം. നിരന്തരം ഫോൺ മണിയടിക്കുന്ന അവരുടെ ആഡംബരോഷ്മളമായ വീടുകളിലെ ഏകാന്തത തന്റെ ചീഞ്ഞുകൊണ്ടിരിക്കുന്ന വീടിലുള്ളതിനേക്കാൾ കയ്പേറിയതാണ്. തന്റെ നിശ്ശബ്ദമായ ഭൂതകാല ജീവിതത്തിൽ നിന്ന് കടന്നുപോയവരെക്കുറിച്ച്, ഇതിൽ പലരും അന്നേ തന്നോട് അടുപ്പം ഇല്ലാത്തവർ, ഇങ്ങിനെ ആലോചിച്ചുകൊണ്ടിരിക്കുമ്പോഴാണ് നേരെ എതിർവശത്ത് കാണുന്ന പഴകിപ്പൊളിയാനായി നിൽക്കുന്ന കെട്ടിടം ഒരു സ്നാനഗൃഹമാണെന്ന് അദ്ദേഹത്തിന് മനസ്സിലായത്. 'പുരുഷന്മാർക്ക്' എന്ന് തിളങ്ങുന്ന ചുവന്ന അക്ഷരങ്ങളിൽ ഒരു ബോർഡ് വാതിലിന്മേൽ തൂങ്ങുന്നുണ്ടായിരുന്നു. അദ്ദേഹത്തിന് സ്വന്തം കണ്ണുകളെ വിശ്വസിക്കാനായില്ല. തന്റെ എല്ലുകളും മജ്ജയും ഒന്ന് ചൂട് പിടിപ്പിക്കുവാൻ ഒരിടം കണ്ടെത്തിയിരിക്കുന്നു. ചൂട് പ്രദാനം ചെയ്യുന്ന ആനന്ദത്തിൽ ലയിച്ച് നിർവൃതിയടയാനുള്ള ഒരിടം.

സ്നാനഗൃഹത്തിന്റെ വാതിൽ അവധാനതയോടെ തുറന്ന് അദ്ദേഹം അകത്ത് കടന്നു. അവിടെയെവിടെയും ആരുമുണ്ടായിരുന്നില്ല. നിഷിദ്ധമായ ഒരു സ്ഥലത്തേക്ക് പ്രവേശിച്ച പോലെ അദ്ദേഹം ഉശിര് കെട്ട്

നിന്നു. ആരെങ്കിലുമുണ്ടോ എന്ന് വിളിച്ച് ചോദിക്കാൻ വേണ്ട ധൈര്യം സംഭരിക്കാൻ അദ്ദേഹത്തിനായില്ല. മങ്ങിയ വെളിച്ചവും ആവിയും സോപ്പും കലർന്ന ഗന്ധവും ചേർന്നുള്ള അന്തരീക്ഷത്തിൽ അദ്ദേഹത്തിന് മയക്കം വരുമെന്ന സ്ഥിതിയായപ്പോഴേക്കും സ്നാനഗൃഹത്തിന്റെ സഹായി അവിടെയെത്തി. അയാളുടെ മുഖം ചൂടുകൊണ്ട് ചുവന്നു തുടുത്തിരുന്നു, ഷർട്ട് മുഴുവൻ തുറന്നിട്ടിരുന്നു.

"അങ്കിൾ താങ്കൾ ആരെയെങ്കിലും അന്വേഷിക്കുകയാണോ?" അയാൾ ചോദിച്ചു. കാരണം, ഇത്ര വെളുപ്പാൻ കാലത്ത്, അതും ഇങ്ങനെ മഞ്ഞും കൊടുങ്കാറ്റുമുള്ള സമയത്ത്, ഒരു കസ്റ്റമർ സ്നാനഗൃഹത്തിലേക്ക് വരാനുള്ള സാദ്ധ്യത കുറവായിരുന്നു. അയാളുടെ പെരുമാറ്റം പരുക്കനായിരുന്നെങ്കിലും ഉദ്ദേശ്യം നല്ലതായിരുന്നു. ഏതാനും അടി ദൂരെയുള്ള സ്നാന മുറികൾ മനസ്സിൽ കണ്ടുകൊണ്ട് സെമാവി ബെയ് ഉമിനീരിറക്കി. അവിടെ ചൂടുള്ള ആവി വായുവിൽ പരത്തിക്കൊണ്ട്, തിളച്ച വെള്ളം ടാപ്പുകളിൽ നിന്ന് മാർബ്ൾ ബേസിനുകളിലേക്ക് വീഴുന്നുണ്ടാവും. അദ്ദേഹം പറഞ്ഞു,

"ഞാനൊന്ന് കുളിക്കാൻ പോകുകയാണ്. സ്നാനഗൃഹം തുറന്നിട്ടല്ലേ?" സ്നാനഗൃഹത്തിലെ സഹായി എല്ലാതരം കസ്റ്റമർമാരേയും മനസ്സിലാക്കിയിട്ടുണ്ടെങ്കിലും ഇത്തരമൊരു കാലാവസ്ഥയിൽ വന്നെത്തി വിചിത്രമായും ഭയത്തോടേയും പെരുമാറുന്ന ഈ മനുഷ്യൻ അയാളിൽ അമ്പരപ്പുണ്ടാക്കി.

"സ്നാനഗൃഹം തുറന്നിരിക്കുന്നു. പക്ഷേ ഞങ്ങൾ ഇപ്പോൾ ബോയ്ലറിൽ തീ കത്തിച്ചതേ ഉള്ളൂ." സഹായി പ്രതിവചിച്ചു. "ഇവിടെ തണുപ്പാണ്. താങ്കൾ പോയി ഏതാനും മണിക്കൂറുകൾ കഴിഞ്ഞിട്ട് വന്നാൽ മതി."

ഏതാനും മണിക്കൂറുകൾ? സമയം ആപേക്ഷികമാണ്, ജീവിതം നീണ്ടതും ഇരുണ്ടതുമായ സ്വപ്നമാണ്. തന്റെ ഭൂതകാലത്തിലെ ഒന്നോ രണ്ടോ പ്രസന്നമായ ദിവസങ്ങളെ ഓർത്തെടുക്കാൻ ശ്രമിച്ചുകൊണ്ട് കോഫീ ഹൗസിലിരുന്ന് ബോസ്ഫോറസ് നദിയിൽ മിന്നുന്ന ഓളങ്ങൾ നോക്കിയിരിക്കുമ്പോൾ സമയം പറക്കും. പക്ഷേ തന്റെ കാലിലെ തള്ളവിരലുകൾ പോലും മരവിക്കാൻ പോകുമ്പോൾ എങ്ങനെയാണ് ഏതാനും മണിക്കൂറുകൾ സമയം വെറുതെ തള്ളിനീക്കാൻ സാധിക്കുക? പെട്ടെന്ന് അദ്ദേഹത്തിന് തല ചുറ്റുന്നതുപോലെ തോന്നുകയും അടി തെറ്റി വീഴാൻ പോകുകയും ചെയ്തു. സഹായി, സമാവി ബെയുടെ കൈ മുറുകെ പിടിച്ച് ആ സാധു മനുഷ്യനെ ഉറ്റുനോക്കി. അദ്ദേഹം ഒച്ചയില്ലാതെ പറയുന്നുണ്ടായിരുന്നു. "എനിക്ക് വല്ലാത്ത തണുപ്പ് തോന്നുന്നു." സഹായി ആ മനുഷ്യന്റെ ഷേവ് ചെയ്യാത്ത മുഖത്തിന്റെ ഭംഗിയുള്ള വടിവും പഴയവയെങ്കിലും ഗതകാലത്തിന്റെ മികച്ച രുചി പ്രതിഫലിപ്പിക്കുന്ന വസ്ത്രങ്ങളും

ശ്രദ്ധിച്ചു. ഒരു കസേര വലിച്ചിട്ടു കൊടുത്ത് അയാൾ പറഞ്ഞു, ''സ്നാന ഗൃഹം തയ്യാറാവുന്ന വരെ ഇവിടെ ഇരിക്കൂ. താങ്കൾക്കിഷ്ടമെങ്കിൽ ഞാൻ കസേര അടുപ്പിനരികെ ഇട്ടു തരാം.''

അടുപ്പ് എന്ന് കേട്ടപ്പോൾ സെമാവി ബെയ് ഒന്ന് ചൂളി. അദ്ദേഹ ത്തിന്റെ കണ്ണ് അവിടെയെല്ലാം പരതി നടന്നു, അടുപ്പ് കാണാൻ. ഒരു ഊക്കൻ ബോയ്‌ലർ സ്നാനഗൃഹത്തിന്റെ കവാടത്തിൽ ജ്വാല യില്ലാതെ നീറി കത്തിക്കൊണ്ടിരുന്നു. അത് സോപ്പ് മണക്കുന്ന ആ നനഞ്ഞ ഇടത്തെ പ്രസന്നമാക്കി. സ്റ്റൗവിന് പിൻതിരിഞ്ഞ് കസേര യിലിരിക്കുമ്പോൾ അദ്ദേഹം സ്നാനഗൃഹത്തിലെ സഹായിയെ നന്ദി തുളുമ്പുന്ന കണ്ണുകളോടെ തെല്ലിട നോക്കി. ഹൃദയത്തെ സ്പർശി ക്കുന്ന ഒരു പുഞ്ചിരി അദ്ദേഹത്തിന്റെ മുഖത്ത് ദൃശ്യമായി. തന്റെ ആയുസ്സ് ഒരുതരം സംഭീതാവസ്ഥയിൽ കഴിച്ചു തീർത്തതിന് താൻ മാത്രമാണ് ഉത്തരവാദി എന്ന് സ്വയം കുറ്റമേൽക്കുന്നതു പോലെ അദ്ദേഹം കണ്ണുകൾ നിലത്തേക്ക് തിരിച്ചു. കേൾക്കാൻ പ്രയാസ മായ ശബ്ദത്തിൽ അദ്ദേഹം മന്ത്രിച്ചു, ''ഇവിടെ സുഖമാണ്...'' സ്നാനഗൃഹത്തിൽ തുടർച്ചയായി പതപ്പിച്ച സോപ്പ് തേഞ്ഞു പോകുന്ന പോലെ അപ്രത്യക്ഷനാകാൻ അദ്ദേഹം ആഗ്രഹിച്ചു. തന്റെ ശരീരം കസേരയിലേക്ക് ഒന്നുകൂടി ചേർത്ത് അദ്ദേഹം നടു വളച്ചിരുന്നു. അപ്പോൾ അദ്ദേഹത്തിന് ഉള്ളതിൽ കവിഞ്ഞ പ്രായം തോന്നി.

''താങ്കൾ സ്വൽപം ചായ കുടിക്കുന്നോ?''

അദ്ദേഹം ലജ്ജയോടെ തലകുലുക്കി. അദ്ദേഹത്തിന്റെ ചിരിയിൽ നിഴലിച്ച നിരാലംബതയുടെ ദുഃഖവും തളർച്ചയും സഹായിയെ മാനസികമായി പിടിച്ചുകുലുക്കി. ഈ ദുരിതപൂർണ്ണമായ രംഗം എന്തിനാണ് തന്നെ ഇത്ര ബാധിക്കുന്നതെന്ന് അറിയാതെ അയാൾ ചായ ഒഴിച്ചു കൊണ്ടുവരാൻ വേണ്ടി പോയി.

സ്നാനഗൃഹം ചൂടായി വരുന്നതുവരെ സെമാവി ബെയ് അതേ ഇരിപ്പ് തുടർന്നു. തന്റെ ഷൂവിന്റെ അറ്റത്തേക്ക് ദൃഷ്ടിയുറപ്പിച്ചു കൊണ്ട് അദ്ദേഹം സഹായി കൊണ്ടു കൊടുത്ത രണ്ട് ഗ്ലാസ്സ് ചായ നിശ്ശബ്ദം കുടിച്ചു തീർത്തു. സ്നാനഗൃഹം തയ്യാറായപ്പോൾ അദ്ദേഹം തന്റെ ലങ്കോട്ടിയും മരച്ചെരിപ്പും വെള്ളം കോരിയൊഴിക്കാനുള്ള പാത്രവും സോപ്പും കൈയ്യിലെടുത്തു. വസ്ത്രങ്ങൾ തന്റെ മുറിയിൽ അഴിച്ചിട്ട ശേഷം കുളിമുറിയിലേക്ക് കയറി. അപ്പോഴേക്കും തണുപ്പു കൊണ്ട് മരം പോലായ അദ്ദേഹത്തിന്റെ ശരീരത്തിന് അയവുണ്ടാ ക്കാൻ പറ്റുന്ന വിധത്തിൽ വെള്ളം വേണ്ടത്ര ചൂടായി കഴിഞ്ഞിരുന്നു.

അദ്ദേഹം അസാധാരണമായി സന്തുഷ്ടനായിരുന്നു. കുളിമുറി യിൽ ചൂടുണ്ടായിരുന്നു, പക്ഷേ ചുമരിൽ ഐസ്സ് മൂടിയിരുന്ന മുറി യിലിരുന്ന് വിറച്ചിരുന്ന ആ ശരീരത്തിന്റെ ഉള്ള് ഇപ്പോഴും മരവിച്ചാണ്

ഇരുന്നത്. അദ്ദേഹം കുളിമുറിയുടെ അകത്തേക്ക് പോയി ഒരു മാർബിൾ ബേസിനരികിലിരുന്ന് പാത്രം കണക്ക് ചൂടുവെള്ളം തല യിലൂടെ ഒഴിച്ചു. പക്ഷേ അദ്ദേഹത്തിനുള്ളിലെ വിറയൽ മാറാതെ നിന്നു. ചൂടുവെള്ളം ദേഹത്തിൽ തട്ടിയപ്പോൾ പൊടുന്നനെ ശരീര മാസകലം അദ്ദേഹത്തിന് ഒരു പ്രത്യേക വിറയൽ അനുഭവപ്പെട്ടു. അവസാനം അദ്ദേഹത്തിന്റെ ദേഹം ചൂടു പിടിച്ചു. എല്ലാം ഒന്ന യഞ്ഞു. സ്വന്തം ദേഹത്തിലൂടെ ചൂടുവെള്ളം കോരിയൊഴിക്കാൻ കൈക്ക് ഇനി ശക്തിയില്ലെന്ന സ്ഥിതിയായപ്പോൾ അദ്ദേഹം കുളി മുറിയുടെ നടുവിൽ മാർബിൾ നിലത്ത് നിവർന്ന് കിടന്ന് കണ്ണു കളടച്ചു. കുളിമുറിക്കുള്ളിൽ സഹിക്കാവുന്ന നിലയിൽ ചൂടുണ്ടായി രുന്നു. അവിടെ ബഹുഭുജ ഫ്രെയ്മിൽ പിടിപ്പിച്ച അർദ്ധഗോളാ കൃതിയിലുള്ള ജനൽ നീരാവി നിറഞ്ഞ് അദൃശ്യമായിരുന്നു. തന്നെ സമ്പൂർണ്ണമായും അദ്ദേഹം ചൂടിന്റേയും നീരാവിയുടെയും കൈകളിൽ സമർപ്പിച്ചു. സമ്പൂർണ്ണമായി - പേശികൾ, എല്ലുകൾ, ഞെരമ്പുകൾ, ചുരുക്കത്തിൽ തന്റെ തേയ്മാനം വന്ന ഈ ശരീരമാകെയും അതിൽ തടവിലായ ആത്മാവിനേയും. എത്ര ആനന്ദകരമാണിത്. തീനാള ങ്ങൾ - ഒരു ഇളംശരീരത്തെ ക്രൂരമായി വിഴുങ്ങിയ ആ തീനാളങ്ങൾ - കാണേണ്ടതില്ലാതെ ശരീരം ചൂടാക്കാൻ സാധിക്കുന്നത് എന്തൊരു സുഖാനുഭവമാണ്. ശരീരം ആകെ സുപ്തമാകുന്ന അവസ്ഥ.

അതിലിടയ്ക്കെപ്പോഴൊ അദ്ദേഹത്തിന് മയക്കം അനുഭവപ്പെട്ടു. അത് ഹൃദ്യമായ ഒരു മയക്കമായിരുന്നു. ആ അനുഭൂതിയിൽ, വളരെ ക്കാലമായി ആരും കണ്ടിട്ടില്ലാത്ത സന്തോഷ ഭാവം അദ്ദേഹത്തിന്റെ മുഖത്ത് സ്ഥാനം പിടിച്ചു. ശരിയായ വിധത്തിൽ അടയ്ക്കാൻ വിട്ടു പോയ ടാപ്പിൽ നിന്ന് വെള്ളമിറ്റുവീഴുന്ന ശബ്ദം ക്രമേണ അധിക മായി, തട്ടുയരമുള്ള ആ മാർബ്ൾ മുറിയിൽ അത് പ്രതിദ്ധ്വനിച്ചു. ഈ ശബ്ദം അദ്ദേഹത്തിന്റെ ഏകാന്തത ഒന്നു കൂടി തീവ്രമാക്കി. മഞ്ഞ് പൊഴിയുന്ന ആ ഒരു ദിവസം അദ്ദേഹം സ്നാനഗൃഹത്തിൽ തികച്ചും നിരാലംബനായിരുന്നു, ജീവിതത്തിൽ ഉടനീളം ആയിരുന്ന പോലെ. അദ്ദേഹം എന്തൊക്കെ ചെയ്തുവോ അതെല്ലാം സ്നേഹി ക്കപ്പെടാനായിരുന്നു. സ്നേഹിച്ചില്ലെങ്കിൽ താൻ തനിച്ചാവുമെന്ന് അദ്ദേഹം കരുതി. അക്കാരണത്താൽ അദ്ദേഹം വളരെ സ്നേഹ സ്വഭാവി ആയി ജീവിച്ചു.

''അമ്മേ...''അദ്ദേഹം തേങ്ങി, ''അമ്മേ, നിങ്ങളെവിടെയാണ്?''

അദ്ദേഹം ഒരു കുട്ടിയെ പോലെ സങ്കടപ്പെട്ട് കരയാൻ തുടങ്ങി. അതേസമയം തന്റെ ആ അവസ്ഥ അദ്ദേഹം അകാരണമായി ആ സ്വദിക്കുന്നുമുണ്ടായിരുന്നു. മുത്തശ്ശിയുടെ മടിയിലിരുന്നു അകാര ണമായി കരയാറുണ്ടായിരുന്ന പോലെ. മുത്തശ്ശിയുടെ മാറിന് കര യാമ്പൂവിന്റെയും ഏലക്കായയുടേയും മണമായിരുന്നു. വിചിത്രവും പൗരസ്തികത വഴിഞ്ഞൊഴുകുന്നതും.

“എല്ലാ കുട്ടികൾക്കും അമ്മയുണ്ട്, എനിക്കുമാത്രം എന്താണ് അമ്മയില്ലാത്തത്?” ഇരുണ്ട നിറമുള്ള സ്ത്രീയുടെ മൃദുവായ കഴുത്തിൽ മുഖമമർത്തി ആ കുട്ടി ചോദിക്കുമായിരുന്നു. എല്ലായ്പ്പോഴും കോപിഷ്ടനായി പെരുമാറുന്ന ഒരു മനുഷ്യന്റെ കനത്ത കാലടി ശബ്ദത്തെ ഭയപ്പെട്ടുകൊണ്ടും, തന്റെ മഷിയെഴുതിയ കണ്ണുകളിൽ അഗാധമായ വ്യസനം നിറച്ചുകൊണ്ടും ആ സ്ത്രീ നെടുവീർപ്പിടും. എന്നിട്ട് പുരുഷനെ സ്നേഹിക്കുമ്പോഴും സ്നേഹിക്കപ്പെടാതെ പോയ സുന്ദരികളായ സ്ത്രീകളെപ്പറ്റിയുള്ള കദനകഥകൾ അവനെ കേൾപ്പിക്കും. ആ കഥകൾ കേട്ടുകേട്ട് അവന്റെ കൊച്ചുമനസ്സ് അറിഞ്ഞു, അച്ഛൻ വേണ്ടത്ര സ്നേഹിക്കാതിരുന്നതിനാൽ അമ്മ തങ്ങളെ വിട്ടു പോയെന്ന്. ഓരോ തവണയും അച്ഛനാൽ ഭർത്സിക്കപ്പെടുമ്പോൾ, പരുക്കനും ക്രൂരനുമായ ഈ മനുഷ്യന് ഒരു സ്ത്രീയെ സ്നേഹിക്കാനുള്ള കഴിവുണ്ടായിരുന്നില്ലല്ലോ എന്ന് അദ്ദേഹം ഓർത്തു. അതോടൊപ്പം തന്നെ, ഒരു സ്ത്രീ തന്റെ ജീവിതത്തിലേക്ക് എന്നെങ്കിലും വന്നാൽ അവരെ താൻ ഒരുപാട് സ്നേഹിക്കുമെന്നും ഒരിക്കലും വിട്ടുപോകാൻ അനുവദിക്കില്ല എന്നും അദ്ദേഹം മനസ്സിൽ പ്രതിജ്ഞ എടുത്തു.

ഇപ്പോൾ കുളിയിൽ നിന്ന് താൻ ആസ്വദിക്കുന്ന ചൂട്, തന്നെ ഒഴിഞ്ഞുമാറിയ ഒരു സ്നേഹത്തിന്റെ ചൂടായി അദ്ദേഹത്തിന് തോന്നി. താൻ പെട്ടെന്ന് അമ്മയെ നേരിൽ കാണാൻ പോകുകയാണ് എന്ന പോലെ അദ്ദേഹത്തിന്റെ ഹൃദയം മിടിച്ചു. തന്റെ കുട്ടിക്കാലത്തെ സ്വപ്നമായിരുന്ന ആ മാതൃത്വത്തിന്റെ മുഖം ഓർത്തെടുക്കാൻ അദ്ദേഹം ശ്രമിക്കുന്നതിനിടയ്ക്ക് എവിടെ നിന്നെന്നറിയാതെ ഭാര്യയുടെ മുഖം അദ്ദേഹത്തിന്റെ മനസ്സിലേക്ക് ഒഴുകിയെത്തി. അദ്ദേഹത്തിന്റെ ബാലിശമായ തേങ്ങലുകൾ, വെള്ളം വീഴുന്ന ശബ്ദം നീരാവി നിറഞ്ഞ ഡോമിൽ തട്ടി പ്രതിദ്ധ്വനിക്കുന്നതുമായി കലർന്നു.

അദ്ദേഹത്തിന്റെ ഭാര്യ പറയുന്നുണ്ടായിരുന്നു, “എന്നെ സ്നേഹിക്കരുത്! എനിക്കതാവശ്യമില്ല.” അവരുടെ കൈയ്യിൽ ഒരു ഗ്യാസ് വിളക്കുണ്ടായിരുന്നു, സുന്ദരമായ ആ മുഖത്ത് അഗാധമായ വേദന ഉണ്ടായിരുന്നു. കത്തി കൊണ്ട് ആഴത്തിൽ മുറിവേൽപ്പിച്ചാലെന്ന പോലെ.

എന്നിട്ടും അവരുറങ്ങിയല്ലാതെ അദ്ദേഹം ഉറങ്ങാൻ പോയില്ല, അവരുണരുന്നതിന് മുമ്പായി എല്ലായ്പ്പോഴും ഉണർന്നു. ശുദ്ധ സൗന്ദര്യം അപ്രതിരോധ്യമായ നിഷ്കളങ്കതയുമായി മേളിക്കുന്ന അവരുടെ മുഖത്തേക്ക് അദ്ദേഹം മണിക്കൂറുകൾ ഉറ്റുനോക്കിക്കൊണ്ടിരിക്കും. അദ്ദേഹം ഏകാകിയായിരുന്നതിനാൽ തന്റെ ഭാര്യയെ സ്നേഹിക്കാൻ അദ്ദേഹം ആഗ്രഹിച്ചു. അക്കാരണത്താൽ അവരടുത്തില്ലാത്തപ്പോൾ സമയം ഇഴഞ്ഞു മാത്രമേ നീങ്ങിയിരുന്നുള്ളൂ. അദ്ദേഹം

അവരെക്കുറിച്ച് ഓർത്തുകൊണ്ടിരിക്കുകയും ഓരോ മിനിറ്റും അവരൊത്ത് ചെലവിടണമെന്ന് ആഗ്രഹിക്കുകയും ചെയ്തു. ഓഫീസിലിരിക്കുമ്പോഴും അദ്ദേഹം അവരെക്കുറിച്ച് ഓർത്തു. തന്റെ അച്ഛനെ പ്രതിരോധിക്കാനുള്ള ശക്തി അദ്ദേഹത്തിനില്ലായിരുന്നു. ഫോണിൽ കോപം കലർന്ന, ആഴത്തിലുള്ള ശബ്ദത്തിൽ അച്ഛൻ ആർക്കെങ്കിലും കല്പനകൾ കൊടുക്കുമ്പോൾ മകൻ കൊള്ളാത്തവനാണ് എന്ന് പറഞ്ഞ് നിരന്തരം കുപിതനാകുക പതിവായിരുന്നു. അപ്പോഴും മുഖത്ത് ഒരു ചെറുചിരിയോടുകൂടി അദ്ദേഹം ഭാര്യയെക്കുറിച്ച് ആലോചിച്ചു. തനിക്ക് ആരെയെങ്കിലും സ്നേഹിക്കാൻ സാധിക്കുന്നു എന്നതിൽ അദ്ദേഹം സന്തുഷ്ടനായിരുന്നു.

വലിയ ധനാഢ്യതയൊന്നുമില്ലാത്ത വീട്ടിലെ മകളായിരുന്നു അദ്ദേഹത്തിന്റെ ഭാര്യ. തീരപ്രദേശത്തേക്ക് വളഞ്ഞുതിരിഞ്ഞ് ഇറങ്ങിപ്പോകുന്ന റോഡിലായിരുന്നു ആ വീട്. അച്ഛന്റെ ഓഫീസിലേക്ക് കൂടെ പോകുമ്പോൾ ദിവസവും രാവിലെ അവർ തമ്മിൽ കണ്ടു. അവരുടെ നോട്ടങ്ങളിൽ ചില അർത്ഥങ്ങൾ കണ്ട അച്ഛൻ, അത്ഭുതകരമാം വിധം കോപരഹിതമെങ്കിലും ആധികാരികമായ ശബ്ദത്തിൽ പറഞ്ഞു, ''നമുക്ക് ഈ പെൺകുട്ടിയെ വിവാഹമാലോചിച്ചാലോ?'' അദ്ദേഹത്തിന്റെ മുഖം ചുവന്നു തുടുത്തു. പ്രണയിച്ചതിനെ ചൊല്ലിയുള്ള ചമ്മലായിരുന്നില്ല അത്, പക്ഷേ, ആദ്യമായി അച്ഛൻ ഇങ്ങനെയൊരു കാര്യം സംസാരിച്ചു എന്നതായിരുന്നു. തുടർന്നുള്ളതെല്ലാം ഒരു സ്വപ്നം പോലെ കഴിഞ്ഞു.

വളരെ ഗംഭീരമായിരുന്നു വിവാഹം. ജീവിതത്തിലാദ്യമായി അദ്ദേഹം അച്ഛനില്ലാതെ ഒരു യാത്രപോയി, ഭാര്യയുമൊത്ത്. വീടിന്റെ മുകളിലെ നില അവർക്കായി വിട്ടു കൊടുത്തു. അച്ഛൻ ഉണ്ടെങ്കിലും കാര്യങ്ങളെല്ലാം ആനന്ദകരമായി പോയി. അദ്ദേഹം ഭാര്യയെ സ്നേഹിച്ചു, പക്ഷേ കൂടുതൽ കൂടുതൽ സ്നേഹിക്കണമെന്നായിരുന്നു അദ്ദേഹത്തിന്റെ ആശ. അദ്ദേഹം ഓഫീസിൽ പോകാതിരിക്കുമ്പോൾ അവർ സദാനേരവും ഒരുമിച്ചായിരുന്നു. ഭാര്യ ഇക്കാര്യത്തിൽ പരാതി പറഞ്ഞില്ല. ജീവിതം അദ്ദേഹത്തിന് സ്വപ്നതുല്യമായി.

ഒരു പ്രഭാതത്തിൽ അച്ഛൻ പ്രാതൽ കഴിക്കാനായി താഴോട്ട് ഇറങ്ങി വന്നിട്ടില്ലെന്ന് സെമാവി ബെയ് കണ്ടു. എന്താണ് സംഭവിച്ചതെന്ന് അദ്ദേഹത്തിന് മനസ്സിലായി. ഒരു മഴ ദിവസം പൊടുന്നനെ സൂര്യൻ പ്രത്യക്ഷമാകുമ്പോൾ ഉണ്ടാകുന്നപോലെ അടക്കാനാവാത്ത ഒരു സന്തോഷം അദ്ദേഹത്തിൽ നിറഞ്ഞു. അവസാനം അത് സംഭവിച്ചിരിക്കുന്നു. ഒഴിവാക്കാൻ ഒരിക്കലും പറ്റുകയേയില്ല എന്ന് അദ്ദേഹം വിചാരിച്ചിരുന്ന മനുഷ്യൻ ഇനിയില്ല. തുടർന്ന് ഒരാഴ്ചക്കാലം മതപരമായ ചടങ്ങുകളും ബന്ധുക്കളുടെ മുതലക്കണ്ണീരിന്റെ തള്ളലും നടക്കുമ്പോൾ അദ്ദേഹത്തിന് തന്റെ സന്തോഷം മറച്ചുവെക്കാൻ

വളരെ പാടുപെടേണ്ടതായി വന്നു. തന്റെ ജീവിതത്തെ നിയന്ത്രിച്ചിരുന്ന, തന്റെ സമയം താനെങ്ങനെ ചെലവഴിക്കണമെന്ന് തീരുമാനിച്ചിരുന്ന തന്റെ ദിനങ്ങളിലേക്ക് കടന്നു കയറിയിരുന്ന വ്യക്തി. എല്ലാകാര്യത്തിലും - തന്റെ വസ്ത്രധാരണത്തിൽ, പെരുമാറ്റത്തിൽ, തന്റെ മനോരാജ്യത്തിൽ, തന്റെ ആസക്തികളിൽ, ഭാര്യയോടുള്ള അഭിനിവേശത്തിൽ - എല്ലാം ഇടപെട്ടിരുന്ന ആ ക്രൂരസാന്നിദ്ധ്യം ഇനി ഇല്ല.

എന്താണ് ഓഫീസിലേക്ക് പോകാതിരിക്കുന്നത് എന്ന് ആരായുന്ന ഭാര്യയോട് അദ്ദേഹം പറഞ്ഞു ‘‘എന്റെ ജോലി നിന്നെ സ്നേഹിക്കലാണ്. നിന്നിൽ നിന്ന് വേറിട്ടു നിൽക്കുന്ന ഓരോ നിമിഷവും എനിക്ക് വേദനാജനകമാണ്.’’ ആദ്യമാദ്യം അവരതിനെ സ്വാഭാവികമായി കണ്ടു. സെമാവി ബെയോടൊത്ത് പ്രാതൽ കഴിക്കുന്നതും, അലസമായിരുന്ന് പേപ്പർ വായിക്കുന്നതും പുറത്ത് നടക്കാൻ പോകുന്നതും അവരും ആസ്വദിച്ചു. അവർ ഏതാനും വർഷങ്ങൾ ഇങ്ങനെ കഴിച്ചുകൂട്ടി. അച്ഛൻ ബാക്കിവെച്ചു പോയ വസ്തുക്കൾ അവർ ഒരുമിച്ച് വിറ്റഴിച്ചു. ഒരുമിച്ച് അവർ ഷോപ്പിങ്ങിനോ ചുറ്റിനടക്കാനോ പോയി. പക്ഷേ ഇത് ഭാര്യയെ അൽപ്പാൽപ്പമായി നീരസപ്പെടുത്തിത്തുടങ്ങിയിരുന്നു.

സെമാവി ബെയ് നിമിഷനേരത്തേക്ക് അവരെ വെറുതെ വിടില്ല. അവരെ തൊടാതേയോ അവരുടെ മുഖം കാണാതേയോ അദ്ദേഹത്തിന് ഇരിക്കപ്പൊറുതി ഉണ്ടായിരുന്നില്ല. രാത്രി ഇടയ്ക്കിടയ്ക്ക് അദ്ദേഹം ഉണർന്ന് അവർ അടുത്തു തന്നെയില്ലേ എന്ന് നോക്കി ഉറപ്പാക്കും. അവർ തന്നെ ഉപേക്ഷിച്ചു പോകുമെന്നും പിന്നെയൊരിക്കലും തിരിച്ചു വരില്ല എന്നുമുള്ള ഭീതി അദ്ദേഹത്തെ കീഴടക്കി. പക്ഷേ അച്ഛനില്ലാതെ വളർന്ന, അമ്മ മരിച്ചുപോയ അദ്ദേഹത്തിന്റെ ഭാര്യയ്ക്ക് പോകാൻ ഒരിടവും ഉണ്ടായിരുന്നില്ല, അവർക്ക് പോകണമെന്നുണ്ടെങ്കിലും. അദ്ദേഹം തന്റെ ഭാര്യയെ എവിടെയും തനിച്ച് വിട്ടില്ല, വീട്ടിനുള്ളിൽപോലും. അവർക്ക് തല തരിക്കാൻ തുടങ്ങി.

‘‘ഒരു മണിക്കൂർ.’’ അവർ യാചിച്ചു. ‘‘എന്നെ ഒരു മണിക്കൂർ നേരത്തേക്ക് വെറുതെ വിടു, ദയവായി....’’ സെമാവി ബെയ്ക്ക് ഇത് മനസ്സിലാക്കാൻ സാധിച്ചില്ല. അവർക്ക് എന്ത് വൈഷമ്യമാണ് തന്നെക്കൊണ്ട് ഉണ്ടാവുക? അവരെ സ്നേഹിക്കുന്നു എന്നല്ലാതെ മറ്റെന്താണ് താൻ ചെയ്യുന്നത്? പക്ഷേ ഭാര്യ കരഞ്ഞും പുറത്തെവിടെയെങ്കിലും പോയി തനിച്ച് ഒന്ന് നടക്കാനായി മണിക്കൂറുകളോളം യാചിച്ചും ക്ഷീണിച്ചു പോയി. കിടക്കയിൽ കിടന്നുറങ്ങി ഇടയ്ക്ക് ഉണരുമ്പോൾ തന്റെ മുടിയിൽ തലോടിക്കൊണ്ടിരിക്കുന്ന ഭർത്താവിനെ കണ്ട് അവർക്ക് മതിയായി. ചിലപ്പോൾ സെമാവി ബെയ് ഭാര്യക്ക് അല്പം സമാധാനം അനുവദിക്കും. പക്ഷേ അപ്പോഴെല്ലാം

ഭാര്യ തന്നെ വിട്ടുപോകുമെന്ന് അദ്ദേഹം പരിഭ്രാന്തനാകുകയും ചെയ്യും.

അത് കൊടിയ തണുപ്പ് അനുഭവപ്പെട്ട നീണ്ട ശൈത്യത്തിന്റെ അവസാന രാത്രികളിലൊന്നായിരുന്നു. ഒരു രോഗത്തിൽ നിന്ന് മുക്തിക്കായി കാത്തിരിക്കുന്ന പോലെ നഗരം മുഴുവൻ വസന്തത്തിനായി കാത്തിരിക്കുകയായിരുന്നു. ദിവസം മുഴുവൻ സെമാവി ബെയ് ഭാര്യയുമൊത്ത് പുറത്തായിരുന്നു. അവരെ സന്തോഷിപ്പിക്കാൻ അദ്ദേഹം ശ്രമിക്കുന്നുണ്ടായിരുന്നു. പക്ഷേ അവരുടെ മുഖത്ത് ഒരു പുഞ്ചിരി വിരിയിക്കാൻ അദ്ദേഹത്തെക്കൊണ്ട് സാധിച്ചില്ല. താൻ അനുഭവിക്കുന്ന അസ്വതന്ത്രത അവരുടെ മുഖത്തെ ഇരുണ്ടതാക്കി. ബോസ്ഫോറസ്സിന്റെ മനോഹരമായ കാഴ്ചയിലേക്ക് അഭിമുഖമായ മുകൾനിലയിലെ സിറ്റിങ്ങ് റൂമിലായിരുന്നു അവർ. സെമാവി ബെയുടെ ഭാര്യ തന്റെ നിശ്ശബ്ദത കൊണ്ട് അദ്ദേഹത്തെ ശിക്ഷിക്കുകയായിരുന്നു. അവർ ടി.വി യിലേക്ക് വെറുതെ കണ്ണും പായിച്ച് ഇരിക്കുകയായിരുന്നു. സെമാവി ബെയ് പറഞ്ഞിരുന്ന പ്രേമവചനങ്ങൾ ഒന്നും കേട്ടില്ലെന്ന് നടിച്ചായിരുന്നു അവരുടെ ഇരിപ്പ്.

അപ്പോൾ, ഇടയ്ക്ക് സംഭവിക്കാറുള്ളതു പോലെ, പവർകട്ട് ഉണ്ടായി. അദ്ദേഹത്തിന്റെ ഭാര്യ എണ്ണവിളക്ക് കത്തിക്കുവാനായി എഴുന്നേറ്റു. വിളക്ക് കൊളുത്തുന്നതിനിടയിൽ അവർ ചോദിച്ചു, "സെമാവി, നിങ്ങളെന്നെ യഥാർത്ഥത്തിൽ സ്നേഹിക്കുന്നുണ്ടോ?"' ഈ ചോദ്യം സെമാവി ബെയ്യെ ഭ്രാന്ത് പിടിപ്പിക്കുമായിരുന്നു. താൻ അതല്ലാതെ എന്താണ് ചെയ്തിട്ടുള്ളത്? അദ്ദേഹം തന്റെ ജീവിതവും ഭാവിയും ഭാര്യയെ സ്നേഹിക്കാനായി സമർപ്പിച്ചിട്ടുള്ളതാണ്. "നിങ്ങൾ എന്നെ ഒരിക്കലും വെറുതെ വിടില്ല, അല്ലേ?" ഭാര്യ ചോദിച്ചു, "ഒരു ദിവസത്തേക്ക്, ഒരു മണിക്കൂറിനു പോലും?" സെമാവി ബെയ്ക്ക് ഈ ചോദ്യം പരിഹാസ്യമായി തോന്നി. നീണ്ട ചിരിയ്ക്കൊടുവിൽ അദ്ദേഹം മറുപടി പറഞ്ഞു, "ഒരിക്കലും ഒരു സെക്കണ്ടിനായിപോലും."

ഭാര്യയുടെ നീണ്ടു നിന്ന അവസാനത്തെ നോട്ടം അദ്ദേഹം ഓർമ്മിച്ചു. കത്തിജ്ജ്വലിക്കുന്ന കോപം അദ്ദേഹം കണ്ടു, അവരുടെ എല്ലാ കോശങ്ങളിൽനിന്നും ഒരുമിച്ചുയർന്ന ഒടുക്കത്തെ കലാപം, പെട്ടെന്ന് വളർന്ന് അവരുടെ കണ്ണുകളിൽ തളം കെട്ടി. തുളച്ചുകയറുന്ന പ്രവാഹം പോലെ അവരുടെ മനോഹരമായ കണ്ണുകളിൽ നിന്ന് തീപ്പൊരി പുറത്തേക്ക് തെറിക്കുന്നത് അദ്ദേഹം കണ്ടു. അവരിൽ അവശേഷിച്ച അവസാനത്തെ ശക്തിയും അസ്തമിച്ച പോലെയായി. സ്നേഹത്തിന്റെ ഈ നുകം എടുത്തു മാറ്റാൻ കഴിവില്ലാത്ത മൃദുവിരലുകളുള്ള കയ്യ് പെട്ടെന്ന് മരവിച്ചു. അതോടെ എണ്ണ വിളക്ക് കയ്യിൽ നിന്ന് ഊർന്ന് നിലത്ത് വീണ് തകർന്നു. ആദ്യം തീനാമ്പുകൾ അവരുടെ വസ്ത്രങ്ങൾ നക്കുകയും പെട്ടെന്ന് കത്തിക്കയറുകയും

ചെയ്തു. മിന്നൽവേഗത്തിൽ അത് ഒരിക്കൽ മനോഹരമായിരുന്നതും ഇപ്പോൾ രക്തമെല്ലാം വാർന്ന് കരിഞ്ഞ പോലെ തോന്നിച്ചതുമായ അവരുടെ ശരീരത്തെ മൊത്തം ആവരണം ചെയ്തു.

വായിച്ചു കൊണ്ടിരുന്ന പേപ്പർ പൂർത്തിയാക്കി സഹായി അലസ മായി ശരീരം മൂരി നിവർത്തി. അയാൾക്ക് വിശപ്പു തോന്നി. വാച്ചു നോക്കിയപ്പോൾ അയാൾക്ക് തോന്നി ഇപ്പോൾത്തന്നെ ഭക്ഷണം കഴിക്കുന്നതാകും നല്ലതെന്ന്, തണുപ്പിൽ മരവിച്ച തൊഴിലാളികൾ കൂട്ടമായി എത്തുന്നതിന് മുമ്പായിട്ട്. അവർ രണ്ടും മൂന്നുമായി എത്തും. കുളിക്കുന്നതിനിടയിൽ സൊറ പറഞ്ഞും പാട്ടുകൾ പാടിയും അവർ ശരീരം ചൂടാക്കും. ഈ കാലാവസ്ഥയിൽ ശരീരം ചൂടു പിടിപ്പി ക്കാൻ ഏറ്റവും നല്ല ഉപാധി സ്നാനഗൃഹമാണ് എന്ന് ചിന്തിക്കു മ്പോഴാണ്, അകത്തുള്ള മനുഷ്യനെക്കുറിച്ച് അയാൾ ഓർത്തത്. കുറേനേരമായി ആ മനുഷ്യന്റെ ഒരു ശബ്ദവും അയാൾ കേട്ടിരു ന്നില്ല. അയാൾ പെട്ടെന്ന് എഴുന്നേറ്റ്, അകത്തേക്ക് വിളിച്ച് ചോദിച്ചു,

''അങ്കിൾ, താങ്കൾക്ക് തേക്കാൻ സ്ക്രബ് വേണമോ?'' മറുപടി യായി ഇറ്റുവീഴുന്ന വെള്ളത്തിന്റെ ശബ്ദം മാത്രമേ സഹായിയ്ക്ക് കേൾക്കുവാൻ പറ്റിയുള്ളു. തന്റെ മരച്ചെരിപ്പ് ഇട്ട് അയാൾ കുളിമുറി യിലേക്ക് പ്രവേശിച്ചു. അപ്പോൾ അയാൾ കണ്ടു, കുളിമുറിയുടെ മാർബിൾ തറയുടെ മദ്ധ്യത്തിൽ കിടക്കുന്ന സെമാവി ബെയുടെ നീണ്ടു നിവർന്നുള്ള ശരീരം. അയാൾ അടുത്തേക്ക് നീങ്ങിക്കൊണ്ട് ദുരന്തം വെളിവാക്കുന്ന പുഞ്ചിരിയാൽ കോടിപ്പോയ ലോലമായ ആ മുഖത്തേക്ക് സൂക്ഷിച്ചു നോക്കി. 'ഓ! അങ്കിൾ! എണീക്കൂ', സഹായി, സെമാവി ബെയുടെ ചുമൽ പിടിച്ച് ഇളക്കിക്കൊണ്ട് വിളിച്ചു. ''ഉണരൂ... എണീക്കൂ...''

പക്ഷേ, സെമാവി ബെയ് നല്ല ഉറക്കത്തിലായിരുന്നു...

എണീക്കാൻ അദ്ദേഹത്തിന് യാതൊരു ഉദ്ദേശ്യവുമുണ്ടായിരു ന്നില്ല.

പെണ്ണുപിടിയുടെ കഥകൾ

ഞാൻ ഒരു പക്ഷേ മരിക്കാൻ പോകുകയായിരുന്നു; അതല്ലെങ്കിൽ പഴയ മുറിവുകളിൽ നിന്ന് ഉയർത്തെഴുന്നേൽക്കുകയായിരുന്നു. സ്ത്രീകൾ- അവരായിരുന്നു എന്റെ പഴയ മുറിവുകൾ. അസ്തിത്വ മില്ലാതിരുന്ന ആ സ്ത്രീകൾ. എന്റെ ജീർണ്ണത, എന്റെ ജീവിതം ആർക്കും വേണ്ടാത്തൊരു ഉണക്ക പുല്ലുകെട്ട് പോലെ വരണ്ടു ചുരുങ്ങി ഇല്ലാതാവുകയായിരുന്നു. എന്റെ കൊള്ളരുതായ്മയാൽ തേഞ്ഞു പോയ കല്ലുകൾ പോലെയായിരുന്നു ആ സ്ത്രീകൾ, വൃഥാ ഒഴുകുന്ന ടാപ്പ് വെള്ളം പോലെ.

എന്റെ ഭീരുത്വം, എന്റെ കേഴൽ, എന്റെ അധോന്മുഖത്വം.

മുഖത്ത് രോമം മുളക്കാത്ത എന്റെ അവസ്ഥയും - എന്റെ മുടി നീളുമ്പോൾ അത് മുറിക്കാൻ ഭാര്യ കണ്ടിരുന്ന കാരണം.

എന്റെ പഴയ മുറിവുകളായിരുന്നു, ഞാൻ ഷൂസുകൾക്ക് ഉൾ ശീലയായി ഉപയോഗിച്ചിരുന്ന കാർഡ് ബോർഡ് പാളികൾ, അവ തേഞ്ഞുപോകുമ്പോൾ മാറ്റിവച്ചിരുന്ന പാളികൾ. വീട്ടിൽ വച്ച് ഞായ റാഴ്ചകളിൽ. രഹസ്യമായി.

എന്റെ മുറിവുകളായിരുന്നു, കാണുന്നവരിൽ കരയാനുള്ള ത്വര യുണർത്തുന്ന എന്റെ ഭാര്യയുടെ പേടിപ്പെടുത്തുന്ന വലിയ കറുത്ത കണ്ണുകൾ, വിരലിന്റെ സന്ധികൾക്കിടയിൽ നിന്ന് ഉന്തി നിന്നിരുന്ന അവളുടെ എല്ലുകൾ.

മുറിവുകളായിരുന്നു, കോഫീക്കപ്പിനെ അലങ്കരിച്ചിരുന്ന ചുവന്ന ചുണ്ടുകളുടെ പ്രിന്റുകൾ. തുണിക്കച്ചവടം കൂടി ചെയ്തിരുന്ന തുന്നൽ ക്കാരനടുത്ത് കൗമാരത്തിൽ ഞാൻ അപ്രെന്ററിസ് ആയിരുന്നപ്പോൾ, ആ കപ്പുകൾ അങ്കലാപ്പോടെ വിറയാർന്ന കൈകളാൽ ഞാനെടുത്തു കൊണ്ടുപോയിരുന്നു.

തീർന്നില്ല, അവ എന്റെ വികലവും ദയനീയവുമായ കല്യാണ ഫോട്ടോകൾ ആയിരുന്നു, അവയെടുത്തത് അയൽപക്കത്ത് കട നടത്തിയിരുന്ന മദ്യപനായ ഫോട്ടോഗ്രാഫറായിരുന്നു. ഞങ്ങൾ രണ്ടു പേരും ഫോട്ടോവിൽ കരയുന്നപോലെ ഉണ്ടായിരുന്നു.

ഇതൊക്കെയാണെങ്കിലും എന്റെ അന്ത്യം ഇങ്ങനെയാകണമെന്ന് ഞാൻ ആഗ്രഹിച്ചിരിക്കില്ല. ഭവിഷ്യത്തുകളെക്കുറിച്ച് എനിക്കൊരു ധാരണയുമുണ്ടായിരുന്നില്ല. ഞാൻ പറയാൻ പോകുന്ന കഥ നടക്കുന്നതിന് അൽപം മുമ്പ് ഞാൻ മുപ്പതിനും നാൽപ്പതിനുമിടയിലായിരുന്നു, വിവാഹിതനും അവിവാഹിതനും എന്നീ നിലകൾക്കിടയിൽ, ജീവിതത്തിനും മരണത്തിനുമിടയിൽ. എന്റെ ജീവിതം നീണ്ടും നേർത്തും കിടക്കുന്ന നേർവരയായിരുന്നു. ഒരു രോഗിയുടെ അനന്തമായ മരണവേള പോലെ. അനന്തതയിലേക്ക് നീളുന്ന നേർത്ത രേഖയിലൂടെ നടക്കാൻ വിധിക്കപ്പെട്ടവന്റെ പോലെയായിരുന്നു എന്റെ ജീവിതം.

ചിലപ്പോൾ, ശീതകാലത്തിലെ വൈകിയ സായാഹ്നത്തിൽ എപ്പോഴുമെന്ന പോലെ, ഞാൻ കടയിൽ കൗണ്ടറിന്റെ അടുത്തുള്ള ജനാലയ്ക്കൽ ഇരുന്ന് പുറത്തേക്ക് ഉറ്റ് നോക്കിക്കൊണ്ട് സ്വയം ചോദിക്കും, ‘‘ഞാൻ സന്തുഷ്ടനാണോ?’’ എനിക്ക് മോശമല്ലാത്ത ഒരു കടയുണ്ട്, തരക്കേടില്ലാത്ത ഭാര്യയും തലയ്ക്കുമീതെ കൂരയും അടുപ്പത്ത് ഭക്ഷണവും രണ്ട് കുട്ടികളുമുണ്ട്. ‘‘അപ്പോൾ ഞാൻ സന്തുഷ്ടനായിരിക്കണം,’’ ഞാനെന്നോടു തന്നെ മന്ത്രിക്കും.

അങ്ങനെയെന്ന് ഞാൻ ശരിക്കും കരുതുന്ന സമയം എതിർവശത്തുള്ള കണ്ണാടിയിൽ ഞാനെന്റെ പ്രതിബിംബം ഒരു നോക്ക് കാണാനിടയാകും. അക്ഷരാർത്ഥത്തിൽ നീലിച്ച ഒരു മനുഷ്യൻ, വിലകുറഞ്ഞ നീലപ്പാവാടയുടെ ലൈനിങ് മാതിരി ചുളിഞ്ഞ ചുങ്ങിയ മുഖം. എന്റെ മുഖത്തെ ചുളിവുകളിൽ നീലമഷി പടർന്ന പോലെ ഉണ്ടായിരുന്നു. എന്റെ നിൽപ്പ് ഉപേക്ഷിക്കപ്പെട്ട ഒരു വളർത്തു നായയെ ഓർമ്മിപ്പിച്ചു. ഒരു കാരണവുമില്ലാതെ ഞാൻ ഷെൽഫിൽ നിന്ന് സിപ്പുകളുടെ ഒരു കെട്ട് പുറത്തെടുക്കുകയും ആ സ്ഥലത്ത് കുടുക്കുകളുടെ പെട്ടികൾ വെക്കുകയും ചെയ്യും, യാതൊരു പ്രയോജനവും ഇല്ലാതെ ഞാൻ കട തൂത്തു വാരാൻ ശ്രമിക്കും. എനിക്ക് കണ്ണാടിയിൽ കണ്ട ഉപേക്ഷിക്കപ്പെട്ട നീല നിറത്തിലുള്ള വളർത്തുനായയെ മറക്കേണ്ടിയിരുന്നു.

അപ്പോഴാണ് ഞാൻ സ്വയം മറന്നു കൊണ്ട് വിചിത്രമായ ഈ കളിയിൽ പോയി കുടുങ്ങിപ്പോയത്. ഊഷ്മളമായ കടലിന്റെ തിരകൾ തഴുകുന്ന മണൽക്കൂനയ്ക്ക് മുകളിൽ നിന്ന് താഴേക്ക് വളരെ സൗമ്യമായി ഉരുളുന്ന പോലെ ഒരു കളി.

കളിയുടെ ആരംഭം ഞാൻ ട്യ്യുർക്കാനെ കണ്ടപ്പോഴായിരുന്നു. ട്യ്യുർക്കാൻ വരുന്നതിന് മുമ്പ് എന്റെ കടയുടെ അടുത്തുള്ള കടയിൽ വളരെ സൗമ്യനായ ഒരു വൃദ്ധജൂതൻ വെരിക്കോസ് വെയിനിനുള്ള സ്റ്റോക്കിങ്സ് വിൽക്കുകയായിരുന്നു. കാലത്ത് തമ്മിൽ കാണുകയാണെങ്കിൽ അയാൾ പറയും, ‘‘ഹലോ, അയൽക്കാരാ...’’ എന്നിട്ട് കടയിലേക്ക് കയറും. വൈകുന്നേരം ഒന്നും മിണ്ടാൻ നിൽക്കാതെ

സ്ഥലം വിടുകയും ചെയ്യും. ഒരു ദിവസം അയാൾ ശാന്തമായി മരിച്ചു. ജൂതന്റെ കട ട്യൂർക്കാൻ വാങ്ങി. അതോടെ അവിടത്തെ ശാന്തതയും അവസാനിച്ചു. എനിക്കു സാദ്ധ്യമായിരുന്നെങ്കിൽ, ചൊസ്റ്റ്നട്ട് വിഗ് വെച്ച് തന്റെ കഷണ്ടി മറച്ച്, പോകുന്നിടമെല്ലാം എരിവ് കലർന്ന പുകയില നാറ്റം പരത്തുന്ന ഈ മനുഷ്യന് ഭാഗ്യം ആശംസിക്കുക മാത്രം ചെയ്ത്, കൂടുതൽ പരിചയപ്പെടലെല്ലാം ഞാൻ ഒഴിവാക്കു മായിരുന്നു.

പക്ഷേ വാസ്തവത്തിൽ സംഭവിച്ചത് അതായിരുന്നില്ല. ഒരു ദിവസം ചെറിയ ഒരു ലോറി വാതിലിനു മുന്നിൽ വന്നു നിന്നു. പല വലിപ്പമുള്ള കണ്ണാടികൾ ഇറക്കുന്നതിനിടയ്ക്ക് ട്യൂർക്കാനും ചുമട്ടു കാരും തമ്മിൽ വാക്കേറ്റമായി. അയാൾ ചുമട്ടുകാരെ പറഞ്ഞുവിട്ടു. അപ്പോഴെക്കും പകുതി സാധനങ്ങൾ ഇറക്കിക്കഴിഞ്ഞിരുന്നു. എന്റെ കടയിലേക്ക് തല കടത്തി നോക്കിക്കൊണ്ട് "നിങ്ങളുടെ അനുവാ ദത്തോടെ" തുടങ്ങിയ മര്യാദവചനങ്ങളൊന്നും കൂടാതെ, ഏതാണ്ട് നാൽപ്പത് വർഷങ്ങളായി നമ്മൾ ചങ്ങാതിമാരാണെന്ന പോലെ, തന്റെ ചാരനിറവും നീലനിറവും കലർന്ന നിറമുള്ള കണ്ണുകളിൽ ഒരു കോമാളി ഭാവത്തോടെ, എന്നെ അമ്പരപ്പിച്ച്, സത്യത്തിൽ ഭയ പ്പെടുത്തിക്കൊണ്ട്, ഉല്ലാസ ഭാവത്തോടെ അയാൾ പറഞ്ഞു, "ഒന്നു സഹായിക്കില്ലേ, അയൽക്കാരാ?" എനിക്കൊന്നും പറയാനായില്ല; അപ്പോഴെക്കും എന്റെ വായിൽ ചെറുനാരങ്ങയുടേതു പോലെയുള്ള പുളിരസം നിറഞ്ഞു. ഞാൻ സംസാരിക്കുകയാണെങ്കിൽ വാക്കുകൾ വികലമായിട്ടായിരിക്കും പുറത്തു വരിക എന്നെനിക്ക് തോന്നി. ഞാൻ എന്റെ കടയ്ക്ക് പുറത്തു വന്നു, കണ്ണാടികൾ എന്റെ പുറത്ത് ചുമന്നു കൊണ്ട് പോയി വിഷമിച്ച് അയാളുടെ കടയിലേക്ക് കയറ്റി വച്ചു കൊടുത്തു.

ആ ദിവസം ഉച്ചഭക്ഷണത്തിന് അയാൾ എന്നെ ക്ഷണിച്ചുകൊണ്ടു പോയി. അത് അയാളുടെ സ്ത്രീവിഷയകഥകളിലേക്ക് എത്തിച്ചു. ഞങ്ങൾ റഖി കുടിച്ചു, ബീൻ സലാദും അച്ചാറിലിട്ട ബോനിറ്റോ മത്സ്യവും കഴിച്ചു. ട്യൂർക്കാൻ സ്ത്രീകളെക്കുറിച്ചു തന്നെ തുടരെ സംസാരിച്ചു. അയാൾ വർണ്ണിച്ച എല്ലാ സ്ത്രീകളും മാംസളമായ ദേഹപ്രകൃതിയും മൃദുത്വമുള്ള ശരീരമുള്ളവരുമാണെന്നത് എന്റെ ശ്രദ്ധ ആകർഷിച്ചു. ഞാൻ ആ സ്ത്രീകളുടെ കൈകൾ സങ്കൽപ്പിച്ചു നോക്കി. അവരുടെ തൊലിയുടെ വെളുപ്പാലോചിച്ചു. എന്റെ കണ്ണു കൾ മിന്നിത്തിളങ്ങി. അയാൾ വർണ്ണിച്ച സ്ത്രീകളെല്ലാം തന്നെ സംസാരപ്രിയകളും സ്നേഹോഷ്മളകളുമായിരുന്നു. അവർ ചിരി ക്കാൻ അറിയുന്നവരായിരുന്നു.

എന്നാൽ അതിലൊന്നും തീരുന്നതായിരുന്നില്ല കാര്യങ്ങൾ. പെണ്ണുങ്ങൾ ട്യൂർക്കാനെ മൊബൈലിൽ വിളിച്ചു കൊണ്ടിരുന്നു.

അയാൾ അസഭ്യമായ നേരമ്പോക്കുകൾ അവരുമായി പങ്കിടുകയും പൊട്ടിച്ചിരിക്കുകയും ഇടയ്ക്കിടയ്ക്ക് ഏമ്പക്കം വിടുകയും ചെയ്തു. ചിരിക്കുമ്പോൾ അയാളുടെ നെറ്റി വിയർത്തു. അയാളത് തുടയ്ക്കുമ്പോൾ വിഗ്ഗ് ഇളകിക്കൊണ്ടിരുന്നു. അയാൾ പെണ്ണുങ്ങളുമായി ഇങ്ങനെ സംസാരിക്കുന്ന നേരം - എന്റെ ഭാവനയിൽ വെളുത്ത് മാംസളകളായ സ്ത്രീകൾ - ലോകത്തിൽ എത്രയധികം സുന്ദരികളായ സ്ത്രീകൾ ഉണ്ട് എന്ന് ഞാനാലോചിച്ചു. ലോകത്തിലെ സുന്ദരികളെപ്പറ്റി ആലോചിക്കുന്ന സമയത്ത് എന്റെ ഭാര്യയുടെ മുഖം എന്റെ മനസ്സിൽ വന്നതേയില്ല. എന്റെ പഴയ മുറിവുകൾ നൊന്തു. എന്റെ നിലവിലുള്ള മാനസിക സംഘർഷങ്ങളുടെ പശ്ചാത്തലത്തിൽ എനിക്ക് ഒട്ടും താങ്ങാനാവാത്ത കഠിനമായ അടിയേറ്റ് എന്റെ വാരിയെല്ലുകൾ തകർന്ന പോലെ തോന്നി. അഗാധവും മാരകവുമായ ഒരു വ്യഥ പോലെ ആ പെണ്ണുപിടുത്തത്തിന്റെ കഥകൾ എന്റെ ഉൾത്തടത്തെ ഉലച്ചു.

ഏതാനും ദിവസങ്ങൾ കഴിഞ്ഞപ്പോൾ ട്യൂർക്കാൻ എന്നെ അയാളുടെ രണ്ട് ചങ്ങാതിമാർക്ക് പരിചയപ്പെടുത്തുകയും എന്നെ അത്താഴത്തിന് കൊണ്ടു പോകുകയും ചെയ്തു. പെണ്ണ് പിടുത്ത കഥകൾ പല മടങ്ങാകുകയും അവയിൽ വൈവിദ്ധ്യം വരികയും ചെയ്തു. മൂന്ന് ഉയരമുള്ള പുരുഷന്മാർക്കും തുരുതുരെ പെണ്ണുങ്ങളുടെ വിളികൾ വന്നു കൊണ്ടിരുന്നു. അവർ കോട്ടുകൾ ചുമലിലിട്ട് ചെക്കുകളെക്കുറിച്ചും, പണം വരാനുള്ള കാലാവധികളെക്കുറിച്ചും, പെണ്ണുങ്ങളെക്കുറിച്ചും (അനിവാര്യമായും) സംസാരിച്ചുകൊണ്ടിരുന്നു. ഞാൻ അവർ സംസാരിക്കുന്നത് ശ്രദ്ധിച്ചു കൊണ്ട് ഇരുന്നു. അവർ പറയുന്നത് മനസ്സിലാക്കാൻ ഞാൻ കിണഞ്ഞു ശ്രമിക്കുകയും പലപ്പോഴും എന്റെ ചിരി വൈകി മാത്രം പുറത്ത് വരികയും ചെയ്തു. രാത്രി വൈകിയപ്പോൾ അവർ എഴുന്നേറ്റു, അവർ പറഞ്ഞു വന്നിരുന്ന സ്ത്രീകളുടെ അടുത്തേക്ക് പോകാനായി പുറപ്പെടുകയും ചെയ്തു. ഞാൻ എല്ലാം അറിയുന്ന പോലെ പുഞ്ചിരിക്കുകയും അർത്ഥം വെച്ച് തലയാട്ടുകയും ചെയ്തു. അവർ ബിൽ കൊടുക്കാൻ എന്നെ അനുവദിച്ചില്ല. സ്നേഹവാത്സല്യങ്ങൾ ദ്യോതിപ്പിക്കുന്ന പുഞ്ചിരിയോടെ അവർ എന്റെ തോളിൽ തട്ടി.

ഞങ്ങൾ റെസ്റ്റോറന്റിൽ നിന്നിറങ്ങിയപ്പോൾ ഇളംമഞ്ഞ് പൊഴിഞ്ഞിരുന്നു. മുമ്പൊരിക്കലും കാണിക്കാത്ത സൗഹൃദ ഭാവത്തോടെ ഞാനവരോട് വിട ചൊല്ലി. അവർ ആഭാസചേഷ്ടകളോടെ പാർക്കിങ്ങിൽ നിന്ന് വന്ന കാറിൽ കയറി. ഞനൊരു ടാക്സിയെടുക്കാമെന്ന് പറഞ്ഞ് ഒരു ടാക്സി കൈകാണിച്ചു വിളിച്ചു. നിർത്തിയ ടാക്സിയുടെ വാതിൽ ഞാൻ തുറന്നു, അകത്ത് കയറിയിരിക്കും മുമ്പായി ഞാനവരോട് കൈവീശി യാത്ര പറഞ്ഞു. പകൽസമയത്തുള്ള

തിരക്കെല്ലാം അവസാനിച്ച നിരത്തിലെ തെരുവു വെളിച്ചങ്ങൾക്കടിയിലൂടെ അവരുടെ കാറ് ഒച്ചവെച്ചു കൊണ്ട് അപ്രത്യക്ഷമായി, അവരുടെ അട്ടഹാസങ്ങൾ പോലെ. ഞാൻ ടാക്സി ഡ്രൈവറുടെ നേരെ നോക്കി. അകത്ത് ഞാൻ ഒരു സാധനം മറന്നു വെച്ചിട്ടുണ്ടെന്നും അതെടുത്തു കൊണ്ടു വരുന്നതു വരെ കാത്ത് നിൽക്കണമെന്നും പറഞ്ഞു. എന്നിട്ട് കാറിന്റെ വാതിലടച്ച് ഞാൻ തിരിച്ച് റസ്റ്റോറന്റിലേക്ക് നടന്നു, പക്ഷേ പകരം ഞാൻ ഒരു തെരുവിലേക്ക് മാറി നിന്ന് ഡ്രൈവറെ വീക്ഷിച്ചു. അയാൾ കുറച്ചുനേരം കാത്ത് നോക്കി. പിന്നെ ഉഗ്രകോപത്തോടെ കാറ് അതിവേഗത്തിൽ റോഡിൽ തെന്നിച്ചും ഉരയുന്ന ശബ്ദം പുറപ്പെടുവിച്ചും അയാൾ ഓടിച്ചു പോയി. ഞാൻ ഒളിച്ചിരുന്ന സ്ഥലത്തുനിന്ന് പുറത്തേക്ക് വന്ന് നടന്നു തുടങ്ങി. എന്റെ ഷൂസ്സിൽ ലൈനിങ്ങ് ആയി ഞാൻ വച്ചിരുന്ന കാർഡ് ബോർഡ് തേഞ്ഞ് കനമില്ലാതായിരിക്കുന്നു. എന്റെ വാരിയെൽക്കൂട് തകർന്ന് അമർന്നിരിക്കുന്നു, എന്റെ മുഖത്ത് കയ്ക്കുന്ന ഭാവം തളം കെട്ടുന്ന പോലെ എനിക്ക് അനുഭവപ്പെട്ടു. എന്നിട്ടും ഞാൻ എന്നോടുതന്നെ പറഞ്ഞു, ''അത് മഞ്ഞ് കാരണമാണ്, കാറ്റിൽ നിന്നാണ്.''

ഞാനെന്റെ തെരുവ് ലക്ഷ്യം വെച്ച് നടന്നു. കെട്ടിടങ്ങൾക്കിടയിൽ വലിച്ചു കെട്ടിയ കയറിന്മേൽ ഉണങ്ങാനിട്ട ദരിദ്രവും പിഞ്ഞിയതുമായ വസ്ത്രങ്ങളുടെ സങ്കടപ്പറക്കലിലേക്ക്. തെരുവു വിളക്കുകളുടെ നിറം നീല മാറി ഓറഞ്ച് ആയിരുന്നു. എപ്പോഴോ ഉറക്കമായ അയൽപ്പക്കക്കാരുടെ ഇരുണ്ട ജനാലച്ചില്ലുകളിൽ വെളിച്ചം പ്രതിഫലിച്ചു. വീടിനടുത്തേക്ക് എത്തും തോറും വിചിത്രമായ ആനന്ദാനുഭൂതി എന്നിൽ നിറഞ്ഞു പൊങ്ങി. ആ രാത്രി എന്റെ മുൻവാതിലിന് മുന്നിൽ നിന്നാണ് എന്റെ ജീവിതം ദുരന്തത്തിലേക്ക് വഴി തിരിച്ച കളിയുടെ ആദ്യത്തെ ചുവട് ഞാനെടുത്തത്. എനിക്ക് ഉയരം കൂടിയ പോലെയും അതോടെ എന്റെ ചുമലുകൾ നിവർന്ന പോലെയും എനിക്ക് തോന്നി. എന്റെ തണുത്തു നീലിച്ച കൈകൊണ്ട് ഞാനെന്റെ ഇല്ലാത്ത താടി തടവി. വീടിന്റെ താക്കോൽ എന്റെ പക്കലുണ്ടായിട്ടും കാളിങ്ങ് ബെൽ തകരാറിലാണെന്ന് അറിഞ്ഞിട്ടും ഞാൻ ബെല്ലിന്റെ ബട്ടൺ അമർത്തി. എന്നിട്ട് ഞാൻ തല ഉയർത്തി മുകളിലേക്ക് നോക്കി. എന്റെ ഫ്ളാറ്റിലെ വിളക്കുകൾ കത്തുകയായിരുന്നോ അല്ലയോ എന്ന് എനിക്കോർമ്മയില്ല. ഞാൻ നോക്കി, പക്ഷേ കണ്ടില്ല; കാരണം എന്റെ കൺമുന്നിലൂടെ എല്ലാ തരം സ്ത്രീകളും കടന്നു പൊയ്ക്കൊണ്ടിരിക്കുകയായിരുന്നു. അത് കാരണമാണ് എന്റെ ഭാര്യയുടെ മുഖത്തുണ്ടായിരുന്ന ഉൽക്കണ്ഠ ഞാൻ ശ്രദ്ധിക്കാതിരുന്നത്. (വളരെ പിന്നീടാണ് ഞാനത് ഓർത്തെടുത്തത്.) അവർ ഫ്ളാനൽ നിശാവസ്ത്രത്തിനു മുകളിൽ ഒരു കാർഡിഗനും ധരിച്ച് അമ്പരപ്പോടു കൂടിയായിരുന്നു അഞ്ച് നിലയിറങ്ങി വന്നത്.

എനിക്കറിയാം, ആ രാത്രി ഉറങ്ങുമ്പോൾ ഞാൻ പുഞ്ചിരിച്ചു കൊണ്ടേയിരുന്നു.

എന്റെ അഞ്ച് രാത്രികൾ അപ്രകാരം കടന്നു പോയി. ചെറിയ ഇടവേളകളിൽ അഞ്ച് രാത്രികൾ... പക്ഷേ ഓരോന്നും കഴിഞ്ഞു പോയ രാത്രിയേക്കാൾ അരോചകമായത്. ഓരോ രാത്രിയിലും ട്യൂർക്കാനും ചങ്ങാതിമാർക്കും എന്നിൽ താത്പര്യം കുറഞ്ഞു വന്നു. അഞ്ചാമത്തെ രാത്രിയിൽ അവർ ടോയ്ലറ്റിൽ എന്നെ മറന്നു വിട്ട് അവരുടെ വഴിക്ക് പോയി. ഞാനപ്പോൾ അവർ കാറ്റിൽ ചിതറിപ്പറത്തിയെറിഞ്ഞ ഒരു കുമ്പിൾ ചാരം മാത്രമായിരുന്നു.

ആറാമത്തെ രാത്രി ഒരിക്കലും ഉണ്ടായില്ല. കാരണം അവരെന്നെ ക്ഷണിച്ചില്ല. പക്ഷേ ഞാൻ എന്റെ സ്വന്തം രീതിയിൽ ഈ രാത്രികൾ തുടർന്നു.

ഞാനെന്തിനായിട്ടാണ് ഈ കളി കളിച്ചത്, ആർക്കു വേണ്ടി? എനിക്കറിയില്ല. പക്ഷേ ഞാൻ ആ കളി കളിക്കുന്ന സമയം അതാസ്വദിച്ചിരുന്നു. അപ്പോൾ ഞാൻ സന്തോഷവാനും ആയിരുന്നു. അത്രമാത്രം. ഈ കളി ഇങ്ങനെയൊക്കെ കലാശിക്കുമെന്ന് അറിഞ്ഞിരുന്നെങ്കിൽ ഞാൻ ഇത് എപ്പോഴെങ്കിലും കളിക്കുമായിരുന്നോ?

ആറാം രാത്രി സംഭവിക്കില്ലെന്ന് ഉറപ്പായപ്പോൾ ഞാൻ മൂന്ന് ചോദ്യങ്ങൾ എന്നോടു തന്നെ ചോദിച്ചു.

ഒന്ന്: ഭാര്യയുടെ മുഖത്ത് ഞാൻ കണ്ടത് ഉൽക്കണ്ഠയാണോ? എന്റെ ഭാര്യ, അവൾ ഈ അഞ്ച് രാത്രികളുടേയും അന്ത്യയാമങ്ങളിൽ എനിക്കായി വാതിൽ തുറക്കാൻ അഞ്ചുനിലകളും ഇറങ്ങി വന്നു?

രണ്ട്: വീട്ടിലെത്തിയ നേരം എന്റെ ഉള്ളിൽ ഒരു ഊഷ്മളമായ അനുഭൂതി, ഉണർവ്വ്, നിറഞ്ഞിരുന്നതായ നേരിയ ഒരോർമ്മ എനിക്കുണ്ട്. എന്റെ ശരീരത്തിൽ തങ്ങിയിരുന്ന ആൽക്കഹോളാണോ തണുപ്പിനെ അകറ്റി നിർത്തിയത്, അതോ രാത്രി മുഴുവൻ എന്നെ കാത്ത് ഉറക്കമിളച്ചിരുന്ന എന്റെ ഭാര്യ കാത്തിരിപ്പിനിടയിൽ അടുപ്പിലേക്ക് കരിയിട്ടു കൊണ്ടിരുന്നതിനാൽ വീട് മൊത്തം ചൂടായതായിരുന്നുവോ?

മൂന്ന്: ഈ രാത്രികൾ കഴിഞ്ഞുള്ള പ്രഭാതത്തിന് തൊട്ട് മുമ്പ് എന്റെ മനസ്സിലെ ഭ്രമകൽപ്പനകൾ സ്ത്രീലമ്പടന്മാരുടെ അനുഭവങ്ങളാൽ നിറഞ്ഞ് ഞാൻ ഉറക്കത്തിലേക്ക് വഴുതുമ്പോൾ എന്റെ ഭാര്യയുടെ കണ്ണുകൾ ഇരുട്ടിൽ എന്റെ മുഖത്തേക്ക് ഉറ്റുനോക്കിയിരുന്നു. അവരുടെ കുറ്റി നഖങ്ങളോടു കൂടിയ, എല്ലുകളെഴുന്നു നിൽക്കുന്ന വിരലുകൾ എന്റെ പുരികങ്ങൾക്കു മുകളിൽ നിന്ന് വിയർപ്പ് തുടയ്ക്കുമ്പോൾ എനിക്ക് തീ പോലെ ചൂടനുഭവപ്പെട്ടിരുന്നു. ഞാൻ ഇതൊരു സ്വപ്നമായിട്ടാണ് അപ്പോഴെല്ലാം കരുതിയിരുന്നത്. പോരാത്തതിന്

ആ എല്ലുന്തിയ വിരലുകൾ സുന്ദരിമാരായ സ്ത്രീകൾ വിലസുന്ന എന്റെ ഫാന്റസിയിലേക്ക് കയറി എന്നെ നീരസപ്പെടുത്തിയിരുന്നു, അതിനാൽ എനിക്ക് സുഖമായി ഉറങ്ങാൻ പറ്റിയിരുന്നില്ല. ഇത് സ്വപ്നമായിരുന്നുവോ, അതോ ആ എല്ലുന്തിയ വിരലുകൾ യാഥാർത്ഥ്യമായിരുന്നുവോ?

ഞാൻ കൂലങ്കഷമായി ചിന്തിച്ചു. എന്റെ ചോദ്യങ്ങൾക്ക് ഉത്തരം കണ്ടെത്തി.

ഒന്ന്: ഈ അഞ്ച് രാത്രികളുടേയും അന്ത്യത്തിൽ ഞാനെത്തുന്ന ഓരോ തവണയും എന്റെ ഭാര്യ ഉൽക്കണ്ഠാകുലയായിരുന്നു. എന്നെക്കുറിച്ചുള്ള കരുതൽ പ്രതിഫലിക്കുന്ന വേദന നിറഞ്ഞ, ആധി പുരണ്ട വാക്കുകൾ അവർ മുറുമുറുത്തിരുന്നതായി ഞാനോർത്തു. ഞാനാകട്ടെ അവരെ എന്റെ ചോരച്ച കണ്ണുകൾ കൊണ്ട് ദേഷ്യത്തോടെ നോക്കുക മാത്രം ചെയ്തു, യാതൊന്നും ഉരിയാടാതെ.

രണ്ട്: ആ അഞ്ച് രാത്രികളിലും കരിയടുപ്പ് എരിഞ്ഞുകൊണ്ടിരുന്നിരുന്നു. അതായത് അവർ എനിക്കായി കാത്തിരുന്നു എന്നർത്ഥം. പുലർന്ന ശേഷം, കനം തൂങ്ങുന്ന കണ്ണുകളോടെ ഞാനെഴുന്നേൽക്കുമ്പോൾ വലിയൊരു കരിക്കഷ്ണം കത്തിത്തീരാനാകുന്ന നിലയിൽ കാണപ്പെട്ടിരുന്നു, രാത്രി വൈകി അടുപ്പിലേക്കിട്ട കൽക്കരിയുടെ വലിയ കഷ്ണം.

മൂന്ന്: എന്റെ പുരികത്തിലെ വിയർപ്പ് തുടച്ച ആ വിരലുകൾ എന്നെ നീരസപ്പെടുത്തി, കാരണം എല്ലു കൊണ്ട് തൊടുന്ന കരുതൽ സ്പർശമായിരുന്നില്ല എനിക്കാവശ്യം. തീക്കട്ടപോലെ പൊള്ളുന്ന ആ വിരലുകൾ പരുഷമായി ഞാൻ ഉന്തി മാറ്റിയപ്പോൾ അമർത്തിയ ഒരു തേങ്ങൽ ദുർബ്ബലമായ, ക്ഷീണിച്ച, ആ ശരീരത്തിലേക്ക് തന്നെ അലിഞ്ഞ് ചേർന്ന് അപ്രത്യക്ഷമാകുന്നത് ഞാൻ അറിഞ്ഞിരുന്നു.

അതിനാലാണ് ഞാൻ ആറാം രാത്രിയിലെ കളി കളിക്കാൻ തുടങ്ങിയത്.

ഞാനെന്റെ കടയിലിരിക്കുകയായിരുന്നു, എന്റെ നിശ്ശബ്ദതയുടെ തോടിനുള്ളിൽ. അടുത്ത കടയിൽ നിന്ന് ട്യുർക്കാന്റെ പാദപതനങ്ങളുടെ ഒച്ചയും അലങ്കാര ഗ്ളാസ്സുകൾ മുട്ടിയുണ്ടാകുന്ന കിലുക്കത്തെ ഓർമ്മിപ്പിക്കുന്ന സ്ത്രീകളുടെ പൊട്ടിച്ചിരികളുടെ ശബ്ദവും കേട്ടു. സ്ത്രീകളുടെ ഒരു കൂട്ടം ട്യുർക്കാന്റെ കൂടെയുണ്ടായിരിക്കുമെന്ന് ഞാൻ സങ്കൽപ്പിച്ചു. എല്ലുകൾ ഉന്തിനിൽക്കാത്ത, എല്ലുകളേ ഇല്ലാത്ത, തിളങ്ങുന്ന നിറമുള്ള, സംസാരപ്രിയകളായ, ഉല്ലാസവതികളായ സ്ത്രീകൾ... സായാഹ്നം രാത്രിയിലേക്ക് നീങ്ങി. കെമിസ്റ്റിന്റെയും പഴയ പുസ്തകങ്ങൾ വിൽക്കുന്നവന്റെയും കടകളിലും, എതിർവശത്തുള്ള പെട്ടിക്കടയിലും വിളക്കുകൾ ഓരോന്നായി തെളിഞ്ഞു,

വെളിച്ചം മിനുസക്കല്ല് പാകിയ നിരത്തിലെ ചെളിവെള്ളത്തിൽ പ്രതിഫലിച്ചു. നഗരത്തിലെ ക്ഷീണിതരും ചുമൽ കുനിഞ്ഞവരുമായ മനുഷ്യർ അവരുടെ കാലുകൾക്ക് വേഗത കൂട്ടി. വിളക്ക് തെളിയിക്കാൻ ഞാൻ വിട്ടുപോയി. ആ സ്ത്രീകൾ ട്യൂർക്കാന്റെ കടയിൽ നിന്ന് ഇറങ്ങിത്തുടങ്ങിയിട്ടുണ്ടാകും എന്ന് ഞാനൂഹിച്ചു, കാരണം, എനിക്ക് വാനിലയുടേയും ലൈലാക്കിന്റെയും, ലെമൺ പൂക്കളുടേയും നാളികേരത്തിന്റെയും മണങ്ങൾ അനുഭവപ്പെട്ടു. ഞാനെന്റെ കണ്ണുകൾ ഇറുക്കിയടച്ച് വിചിത്രമായതും, സുഗന്ധപൂരിതവും അദൃശ്യവുമായ ഈ മേഘങ്ങളിലേക്ക് ഊളിയിട്ടുപോയി. കടകളെല്ലാം അടയുന്ന മുറയ്ക്ക് തെരുവിൽ ശബ്ദങ്ങൾ നിലച്ചു. കടകളിൽ നിന്നും വീടുകളിൽ നിന്നുമുള്ള ചപ്പ് ചവറുകൾ നിരത്തിനു നടുവിൽ കുന്നുകൂടി. ക്രമേണ വെളിയിലെ ശബ്ദങ്ങളുടെ പ്രകൃതം മാറി. അസഭ്യമായ കൂക്കിവിളികൾ, ശാപവചനങ്ങൾ, ആക്രോശങ്ങൾ, പൊലീസ് സൈറൺ, ഓടിയകലുന്ന കാലടിശബ്ദങ്ങൾ എന്നിങ്ങനെയായി മാറി. രാത്രിയായി. രാത്രി അതിന്റെ യാത്ര തുടർന്നു,,

ദിവസം മുഴുവൻ ചടഞ്ഞിരുന്ന സ്ഥലത്തു നിന്ന് ഞാൻ എഴുന്നേറ്റു; സ്കാർഫ് കഴുത്തിൽ ചുറ്റി, കോട്ട് ധരിച്ചു. തലയ്ക്ക് പാകമല്ലാത്ത തൊപ്പിയുമെടുത്തണിഞ്ഞു; കടയടച്ച ശേഷം ലോഹത്തിന്റെ ഷട്ടർ താഴേക്ക് വലിച്ചിട്ടു: ഞാൻ സാവധാനത്തിൽ നടന്നു തുടങ്ങി. നിരത്ത് അങ്ങോളമിങ്ങോളം പലതവണ നടന്നു, എത്ര പ്രാവശ്യം? എനിക്കോർമ്മിക്കാൻ പറ്റുന്നില്ല. എന്നിട്ട് ഞാൻ പിൻതെരുവിൽ നാലടി വെച്ചാലെത്തുന്ന ഒരു ഇടുങ്ങിയ താണതരം മദ്യശാലയിലേക്ക് കയറി. അൽപ്പാൽപ്പമായി, സമയമെടുത്ത് ഞാൻ ചെറിയ റഖി കുപ്പിയുടെ പാതി തീർത്തു. ഞാനെന്റെ വാച്ച് നോക്കി. സമയം വളരെ നേരത്തെയായിരുന്നു. റഖി കുടിക്കുന്നതിനിടയിൽ എന്റെ കണ്ണുകൾ നിറഞ്ഞു കൊണ്ടിരുന്നു. കയ്യിന്റെ പിൻഭാഗം കൊണ്ട് ഞാനത് തുടച്ചുമിരുന്നു. ചുറ്റുമുള്ളവരുടെയടുത്ത് സിഗരറ്റിന്റെ പുക കാരണമാണ് കണ്ണിൽ വെള്ളം വരുന്നതെന്ന് ഞാൻ ഭാവിച്ചു

ഞാൻ മദ്യശാലയിൽ നിന്നിറങ്ങി വീണ്ടും നിരത്ത് മുഴുവൻ ആങ്ങോട്ടും ഇങ്ങോട്ടും നടന്നു. എനിക്ക് തണുപ്പ് അനുഭവപ്പെട്ടു. ആൺ പെൺ കൂട്ടങ്ങൾ ഒരുമിച്ച് പാട്ടുകൾ പാടുന്ന മദ്യശാലകൾക്ക് മുന്നിലൂടെ ഞാൻ കടന്നു പോയി. തരം താണ നിശാ ക്ലബ്ബുകളിൽ പ്രകാശിക്കുന്ന നിയോൺ വെളിച്ചങ്ങൾ ഞാൻ ദൂരെ നിന്ന് നോക്കി. അവയുടെ വാതിൽക്കൽ ചില്ലുകൂട്ടിൽ പ്രദർശിപ്പിച്ചിരുന്ന നർത്തകികളുടെ ഫോട്ടോകൾ കാണാൻ മാത്രം ഞാൻ അടുത്തെത്തിയില്ല. നിരത്തിനു നടുക്ക് പോലീസ് കാറുകളുണ്ടായിരുന്നു. എന്റെ തൊട്ടു മുന്നിലായിത്തന്നെ ഗ്ലൂ മണത്ത് ലഹരി പിടിച്ച കുട്ടികൾ കുത്തിമറിയുന്നുണ്ടായിരുന്നു. പൂച്ചകളുടെ കരച്ചിലും യുവത്വം

കടന്നു കഴിഞ്ഞ സ്ത്രീകളുടെ ശാപ വാക്കുകളും എന്റെ കാതുകളെ അലോസരപ്പെടുത്തി. ഞാൻ നടന്ന് നടന്ന് റോഡിന്റെ അറ്റത്തെത്തിയപ്പോൾ പിന്നെ അവിടെ നിന്ന് തിരിച്ചു നടന്നു. തുടർന്നും ഞാനതു തന്നെ ആവർത്തിച്ചു.

എന്റെ ഷൂസ് നനഞ്ഞു, എന്റെ ശരീരമാകെ തണുത്തു പോയിരുന്നു. കടയിലേക്ക് മടങ്ങുകയല്ലാതെ എനിക്ക് മറ്റൊരു മാർഗ്ഗമുണ്ടായിരുന്നില്ല. പക്ഷേ അതിനു മുമ്പായി തെരുവുമുക്കിലെ മദ്യം വിൽക്കുന്ന കടയിൽ നിന്ന് ഒരു കുപ്പി വൈൻ വാങ്ങി കയ്യിൽ കരുതിയിരുന്നു.

ഞാൻ ഷട്ടർ മൃദുവായി തുറന്നു. പക്ഷേ പൂട്ട് തുറക്കുമ്പോൾ എന്റെ കൈ വിറച്ചിരുന്നു. ഞാൻ എന്റ കടയിലേക്ക് ഒരു കള്ളനെപോലെ പതുങ്ങി പ്രവേശിച്ചു. ലൈറ്റിട്ടില്ല. കൗണ്ടറിൽ പോയി ഞാനെന്റെ സ്റ്റൂളിന്മേൽ ഇരുന്നു. എന്റെ മനസ്സാകെ കുഴങ്ങിയ അവസ്ഥയിലായിരുന്നു, അസാധാരണമായി ഞാൻ ഉത്തേജിതനുമായിരുന്നു. സംഭവിക്കാതിരിക്കുന്ന ഒരു കാര്യം സംഭവിച്ചു കൊണ്ടിരിക്കയാണെന്നുള്ള പ്രതീതി സൃഷ്ടിക്കന്നതിനായുള്ള അഭിനയം എന്നെ തളർത്തിയിരുന്നു. അതു കാരണം ഇലക്ട്രിക് ഹീറ്റർ പ്രവർത്തിപ്പിക്കാനും ഞാൻ മറന്നു പോയി.

പെട്ടെന്ന് എനിക്ക് കരച്ചിൽ വന്നു, എന്റെ തല കൈകളിൽ താങ്ങി കരഞ്ഞു കൊണ്ട് ഞാൻ ഉറക്കത്തിലേക്ക് വീണു.

ഞാൻ ഉണർന്നപ്പോൾ എന്റെ പുറഭാഗം ഐസ്സ് മാതിരിയായിരുന്നു. കൗണ്ടറിലുള്ള ചെറിയ വിളക്ക് കത്തിച്ച് വാച്ച് നോക്കി. കഴിഞ്ഞ അഞ്ച് രാത്രികൾക്ക് തുടർച്ചയായ ഈ ആറാമത്തെ രാത്രിയിൽ വീട്ടിലേക്ക് പോകാൻ സമയമായിരിക്കുന്നു. വൈൻ കുപ്പിയിൽ നിന്ന് ഞാൻ നാലഞ്ച് കവിൾ കുടിച്ചു, കോർക്ക് തിരിച്ചിട്ട് കുപ്പി കൗണ്ടറിനടിയിൽ ഒളിപ്പിച്ചു വച്ചു. ഞാൻ ആരും കാണാതെ വീണ്ടും കടയിൽ നിന്ന് പുറത്തേക്ക് ഇറങ്ങി വീട്ടിലേക്ക് പോയി.

ഇപ്രാവശ്യവും ആ മൂന്ന് ചോദ്യങ്ങൾ എന്റെ മനസ്സിനെ വിടാതെ മഥിച്ചുകൊണ്ടിരുന്നു. എന്റെ ഫ്ളാറ്റിന്റെ ജനലുകളിലേക്ക് താഴെ നിന്നുകൊണ്ട് ഞാൻ നോക്കി. ഞാൻ വികാരവിവശനായിരുന്നു. എന്റെ ഭാര്യയെ കെട്ടിപ്പിടിക്കണം, അവളുടെ ചുമലിൽ എന്റെ മുഖമമർത്തിക്കൊണ്ട് പറയണം ഞാനീ രാത്രി എവിടേയും പോയിട്ടില്ല... അവളുടെ തുറിച്ചു നിൽക്കുന്ന തോളെല്ല് എന്റെ കയ്യിൽ തൊടുന്നതായി എനിക്ക് തോന്നി. അപ്പോൾ അവളുടെ വാരിയെല്ലും വിരലിൽ തുറിച്ചു നിൽക്കുന്ന എല്ലുകളും ഞാൻ ഓർമ്മിച്ചു. ഒപ്പം അവളുടെ മുഷിഞ്ഞ ഭാവവും മഞ്ഞരാശിയും കറുപ്പും കയറിയ മുഖത്തിന്റെ നിർജ്ജീവതയും. ഫ്ളാറ്റിൽ പ്രവർത്തിച്ചിരുന്ന ടെലിവിഷന്റെ

രശ്മികളുടെ നിറമനുസരിച്ച് ജനാലകളുടെ നിറം മാറിക്കൊണ്ടിരുന്നു. എല്ലിൻകൂമ്പാരമായ ആ സ്ത്രീ ഉറങ്ങിയിട്ടില്ല എന്നർത്ഥം.

അങ്ങനെയങ്ങനെ, ആ ക്രോധം, അർത്ഥശൂന്യമായ ഈ കളിയിലേക്ക് എന്നെ പിടിച്ചു വലിച്ച ആ ക്രോധം, പെട്ടെന്ന് എന്റെയുള്ളിൽ തിടം വച്ചു തുടങ്ങി. അത് നീതിരഹിതമായിരുന്നു, എന്നെനിക്കറിയാം, പക്ഷേ അത് സംഭവിച്ചു. ഞാൻ ബെല്ലമർത്തി- കഴിഞ്ഞ പ്രാവശ്യത്തേക്കാൾ കൂടുതൽ നീട്ടിയും കൂടുതൽ കോപത്തോടും കൂടി. പരിഭ്രമത്തോടെ കോണിപ്പടികൾ പാഞ്ഞിറങ്ങി വന്ന ഭാര്യയുടെ മുഖത്തേക്ക് ഞാൻ നോക്കിയില്ല. കടയിൽ ഞാൻ കരഞ്ഞുറങ്ങിയപ്പോൾ എന്റെ സ്വപ്നത്തിൽ വന്ന എല്ലുകൾ മുഴച്ചു കാണാത്ത, കളകൂജനം ഓർമ്മപ്പെടുത്തുന്ന മനോഹരികളായ സ്ത്രീകളെക്കുറിച്ചുള്ള എന്റെ ഭ്രമകൽപനകൾ നശിച്ചു പോകുമെന്ന് ഞാൻ ഭയപ്പെട്ടു. എന്റെ ഭാര്യ പരിഭവിച്ചതും വേദന നിറഞ്ഞതുമായ സ്വരത്തിൽ എന്തോ അസ്പഷ്ടമായി ചോദിക്കുന്നത് കേട്ടു. ''നിർത്തൂ!'' ഞാൻ നിർദ്ദയമായി പറഞ്ഞു. വസ്ത്രങ്ങൾ മാറ്റാതെ ഞാൻ കിടക്കയിൽ കയറിക്കിടന്നു കണ്ണുകൾ അടച്ചു.

വാസ്തവത്തിൽ ഞാൻ ഉറങ്ങിയിരുന്നില്ല. പൂർണ്ണബോധത്തോടെ കിടന്നു. എന്നാൽ ഒരു മദ്യപന്റെ കൂർക്കംവലി എന്നിൽ നിന്നുയർന്നു. നേർത്ത ശബ്ദത്തിൽ ദുർബ്ബലമായി ഭാര്യ തേങ്ങുന്നത് ഞാൻ കേട്ടു. നിയന്ത്രിക്കാനാകാത്ത ചിരി എന്റെ മുഖത്ത് പടർന്നു. ഞാൻ മലർന്നാണ് കിടന്നിരുന്നത്. പക്ഷേ എനിക്ക് ജനൽപാളിയിൽ എന്റെ മുഖം കാണാമായിരുന്നു. എന്റെ കാലിന്റെ വശത്തുള്ള ജനലിന്റെ ഗ്ലാസ്സ്പാളി ഉയർന്ന് വന്ന് മുറിയുടെ തട്ടിലേക്ക് വ്യാപിച്ച പ്രതീതി. തട്ട് മുഴുവൻ പരന്നു കിടന്ന കണ്ണാടിച്ചില്ലിൽ എന്റെ മുഖം ഞാൻ കണ്ണു തുറന്ന് കണ്ടു. മുറിയിലേക്ക് അരിച്ചു വന്ന നിലാവിൽ എന്റെ മുഖത്തെ പുഞ്ചിരി, പിളർന്ന് രക്തമൊലിക്കുന്ന ഒരു മുറിവിന് സദൃശമായിരുന്നു. ഞാനൊരു പേടിസ്വപ്നം കാണുകയാണെന്ന് എനിക്ക് തോന്നി.

ഏഴാമത്തെ രാത്രി ഞാനതേ മദ്യശാലയിൽ പോയില്ല. അവിടെ ചെലവാക്കാൻ വേണ്ട പണം എന്റെ പക്കലില്ലായിരുന്നു. ഞാൻ പോയി കുറച്ച് ചീസും അച്ചാറും ഉണക്കിയ പഴങ്ങളും കപ്പലണ്ടിയും വാങ്ങി വന്നു. കടയുടെ കൗണ്ടറിൽ ഒരു പേപ്പർ വിരിച്ച് ഞാനതെല്ലാം നിരത്തി. ബാക്കിയുള്ള വൈൻ ഞാൻ കുടിച്ചു തീർത്തു. പണം ലാഭിക്കാനായി ഇടയ്ക്കിടയ്ക്ക് ഇലക്ട്രിക് ഹീറ്റർ ഞാൻ ഓഫാക്കിക്കൊണ്ടിരുന്നു. കോട്ട് തോളിൽ വിരിച്ച് ഞാൻ ഉറക്കത്തിലേക്ക് വീണു. ഇത്തവണ ഞാൻ കരഞ്ഞില്ല: എന്റെ ഭ്രമകൽപനയിലെ പെണ്ണുമൊത്ത് ഞാൻ മനസ്സിൽ രമിച്ചു. വീണ്ടും പുലരാനാകുമ്പോൾ ഞാൻ വീട്ടിലേക്ക് മടങ്ങി. വീണ്ടും ഞാൻ താഴെ നിന്ന്

ബെല്ലമർത്തി. ഇത്തവണ ഭാര്യയെ കഠിനമായി ശകാരിക്കുക മാത്ര മല്ല അവരെ ചുമലിൽ പിടിച്ച് പരുക്കൻ മട്ടിൽ തള്ളുകയും ചെയ്തു. കാലത്ത് ഉണർന്നപ്പോൾ ഭാര്യ എന്നോട് സംസാരിക്കുന്നില്ല എന്ന് ഞാൻ മനസ്സിലാക്കി. ഞാൻ തന്നത്താൻ ചിരിച്ചു. പക്ഷേ, അവർക്ക് കടയിൽ നിന്നും മകന് ഷൂസ് വാങ്ങാൻ പണത്തിനായി എന്നോട് ചോദിക്കേണ്ടി വന്നു. അവരെന്നോട് സംസാരിക്കുന്നില്ല, പക്ഷേ പണത്തിനായി അവർക്ക് എന്നോട് ചോദിക്കേണ്ടി വന്നു. വലിച്ചെ റിഞ്ഞു കൊടുക്കുന്നപോലെ ഞാനവർക്ക് പണം ഇട്ടു കൊടുത്തു.

ഏതാനും ദിവസങ്ങൾക്കുശേഷം കടയിലേക്ക് ഒരു തടിച്ച സ്ത്രീ വന്നു. അവരുടെ മേൽചുണ്ടിനു മേൽ വിയർപ്പ് പൊടിഞ്ഞിരുന്നു. അവർ ഒരു വണ്ടി നിറച്ച് സാധനങ്ങൾ വാങ്ങി. ലൈനിങ്ങുകളും ഇന്റർ ഫേയ്സുകളും ബട്ടനുകളും സിപ്പുകളും അങ്ങനെ ഒരുപാട് സാധനങ്ങൾ. അവർ വലിയ തിടുക്കത്തിലും പരിഭ്രമിച്ചും എന്നാൽ തുരുതുരെ സംസാരിച്ചു കൊണ്ടുമായിരുന്നു. പോകുമ്പോൾ അവർ തന്റെ ബാഗ് എടുക്കാൻ മറന്നു പോയി. പക്ഷേ ഞാനൊരു വാക്ക് അതേപ്പറ്റി അവരോട് പറഞ്ഞില്ല. അവർ പോയ ഉടൻ ഞാൻ ബാഗ് തുറന്ന് അതിനുള്ളിലെ സാധനങ്ങൾ ആകെ പരിശോധിച്ചു. വളരെ പെട്ടെന്ന് അവരുടെ ലിപ്സ്റ്റിക് അടിച്ചുമാറ്റി പണപ്പെട്ടിയിലിടാൻ എനിക്ക് കഴിഞ്ഞു. എന്നിട്ട് ബാഗുമെടുത്ത്, "മാഡം, നിങ്ങൾ ബാഗ് മറന്നു വെച്ചു." എന്ന് ഉറക്കെ വിളിച്ച് കൂവിക്കൊണ്ട് ഞാൻ കടയ്ക്ക് വെളിയിലേക്ക് ഓടി. ഇതെല്ലാം ഞൊടിയിടയിൽ ഞാൻ ചെയ്തു, എങ്ങനെ എന്ന് എനിക്കു തന്നെ അറിയില്ല. അവർ ബാഗിനുള്ളിൽ ഒന്നോടിച്ചു നോക്കി ഒരു പാട് നന്ദി പറഞ്ഞു. എന്റെ ഹൃദയം പടപടാ അടിക്കുന്നുണ്ടായിരുന്നു, ലിപ്സ്റ്റിക് ഇല്ലെന്ന് അവർ കണ്ടുപിടി ച്ചാൽ? പക്ഷേ ഞാനത് കട്ടെടുത്തത് അവരറിഞ്ഞതേയില്ല. സത്യ സന്ധതയും മാന്യതയും സ്ഫുരിക്കുന്ന ഒരു പുഞ്ചിരി ഞാനവർക്ക് നൽകി. കനത്ത അരക്കെട്ട് ഇടത്തോട്ടും വലത്തോട്ടും ഇളക്കിക്കൊണ്ട് ആൾക്കൂട്ടത്തിൽ അവർ അപ്രത്യക്ഷയാകുന്നത് ഞാൻ നോക്കി നിന്നു, അവർ വലിയ നഷ്ടമൊന്നും കൂടാതെ രക്ഷപ്പെട്ടല്ലോ എന്ന സന്തോഷത്തോടു കൂടി പോയി. ജനങ്ങൾ ചെറുതെരുവുകളിൽ നിന്ന് റോഡിലേക്ക് ഒഴുകുന്നുണ്ടായിരുന്നു. നല്ല ആൾത്തിരക്കുള്ള ദിവസം. ഏതാനും നിമിഷം അവരെ നോക്കി നിന്നപ്പോൾ എനിക്ക് ഉണർവ്വ് തോന്നി, ഞാൻ കടയിലേക്ക് മടങ്ങി. പണപ്പെട്ടിയുടെ വലി പ്പിൽ നിന്ന് ലിപ്സ്റ്റിക് എടുക്കുമ്പോൾ എന്റെ കൈ വിറച്ചത് എന്നെ ആശ്ചര്യപ്പെടുത്തി; അത് കൈയ്യിൽ പിടിച്ചപ്പോൾ എരിയുന്ന കനൽക്കട്ട തൊട്ടതു പോലെയായിരുന്നു. എന്റെ കൈപ്പത്തി വിയർത്തു. ഞാൻ ലിപ്സ്റ്റിക് താഴെ വച്ചു. എന്റെ പാന്റിൽ കൈ തുടച്ച് ഞാനത് വീണ്ടും കയ്യിലെടുത്തു.

അന്ന് രാത്രി ഞാൻ നേരെ വീട്ടിലേക്ക് പോയി, നേരത്തെ ഉറങ്ങാൻ കിടന്നു. ഭാര്യ മക്കളോട് പറയുന്നത് ഞാൻ കേട്ടു, 'ശബ്ദമുണ്ടാക്കരുത്, നിങ്ങളുടെ അച്ഛൻ ക്ഷീണിതനാണ്, അദ്ദേഹം ഉറങ്ങുകയാണ്.' ആ സമയമെല്ലാം ഞാൻ ആ ലിപ്സ്റ്റിക്കിനെപ്പറ്റി ആലോചിക്കുകയായിരുന്നു. എന്തൊരു ചുവപ്പ്, രക്തം പോലെ, എന്തൊരു മിനുസം.

പിറ്റേന്ന് രാത്രി ഞാൻ കടയിലിരുന്നു തന്നെ അത്താഴം കഴിച്ചു. വൈനും കുടിച്ചു. ഞാൻ വീട്ടിലേക്ക് ഫോൺ ചെയ്തു, ഭാര്യ തന്റെ ആവേശഭരിതവും പേടിച്ചരണ്ടതുമായ ശബ്ദത്തിൽ ഹലോ! ഹലോ! എന്ന് പറയുന്നത് കേട്ടപ്പോൾ ഒന്നും പറയാതെ ഞാൻ ഫോൺ താഴെ വച്ചു.

പിന്നീട് ഞാനിത് ഇടയ്ക്കിടയ്ക്ക് ചെയ്തുകൊണ്ടിരുന്നു. ഭാഗ്യവശാൽ മുമ്പ് വീട്ടിലുള്ളപ്പോൾ ഏതാനും റോങ് നമ്പറുകൾ ഫോണിൽ വന്നിരുന്നത് ഞാൻ എടുത്തിരുന്നു. അതുപോലെ ഈ വിളികളും അവയിൽ നിന്നായിരുന്നു എന്ന് ഞാൻ ഉറപ്പോടെ വാദിച്ചു. വ്യസനം നിറഞ്ഞ കണ്ണുകളോടെ അമ്പരന്ന് അവളെന്നെ നോക്കുകയും നേരത്തെ കിടക്കാൻ പോകുകയും ചെയ്തു.

മഴ കോരിച്ചൊരിയുന്നുണ്ടായിരുന്നു. പാതി തുറന്നുകിടന്നിരുന്ന ഷട്ടറിന്റെ മീതെ മഴ ആഞ്ഞടിച്ചു. ഞാൻ രഹസ്യമായി ചെയ്യാൻ പോകുന്ന ഒരു കാര്യത്തിന് മറയായി, അതിനെ ഒളിപ്പിക്കുകയും പുറത്താരും അറിയാതെ രക്ഷിക്കുകയും ചെയ്യുന്ന പോലായി മഴയുടെ ശബ്ദം. കൗണ്ടറിൽ ലിപ്സ്റ്റിക് ഉണ്ടായിരുന്നു. ഞാൻ ഷർട്ട് ഊരി മാറ്റി. ചുണ്ടിൽ ലിപ്സ്റ്റിക് തേച്ചു. എന്നിട്ട് ഷർട്ടിന്റെ കോളറിൽ ചുണ്ടമർത്തി ലിപ്സ്റ്റിക്കിന്റെ അടയാളങ്ങൾ ഉണ്ടാക്കി. ബനിയന്റെ വക്കിലും അല്പം തേച്ച് പിടിപ്പിച്ചു.

ഷർട്ടിനു മീതെയുണ്ടാക്കിയ അടയാളം വളരെ നേരം ഞാൻ ഉറ്റുനോക്കിക്കൊണ്ടിരുന്നു. ആ സമയം ഒരു പാട് വൈവിദ്ധ്യമുള്ള പെണ്ണുങ്ങൾ എന്റെ മനസ്സിലൂടെ കടന്നു പോയി. ഞാനൊരു മയക്കത്തിന്റെ അവസ്ഥയിൽ കുറെയധികം നേരം നിന്നു പോയി. തണുപ്പ് കാരണം എനിക്ക് ജലദോഷം വന്നു. വേഗം സ്വബോധത്തിലേക്ക് വന്ന് ഞാൻ വസ്ത്രം ധരിച്ചു. പുറത്തേക്ക് കടക്കുന്നതിന് മുമ്പ് കണ്ണാടിയിൽ ഞാനെന്റെ മുഖം കണ്ടു. നീലിച്ച മുഖത്ത് ചുവന്ന ലിപ്സ്റ്റിക് പുരട്ടി ദയനീയമായമായിരുന്നു ആ മുഖം. എനിക്ക് അറപ്പ് തോന്നി. ഒരു പേപ്പർ നാപ്കിൻ കൊണ്ട് ഞാൻ ചുണ്ടുകൾ അമർത്തി തുടച്ചു. തുടയ്ക്കലിന്റെ ശക്തിയിൽ ചുണ്ടുകൾ ലിപ്സ്റ്റിക് പുരട്ടിയ പോലെ ചുവന്നു. ചുവപ്പ് നിറം മാറിക്കിട്ടാനായി ഞാൻ കുറച്ച് നേരം കാത്തിരുന്നു.

കാലത്ത് ഷർട്ടിലെ ലിപ്സ്റ്റിക് പാടുകൾ കണ്ട് എന്റെ ഭാര്യ അന്ന് മുഴുവൻ കരഞ്ഞു. വളരെക്കഴിഞ്ഞാണ് ഞാൻ അത് അറിഞ്ഞത്.

അങ്ങനെ നാളുകൾ കടന്നുപോയി. ആഴ്ചയിൽ ചില ദിവസങ്ങളിൽ ഞാൻ വീട്ടിൽ കൃത്യസമയത്ത് എത്തി. മറ്റ് ദിവസങ്ങളിൽ ഞാൻ കടയിലിരുന്ന് റേഡിയോ കേൾക്കുകയും മനോരാജ്യത്തിലേർപ്പെടുകയും ചെയ്തു. ഭാര്യ മുഖം കറുപ്പിച്ച് എനിക്കു ചുറ്റും അലയുന്നതും അപേക്ഷാഭാവത്തിൽ എന്നെ നോക്കുന്നതും ഞാൻ ആസ്വദിച്ചു. അവർ രഹസ്യമായി കരയുന്നത് എനിക്ക് അനുഭവപ്പെട്ടു, ഞാൻ ഉള്ളുകൊണ്ട് ചിരിച്ചു. ഏതോ ഭയാനകമായ രോഗം വന്നു പെട്ടതു പോലെ അവർ വിലപിക്കുന്നത് ഞാൻ കേട്ടു. എത്ര കാലം ഇതെല്ലാം തുടർന്നു എന്ന് എനിക്കോർമ്മയില്ല. എന്നിരുന്നാലും ദിവസം ചെല്ലുന്തോറും ഞാൻ ഈ കളി കൂടുതൽ കൂടുതൽ ആസ്വദിച്ചു വന്നു. ഇപ്പോൾ എനിക്കും സ്വന്തമായി പെണ്ണുപിടിയുടെ കഥ പറയാനുണ്ട്. അതാകട്ടെ, വിശ്വസിച്ചിരുന്ന ഏകവ്യക്തി എന്റെ ഭാര്യയുമായിരുന്നു.

കളി ഇത്രത്തോളമായപ്പോഴേക്കും ദുർബ്ബലയും വശ്യതയില്ലാത്തവളും എല്ലുന്തിയവളും ആയ എന്റെ ഭാര്യ, ദിവസം തോറും മെലിഞ്ഞ് കൊണ്ടിരിക്കുകയായിരുന്നു. അവരുടെ ആ വലിയ കണ്ണുകൾ വളരെക്കാലമായി കണ്ണീരണിഞ്ഞുകൊണ്ടായിരുന്നു. അഗാധ ദുഃഖം സഹിച്ചും കൊണ്ട് മിഴിച്ചുള്ള ആ നോട്ടം സൗന്ദര്യാസ്വാദനമല്ല, പൊട്ടിക്കരയാനുള്ള ആഗ്രഹത്തെയാണ് ഉളവാക്കിയിരുന്നത്. യാഥാർത്ഥ്യത്തിൽ വേരോട്ടമില്ലാത്ത പെണ്ണുപിടിക്കഥയുടെ അവസാന അദ്ധ്യായം എഴുതാനുള്ള ശ്രമത്തിലായിരുന്നു ഞാൻ. അതിനിടയിൽ മക്കളെ ഓമനിക്കാൻപോലും ഞാൻ മറന്നിരുന്നു.

ഒരു ഉച്ച സമയം കടയിലെത്തിയ വിൽപ്പനക്കാരനിൽ നിന്ന് ഞാൻ ചുവന്ന ഒരു ടൈ വാങ്ങിച്ചു. അതിന്മേൽ നീലനിറത്തിൽ ചെറിയ ഹൃദയാകൃതികൾ ആലേഖനം ചെയ്തിരുന്നു. തനിക്ക് കപ്പലിലാണ് ജോലി എന്നും ഈ ടൈ യൂറോപ്പിൽ നിന്ന് വാങ്ങിയതാണെന്നും അയാൾ ആണയിട്ടു പറഞ്ഞു. അയാൾ

ഇസ്താംബൂൾ ഒഴികെ ഒരു തുറമുഖനഗരവും കണ്ടിട്ടുണ്ടെന്ന് എനിക്ക് തോന്നിയില്ല. എന്തായാലും ഞാനത് വാങ്ങി എന്റെ വല്ലാതെ മിന്നുന്ന കടുംബ്രൗൺ ഷർട്ടിനു മീതെ അണിഞ്ഞു. അത് ഒട്ടും യോജിക്കുന്നില്ല എന്ന് എനിക്കറിയാമായിരുന്നു. പക്ഷേ എനിക്കതിൽ ഒട്ടും വിഷമമുണ്ടായിരുന്നില്ല. എന്റെ

ഉള്ളിൽ വിചിത്രമായ ഒരാനന്ദം നുര പൊന്തി. ഇത് ഞാൻ വാങ്ങിയതല്ല, അപ്രതീക്ഷിതമായ ഒരു സമ്മാനമായി എന്റെ ഉള്ളംകൈയ്യിലെത്തിയതാണ് എന്ന പോലെ.

ഞാൻ റേഡിയോ ഓൺ ചെയ്തു. 'കിട്ടുന്ന സന്ദർഭങ്ങളിലെല്ലാം നിങ്ങളുടെ പ്രണയിനിയോട് പറയൂ, ഞാൻ നിന്നെ പ്രേമിക്കുന്നു' എന്ന് പറയുന്ന അവതാരക പെൺകുട്ടിയുടെ മുടി ഇളംമഞ്ഞയോ തവിട്ടോ എന്ന് ആലോചിക്കുന്ന സമയം ഒരു കൂട്ടം ഇടപാടുകാർ പെട്ടെന്ന് കയറിവന്നു. ഞാൻ വളരെ ഉത്സാഹത്തോടെ അവർ ഓരോരുത്തരെയും ശ്രദ്ധയോടെ കൈകാര്യം ചെയ്തു. പലതവണ സാധനങ്ങൾ കാണിക്കാൻ പെട്ടികളും ചുമന്ന് തട്ടിൻപുറം കയറിയിറങ്ങേണ്ടി വന്നിട്ടും ലൈനിങ്ങ് തുണികളുടെ അട്ടികൾ പല തവണ തുറന്നു കാണിക്കേണ്ടി വന്നിട്ടും യാതൊന്നും വാങ്ങാതെ അവർ പോയിട്ടും ഞാൻ ദേഷ്യപ്പെട്ടില്ല; തുന്നൽക്കാരിയുടെ സഹായി മുക്കദ്ദർ ചേച്ചിയോട് അവരുടെ പറ്റ് കൂടിക്കൂടി വരികയാണെന്നും പറഞ്ഞില്ല.

എല്ലാവരും കടയടച്ചപ്പോൾ ഞാനും കടയടച്ച് കഴുത്തിൽ ടൈയും കെട്ടി രാത്രി തെരുവുകളിൽ ചുറ്റിക്കറങ്ങി. തിരിച്ച് കടയിലെത്തി വഴുതനങ്ങ പൊരിച്ചതിന്റെ ഒരു ടിന്നും തുറന്ന് രണ്ട് കുപ്പി ബിയറും കഴിച്ചു. അതിനുശേഷം ഞാൻ വീട്ടിലേക്ക് പോയി. കുറെ കാലമായി നിരന്തരം കണ്ണീരണിഞ്ഞിരുന്ന ഭാര്യയുടെ കണ്ണുകൾ എന്റെ ടൈയ്യിൽ ഉടക്കി, രക്തസമ്മർദ്ദം പെട്ടെന്ന് താണപോലെ അവർ വല്ലാതെ തളർന്നു. എന്നോട് ഒരക്ഷരം ഉരിയാടാതെ അവർ കിടക്കാൻ പോയി. പിറ്റേന്ന് കാലത്ത് അവരുടെ പതിവിന് വിപരീതമായി എന്റെ ഷർട്ടും പാന്റും അവർ നിവർത്തി തൂക്കിയിട്ടു കണ്ടില്ല, അതവിടെ വെറുതെ വെച്ചിരുന്നു. ടൈ അവർ തൊടുക പോലും ചെയ്തിട്ടില്ല. വസ്ത്രം ധരിക്കുന്ന നേരം ഇടംകണ്ണിട്ട് ഞാനവരെ നോക്കി. ഞാൻ സമയമെടുത്ത് ടൈ കെട്ടുന്ന നേരം മുകൊണ്ട് സ്വയം തിരക്കിലേർപ്പെട്ടും യാതൊരു കാരണവും കൂടാതെ മക്കളെ ശകാരിച്ചു കൊണ്ടും എന്റെ നേരെ നോക്കുന്നത് ഒഴിവാക്കി. ഞാൻ മന്ദഹസിച്ചു.

വിചിത്രമെന്നേ പറയേണ്ടൂ, ഇതെല്ലാം കൊണ്ട് എനിക്കൊരു വെപ്പാട്ടിയുണ്ടെന്ന് ഭാര്യ ഉറച്ച് വിശ്വസിച്ചെങ്കിലും എനിക്കത്രയും കൊണ്ട് മതിവന്നില്ല. ഇപ്പോൾ, ഇത്രയുമെല്ലാം സംഭവിച്ചതിന് ശേഷം തിരിഞ്ഞു നോക്കുമ്പോൾ ഞാൻ സംശയിക്കുകയാണ്, അന്ന് കടയിൽ വന്ന് മൊത്തമായി സാധനങ്ങൾ വാങ്ങി ഉടനെ പണം തന്ന മനുഷ്യൻ എന്റെ ഭാഗ്യമായി ഞാൻ കരുതിയിരുന്നെങ്കിലും അയാൾ എന്റെ ഭാര്യയുടെ ഇരുണ്ട ഭാഗധേയത്തിന്റെ ഭാഗമായിരുന്നു എന്ന്.

ദിവസങ്ങളുടെ നീളം വർദ്ധിച്ചു വന്നു. വസന്തകാലം ആഗതമായി. നിരത്തിൽ ടയറുകൾക്കടിയിൽപ്പെട്ട് നൂറ് വട്ടം ചതഞ്ഞരഞ്ഞിരുന്ന മരക്കുറ്റികൾക്ക് മീതെ പോലും ഇളം പൊടിപ്പുകൾ ദൃശ്യമായി. വസന്തം വന്നിട്ടും എന്റെ ഭാര്യ തികച്ചും അസന്തുഷ്ടയായി തുടർന്നു.

സമയം രാവിലെയാകുന്നതേ ഉള്ളൂ. പെട്ടിക്കടക്കാരൻ കബാബ് പാകം ചെയ്യാനായി ദണ്ഡുകൾ തയ്യാറാക്കുന്നതേ ഉള്ളൂ. മടിയനായ

പഴയ പുസ്തകക്കടക്കാരൻ പീടിക തുറക്കാനിരിക്കുന്നതേയുള്ളു. അപ്പോഴാണ് കൈകൾ വിയർത്തുകൊണ്ടുള്ള മുതിർന്ന ഒരു മനുഷ്യൻ കടയിലേക്ക് കയറി വന്നത്. അയാൾ ജോലിയിൽ നിന്ന് വിരമിച്ച ആളായിരുന്നു. കയ്യിൽ റെഡി ക്യാഷ് ഉണ്ട്. തന്റെ ഭാര്യക്ക് ഒരു കട വിലയ്ക്ക് വാങ്ങി ബിസിനസ്സ് തുടങ്ങിക്കൊടുക്കണമെന്ന് അയാൾക്ക് ആഗ്രഹമുണ്ടത്രേ. വില പരസ്പരം ആലോചിച്ച് സമ്മതമാകുമെങ്കിൽ അയാൾ കുറെയധികം സാധനങ്ങൾ വാങ്ങാൻ തയ്യാറാണ്. ഞാനയാളെ സഹായിക്കുമോ എന്ന് അയാൾ ആരാഞ്ഞു. അയാൾ കുറച്ച് അസാധാരണനായ ഒരു ഇടപാടുകാരനായിരുന്നു. ഒരു പരമാർത്ഥി. ബിസിനസ്സിനെ പറ്റി അയാൾക്ക് ധാരണയില്ലെന്ന് വ്യക്തമായിരുന്നു. ഉച്ചവരെ ഞങ്ങൾ സാധനങ്ങൾക്ക് വിലപേശി. എന്റെ ജീവിതത്തിൽ ഏറ്റവും വലിയ വിൽപ്പനയായിരുന്നു അത്. വീട്ടിൽ ബോറടിച്ചിരിക്കുന്ന ഭാര്യയ്ക്ക് കട തുറക്കാനായി അയാൾ എന്റെ കടയിൽ നിന്ന് വളരെയധികം സാധനങ്ങൾ വാങ്ങി. വിലയുടെ പകുതി ഉടനെ പണമായും ബാക്കി തുകയ്ക്ക് ചെക്കും അയാൾ തന്നു. പെട്ടെന്ന് ഒരു പാട് പണം എന്റെ കൈവശമെത്തിച്ചേർന്നു. എനിക്ക് വളരെ സന്തോഷവും ഉന്മേഷവും തോന്നി. പക്ഷേ, വൈകുന്നേരമായപ്പോഴെക്കും ഈ ഭീമമായ തുക എന്നെ ഭയപ്പെടുത്തി തുടങ്ങി. കടയിൽ ഇരിക്കുന്നത് സുരക്ഷിതമല്ല എന്നെനിക്ക് തോന്നി. പണം പോക്കറ്റിൽ നിക്ഷേപിച്ച് ഞാൻ ഇറങ്ങി.

പ്രവേശിക്കാൻ ധൈര്യമില്ലാത്തതിനാൽ ഞാനെപ്പോഴും ദൂരെ നിന്ന് നോക്കുക മാത്രം ചെയ്തിരുന്ന ഒരു നൈറ്റ് ക്ളബ്ബിലേക്ക് ഞാൻ പോയി. എന്റെ പോക്കറ്റിൽ കിടക്കുന്ന പണം എന്നെ ഉന്മത്തനാക്കിയിരുന്നു. വാതിൽക്കൽ നിന്നിരുന്ന ബൗൺസർമാർ ചിരിച്ചുകൊണ്ട് പറഞ്ഞു. ''ഇതിപ്പോൾ വളരെ നേരത്തെ ആയിപ്പോയല്ലോ? ആട്ടെ, ഒരർദ്ധരാത്രി അടുക്കുമ്പോഴെക്കും വന്നോളൂ.'' എന്തു ചെയ്യണമെന്ന് എനിക്കറിയില്ലായിരുന്നു. തിരിച്ച് കടയിൽ പോയി ഇരുന്നാലോ എന്ന് ആലോചിച്ചെങ്കിലും പോയില്ല. നോക്കൂ, വസന്തകാലമല്ലേ? അന്തരീക്ഷത്തിൽ പൂമ്പൊടിയുടെ മണമുണ്ടായിരുന്നു. മാത്രമല്ല, കടയിലെ ഷട്ടറിനു പിന്നിൽ ഇരുട്ടത്ത് തനിച്ചിരുന്ന് എനിക്ക് മടുത്തു പോയിരുന്നു.

അതിനാൽ ഞാൻ ഒരു മദ്യശാലയിലേക്ക് പോയി. പ്രവേശിക്കുമ്പോൾ ഞാനെന്റെ പോക്കറ്റ് തപ്പി നോക്കി. എന്റെ പണം അതിന്റെ സ്ഥാനത്ത് തന്നെ ഉണ്ട്. പക്ഷേ എനിക്ക് മദ്യപിക്കാനായില്ല. മദ്യപിച്ച് തലയ്ക്ക് പിടിച്ച ഞാൻ കൊള്ളയടിക്കപ്പെടാം. ഞാനൊരു പാപ്പരായതിനാലാണ് കുടിക്കാതിരിക്കുന്നത് എന്ന് അവർക്ക് തോന്നാതിരിക്കാൻ ഞാൻ കുറെയധികം മെസെസ് തീറ്റ സാധനങ്ങൾ വാങ്ങി. തൈരിലിട്ട അമരപ്പരിപ്പ്, ആർട്ടിചോക്ക് തുടങ്ങി വർഷങ്ങളായി

ഞാൻ കഴിച്ചിട്ടില്ലാത്ത പദാർത്ഥങ്ങൾ കൂടി ഞാൻ ഓർഡർ ചെയ്തു. വിവിധങ്ങളായ ഇറച്ചികൾ ഗ്രിൽ ചെയ്തതും ഞാൻ ഓർഡർ ചെയ്തു, പിന്നാലെ വേറൊന്നും കൂടി. റഖി ഞാൻ സൂത്രത്തിൽ ആരും കാണാതെ നിലത്തേക്ക് ഒഴിച്ചു കളഞ്ഞു. ഞാൻ വാച്ച് നോക്കിക്കൊണ്ടിരുന്നു, പക്ഷേ മണി ഒമ്പതാകുന്നതേയുള്ളൂ അതിനാൽ ഞാനൊരു സിനിമയ്ക്ക് പോകാൻ തീരുമാനിച്ചു. സിനിമയിലെ നഗ്നസ്ത്രീകളെ ഞാൻ ആർത്തിയോടെ നോക്കി. സിനിമ കഴിഞ്ഞപ്പോഴേക്കും നൈറ്റ് ക്ലബ്ബ് തുറക്കാനുള്ള നേരമായിരുന്നു. ഞാൻ വീണ്ടും അതേ ക്ലബ്ബിലേക്ക് പോയില്ല, മററൊരു നൈറ്റ് ക്ലബ്ബിലേക്കാണ് പോയത്.

വളരെ വിചിത്രമായിരുന്നു.എന്റെ പക്കൽ ധാരാളം പണമുണ്ടെന്ന കാര്യം അവർ അറിഞ്ഞ പോലെ, വാതിൽക്കൽ തന്നെ അവർ വലിയ ബഹുമാനം എന്നോട് കാണിച്ചു. ഞാനകത്ത് പോയി ഒരു മേശയ്ക്കരികിൽ ഇരുന്നു. എന്റെ കഴുത്തിൽ ടൈ ഉണ്ടായിരുന്നു. ഇതാദ്യ തവണയായതിനാൽ ഞാൻ വലിയ ആവേശത്തിലായിരുന്നു. പക്ഷേ പേടിയുമുണ്ടായിരുന്നു. ഞാനെന്റെ ഭയം മറയ്ക്കാൻ പാടുപെട്ടു. ഒരു സ്ത്രീ അടുത്തേക്ക് വന്ന് എന്റെ മേശ പങ്കിടാൻ ആഗ്രഹം പ്രകടിപ്പിച്ചു. എനിക്ക് വിക്കലും വിയർക്കലുമുണ്ടായി. ഞാൻ വിഷമിച്ച് പറഞ്ഞൊപ്പിച്ചു, ''തീർച്ചയായും. നിങ്ങൾ ഇരിക്കണം.'' അതോടെ അവളെന്നെ ശല്യം ചെയ്യാൻ തുടങ്ങി. എന്റെ സങ്കൽപ്പത്തിലെ പോലെത്തന്നെ അവൾ വിളറിയിട്ടായിരുന്നു. പക്ഷേ അവൾ നിർത്താതെ സംസാരിച്ചുകൊണ്ടിരുന്നു. ശബ്ദകോലാഹലത്തിനിടയിൽ പക്ഷേ, പറയുന്നതൊന്നും എനിക്ക് കേൾക്കാൻ സാധിച്ചില്ല. അവളുടെ വായ് തുറക്കുന്നതും അടയുന്നതും ഞാൻ ഉറ്റുനോക്കിക്കൊണ്ടിരുന്നു. പല്ലുകൾ കേടായവയും ദുർഗ്ഗന്ധം പുറപ്പെടുവിക്കുന്നതുമാണെന്നത് ഞാൻ ശ്രദ്ധിച്ചു. അതോടെ എന്റെ കണ്ണുകൾ അവളുടെ വിയർത്ത, മാംസളമായ കക്ഷത്തേക്ക് പോയി തങ്ങി. കഴുത്ത് വല്ലാതെ താഴ്ത്തി വെട്ടിയ അവളുടെ ഇളംനീലക്കുപ്പായം കക്ഷം ഭാഗത്ത് കരിംകറുപ്പായിത്തീർന്നിരുന്നു. അവൾ മദ്യപിച്ചുകൊണ്ടേയിരുന്നു, അതുപോലെത്തന്നെ ഞാനും.

മദ്യപിച്ചു തുടങ്ങിയപ്പോൾ എന്റെ പിരിമുറുക്കം അയഞ്ഞു. കാര്യങ്ങൾക്ക് കൂടുതൽ വ്യക്തത കൈവന്നു. ആദ്യമാദ്യം ഞാൻ അതുമിതും സംസാരിച്ചു. ഒരു ഘട്ടത്തിൽ, ഞാൻ വെയ്റ്ററോട് സിഗരറ്റ് വാങ്ങിക്കൊണ്ടു വരാൻ പറയുന്ന വ്യാജേന, എന്റെ പോക്കറ്റിലെ പണം ഒരു നിമിഷനേരത്തേക്ക് അവളെ കാട്ടി. അപ്പോൾ ഒരു പ്രത്യേക ധൈര്യം എനിക്ക് കിട്ടി. എന്റെ ചുമലുകൾ നിവർന്നു, എന്റെ ഉയരം കൂടിയതായ ഒരനുഭവം എനിക്കുണ്ടായി. ഞാനവളോട് പറഞ്ഞു,

''നിന്റെയടുത്ത് നിന്ന് ഒരൊറ്റ കാര്യമേ എനിക്ക് ആവശ്യമുള്ളൂ. ചെലവെന്തായാലും ഞാൻ തരും.''

അവളൊപ്പം കിടക്കാനാണ് ഞാൻ ആഗ്രഹിക്കുന്നതെന്ന് അവൾ കരുതി. അപ്പോൾ അവൾ തന്റെ ചുണ്ട് കോട്ടി എന്നെ പരിഹസിക്കുന്ന വിധം ഒന്ന് ഇരുത്തി നോക്കി. എന്റെ രക്തമാകെ ഒലിച്ചുപോയ പോലെയായി, എന്റെ ആ പഴയ മുറിവ്, എന്റെ ആ പഴയ ഭയം എല്ലാം തിരിച്ചെത്തി, ഒരിക്കലും എന്നെ വിടാതെ.

''അത് പറ, പുലിക്കുട്ടി.'' അവൾ പറഞ്ഞു, ''പക്ഷേ എന്റെ ചാർജ്ജ് കൂടുതലാണ്. നിങ്ങൾക്കറിയാൻ മാത്രം പറയുകയാണ്.''

അതിഭവ്യത കാണിക്കുന്ന ഒരു ഫോട്ടോഗ്രഫർ അവിടെ ചുറ്റി നടക്കുന്നത് ഞാൻ കണ്ടിരുന്നു. വിവിധ നിറത്തിലുള്ള പ്രകാശം വന്നു പതിച്ച് മാറിക്കൊണ്ടിരുന്ന സ്ത്രീകളുടെ മുഖങ്ങൾ അയാൾ തന്റെ ക്യാമറഫ്ളാഷ് കൊണ്ട് ഒപ്പിയെടുക്കുകയായിരുന്നു.

''നമുക്കൊരുമിച്ച് ഒരു ഫോട്ടോ എടുക്കാം.'' ഞാൻ പറഞ്ഞു, ''പക്ഷേ ശരിക്കും ഗാഢബന്ധം തോന്നിക്കുന്ന ഒരെണ്ണമായിരിക്കണം. എന്നെത്തന്നെ പ്രേമവിവശയായി ഉറ്റുനോക്കുന്നപോലെ.''

അവൾ ദീർഘനേരം കുലുങ്ങി ചിരിച്ചു, ഞാൻ അലോസരപ്പെട്ട് മുഷ്ടി ചുരുട്ടി.

''അത് പറയേണ്ടതുണ്ടോ, എന്റെ പുലിക്കുട്ടി? പണം എടുക്ക്, ഞാനെങ്ങെനെയാണ് പ്രേമിക്കുന്നതെന്ന് കാണിച്ചു തരാം.''

എന്നിട്ട് എനിക്കെന്തെങ്കിലും പറയാൻ അവസരം തരാതെ അവൾ ഫോട്ടോഗ്രാഫറെ ഉറക്കെ വിളിച്ചു. എന്നോട് ചേർന്നിരുന്നു, അവളുടെ തല എന്റെ നെഞ്ചിനോട് ചേർത്തു കൊണ്ട് കയ്യ് അരക്കെട്ടിന് ചുറ്റിപ്പിടിച്ചു. ഞാൻ പരിഭ്രാന്തിയിലായി, ഇക്കാര്യം ഞാനേയല്ല തുടങ്ങിവെച്ചത് എന്ന് ഞാൻ നടിച്ചു. എന്റെ കൈ എവിടെ വെക്കണമെന്ന് തിട്ടപ്പെടുത്താനാകാതെ ഞാൻ കുഴങ്ങി. ഫോട്ടോഗ്രഫർ പറഞ്ഞു.

''അവളെ കെട്ടിപ്പിടിക്കൂ, ചേട്ടാ. നിങ്ങൾ ഒരു മരപ്പലക പോലെ വെറുങ്ങലിച്ചിരിക്കുന്നു.'' അയാൾ എന്റെ തലപിടിച്ച് അവളുടെ നേർക്ക് തിരിച്ച് പിടിച്ചു, എന്റെ കയ്യ് അവളുടെ എണ്ണമയമുള്ളതും നഗ്നവുമായ ചുമലിൽ എടുത്തു വച്ചു.

''ചേച്ചിയുടെ കണ്ണിലേക്ക് നോക്കിയിരിക്കൂ. ദൈവത്തെയോർത്ത് അൽപം പുഞ്ചിരിക്കൂ, ചേട്ടാ.''

ഫ്ളാഷ് തുടരെത്തുടരെ മിന്നി. ആ സ്ത്രീ ഇതെല്ലാം ആസ്വദിക്കുന്നതായി എനിക്ക് തോന്നി. അവൾ ഫോട്ടോഗ്രഫറുടെ ഒപ്പം ചേർന്നിരുന്നു. അവർ രണ്ടുപേരും ചേർന്ന് എന്നെ പല പോസുകളിൽ ബലം പ്രയോഗിച്ച് നിർത്തി. അവൾ തന്റെ കവിൾ എന്റെ കവിളുമായി മുട്ടിച്ച് പിടിച്ചു, എന്നെ ചുംബിച്ചു. എന്നിട്ട് അവൾ എന്റെ മുഖത്ത് പറ്റിപ്പിടിച്ച ലിപ്സ്റ്റിക് തുടച്ചു കളയുന്നതിനിടയിൽ

ഫോട്ടോഗ്രഫറെ നോക്കി ചിരിച്ചു. ഞങ്ങൾ കൈകോർത്തു പിടിച്ചു കൊണ്ട് മദ്യപിച്ചു. പിന്നെ അവൾക്ക് ബോറടിച്ചു. ഫോട്ടോഗ്രഫ റോട് പൊയ്ക്കൊള്ളാൻ പറഞ്ഞു.

പുലരാനായപ്പോൾ ഫോട്ടോഗ്രഫർ ഒരട്ടി ഫോട്ടോകൾ മേശ പ്പുറത്ത് കൊണ്ടു വച്ചു. അതിൽ നിന്ന് അവൾ ഒരെണ്ണം തിരഞ്ഞെ ടുത്തു, അതിന് പിന്നിൽ സന്ദേശം എഴുതിത്തരാം എന്ന് പറഞ്ഞു. വിരൽ ഞൊടിച്ച് അവൾ ഒരു വെയ്റ്ററെ അടുത്തേക്ക് വിളിച്ചു.

''ഒരു പെൻ കൊണ്ടു വരൂ.'' അവൾ പറഞ്ഞു.

അസ്വസ്ഥതയോടെ കാത്തിരിക്കുമ്പോൾ, പെന്ന് ആവശ്യപ്പെട്ട് ഞൊടിച്ച അവളുടെ വിരലുകൾ വായുവിൽ വിറച്ചു കൊണ്ടിരുന്നു. വെയ്റ്റർ അയാൾ ബില്ലെഴുതുന്ന പെന്ന് തന്നെ അവൾക്ക് കൊടുത്തു, തമാശ കാണാൻ തയ്യാറായി മേശയുടെ വക്കിൽ തുടയമർത്തി കൈകൾ അരയ്ക്ക് വച്ച് നോക്കി നിന്നു. പെന്നിന്റെ ടോപ്പ് കടിച്ചു കൊണ്ട് അവൾ ചോദിച്ചു,

''എന്താ നിന്റെ പേര്, പുലിക്കുട്ടി?''

''അതെന്തിനാണ് നീ ചോദിക്കുന്നത്?'' ഞാൻ ചോദിച്ചു.

''അതെഴുതണ്ടേ, നമ്മൾ?''

''സാരമില്ല, എഴുതേണ്ട.'' ഞാൻ മറുപടി പറഞ്ഞു.

''പിന്നെ നമ്മളെന്താണ് എഴുതാൻ പോകുന്നത്?'' അവൾ ചോദിച്ചു.

എന്റെ വിചിത്രമായ ആവശ്യം നൈറ്റ്ക്ലബ്ബിലെ ജോലിക്കാർക്കിട യിൽ പരന്നിരിക്കണം. കാരണം അവിടെ നിന്നിരുന്ന വെയ്റ്റർ, ഇട യ്ക്ക് കയറി സഹായിച്ചു. ''എന്റെ ഏറ്റവും പ്രിയകാമുകന്.''

''ഹേയ് സ്നേഹിതാ, അത് ഒന്നാന്തരം, സബാഷ്.'' അവൾ പറഞ്ഞു.

ഈ നേരമെല്ലാം ഞാൻ തുറിച്ച് നോക്കിക്കൊണ്ടിരുന്നു. അന്ധാ ളിച്ചും ആകെ ചമ്മിയും. അവൾ എഴുതി, 'ഒരു നിർജ്ജീവ സ്മാരക മുദ്ര, എന്റെ ഏറ്റവും പ്രിയപ്പെട്ട കാമുകന്.' എന്നിട്ട് അവൾ എന്റെ നേർക്ക് തിരിഞ്ഞു,

''എന്റെ പേരെന്താണ് വെക്കേണ്ടത്?'' അവൾ ചോദിച്ചു.

''എന്ത്? എന്താണ് നിങ്ങളുടെ പേര്?''

''എന്റെ പോസ്റ്ററിൽ കൻസേവ് എന്നാണ്, പക്ഷേ എന്റെ പ്രിയനേ, നിങ്ങൾ ആഗ്രഹിക്കുന്നതെന്തോ അതായിരിക്കും പേര്.'' അവൾ പ്രതിവചിച്ചു, ''ഫോട്ടോയുടെ പിന്നിൽ ഞാനെന്താണ് എഴുതേ ണ്ടത്?''

''കൻസേവ് മതി,'' ഞാൻ പറഞ്ഞു, ''അത് കൊള്ളാം.''

''തീർച്ചയായും, നിങ്ങൾ ആഗ്രഹിക്കുന്ന പോലെ തന്നെ ആകട്ടെ, പുലിക്കുട്ടീ. കുഴൽവിളിക്കാരന് പണം കൊടുക്കുന്നവനാണല്ലോ ട്യൂൺ തീരുമാനിക്കുക.''

അവൾ കൻസേവ് എന്നെഴുതി ഒപ്പിട്ടു. എന്നിട്ട് കുണുങ്ങിച്ചിരിച്ചു.

''നിൽക്കൂ, ഞാൻ ഈ ഫോട്ടോകൾ ഒരു വട്ടം കൂടി കാണട്ടെ.'' അവൾ പറഞ്ഞു.

ഫോട്ടോകൾ ഓരോന്നായി പരിശോധിച്ച് അവൾക്കിഷ്ടപ്പെടാതിരുന്ന ഒന്നു രണ്ടെണ്ണം അവൾ കീറിക്കളഞ്ഞു.

ഞാൻ നന്നായി വന്നിട്ടില്ല. നിങ്ങൾ ആരെയാണ് ഇവ കാട്ടി കബളിപ്പിക്കാൻ പോകുന്നത്? ചങ്ങാതിമാരുടെയടുത്ത് വീമ്പടിക്കാനാണോ?

ഞാൻ മറുപടി പറഞ്ഞില്ല. എന്നോട് സഹതപിക്കുന്ന പോലെ അവൾ ചെറുതായി ചിരിച്ചു. ക്രമേണ അവൾക്ക് കാത്തിരുന്ന് മടുത്തു, ശ്ശ്ശ്ശ്...ശ്ശ്, ഇതൊന്നും എന്റെ വിഷയമേ അല്ല എന്ന ഭാവത്തോടെ അവൾ എഴുന്നേറ്റു, നിൽക്കാനാകാതെ അവൾ ആടുന്നുണ്ടായിരുന്നു. തമാശയെല്ലാം അവസാനിച്ചു, സിനിമ കഴിഞ്ഞ് കാണികളെല്ലാം പിരിഞ്ഞു എന്ന പോലെ അവളുടെ മുഖം ഗൗരവം പൂണ്ടു. തന്റെ കുറിയ വിരലുകളും ചായം തേച്ച നീണ്ട നഖങ്ങളും ഉള്ള കയ്യ് അവൾ നീട്ടി.

''പണം തരൂ, എനിക്ക് പോണം.''

ഞാൻ ആ തരം താണ നൈറ്റ് ക്ലബ്ബ് വിട്ടപ്പോഴേക്കും എന്റെ കയ്യിലുണ്ടായിരുന്ന പണം വളരെയധികം ചെലവായിക്കഴിഞ്ഞിരുന്നു. പക്ഷേ എന്റെ ജാക്കറ്റ് പോക്കറ്റിൽ നിറച്ച് ഫോട്ടോകൾ ഉണ്ടായിരുന്നു, അതും ഒപ്പുകളോട് കൂടിയവ. ഞാൻ കടയിലേക്ക് പോയി. വളരെ ശബ്ദമുണ്ടാക്കിത്തന്നെ ഷട്ടർ തുറന്നു. ഞാൻ കടക്കുള്ളിലേക്ക് പ്രവേശിച്ച് കൗണ്ടറിലിരുന്ന് ഫോട്ടോകൾ ഓരോന്നായി നോക്കി. ആ സ്ത്രീയുടെ അസ്പഷ്ടമായി കുത്തിവരഞ്ഞ വാചകം നോക്കി ഞാൻ ഊറിച്ചിരിച്ചു. ഫോട്ടോകളുടെ മേൽ ഉണ്ടായിരുന്ന നൈറ്റ് ക്ലബ്ബിന്റെ പേരെഴുതിയ നേർത്ത കാർഡ്ബോർഡ് കവറുകൾ ഞാൻ കീറി മാറ്റിക്കളഞ്ഞു. ഒപ്പിട്ട ഫോട്ടോ എന്റെ പോക്കറ്റിലിട്ട് മറ്റ് ഫോട്ടോകൾ ഞാൻ കൗണ്ടറിൽ നിരത്തി. വെളിച്ചമായപ്പോൾ ഞാൻ വീട്ടിലേക്ക് പോയി. താഴെ നിന്ന് ഞാൻ ബെല്ലമർത്തി. എന്റെ ഭാര്യയുടെ കാൽവെപ്പുകളിൽ പരിഭ്രാന്തിയോ ക്ഷീണമോ ഇല്ലെന്നും അവർ വേച്ചു വേച്ചാണ് നടന്നു വരുന്നതെന്നും എനിക്ക് മനസ്സിലായി. അവരെന്റെ കണ്ണിൽ നോക്കിയില്ല, വാതിൽ തുറന്ന ശേഷം

അതേ ക്ഷീണിതമായ കാൽവെപ്പോടെ ആയാസപ്പെട്ട് മുകളിലേക്ക് കയറി. ഞങ്ങൾ യാതൊന്നും മിണ്ടാതെ കിടക്കാൻ പോയി.

പിറ്റേന്ന് കാലത്ത് ഞാൻ കരുതിക്കൂട്ടി ജാക്കറ്റ് ധരിക്കുന്നത് ഒഴിവാക്കി. എന്നിട്ട് വസന്തകാലത്തെ ഒരു ഒഴികഴിവാക്കിക്കൊണ്ട് നീളൻകൈ ഷർട്ട് ധരിച്ച് ഞാൻ കടയിലേക്ക് നടന്നു. വൈകീട്ട് തിരിച്ചെത്തിയപ്പോൾ ഭാര്യ വളരെ നിശ്ശബ്ദയായിരുന്നു. എന്നെ കാണാത്ത പോലെയായിരുന്നു ഭാവം. അവർ ഒരു ദുർമ്മുഖവും കാട്ടിയില്ല, മാത്രമല്ല, അവരുടെ പെരുമാറ്റം വിചിത്രവുമായിരുന്നു. കുട്ടികളുടെ ശബ്ദകോലാഹലങ്ങളൊന്നും അവർ ശ്രദ്ധിച്ചില്ല. കാലത്ത് മകൻ എന്റെയടുത്തു വന്ന് അവർ ഒരു ദിവസത്തേക്ക് അവരുടെ മാമയുടെ വീട്ടിൽ പോകുകയാണെന്ന് പറഞ്ഞു. അധിക മൊന്നും ആലോചിക്കാതെ ഞാൻ സമ്മതം കൊടുക്കുകയും ചെയ്തു.

ആ ദിവസം ഞാൻ അസ്വസ്ഥനായിരുന്നു. നൂറുതവണ കണ്ടു കഴിഞ്ഞ ആ ഫോട്ടോകൾ ഞാൻ വീണ്ടും കൗണ്ടറിൽ നിരത്തി, ട്യുർക്കാൻ വരാനായി കാത്തിരുന്നു. അന്ന് അയാൾ വന്നില്ല, അയാ ളുടെ സഹായിയാണ് കടയുടെ കാര്യങ്ങൾ നോക്കിയത്. വൈകു ന്നേരം മെസ്സെസ് വിൽക്കുന്ന ഒരു കടയിലേക്ക് ഞാൻ നടന്നു. കടയിലിരുന്ന് മദ്യപിക്കാനുള്ള ഉദ്ദേശ്യമായിരുന്നു എനിക്ക്. പക്ഷേ പെട്ടെന്ന് ഞാനത് വേണ്ടെന്ന് വെച്ചു. എന്റെ കാലുകൾ എന്നെ വീട്ടിലേക്ക് വലിച്ച് കൊണ്ടുപോയി.

എന്റെ വീടിന് മുമ്പിൽ ആൾക്കൂട്ടമുണ്ടായിരുന്നു. നീലയും ചുവപ്പും വെളിച്ചം മിന്നിച്ചു കൊണ്ട് ഒരു പൊലീസ് കാറും ഒരു ആംബുലൻസും അവിടെ നിൽപ്പുണ്ടായിരുന്നു. എന്താണ് സംഭവി ക്കുന്നത് എന്ന ആശങ്കയോടെ ഞാൻ അടുത്തേക്ക് ചെന്നു. സൂര്യ നസ്തമിച്ചിരുന്നു, തെരുവു വിളക്കുകൾ കത്തുന്നുണ്ടായിരുന്നു. പൊലീസ് കാറിന്റെയും ആംബുലെൻസിന്റെയും തിരിയുന്ന വിള ക്കുകൾ ജനാലകളിൽ പ്രതിഫലിച്ചു. അപ്പോൾ അവിടെ ഒരു ഇളക്കം സംഭവിച്ചു, എന്നെ കണ്ട മാത്രയിൽ അയൽക്കാരി സ്ത്രീ പൊലീ സിനോട് വിളിച്ചു പറഞ്ഞു. അവരുടെ ഭർത്താവ് എത്തി. അവരുടെ ഭർത്താവ് എത്തി!

എനിക്ക് തല ചുറ്റി. പിന്നെയെന്താണ് സംഭവിച്ചതെന്ന് എനിക്ക് ശരിക്ക് ഓർമ്മിക്കാൻ പറ്റുന്നില്ല. വാതിൽ കടന്ന് ഒരു സ്ട്രെച്ചറിൽ അവർ ഒരു കറുത്ത ബാഗ് പുറത്തേക്ക് എടുത്തു, ആംബുലെൻസിൽ കയറ്റി. വീട്ടിനകത്തേക്ക് പോകാൻ അവരെന്നെ അനുവദിച്ചില്ല. ഏതാനും ദിവസങ്ങൾക്ക് ശേഷം ഞാൻ വീട്ടിലെത്തിയപ്പോൾ തട്ടിലെ ഷാൻഡിലിയറിന്റെ ഹുക്കിന്റെ ചുറ്റുമുള്ള പ്ലാസ്റ്ററിൽ വിള്ളലുകൾ കണ്ടു. അത് എന്റെ ഭാര്യ തൂങ്ങി മരിച്ചപ്പോൾ സംഭവിച്ചതായിരുന്നു.

വസ്ത്രങ്ങൾ ഉണക്കാനായി കെട്ടിയിരുന്ന കയർ ഉപയോഗിച്ച്. കുട്ടികളെ അവർ തന്റെ മൂത്ത സഹോദരനെ ഏൽപ്പിച്ചിരുന്നു. അവൾ കയറിൽ തൂങ്ങിയാടുന്നത് സൂര്യവെളിച്ചം തട്ടിയപ്പോഴെല്ലാം എതിർവശത്തുള്ള ഫ്ളാറ്റിന്റെ ജനൽപ്പാളിയിൽ പ്രതിഫലിച്ചു. മുകൾ നിലയിലുള്ള ഫ്ളാറ്റിൽ താമസിക്കുന്നവർ ഇത് ശ്രദ്ധിച്ചു. തീൻമേശമേൽ നീല ഹൃദയച്ചിത്രങ്ങളുള്ള ടൈയ്യും കൻസേവിന്റെ കൂടെയുള്ള എന്റെ ഫോട്ടോവും ഉണ്ടായിരുന്നു. പൊലീസ് അതെല്ലാം എടുത്തു കൊണ്ടു പോയിരുന്നു.

എന്റെ ഭാര്യ എല്ലുന്തിയ ഒരു സ്ത്രീ.
അല്ല, അവർ സുന്ദരിയായിരുന്നില്ല,
പക്ഷേ അവർക്കൊരു ഹൃദയമുണ്ടായിരുന്നു.
ഞാൻ അതൊരിക്കലും മനസ്സിലാക്കിയില്ല.

ഹിമസഞ്ചാരി

വെളള കീറിയിട്ട് നേരമേറെ കഴിഞ്ഞിരുന്നു. കൊടുമുടികളിൽ കറുത്ത മേഘങ്ങൾ തങ്ങി നിന്നിരുന്ന മലകൾ നീലാകാശത്തിനു കീഴെ തിളങ്ങി നിന്നു. അത്, ദിവസങ്ങളായി നിർത്താതെയുള്ള മഞ്ഞ് പെയ്ത്തിന് രാത്രിയിൽ സംഭവിച്ച താൽക്കാലിക വിരാമ ത്തിന്റെ അന്ത്യം കുറിക്കുന്ന പോലെയായിരുന്നു. ലോകത്തിന്റെ മറ്റ് ഭാഗങ്ങളെ ചൂടാക്കുവാൻ തയ്യാറെടുക്കുന്ന സൂര്യന്റെ നനുത്ത രശ്മികൾ റെയിൽപ്പാതമേൽ ശീതളിമയോടെ പതിച്ചു. പ്രകൃതി യുടെ നിരുപദ്രവും പ്രാക്തനവുമായ സ്ഥിതിയെ തടസ്സപ്പെടുത്തു ന്നതും തകർക്കുന്നതുമായ റെയിൽ ഏതോ പ്രാചീനകാലത്തിൽ നിന്ന് വന്ന് അനന്തതയിലേക്ക് പോകുന്ന പോലെ തോന്നിച്ചു.

രാത്രിയിൽ കടന്നു പോയ ഒന്നോ രണ്ടോ തീവണ്ടികൾ പാത യിലെ മഞ്ഞ് ഞെരിച്ച് ഐസ് ആക്കി മാറ്റിയിരുന്നു. റെയിലിൽ നിന്ന് പ്രതിഫലിച്ചു വന്ന പ്രകാശം എസ്ബെറിന്റെ ഒറ്റപ്പെട്ടതും മ്ലാനമായതുമായ രണ്ടുമുറി പാർപ്പിടത്തിന്റെ ജനലിൽ തട്ടിത്തിളങ്ങി. മലകൾക്കിടയിൽ വിസ്മൃതമായ ഒരു ചെറു പട്ടണത്തിലായിരുന്നു ആ പാർപ്പിടം. ടിൻഷീറ്റ് മേഞ്ഞ ആ വീട്ടിൽ നിന്ന് നൂറ് വാര ദൂരെ യുണ്ടായിരുന്ന ഒരു സിഗ്നൽ പെട്ടിക്കുമേൽ കനത്ത മഴമേഘത്തിന്റെ നിഴൽ പതിയുന്നുണ്ടായിരുന്നു. താമസിയാതെ ആ മേഘം ആകാശം മുഴുവൻ പരക്കുമെന്ന് തോന്നിച്ചു.

സ്വതവെ ഇരുണ്ട ആ മുറിയെ തികച്ചും ദുഃഖപൂർണ്ണമാക്കിയ അടുപ്പിലേക്ക് എസ്ബെർ ഓക്കിന്റെ വലിയൊരു കഷ്ണം ഇട്ടു കൊടുത്ത് അതിന്റെ വാതിൽ മുറുക്കെ അടച്ചു. ഒരു വലിയ ലോഹ ജഗ്ഗിൽ ഐസ് വെള്ളം നിറച്ച് അയാൾ അടുപ്പിനു മേൽ കയറ്റി വച്ചു. അടുപ്പിലുണ്ടായിരുന്ന കനൽക്കട്ട മരക്കഷ്ണത്തെ കത്തി ക്കുകയും അങ്ങിനെ ജഗ്ഗിലെ വെള്ളം ചൂടാവുകയും ചെയ്യും. കാലത്ത് പോകുമ്പോൾ മഞ്ഞിൽ പതിഞ്ഞിരുന്ന തന്റെ കാൽപ്പാടുകളെ അതിനകം മഞ്ഞ് മൂടിക്കഴിഞ്ഞാലും, സങ്കൽപ്പത്തിലെ കാൽപ്പാടുകൾ

പിന്തുടർന്ന് വൈകീട്ട് എസ്ബർ തിരിച്ചു വരും. അയാൾ മുഖവും കൈകളും ചൂട് വെള്ളത്തിൽ കഴുകും. എന്നിട്ട് ചുമരിൽ തൂക്കിയിട്ട, മാൻ വെള്ളം കുടിക്കുന്ന പടത്തിന് പിന്തിരിഞ്ഞിരിക്കും. അയാൾ തന്റെ സിഗരറ്റ് പാക്കറ്റും പശയും അറ്റം കത്തിയ തീപ്പെട്ടിക്കൊള്ളി കളുമെടുക്കും, എന്നിട്ട് ചെന്നായ്ക്കളുടെ ശബ്ദങ്ങൾക്ക് കാതോർത്ത് അയാൾ രാത്രി കഴിച്ചുകൂട്ടും. അടുത്ത പ്രഭാതത്തിൽ അയാൾ തലേ ദിവസത്തെ പോലെത്തന്നെയുള്ള പുതുദിനം ആരംഭിക്കും. തന്റെ സമീപത്തുള്ള തീവണ്ടിപ്പാതയാണെങ്കിൽ, മഞ്ഞ് ഉരുകുമ്പോൾ മാത്രം ദൃശ്യമാകുന്ന വന്യമായ നദികളുടെ തീരങ്ങളിലൂടെയും അഗാധമായ താഴ്വാരങ്ങളിലൂടെയും കറങ്ങി, തികച്ചും വ്യത്യസ്ത ങ്ങളായ ജീവിതങ്ങളെ തൊട്ടു പോകുന്നതാണെങ്കിലും, അയാൾ അസ്വസ്ഥവും ഇടുങ്ങിയതുമായ തന്റെ സ്വന്തം ചുറ്റുപാടിൽ ജീവി ക്കുന്നത് തുടരുകയായിരുന്നു. തന്റെ ചക്രവാളത്തിന്റെ സീമയിൽ കാണുന്ന കുത്തനെ ഉയർന്ന് നിൽക്കുന്ന മലകൾക്കപ്പുറത്ത് യാ തൊന്നും ഇല്ല എന്ന പോലെ അയാൾ തുടരും. തന്റെ ജീവിതവു മായി ബന്ധപ്പെട്ട സാധനങ്ങളും അപരിഷ്കൃതവും പരുക്കനുമായ വികാരങ്ങളും മാത്രമാണ് അയാളുടെ ലോകം.

തുകൽ ജാക്കറ്റും തൊപ്പിയും കയ്യുറകളും ധരിക്കുന്നതിന് മുമ്പായി അയാൾ കലണ്ടറിൽ നിന്ന് ഒരേട് പറിച്ചെടുത്ത് പ്രാർത്ഥനാസമയ ങ്ങൾ വായിച്ചു, രാജ്യദ്രോഹത്തെക്കുറിച്ച് പ്രവാചകന്റെ ഹദീസു കളിൽ ഒന്ന്, ജനിക്കാനിരിക്കുന്ന കുട്ടികൾക്ക് നൽകാവുന്ന പേരു കൾ, ദിവസത്തെ ഭക്ഷണം, ഉഹുദ് യുദ്ധത്തിന്റെ ഒരു രത്നച്ചുരുക്കം, ഇങ്ങനെ വായിച്ചതിൽ ഒരു വരി പോലും ഓർമ്മയിൽ വെക്കാനാ കാതെയായിരുന്നു വായന. അയാളുടെ കൈയിലുണ്ടായിരുന്നത് കലണ്ടറിന്റെ വെറുമൊരു താളല്ല, പക്ഷേ വസന്തകാലം ആരംഭി ക്കാൻ ഇനിയെത്ര ദിവസമുണ്ടെന്ന് അറിയിച്ച് അയാളെ സമാധാ നിപ്പിക്കുന്നതും സമയം കടന്നു പോകുന്നുണ്ടെന്ന് അയാളെ ഓർമ്മി പ്പിക്കുന്നതുമായ രേഖയാണ്. വസന്തം വെറുമൊരു കിനാവല്ല. ദിവസങ്ങൾ വേഗത്തിൽ എണ്ണിത്തീർത്താൽ എത്തിച്ചേരുന്നതല്ല വസന്തം എന്ന് മാത്രമല്ല ഈ കടലാസ് അയാളോട് പറഞ്ഞിരുന്ന ത്. അത് വസന്തത്തിന്റെ അസ്തിത്വത്തെ ഉറപ്പിക്കുന്നതുമായിരുന്നു.

അയാൾ കലണ്ടറിൽ നേരത്തെ തന്നെ ഈ ദീർഘമായ ശൈത്യ ത്തിന്റെ ദുസ്സഹമായ ദിനങ്ങൾ രേഖപ്പെടുത്തി വെച്ചിരുന്നു. എന്നും കാലത്ത് എണീറ്റും രാത്രി കിടന്നുറങ്ങിയും ലെന്റിൽ സൂപ്പ് തയ്യാ റാക്കിയും അറ്റം കത്തിയ തീപ്പെട്ടിക്കോലുകൾ ഉപയോഗിച്ച് വീടു കളുണ്ടാക്കി സമയം പോക്കിയും തീർക്കാൻ പറ്റാത്ത ശൈത്യകാലം. വൈകിയെത്തുന്ന തീവണ്ടികളെപ്പറ്റി സിഗ്നൽ പെട്ടിയിലിരുന്ന്

ടെലഫോൺ ചെയ്യുന്നതു കൊണ്ടും തീരാത്ത ശൈത്യകാലം. അനന്തത വരെ നീണ്ടു കിടക്കുന്ന ശുഭ്രതയെ നശിപ്പിച്ചു കൊണ്ട് ആഘോഷമായി വരുന്ന തീവണ്ടികൾക്ക് പച്ചയും ചുവപ്പും കൊടികൾ കാണിച്ചും തീർക്കാൻ പറ്റാത്ത അത്ര ദൈർഘ്യമേറിയ ശീതകാലം. എഞ്ചിൻ ഡ്രൈവർമാരുമായി അഭിവാദനങ്ങൾ കൈമാറിയും അവരോട് വൃത്താന്തപത്രം ചോദിച്ചും ഉപ്പും പഞ്ചസാരയും തീപ്പെട്ടിയും ആവശ്യപ്പെട്ടും ടി.വി. സ്ക്രീനിൽ എപ്പോഴും മഞ്ഞ് തരിയാൽ മറച്ച പോലെ മങ്ങിക്കൊണ്ടുള്ള, തെളിയാത്ത ചിത്രങ്ങൾ കണ്ട് ഉറങ്ങിയും മുറിയുടെ നടുക്ക് ഒരു വലിയ പാത്രം വച്ച് അതിൽ കൈകഴുകിയും മഞ്ഞ് കലർന്ന മേഘങ്ങൾക്കിടയിലൂടെ പെട്ടെന്ന് സൂര്യരശ്മികൾ അരിച്ചിറങ്ങിയാൽ കണ്ണാടിയും റേസറുമെടുത്ത് പുറത്ത് പോയി ഷേവ് ചെയ്തും ചായ തിളപ്പിച്ച് കുടിച്ചും തോട്ടത്തിൽ ഉരുളക്കിഴങ്ങും കാബ്ബേജും കൃഷി ചെയ്തും കോഴികളെ തീറ്റിയും മഞ്ഞ് കുത്തിയിളക്കി മാറ്റിയും, ചീസും ഗ്രാമത്തിലുണ്ടാക്കിയ ബ്രെഡും വാങ്ങാൻ മാർക്കറ്റ് തുറക്കുന്ന ദിവസങ്ങളിൽ ചെറിയ പട്ടണത്തിലേക്ക് പോയും മൂന്നോ നാലോ വാക്കുകൾ മാത്രം ഒരു ദിവസം പറഞ്ഞും തീർക്കാവുന്നതിനേക്കാൾ ദീർഘവും കഠിനവുമായ ശൈത്യകാലം. വർഷങ്ങളായി അയാൾ അതിജീവിച്ചു വന്ന ക്ഷീണിപ്പിക്കുന്ന ശൈത്യകാലം അയാളുടെ ജീവിതത്തെ കഠിനമായ രോഗാവസ്ഥയോട് സാദൃശ്യമുള്ളതാക്കിത്തീർത്തിരുന്നു, മരണത്തിന്റെ വക്കിലൂടെ ഇടറിയുള്ള യാത്ര പോലെ.

അടുത്തൊന്നും ആരുമില്ലാത്തതിനാൽ പൂട്ടേണ്ടതില്ലാത്ത വാതിൽ ചാരി അയാൾ പുറത്തേക്ക് പോയി. രാത്രി വീടിനു ചുറ്റും നടന്നിരുന്ന ചെന്നായ്ക്കൾ ബാക്കിവെച്ച അടയാളങ്ങൾ കണ്ട് അയാൾ മന്ദഹസിച്ചു. വെള്ള കീറുമ്പോൾ വീണ്ടും തുടങ്ങിയ മഞ്ഞ് രാവിലെയായപ്പോഴെക്കും നിന്നിരുന്നു. രണ്ട് മുറികളിലൊന്നിൽ അയാൾ സംരക്ഷിച്ചിരുന്ന മൂന്ന് കോഴികളുടെ മണം പിടിച്ച് അക്രമാസക്തമായി വാതിലിൽ മാന്തിപ്പറിച്ചിരുന്ന ചെന്നായ്ക്കളുണ്ടാക്കിയ അടയാളങ്ങൾ മഞ്ഞിൽ മൂടിപ്പോയിരുന്നില്ല.

ഭാഗ്യവശാൽ അയാളുടെ ജീവിതത്തിൽ ചെന്നായ്ക്കൾ ഉണ്ടായിരുന്നു. വേട്ടയ്ക്കുശേഷം ആ ചെന്നായ്ക്കളുടെ ആരോഗ്യമുള്ള വെള്ള പല്ലുകളിൽ നിന്ന് രക്തം ഇറ്റു വീഴുമ്പോൾ അവയുടെ കണ്ണുകളിൽ അയാൾ ക്രൂരതയുടെ തിളക്കം കണ്ടു. അയാളും അവയും തമ്മിലുള്ള സംഘട്ടനം ക്രമേണ അയാൾക്ക് ജീവിക്കാനുള്ള കാരണമായി മാറുകയും അത് രക്തത്തിൽ മാത്രം അവസാനിക്കാൻ പോകുന്ന വിചിത്രമായ വിനോദമായിത്തീരുകയും ചെയ്തു. തന്റെ റൈഫിൾ തൊട്ടുനോക്കുമ്പോഴെല്ലാം ആ ചെന്നായ്ക്കളുടെ കണ്ണുകളിലെ ക്രൂരത അയാളുടെ മനസ്സിൽ തെളിഞ്ഞു വന്നു.

ഒരിക്കൽ യുവത്വം തുളുമ്പിയിരുന്ന, പാടുകൾ പോലുമില്ലായിരുന്ന അയാളുടെ മുഖം തുരുമ്പിൻ നിറം പോലെ മഞ്ഞയാക്കിയതും അയാളുടെ ആത്മാവിനെ അർബുദം പോലെ ഗ്രസിച്ചതുമായിരുന്നു അയാൾ അനുഭവിച്ചിരുന്ന മാരകമായ ഏകാന്തത. ആ ഏകാന്തതയ്ക്ക് ഒരാശ്വാസമായതും ജീവിതത്തെ ഒരു വിനോദമാക്കി മാറ്റിയതും എല്ലാം ചെന്നായ്ക്കളുമായുള്ള അയാളുടെ ബന്ധമായിരുന്നു. ഏകാന്തതയിൽ അയാൾക്ക് അസഹ്യമായ തലവേദന അനുഭവപ്പെട്ടിരുന്നു. അതിനാലാണ് എപ്പോഴെങ്കിലും കിട്ടുമ്പോൾ അയാൾ കറുപ്പ് ഉപയോഗിച്ചു തുടങ്ങിയത്. ഒരഭ്യാസി അഗാധഗർത്തത്തിനു മീതെ ഞാണിൽ നടക്കുന്ന പോലെ, ഇങ്ങനെയുള്ള സമയങ്ങളിൽ ചെന്നായ്ക്കളെ അടുത്തുവരാൻ അയാൾ അനുവദിച്ചിരുന്നു. ചെന്നായ്ക്കൾ തന്റെ വീട് വളയുന്നതും സിഗ്നൽ ബോക്സിൽ കഴിയാൻ തുടങ്ങിയപ്പോൾ മുതൽ തനിക്ക് അർത്ഥമൊന്നും കണ്ടെത്താനാകാത്ത തന്റെ ജീവനെ അവ ഭീഷണിപ്പെടുത്തുന്നതും അയാൾ ആസ്വദിച്ചു. വിശന്ന ചെന്നായ്ക്കൾ മലയിറങ്ങി വന്ന് ഓരിയിട്ട് രാത്രിയെ പിളർക്കുമ്പോൾ പിടക്കോഴികൾ വെകിളി പിടിച്ച് ശബ്ദമുണ്ടാക്കി. അവയുടെ ദയനീയ ശബ്ദം ചെന്നായ്ക്കളെ കൂടുതൽ ഭ്രാന്ത് പിടിപ്പിച്ചു. അന്നേരം ജനൽ തുറന്ന് ചെന്നായയുടെ തിളങ്ങുന്ന കണ്ണിലേക്ക് വെടി വെക്കുന്നത് എസ്ബെർ വളരെ ആസ്വദിച്ചു. പിറ്റേന്ന് രാവിലെ ചെന്നായയുടെ രക്തക്കറകൾ മഞ്ഞിൽ വീണു കിടക്കുന്നത് അയാൾ നോക്കും. കൊല്ലത്തിൽ സിംഹഭാഗവും പ്രകൃതി അയാൾക്ക് വിധിച്ചത് ഒരൊറ്റ നിറമായിരുന്നു: വെളുപ്പ് നിറം. അത് അന്ധതയ്ക്ക് സമാനമായിരുന്നു. കണ്ണിൽ വെടിയേറ്റ ചെന്നായയിൽ നിന്ന് ഇറ്റു വീണ രക്തത്തിന്റെ പാടുകളും, രാത്രി നിശ്ശബ്ദതയെ കീറിമുറിക്കുന്ന അലർച്ചകളും അയാളെ സ്വന്തം അസ്തിത്വത്തെ ഓർമ്മിപ്പിച്ചു. ചെന്നായ്ക്കളില്ല എങ്കിൽ ഈ നിശ്ശബ്ദ ശുഭ്രതയിൽ തനിക്ക് നിലനിൽപ്പില്ലെന്ന് അയാൾ വിശ്വസിച്ചു.

ചെന്നായ്ക്കളെപ്പറ്റി ആലോചിച്ചു കൊണ്ട് അയാൾ സിഗ്നൽ ബോക്സിലേക്ക് നടക്കുമ്പോൾ മഞ്ഞിൽ മറഞ്ഞു പോകാൻ തുടങ്ങിയ കടുംനീല നിറത്തിൽ എന്തോ ഒന്ന് പൊടുന്നനെ അയാളുടെ കണ്ണിൽ പെട്ടു. അത് വസന്തത്തിലെ പ്രഭാതങ്ങളിൽ ആകാശത്ത് തെളിഞ്ഞു കാണുന്ന നീലപോലെയോ അല്ലെങ്കിൽ ഗ്രീഷ്മസന്ധ്യകളിൽ സൂര്യന്റെ അന്തിച്ചുവപ്പ് മാറുമ്പോൾ വരുന്ന നീല പോലെയോ ആയിരുന്നില്ല. തീപ്പെട്ടിക്കൊള്ളി കത്തുമ്പോൾ ആദ്യം വിടരുന്ന നീല പോലെ എന്ന് അതിനെ ഒരു പക്ഷേ വിളിക്കാം. അയാൾക്ക് സ്വന്തം കണ്ണുകളെ വിശ്വസിക്കാനായില്ല. ദൂരെ വിസ്മൃതമായ മലകൾക്കിടയിൽ അയാൾ കണ്ടിരുന്ന ആ നീല അയാൾക്ക് ഒരിക്കലും

ലഭിച്ചിട്ടില്ലാത്ത ഒരു സമ്മാനം പോലെ ആയിരുന്നു. പുതുതായി പെയ്യുന്ന മഞ്ഞിൽ തീർത്തും മറഞ്ഞു പോകാൻ തുടങ്ങിയ നീല നിറത്തിനടുത്തേക്ക് അയാൾ ചെന്നു. വളരെ മൃദുവായി അതിനെ കൈകളിലെടുത്തു, കൈക്കുടന്നയിൽ ഒരു തത്തയെ എടുക്കുന്ന പോലെ. എന്നിട്ട് സിഗ്നൽ ബോക്സിലേക്ക് പോകുന്നതിനു പകരം വീട്ടിലേക്ക് നടന്നു. ആ കടും നീല വസ്തു അയാളുടെ കാലിൽ മുട്ടുന്നത് അയാൾക്ക് അവർണ്ണനീയമായ ആനന്ദം ഉണ്ടാക്കി.

സമയം വേഗത്തിൽ കടന്നു പോയി, രാത്രിയായി. മലമ്പ്രദേശ ത്തിലെ ദൂരഗ്രാമങ്ങളിലും ചെറു പട്ടണങ്ങളിലും ദയനീയാവസ്ഥയിൽ ജീവിക്കുന്ന മനുഷ്യരുടെ ശോകാകുലമായ മുഖങ്ങളെ പ്രതിഫലി പ്പിക്കുന്ന ദർപ്പണം പോലെ ഇരുട്ട് ആ പ്രദേശത്തെ ആവരണം ചെയ്തു. ആ പ്രഭാതത്തിൽ തണുത്തുറഞ്ഞു പോകാതെ കയ്യിൽ കോരിയെടുത്ത് എസ്ബെർ വീട്ടിലേക്ക് കൊണ്ടു വന്നു സംരക്ഷി ച്ചത് ഫിഡാനെ ആയിരുന്നു. അവളിപ്പോൾ ഒരു രോമപ്പുതപ്പിനുള്ളിൽ, തീവണ്ടി ശബ്ദത്താൽ അലോസരപ്പെടാതെയും, തികച്ചും പരിരക്ഷി തയായും, ശാന്തമായ ഉറക്കത്തിലാണ്. ദൂരെനിന്ന് ചെന്നായ്ക്കളുടെ ഓരിയിടൽ കേൾക്കാമായിരുന്നു. എസ്ബെർ അത് കേട്ടില്ല, കാരണം അയാൾ അവൾ ഉണരുന്നതും നോക്കിയിരിപ്പായിരുന്നു. അയാൾ ഇതുവരെ കണ്ടിട്ടുള്ളതിൽ വച്ച് ഏറ്റവും നിഷ്ക്കളങ്കവും സുന്ദര വുമായ മുഖം. ഫിഡാൻ പെട്ടെന്ന് ഉണർന്നു. അവളുടെ മുഖത്ത് മരിക്കാൻ പോകുന്നതുപോലെ ഒരു ഭയം നിഴലിച്ചു. പിന്നെ ഉൾ ക്കിടിലവും പരിഭ്രാന്തിയും കലർന്ന ഭാവത്തോടെ അവൾ മുറിയാകെ യൊന്ന് കണ്ണോടിച്ചു. ചുമരിലെ ചിത്രവും, അടുപ്പിനു മീതെയിരുന്ന് ലെന്റിൽ സൂപ്പ് തിളയ്ക്കുന്നതും, മുരളുന്ന ടി.വി സെറ്റും അതിന് മീതെ വച്ച തീപ്പെട്ടിക്കൊള്ളികൾ കൊണ്ട് ഉണ്ടാക്കിയ വീടും അവൾ കണ്ടു, കിടയ്ക്കയുടെ അടുത്തിരുന്ന് അവളുടെ നേർക്ക് നോക്കി പുഞ്ചിരിക്കുന്ന എസ്ബെറെയും.

ആ പുഞ്ചിരിയിൽ പേടിക്കേണ്ടതായോ ഓടി രക്ഷപ്പെടാൻ തോന്നി ക്കുന്നതായോ ഒന്നുമുണ്ടായിരുന്നില്ല. നേരെ മറിച്ച് അത് നിഷ്ക്ക ളങ്കവും വ്യസനം കലർന്നതും അല്പം ലജ്ജ ദ്യോതിപ്പിക്കുന്നതു മായിരുന്നു. ഈ പുഞ്ചിരി അവളെ ഒരു നരകത്തിൽ നിന്ന് മറ്റൊ ന്നിലേക്ക് നയിക്കുമെന്ന ചിന്ത അവൾക്ക് അപ്പോൾ ഉണ്ടായില്ല. അവൾക്ക് വിചിത്രമായ ആശ്വാസമാണ് തോന്നിയത്. എന്നിട്ടും അവൾ കരയാൻ തുടങ്ങി.

ഭയം മാസങ്ങളോളമായി അവളെ പിന്തുടരുകയാണെന്ന വസ്തുത അറിയാതെ, എസ്ബെർ അവളുടെ ശ്വാസം പിടിച്ചുള്ള തേങ്ങൽ അവസാനിക്കാനായി കാത്തിരുന്നു. അയാൾ പറഞ്ഞു, ''പേടിക്കേണ്ട

മിസ്സ്. എന്നിൽ നിന്ന് നിങ്ങൾക്ക് യാതൊന്നും ഭയപ്പെടേണ്ടതായി ട്ടില്ല.'' ഈ വാക്കുകൾ അവളെ ശാന്തയാക്കി. വലത് കൈനീട്ടി ചുമരിൽ തൂക്കിയ ചിത്രത്തിലെ മാനിനെ അവൾ തൊട്ടു. അവൾ കഴിഞ്ഞ ഇരുണ്ട മാസങ്ങളിൽ സഹിച്ചതിന്റെ പരമകോടിയായി ഗണിക്കാവുന്നതായിരുന്നു അന്ന് കാലത്തുണ്ടായതുമായ സംഭവ മെന്നോർത്ത് അവൾ കരഞ്ഞു.

മലകൾക്കിടയിലെ അപരിചിതമായ ഈ വീട്ടിലേക്ക് തന്നെ കൊണ്ടെത്തിച്ച തീവണ്ടിയിൽ കയറിയ സമയത്തു തന്നെ അവൾ ഭയചകിതയായിരുന്നു. പക്ഷേ, ആദ്യം സാവധാനത്തിലും പിന്നെ ക്രമേണ വേഗത കൂടിയുമുള്ള തീവണ്ടിയുടെ സംഗീതത്തെ അവൾ തന്റെ മോചനത്തിന്റെ പ്രഖ്യാപനമായി തെറ്റിദ്ധരിച്ചു. പരാജയവും നീരസവും നിഴലിച്ച മുഖഭാവത്തോടെ, കൊട്ടകളും പ്ലാസ്റ്റിക്ക് സഞ്ചി കളുമായി കയറിയ ഒരു കുടുംബത്തിനൊപ്പം തന്റെ കംപാർട്ട്മെന്റ് പങ്കിടേണ്ടി വന്നതുപോലും അവളുടെ ഉൾത്തടത്തിൽ സമാധാ നവും ആത്മവിശ്വാസവും അങ്കുരിപ്പിച്ചിരുന്നു. അവൾ പോകുക യാണ്, വളരെ ദൂരത്തേക്ക്. ഈ വലിയ രാജ്യത്തിന്റെ മഞ്ഞുമൂടിയ മറ്റേ അറ്റത്ത് സാഹോദര്യമുള്ള സുരക്ഷിതമായ വീട് അവളെ കാത്ത് സംരക്ഷിക്കും. മാസങ്ങളായി അവളെ വേട്ടയാടിക്കൊണ്ടി രുന്ന എല്ലാ ഭീതിയും ആളിക്കത്തുന്ന ഒരു അടുപ്പിൽ വീഴുന്ന ഐസ് കട്ടകൾ പോലെ ഉരുകി അവിടെ ഇല്ലാതാകും എന്നവൾ വിചാരിച്ചു.

അവൾ വളർന്ന് വലുതായത് മലിനവും കുഴപ്പം പിടിച്ചതുമായ ഒരു ജീവിതത്തിലൂടെയായിരുന്നു. അതിൽ നിന്ന് കഴിയുന്നതും വേഗത്തിൽ ആഹ്ലാദകരവും ഗംഭീരവുമായ ജീവിതത്തിലെത്താനുള്ള വ്യഗ്രതയിൽ അവളെത്തിയത് വഴിമുട്ടുന്ന ഒരു പാതയിലായിരുന്നു. അതിനറ്റത്താകട്ടെ, അവൾ അഭിമുഖീകരിച്ചത് മരണഭയമായിരുന്നു. രാത്രിമുഴുവൻ വണ്ടിയിൽ പകുതി ഉറക്കത്തിലും പകുതി ഉണർന്നും താൻ സഹിച്ച കാര്യങ്ങൾ അവൾ ഓർക്കുകയായിരുന്നു; ചിലപ്പോൾ ഭയചകിതയായി അവൾ ഉണരും. ഉറക്കത്തിന്റെ ആവർത്തിക്കിട യിൽ അവൾ തന്റെ മോചനം സ്വപ്നം കണ്ടു. സുരക്ഷിതമായ ജീവിതത്തിലേക്ക് താൻ അടിവെച്ചിരിക്കുന്നു എന്ന് അവൾ സങ്കൽ പ്പിച്ചു. ഈ മുറിഞ്ഞു കൊണ്ടുള്ള ഉറക്കത്തിനും ഉണർച്ചയ്ക്കുമിട യിൽ കംപാർട്ട്മെന്റിലുണ്ടായിരുന്ന കുടുംബം ഇറങ്ങിപ്പോയത് അവൾ ശ്രദ്ധിച്ചിരുന്നില്ല. അതിനാൽ രാവിലെ വായുസഞ്ചാരമില്ലാത്ത കംപാർട്ട്മെന്റിൽ താൻ തനിച്ചാണെന്ന് കണ്ടപ്പോൾ പ്രതിരോധമി ല്ലാതെയും ജീവഹാനി ഭയന്നും അവൾ വല്ലാതെ പേടിച്ചു.

അവളെ പിന്തുടർന്നിരുന്നവർ ഇരുണ്ട മനസ്സുള്ളവരും എന്തിനും തയ്യാറായവരുമായിരുന്നു. തീവണ്ടി മുന്നോട്ട് പോകുമ്പോൾ കീറി

മുറിച്ചിരുന്ന അനന്തമായ വെണ്മയ്ക്ക് നേരെ വിപരീതമായിരുന്നു അവരുടെ പ്രകൃതം. അവരുടെ ചെയ്തികൾ കറുത്തവയായിരുന്നു. ചവയ്ക്കാൻ കഴിയുന്നതിലധികം കൊക്കിലാക്കാൻ ശ്രമിച്ചതിന് അവളെക്കൊണ്ട് കനത്ത വില കൊടുപ്പിക്കുവാൻ ഉറച്ചവരായിരുന്നു അവർ. തനിക്ക് സുരക്ഷിതമായി ഒപ്പമിരിക്കാൻ പറ്റിയ മറ്റൊരു കുടുംബത്തെ തിരഞ്ഞുകൊണ്ട് അവൾ തീവണ്ടി മുഴുവൻ അലഞ്ഞു. ഇറങ്ങിപ്പോയ കുടുംബത്തിന്റെ സാന്നിദ്ധ്യം അവൾക്ക് രാത്രി മുഴുവൻ സുരക്ഷിതത്വം നൽകിയിരുന്നു. പക്ഷേ അവൾ തിരഞ്ഞുനോക്കിയ കംപാർട്ട്മെന്റുകളിൽ കുടുംബങ്ങളൊന്നും ഉണ്ടായിരുന്നില്ല, തടിച്ച കുറ്റി വിരലുകൾകൊണ്ട് എണ്ണമിനുപ്പുള്ള മീശ പിരിക്കുന്ന കുറെ ആണുങ്ങളല്ലാതെ. അവരുടെ കണ്ണുകളിലാകട്ടെ, മറച്ചുവെക്കാൻ സാധിക്കാത്തവിധം ലൈംഗികാസക്തി തിളങ്ങിയിരുന്നു.

അവർ കുറേ പേരുണ്ടായിരുന്നു. വിസ്മൃതദേശങ്ങളിലേക്ക് നിർഭയമായി ഓടിക്കൊണ്ടിരിക്കുന്ന ഈ തീവണ്ടിയിൽ താൻ അന്വേഷിച്ചുകൊണ്ടിരിക്കുന്ന രക്ഷാവലയം ലഭിക്കാൻ പോകുന്നില്ലെന്ന് മനസ്സിലായപ്പോൾ അവൾ പരിഭ്രാന്തിയിലായി. അവളെ ഭയപ്പെടുത്തിയ, കണ്ണിൽ ദാഹം കത്തുന്ന ആണുങ്ങൾ തിക്കിക്കൂടിയിരിക്കുന്ന കമ്പാർട്ട്മെന്റിൽ തന്നെ പോയി ഇരിക്കാൻ അവൾ തീരുമാനിച്ചു, കാരണം ആൾക്കാരുടെ എണ്ണം തനിക്കൊരു രക്ഷാകവചമാകുമെന്ന് അവൾ കണക്കാക്കി.

അപ്പോഴാണ് കാര്യമെല്ലാം ഒരു സംഘർഷഘട്ടത്തിലേക്ക് എത്തിയത്.

കൈയിൽ പിടിച്ചിരുന്ന തോക്കിന്റെ തിളക്കത്തിനാൽ അവളെ വിസ്മയിപ്പിച്ച മനുഷ്യനെ അവൾക്കറിഞ്ഞുകൂടായിരുന്നു. അയാളെ അവൾ മുമ്പ് കണ്ടിട്ടില്ല. തന്നെ പിന്തുടരുന്നവർ അയച്ചതാണ് അയാളെ എന്നും തന്നെ പതിയിരുന്ന് അക്രമിക്കാനാണ് അയാളുടെ പദ്ധതി എന്നും മനസ്സിലാക്കാൻ അവൾക്ക് അധികം നേരമൊന്നും വേണ്ടിവന്നില്ല. ഈ മനുഷ്യൻ അടിവെച്ചടിവെച്ച് പെട്ടെന്ന് അവളുടെ അരികിലേക്ക് എത്തിക്കഴിഞ്ഞിരുന്നു. ചുമലിലിട്ട ക്യാമൽകോട്ടും, മുന്നോട്ടുന്തി നിൽക്കുന്ന ഇടുങ്ങിയ നെറ്റിയിൽ നീണ്ട് തടിച്ച വരപോലെ കാണപ്പെട്ട കറുത്ത പുരികവും എല്ലാം ചേർന്ന് അത് തന്നെയാണ് കൊലയാളി എന്ന് എളുപ്പം മനസ്സിലാക്കാവുന്ന വിധമായിരുന്നു അയാളുടെ രൂപം. അയാളുടെ മട്ട്, സ്റ്റൈൽ, ഒട്ടും തിരക്കില്ലാത്ത ധാർഷ്ട്യഭാവത്തോടെ ചടുലമായ നടത്തം, പ്രഥമദൃഷ്ടിയിൽ വികാരരഹിതമെന്ന് തോന്നിപ്പിക്കുന്ന കണ്ണുകളിൽ ശ്രദ്ധിച്ചാൽ മാത്രം കണ്ടെത്താവുന്ന മൃഗീയമായ ഹിംസാസക്തി, എല്ലാം ചേർന്ന്

അത്തരമൊരു വ്യക്തി ഈ തീവണ്ടിയിൽ സഞ്ചരിക്കുന്നത് അവളെ പിന്തുടർന്നു തന്നെയാണ് എന്നവൾ ഉറപ്പിച്ചു.

അപ്പോൾ രണ്ട് കാര്യങ്ങൾ ഒരുമിച്ച് സംഭവിച്ചു: അയാൾ തോക്കിന്റെ കാഞ്ചി വലിച്ചു, അവൾ വാതിൽ തുറന്ന് പുറത്തേക്ക് ചാടി. മിനുസമുള്ള മഞ്ഞിൽ പുതഞ്ഞ് ഉരുണ്ടുകൊണ്ടിരിക്കുമ്പോൾ തീവണ്ടിയുടെ സംഗീതവുമായി കലർന്ന് മറ്റൊരു വെടിയൊച്ചയും കേട്ടു. അവൾ മനസ്സിൽ ശാന്തത കൈവരിച്ചു കണ്ണുകളടച്ചു. മരിച്ചാലും ഇനി ഇത്രയേ ഉള്ളൂ. പക്ഷേ അവരുടെ കൈയ്യിൽ പെട്ടിരുന്നു എങ്കിലോ... ആ ഒരു നിമിഷം അവൾ മരിച്ചിരുന്നെങ്കിൽ അത് മരണത്തിലേക്ക് സൗമ്യവും ശാന്തവുമായ ഒരു വിട വാങ്ങലാകുമായിരുന്നു.

ഇപ്പോൾ അപരിചിതമായ ഈ മുറിയിൽ തന്റെ മരവിച്ച ശരീരത്തിന് സ്വാസ്ഥ്യം വന്നതായും അത് അയവാർന്ന് ജെല്ലിപോലായതായും അവൾക്ക് അനുഭവപ്പെട്ടു. അവൾ ആശ്വാസത്തോടെ കരയുന്നുണ്ടായിരുന്നു. മരണത്തിന്റെ വക്കിൽ നിന്ന് താൻ തിരികെയെത്തി എന്ന് വിശ്വസിക്കാൻ അവൾക്ക് പ്രയാസം തോന്നി. എസ്ബെർ പാത്രം നിറച്ച് നൽകിയ സൂപ്പ് കുടിക്കുമ്പോൾ തള്ളി വന്നിരുന്ന കണ്ണീർ തടയാൻ അവൾക്കായില്ല.

''നന്ദി.'' അവൾ പറഞ്ഞു, ''നിങ്ങൾ എന്റെ പ്രാണൻ രക്ഷിച്ചു.''

എസ്ബെർ ഒന്നും പറഞ്ഞില്ല. അയാൾ സൗമ്യമായതും ലജ്ജ കലർന്ന പുഞ്ചിരിയോടു കൂടിയുള്ളതുമായ ഒരു നോട്ടം അവളുടെ നേർക്ക് പായിച്ചു. ചാര-സിമന്റ് മിശ്രിതവും കല്ലും കമ്പുകളും കുമ്മായവും കൊണ്ടുള്ള ഈ വീടിനെ ചുഴന്നു നിൽക്കുന്ന പ്രാകൃതത്വവുമായി യാതൊരു ചേർച്ചയുമില്ലായിരുന്നു, ആ നോട്ടത്തിന്. അയാളുടെ ലോകത്തിൽ പ്രാണൻ എന്നത് ഇടയ്ക്കിടയ്ക്ക് രക്ഷപ്പെടുത്തുവാനുള്ള ഒന്നായിരുന്നു. ഓരോ ചെന്നായ്‌വേട്ടയിലും അയാൾ തന്റെ പ്രാണൻ ഓരോ വട്ടവും രക്ഷിക്കുകയായിരുന്നു. അതിനാലാണ്, അക്കാര്യം നന്ദി ചൊല്ലാൻ മാത്രം പ്രധാനമാണെന്ന് അയാൾക്ക് തോന്നാതിരുന്നത്. ഫിഡാൻ സൂപ്പ് കഴിച്ചു തീർത്തു, കണ്ണുകൾ തുടച്ച് അവൾ തന്റെ ജീവൻ രക്ഷിച്ച മനുഷ്യന്റെ വിവർണ്ണമായ മുഖത്തേക്ക് നോക്കി. ഹൃദയത്തെ ഊഷ്മളമാക്കുന്ന അയാളുടെ വെളുത്ത ദന്തനിരകൾ കണ്ടു. താൻ സുരക്ഷിതയാണെന്ന് ഇപ്പോഴേക്കും അവൾക്ക് ഉറപ്പായി. എസ്ബെർ കുറച്ച് ചായ ഉണ്ടാക്കി, അതേ കസേരയിൽ ചമ്രംപടിഞ്ഞിരുന്നു. തീവണ്ടിപ്പാതയിൽ അവളെന്തെടുക്കുകയായിരിന്നു എന്ന് ചോദിക്കുന്നപോലെ അവളുടെ മുഖത്തേക്ക് അയാൾ സാകൂതം നോക്കി. അയാളുടെ മനസ്സിൽ ധാരാളം ചോദ്യങ്ങൾ തള്ളിത്തള്ളി വന്നു. ചെറുപട്ടണം കുറെ

ദൂരെയാണ്. റെയിൽപ്പാതയുടെ അടുത്തെങ്ങുമല്ല. ഇനി അങ്ങനെ ആണെങ്കിൽത്തന്നെ, ആ മലമ്പ്രദേശത്തിലെ തിരക്കുകളൊന്നുമില്ലാത്ത ചെറുപട്ടണത്തിൽ തീവണ്ടി നിൽക്കുകയുമില്ല. അപ്പോൾ, നീലക്കോട്ട് ധരിച്ച ഈ സത്രീയെ തന്റെ മ്ലാനവും വിലാപശോകവുമായ പാർപ്പിടത്തിലേക്കുള്ള പാതയിലേക്ക് ചരിക്കാൻ എന്താണ് പ്രേരിപ്പിച്ചത്?

താൻ ഇപ്പോൾ സംസാരിക്കേണ്ടിയിരിക്കുന്നു എന്ന് ഫിഡാന് തോന്നി. അയാളോട് എന്തെങ്കിലും പറയാൻ വേണ്ടി അവളൊരു കഥ മെനഞ്ഞു. താൻ ഒരു അഭിഭാഷകയാണ്. താൻ ജയിലിലേക്കയച്ച ഒരാളുടെ സഹോദരന്മാർ പിന്നാലെ കൂടിയിരിക്കയാണ്. അവർ തന്നെ കൊല്ലുമെന്നായപ്പോൾ വണ്ടിയിൽ നിന്ന് ചാടിയതാണ് എന്നൊക്കെ അവൾ പറഞ്ഞൊപ്പിച്ചു.

എസ്ബെർ ഇത് അപ്പാടെ വിശ്വസിച്ചു. സ്ക്രീനിൽ അവ്യക്തമായി, മഞ്ഞ്തൂളികൾക്ക് പിന്നിലെന്ന പോലെ, ചിത്രങ്ങൾ കാണാവുന്നതും അസുഖകരമായ ശബ്ദം പറപ്പെടുവിക്കുന്നതുമായ തന്റെ ടി.വിയിൽ നിന്ന് വലിയ സങ്കീർണ്ണമായ ഒരു ലോകം പുറത്തുണ്ടെന്ന് അയാൾ മനസ്സിലാക്കിയിരുന്നു. അവിടെ ആൾക്കൂട്ടങ്ങളുണ്ട്. യാതൊരു കരുണയുമില്ലാത്ത യുദ്ധം അവിടെ കത്തിക്കാളുന്നു, ചെന്നായ്ക്കളുമായുള്ള തന്റെ യുദ്ധം പോലെ. മെലിഞ്ഞ് സുന്ദരിയായ ആ പെൺകുട്ടി തന്റെ പേര് ഫിഡാൻ എന്നു പറഞ്ഞപ്പോൾ അവളുടെ കണ്ണിലുണ്ടായിരുന്ന ഭീതിയുടെ നിഴൽ ഇതിന്റെ തെളിവാണ്. മലകൾക്കപ്പുറത്തുള്ള ലോകത്തെക്കുറിച്ച് ഒരു കൂട്ടം ചോദ്യങ്ങൾ അയാൾ ചോദിച്ചു. വേറൊരു തരത്തിലുള്ള പ്രാകൃതത്വം അയാൾ മനസ്സിലാക്കുകയായിരുന്നു. അയാളുടെ മനസ്സിനെ തഴുകുന്ന പോലെ മൃദുവായ സ്വരത്തിൽ ഫിഡാൻ ഉത്തരങ്ങൾ പറഞ്ഞു. ജനത്തിരക്കുള്ള നഗരങ്ങളെപ്പറ്റി അവൾ ഒരു പാട് കാര്യങ്ങൾ അയാളോട് പറഞ്ഞു, എല്ലാം അവളുടെ ഇരുണ്ട കഥയെ ബലപ്പെടുത്തുന്നത്. അവളുടെ ബാഗിലുണ്ടായിരുന്ന മേത്തരം സിഗരറ്റുകൾ അന്ന് രാത്രി തീർന്നു. പിന്നെ അവൾ എസ്ബെറുടെ തരം താണ സിഗരറ്റുകൾ വലിച്ചു, അവൾക്കതിഷ്ടപ്പെടുകയും ചെയ്തു.

രാത്രിയേറെ ചെന്നപ്പോൾ അവൾ ചെന്നായക്കളുടെ ഓരിയിടൽ കേട്ടു. മാരകമായ ആ കളിയിലെ പങ്കാളികൾ ഓരോരുത്തരായി എത്തി വീടിനെ വളഞ്ഞു. ആ സമയത്തെല്ലാം പിടക്കോഴികൾ ക്ലക്, ക്ലക് ശബ്ദമുണ്ടാക്കിക്കൊണ്ടേയിരുന്നു. ചെന്നായ്ക്കൾ ഓരിയിടുമ്പോഴെല്ലാം എസ്ബെർ തന്റെ സംയമനം നിലനിർത്തി. അവളോട് യാതൊന്നും ഭയപ്പെടേണ്ടതില്ല എന്ന് അയാൾ പറഞ്ഞു. അയാളൊത്ത് കളിക്കാൻ ചെന്നായ്ക്കൾ ആഗ്രഹിക്കുന്ന വിനോദം അന്ന്

അയാൾ വേണ്ടെന്ന് വച്ചു. എന്നിട്ട് ഫിഡാനെ സ്റ്റൗ കത്തിക്കൊണ്ടിരിക്കുന്ന ചൂടുള്ളതും സുഖകരവുമായ മുറിയിൽ ഉറങ്ങാൻ അനുവദിച്ച് അയാൾ തന്റെ കിടക്ക ചുരുട്ടിയെടുത്ത് പിടക്കോഴികളെ പാർപ്പിച്ച മുറിയിലേക്ക് ഉറങ്ങാൻ പോയി.

ദൈവികമായ ഒരു വരം കൊണ്ട് താൻ അനുഗ്രഹിക്കപ്പെട്ടിരിക്കുന്നു എന്ന് എസ്ബെർ വിശ്വസിക്കുകയും അന്ന് രാത്രി സമാധാനത്തോടെ ഉറങ്ങുകയും ചെയ്തു. ഫിഡാനാകട്ടെ, രാത്രി മുഴുവൻ പര്യാലോചനയിൽ മുഴുകിക്കിടന്നു. തന്നെ പിന്തുടരുന്നവരുടെ വിവരങ്ങൾ അവൾ പൊലീസിലറിയിച്ചിരുന്നു. ഈ അപരിചിതമായ വീട്ടിൽ അവൾക്ക് കുറേക്കാലം താമസിക്കാം, അവർ പിടിക്കപ്പെടും വരെ, എല്ലാവരും അവൾ മരിച്ചെന്ന വിശ്വാസത്തിലിരിക്കുന്നിടത്തോളം കാലം. തന്റെ ജീവിതത്തിന്റെ അടയാളങ്ങൾ അവൾക്ക് മായ്ക്കണം; അപ്പോൾ തന്റെ നഗരത്തിലേക്ക് തിരിച്ചെത്തിയശേഷം എന്തു ചെയ്യാൻ സാധിക്കുമെന്ന് അവൾക്ക് ചിന്തിക്കാൻ കഴിയും. ചുമർച്ചിത്രത്തിലെ മാനിന്റെ മീതെ കയ്യമർത്തിക്കൊണ്ട് അവൾ ഇരുട്ടിലേക്ക് ഇമവെട്ടാതെ നോക്കിക്കൊണ്ട് കിടന്നു. മരണത്തെ ഏത് നിമിഷവും നേരിട്ട് കാണേണ്ടി വരുമെന്ന അവസ്ഥയും നിരന്തരം പലായനം ചെയ്യേണ്ടി വന്ന നാളുകളിലെ ഭീകരതയും കാരണം അവൾ തരിച്ചു പോയിരുന്നു അവൾ നഗരത്തിൽ അനുഭവിച്ചു തീർത്ത മൃഗീയതയുമായി താരതമ്യം ചെയ്യുമ്പോൾ ആ സമയത്ത് കേട്ടിരുന്ന ചെന്നായ്ക്കളുടെ ഭീതിദമായ ശബ്ദങ്ങൾ വെറും നിഷ്ക്കളങ്കമായ പാട്ടായിട്ടാണ് അവൾക്ക് തോന്നിയത്.

അവൾ കാലത്ത് ഉണർന്നെഴുന്നേറ്റപ്പോൾ എസ്ബെർ അടുപ്പ് കത്തിക്കാനായി നിറയ്ക്കുകയായിരുന്നു. മുഖത്ത് അനാരോഗ്യത്തിന്റെ മഞ്ഞരാശിയുള്ള ആ മനുഷ്യൻ വളരെ നേരത്തെ എഴുന്നേറ്റ് ചായ ഉണ്ടാക്കി അതിഥി ഉണരുന്നതും കാത്തിരിക്കുകയായിരുന്നു. തന്റെ ചലനങ്ങൾ കഴിവതും നിശ്ശബ്ദമായിരിക്കാൻ അയാൾ ശ്രദ്ധിച്ചിരുന്നു. അവർ പ്രാതലിന് ഗ്രാമത്തിലെ ബ്രെഡ്ഡും ചീസും കഴിച്ചു. അപ്പോൾ ജനൽ വഴി എസ്ബെർ അവൾക്ക് സിഗ്നൽ ബോക്സ് കാണിച്ചുകൊടുത്തു. താൻ അവിടെയായിരിക്കുമെന്നും പറഞ്ഞുകൊടുത്തു. ഒന്നും പേടിക്കാനില്ലെന്നും അവൾക്കെന്തെങ്കിലും ആവശ്യമുണ്ടെങ്കിൽ പറയണമെന്ന് അയാൾ ആവശ്യപ്പെട്ടു. എൻജിൻ ഡ്രൈവർമാരോട് പറഞ്ഞ് സാധനങ്ങൾ വരുത്താം എന്ന് അയാൾ പറഞ്ഞു.

ഫിഡാൻ വലിയ ഉന്മേഷത്തോടെ ദിവസം കഴിച്ചുകൂട്ടി. വളരെ കാലത്തിനു ശേഷം ആദ്യമായി അവൾക്ക് മനസ്സമാധാനം അനുഭവപ്പെട്ടു. ദിവസം മുഴുവൻ അവൾ കിടക്കയിൽ കഴിച്ചു കൂട്ടി. ഇടയ്ക്ക്

ഉണരുമ്പോൾ താനിപ്പോഴും ജീവിച്ചിരിക്കുന്നുണ്ടെന്ന് അവൾക്ക് വിശ്വസിക്കാനായില്ല.

തുടർന്നുള്ള ദിവസങ്ങളിലെല്ലാം മഞ്ഞ് ഇടവിട്ട് പെയ്തുകൊണ്ടിരുന്നു. മഞ്ഞ് പെയ്യുന്ന സമയങ്ങളായിരുന്നു കൂടുതൽ. കടന്നുപോകുന്ന വണ്ടികൾക്ക് കൊടി വീശാനായി രണ്ട് ചതുരശ്രമീറ്റർ വിസ്താരമുള്ള സിഗ്നൽ ബോക്സിലേക്ക് രണ്ട് ചുവടുകൾ വെക്കുമ്പോഴേക്കും എസ്ബെർ ദേഹത്ത് മഞ്ഞ് വീണ് മഞ്ഞു മനുഷ്യനായി മാറും. ചിലപ്പോൾ മഞ്ഞ് സൂര്യരശ്മികളുമായി കലർന്ന്, മലമുകളെല്ലാം സ്വർണ്ണത്തരികൾ വിതറിയ പോലെ കാണപ്പെട്ടു. ഫിഡാൻ വീടിന് പുറത്തിറങ്ങിയതേയില്ല. എസ്ബെർ എന്നും കാലത്ത് നിറച്ച് കത്തിച്ച് പോയ അടുപ്പിൽ അവൾ മരക്കഷ്ണങ്ങൾ ഇട്ടു കൊടുത്തു കൊണ്ടിരുന്നു. ചുമരിൽ തൂക്കിയ മാൻ ചിത്രം ഉറ്റ് നോക്കിക്കൊണ്ട് അവൾ തന്നെപ്പറ്റിയും തന്റെ ഭാവിയെക്കുറിച്ചും ആലോചിച്ചു കൊണ്ടിരിക്കും. ഇരുന്ന് മടുക്കുമ്പോൾ ഈ ഒളിച്ചിരിപ്പ് തന്റെ ജീവരക്ഷയ്ക്ക് ആവശ്യമാണെന്ന് അവൾ സ്വയം വിശ്വസിപ്പിക്കും. ഇങ്ങനെ സ്വയം വിശ്വസിപ്പിക്കുന്നതിനിടയിൽ അവൾ എസ്ബെറിന്റെ തീപ്പെട്ടിക്കൊള്ളികൾ ഓരോന്നായി കത്തിച്ച് കെടുത്തിക്കൊണ്ടിരുന്നു.

സായാഹ്നങ്ങളിൽ അവർ തമ്മിലുണ്ടായിരുന്ന ദീർഘമായ സംഭാഷണങ്ങൾ ക്രമേണ അയാളുടെ മുഖത്തെ മഞ്ഞരാശിയെ ഇല്ലാതാക്കി. അതിശയകരമായ ഒരു ആനന്ദം അയാളിൽ വന്നു നിറഞ്ഞു, അയാൾ ചെന്നായ്ക്കളെ മറന്നു. ജീവിതത്തോട് അതുവരെ പരിചിതമല്ലായിരുന്ന ഒരു അടുപ്പം അയാൾക്ക് തോന്നി. ഇനി മേലിൽ നിലനിൽപ്പിനായി അയാൾക്ക് ചെന്നായ്ക്കളുടെ ആവശ്യമില്ല. സംസാരിക്കുന്ന, ചിരിക്കുന്ന, ഭക്ഷണം കഴിക്കുന്ന ഒരു സ്ത്രീ അയാളുടെ വീടിനെയും ജീവിതത്തേയും മനസ്സിനെയും നിറവുറ്റതാക്കി. അയാൾ തന്റെ വേതനത്തിൽ താത്പര്യമെടുത്തു തുടങ്ങി. സിഗ്നൽ ബോക്സ് അടുത്തു തുടങ്ങുമ്പോൾ വേഗത വളരെ കുറച്ച് കൊണ്ട് വണ്ടി എടുക്കുന്ന ഡ്രൈവർമാരോട് ഇപ്പോൾ അയാൾ കൂടുതൽ സംസാരിച്ചു. അവരോട് വൃത്താന്ത പത്രവും, പുസ്തകങ്ങളും, മുന്തിയ ചായയും സിഗരറ്റും കൊണ്ടു വരാൻ ഏൽപ്പിച്ചു. അയാൾ മാറിപ്പോയിരിക്കുന്നു. മുമ്പ് മാരകമായ ഏകാന്തതയിലേക്ക് നീങ്ങുന്ന പോലെ കാലുകൾ വേച്ചു വേച്ചാണ് അയാൾ എന്നും പാർപ്പിടത്തിലേക്ക് വന്നിരുന്നത്. ഇപ്പോൾ അയാൾ ജീവിക്കാനുള്ള ആഗ്രഹം ഹൃദയത്തിൽ തുളുമ്പിക്കൊണ്ടാണ് വീട്ടിലേക്ക് ചെല്ലുന്നത്. തീവണ്ടികൾ പാത മാറുന്നതിനായി സിഗ്നൽ ബോക്സിൽ കാത്തിരിക്കുമ്പോൾ അയാൾ ജനലിലൂടെ വീടിനെ നോക്കും, അവിടെയൊരു സ്ത്രീ ഇരിക്കുന്നു എന്ന ചിന്ത അയാൾക്ക് ആത്മഹർഷം ഉണ്ടാക്കും.

ഫിഡാന്റെ സൂര്യരശ്മികൾ തട്ടി മിന്നുന്ന മുടി അയാൾ മനസ്സിൽ കാണും, അവൾ പുഞ്ചിരിക്കുമ്പോൾ ഒരു കവിളിൽ മാത്രം വിടരുന്ന നുണക്കുഴി, മഞ്ഞ് പോലെ വെളുത്ത നിറമുള്ള അവളുടെ കൈത്തണ്ടകൾ എല്ലാം അയാളോർക്കും. അപ്പോൾ അയാളുടെ നെഞ്ചകത്ത് ഒരു ശൂന്യത അനുഭവപ്പെടും, അവളുടെ മധുരമണമുള്ള തലമുടി നെഞ്ചിൽ അമർത്തിയാൽ മാത്രമേ അത് മാറുകയുള്ളു എന്നയാൾ സങ്കൽപ്പിക്കും. അടക്കാനാവാത്ത സന്തോഷത്തിലേക്ക് അയാളെ നയിക്കുന്ന പ്രചോദനമായിരുന്നു അയാളുടെ നെഞ്ചകത്തെ ഈ ശൂന്യത. അയാളുടെ അടക്കാനാവാത്ത ഈ സന്തോഷം ഡ്രൈവർമാർ പോലും ശ്രദ്ധിച്ചു. അവളുടെ ഊഷ്മളവും സ്വർണ്ണാഭവുമായ ശിരസ്സ് മുകരാൻ തനിക്കായില്ല എന്നത് അയാളിൽ ആഴത്തിലുള്ള വേദന ഉളവാക്കി.

ഒരു സ്ത്രീ, ആർക്കുമറിയാനാകാതെ തന്റെ വീട്ടിലുണ്ടെന്ന ബോധം, ചിലപ്പോഴെല്ലാം അയാളെ ദുർഗ്രഹമായ അമിതാവേശത്തിലേക്ക് എത്തിച്ചു. ലോകം മുഴുവൻ താത്പര്യമെടുക്കുന്ന ഗംഭീരമായ ഒരു രഹസ്യമാണ് ഇക്കാര്യം എന്ന പോലെ അയാൾ ആവേശഭരിതനായി. മലകളോട് ഈ സ്ത്രീ സാന്നിദ്ധ്യം വിളിച്ച് പറയാതെ, ആരോടും ഈ അതിശയകരമായ കാര്യം പറയാതെ അയാൾക്ക് വീർപ്പുമുട്ടി. തന്റെ രാത്രികൾ നിറയ്ക്കുന്ന ആഹ്ലാദഭരിതമായ സ്ത്രീശബ്ദവും അറിയാതെ തമ്മിൽ തൊട്ടുപോയാൽ പൊള്ളിക്കുന്ന വെളുത്തു മെലിഞ്ഞ വിരലുകളും യഥാർത്ഥമല്ലെന്ന ഒരു തോന്നൽ അയാൾക്കുണ്ടായി. യാതൊന്നും കാണാനില്ലാത്ത ശുഭ്രതയിൽ നിന്ന് തന്റെ മനസ്സ് നിറങ്ങളിലേക്ക് ചായുമ്പോൾ ഉണ്ടാകുന്ന വിഭ്രമങ്ങളാണ് ഇതെല്ലാം എന്ന് അയാൾ സംശയിച്ചു. ഇത് സത്യം തന്നെ എന്ന് ഉറപ്പ് വരുത്താനായി അയാൾ ഇടക്കിടക്ക് വീട്ടിലേക്ക് ഓടിച്ചെല്ലും. ശ്വാസംപിടിച്ച് വീട്ടിലെത്തുമ്പോൾ അയാൾക്ക് ഫിഡാന്റെ 'എന്തു പറ്റി' എന്ന് ചോദിക്കുന്ന പോലുള്ള നോട്ടം നേരിടേണ്ടി വരും. അപ്പോൾ അയാൾ ഉത്തരമില്ലാതെ കുഴങ്ങി വാതിലിനരികെ വെറുതെ നിൽക്കും, ആഴത്തിലുള്ള ഉറക്കത്തിൽ നിന്ന് ഉണർന്ന ഒരു നിദ്രാടകനെ പോലെ.

ഒറ്റ ദിവസത്തിൽത്തന്നെ അയാൾ വിവിധങ്ങളായ മാനസികാവസ്ഥകളിലൂടെ കടന്നു പോകും. ഇപ്പോൾ വസന്തത്തിനായി അയാൾ കാത്തുനിൽക്കുന്നില്ല, അത് ആസന്നമായിക്കഴിഞ്ഞിരുന്നെങ്കിലും. എന്തായാലും അപ്രതീക്ഷിതമായ വിധത്തിൽ ശൈത്യത്തിനിടയ്ക്കുള്ള വസന്തം അയാളുടെ വീട്ടിലേക്ക് വന്നെത്തിയ പോലെയായിരുന്നു. പ്രതീക്ഷിക്കാതെ എത്തിയ ഈ വസന്തത്തെ എങ്ങിനെ ഉല്ലസിപ്പിക്കാമെന്ന് അയാൾക്ക് ധാരണയുണ്ടായിരുന്നില്ല. അവൾ എന്താണ്

ആഗ്രഹിക്കുന്നതെന്ന് ചോദിക്കാനുള്ള ലജ്ജ കാരണം രാത്രി മുഴുവൻ അവളുടെ ഓരോ ചലനങ്ങളും അയാൾ സസൂക്ഷ്മം വീക്ഷിച്ചു, അവളെന്താഗ്രഹിക്കുന്നു എന്ന് കണ്ടെത്താമെന്ന പ്രതീക്ഷയോടെ.

നിശ്ശബ്ദത തഴക്കമായിപ്പോയിരുന്നതും അടച്ച ഒരു പേടകത്തിലെന്ന പോലെ കുടുങ്ങിപ്പോയിരുന്നതുമായ ആ ഹൃദയം തുറക്കുകയും നിർത്താതെ സംസാരിക്കുകയും ചെയ്തു. എസ്ബെറുടെ സംസാരം വിഷയക്രമം പാലിക്കുന്നതായിരുന്നില്ല. അയാൾ ഒരു വിഷയത്തിൽനിന്ന് മറ്റൊന്നിലേക്ക് ചാടിക്കൊണ്ടിരുന്നു. ദൂരെ ഉഷ്ണകാലാവസ്ഥയുള്ള ചെറുപട്ടണത്തിൽ താമസിക്കുന്ന സഹോദരിയുടെ മകളുടെ ഉച്ചാരണപ്പിശകിനെക്കുറിച്ച് പറഞ്ഞിരിക്കവേ അയാൾ മഞ്ഞുരുകുമ്പോൾ ഉണ്ടാകുന്ന ശബ്ദത്തെപ്പറ്റി പറഞ്ഞു തുടങ്ങും. എൻജിൻ ഡ്രൈവർമാരുടെ ശീലങ്ങളിൽ നിന്ന് ഗ്രാമപ്രദേശത്ത് സ്വീകാര്യമായ താഴ്ന്ന വേതനത്തിലേക്ക് വിഷയം മാറും, അല്ലെങ്കിൽ അടുത്തുള്ള ഗ്രാമത്തിലെ ചീസിന്റെ സ്വാദിനെപ്പറ്റി പറയുമ്പോൾ പെട്ടെന്ന് മലമുകളിൽ നിന്ന് താഴ്വാരത്തിലേക്ക് പറന്നു വരുന്ന പക്ഷിക്കൂട്ടങ്ങളെപ്പറ്റി, മലകളുടെ നിശ്ശബ്ദതയും ആത്മാവും ചിതറിക്കുന്ന ശബ്ദങ്ങളെപ്പറ്റി. ഈ ചാട്ടങ്ങളും വിചിത്രമായ വിവരണങ്ങളും ഫിഡാനെ ഭയപ്പെടുത്തി.

അതു മാത്രമല്ല അവളെ ഭയപ്പെടുത്തിയത്. എസ്ബെറിന്റെ കണ്ണുകളിൽ അവൾ പ്രണയത്തിന്റെ നിഴലാട്ടം കണ്ടു തുടങ്ങി. അവൾ സംസാരിക്കുമ്പോൾ അയാൾ ശ്രദ്ധിക്കുന്നില്ല എന്നും തന്റെ കണ്ണുകളിലും കൈകളിലും ശരീരത്തിലും അയാളുടെ മനസ്സ് മുഴുകിയിരിക്കുകയാണെന്നും അവൾ കണ്ടു. അയാൾ വിചിത്രസ്വഭാവിയായിരിക്കുന്നു. അവൾ ലഘുവായി വല്ലതും കഴിക്കുകയാണെങ്കിൽ അതയാൾ കഴിക്കുന്ന പോലെയും, അവൾ സിഗരറ്റിന്റെ ഒരു വലി എടുക്കുമ്പോൾ അയാൾ സിഗരറ്റ് വലിക്കുന്ന പോലെയും ഉള്ള തൃപ്തി അയാളിൽ ഉളവാകുന്നത് അവൾ ശ്രദ്ധിച്ചു തുടങ്ങി. അവൾ മറന്നു പോയിരുന്ന ഭീതി ഇപ്പോൾ പുതിയ ഒരു രൂപത്തിൽ അവളിലേക്ക് തിരിച്ചിറങ്ങി വന്നുതുടങ്ങി.

ഒരു രാത്രിയിൽ അവൾ ചെറുപട്ടണത്തെ സംബന്ധിച്ച വിവരങ്ങൾ ആരാഞ്ഞു. അവ്യക്തമായ ഹസ്തചലനത്താൽ ദിശ കാണിച്ചുകൊണ്ട് അയാൾ പറഞ്ഞു, 'മലകൾക്ക് പിന്നിൽ...' അയാളുടെ ശബ്ദത്തിൽ ഒരു അധീശഭാവം നിഴലിച്ചിരുന്നു, കയറ്റം അസാദ്ധ്യമായ കൊടുമുടി വർണ്ണിച്ച പോലെ. അയാളുടെ മുഖത്ത് തളംകെട്ടിയ ഭാവം വിചിത്രവും പേടിപ്പെടുത്തുന്നതുമായിരുന്നു, നിഷ്കളങ്കമായി അവൾ ഉന്നയിച്ച ചോദ്യം ഫിഡാൻ പിന്നെയൊരിക്കലും ആവർത്തിച്ചില്ല. അവൾക്ക് ഉത്തരം കിട്ടാത്തതിനാൽ ഏത് മലയ്ക്ക്

പിന്നിലാണ് ചെറുപട്ടണം സ്ഥിതി ചെയ്യുന്നതെന്ന് അവൾ ഒരിക്കലും മനസ്സിലാക്കിയതുമില്ല.

ആ വീട്ടിൽ അപ്രസന്നത പടരാൻ തുടങ്ങി. മുമ്പൊരിക്കലും കേട്ടിട്ടില്ലാത്ത ശബ്ദങ്ങളും വാക്കുകളുമായി അനവധി നീണ്ട രാത്രികളും പകലുകളും കടന്നു പോയി.

ഫിഡാൻ തീരുമാനിച്ചുറച്ചു, സ്ഥലംവിടാനുള്ള സമയമായിക്കഴിഞ്ഞു. മതിയായി, തന്നെ പിന്തുടരുന്നവരെ സാരമാക്കേണ്ട. ഈ അന്തമില്ലാതെ പരന്നുകിടക്കുന്ന വെണ്മ, വീടിനെത്തന്നെ വിഴുങ്ങിക്കളയുമെന്ന് ഭയപ്പെടുത്തിക്കൊണ്ട് പിൻവാങ്ങാതെ നിൽക്കുന്ന മഞ്ഞ്, രക്തദാഹത്തോടെ രാത്രി മുഴുവൻ അവിടെ ചുറ്റി നടക്കുന്ന ചെന്നായ്ക്കളുണ്ടാക്കുന്ന ശബ്ദങ്ങൾ, എല്ലാം മതിയായി ക്കഴിഞ്ഞു. എസ്ബെറിന്റെ മനസ്സിൽ ഒഴിയാബാധയായി മാറിയ സ്നേഹം, കൂടുതൽ രോഗാതുരമാകുന്നുണ്ടായിരുന്നു. തുടർന്നു വന്ന ദിവസങ്ങളൊന്നും വ്യത്യസ്തമായിരുന്നില്ല. അവളെ മുമ്പ് പിന്തുടർന്നിരുന്ന പിശാചുക്കളെപ്പോലെ തന്നെ എസ്ബെറിന്റെ ഈ രോഗാതുരത അവളെ ഭയപ്പെടുത്തി. എസ്ബെർ അവളെ വികാര തീവ്രതയോടെ നോക്കിയിരുന്നുകൊണ്ട് മാത്രം തൃപ്തനാകാൻ പോകുന്നില്ല എന്നും ജീവിതപങ്കാളിയാക്കാനാണ് മുതിരുന്നത് എന്നും അവൾ അനുമാനിച്ചു. അത് മറ്റൊരു ജീവിതം ജീവിക്കലാണ്, അവളുടേതല്ലാത്ത വസ്ത്രം ധരിക്കുന്ന പോലെ. ആ അവസാന രാത്രി അവൾ ചിന്തിച്ചത് ഇത് മാത്രമായിരുന്നു. ഉറങ്ങാൻ സാധിക്കാതെ കിടക്കുന്ന ഈ അവസരത്തിലാണ് ചെന്നായ്ക്കളുടെ ശബ്ദങ്ങൾ താൻ മുമ്പ് കരുതിയിരുന്നതിനേക്കാൾ എത്രയേറെ വന്യമാണ് എന്നവൾക്ക് ബോദ്ധ്യപ്പെട്ടത്.

പിറ്റേന്ന് കാലത്ത് ചായ തിളപ്പിക്കാനായി മുറിയിലെത്തിയ എസ്ബെർ തോൾസഞ്ചിയുമായി നിൽക്കുന്ന ഫിഡാനെക്കണ്ട് ഒരു വെള്ളത്തുണിപോലെ വിളറിപ്പോയി. അത് അവൾ തീവണ്ടിയിൽ നിന്ന് പുറത്തേക്ക് ചാടിയപ്പോൾ കൈയിലുണ്ടായിരുന്ന തോൾ സഞ്ചിയായിരുന്നു. അവൾ ധരിച്ചിരുന്ന നീല നിറത്തിലുള്ള കോട്ട്, അവളേയുമെടുത്ത് വീട്ടിലേക്ക് നടക്കുന്ന സമയം അയാളുടെ കാൽ മുട്ടിൽ തട്ടികൊണ്ട്, അവാച്യമായ ആനന്ദം അയാൾക്ക് നൽകിയതായിരുന്നു.

''എന്താണ് കാര്യം?'' അയാൾ ചോദിച്ചു, ''നിങ്ങളെന്തിനാണ് പുറപ്പെട്ടു നിൽക്കുന്നത്?''

''എനിക്ക് ഇപ്പോൾ പോകണം.'' ശബ്ദം കഴിവതും മധുരമാക്കാൻ ശ്രമിച്ചുകൊണ്ട് ഫിഡാൻ പറഞ്ഞു,

''ഞാൻ നിങ്ങളോട് എല്ലാറ്റിനും നന്ദിയുള്ളവളാണ്. പക്ഷേ ഞാൻ കുറേക്കാലമായി ഇവിടെ താമസിക്കുന്നു. എന്റെ അച്ഛനമ്മമാർ എന്നെ അന്വേഷിക്കുന്നുണ്ടാകും. അവർ എന്നെക്കുറിച്ച് വേവലാതിപ്പെടുന്നുമുണ്ടാകും. നിങ്ങൾ എന്നെ ഒരു ട്രെയ്ൻ പിടിക്കാൻ സഹായിക്കണം.''

''പറ്റില്ല.'' എസ്ബെർ പറഞ്ഞു, ''ഇല്ല, അതൊരിക്കലും സാദ്ധ്യമല്ല. നിങ്ങൾക്ക് പോകാൻ പറ്റില്ല.''

''എന്തുകൊണ്ട്?''

എസ്ബെർ ഏന്തി വലിഞ്ഞ് ഫിഡന്റെ ബാഗ് വലിച്ചെടുത്ത് കട്ടിലിലേക്ക് എറിഞ്ഞു.

''നിങ്ങൾ എന്റെയടുത്തേക്കാണ് വന്നത്...'' അയാൾ പറഞ്ഞു, സംഭവിക്കുന്നത് വിശ്വസിക്കാനാകാത്തപോലെ അയാൾ അവളെ തുറിച്ചു നോക്കി.

അയാൾക്ക് അതൊട്ടും ഉൾക്കൊള്ളാനായില്ല. ഫിഡാൻ അയാൾക്കായി അയയ്ക്കപ്പെട്ട വസന്തമായിരുന്നു. തനിക്കവകാശപ്പെട്ടത്, തന്റെ ദയനീയമായ ഏകാന്തത തീർക്കാനായി തന്റെ മുന്നിൽ പ്രത്യക്ഷപ്പെട്ട അത്ഭുതം, തന്റെ നിശ്ശബ്ദശൂന്യമായ മണിക്കൂറുകളും ദിവസങ്ങളും നിറയ്ക്കാൻ. അവളങ്ങനെ പോകുന്നത് അയാൾക്ക് സഹിക്കാനാകുന്നതല്ല, അതുപോലെ തന്റെ കൈകൾ കൊണ്ട് അവളെ വണ്ടിയിൽ കയറ്റുന്നതും.

''നിങ്ങൾക്കിവിടെ സുഖമല്ലേ?'' അയാൾ ചോദിച്ചു, അയാളുടെ മുഖത്ത് അമ്പരപ്പായിരുന്നു. അയാൾ ശബ്ദം ആകുന്നത്ര മൃദുവാക്കിയിരുന്നു.

അയാളുടെ മുഖഭാവം സദുദ്ദേശത്തോടെ അടിമയോട് സംസാരിക്കുന്ന യജമാനന്റേതായിരുന്നു, എല്ലാം തീർപ്പാക്കാനുള്ള അധികാരമുള്ള യജമാനൻ. പ്രകൃതം മധുരവും കളങ്കരഹിതവും പക്ഷേ അത്ര തന്നെ കഠിനവും.

അവർ തമ്മിലുള്ള ഭയങ്കരമായ പോരാട്ടത്തിന്റെ തുടക്കമാണിതെന്ന് ആ നിമിഷം ഫിഡാന് ബോദ്ധ്യപ്പെട്ടു, ആ പോരാട്ടം മരണത്തിലേ കലാശിക്കൂ എന്നും. അവൾക്ക് മുട്ടിൽ ഒരു ബലക്ഷയം അനുഭവപ്പെട്ടു. അവളുടെ ശരീരം, മുമ്പ് ഭീകരന്മാരായ ആ മനുഷ്യർ പിന്തുടർന്ന് വന്നപ്പോൾ നിവർന്ന് നിന്ന, എല്ലായ്പോഴും പ്രതിരോധിച്ചു കൊണ്ട് വീട്ടിൽ നിന്ന് വീട്ടിലേക്ക്, തെരുവിൽ നിന്ന് തെരുവിലേക്ക് പാഞ്ഞ, ഓരോ രാത്രിയും വെവ്വേറെ കൂരയ്ക്കു താഴെ കഴിഞ്ഞ, കഠിനമായ ആ പ്രയാണം ദിവസങ്ങളോളം നീണ്ടപ്പോഴും അതിനെയെല്ലാം അതിജീവിച്ച ഈ ശരീരം- മൃദുവും ശാന്തവുമായ

ഈ ചോദ്യത്തെ അഭിമുഖീകരിച്ചപ്പോൾ ഒറ്റ നിമിഷത്തിൽ അലിഞ്ഞ് അപ്രത്യക്ഷമാകുകയും ശക്തി ചോർന്ന് നിലംപതിക്കുകയും ചെയ്തു.

അവൾ ആദ്യം ചെയ്തത് മിണ്ടാതിരിക്കുക എന്നതായിരുന്നു. ഈ മനുഷ്യനെ അനുനയിക്കാൻ ശ്രമിക്കുന്നത് വൃഥാവിലാണെന്ന് അവൾക്ക് മനസ്സിലായി. ഈ മനുഷ്യന്റെ മനസ്സിനെ മലകളും മഞ്ഞും ഊറ്റിക്കുടിച്ച് അതിന്റെ പാട്ടിന് വിട്ടതാണ്. അതിനാൽ അവൾ യാതൊന്നും പറയാൻ പോകുന്നില്ല. സൂചി പോലെ അയാളുടെ ഹൃദയത്തിൽ തട്ടുന്ന ഒരു വാക്ക് മതി അയാളെ, വിചിത്രലോക ത്തിലെ ഈ ദെർവിഷിനെ, ഭ്രാന്തനാക്കാനെന്ന് അവൾ ഭയപ്പെട്ടു. അവൾ അയാളുടെ കൈകളിൽ വീണുപോയിരിക്കുന്നു; എസ്ബെർ അനന്തശുഭ്രതയുടെ തമ്പുരാനാണ്. അന്നു രാത്രി, അടുത്ത രാത്രി, അതിനടുത്ത രാത്രി അവൾ മിണ്ടാതിരുന്നു. എസ്ബെർ സംസാ രിച്ചു. തന്നെക്കുറിച്ചെല്ലാം വളരെമുമ്പ് തന്നെ സംസാരിച്ചു കഴിഞ്ഞ ആ മനുഷ്യൻ, താൻ സ്ഥലം വിടുകയാണെന്ന് ഫിഡാൻ അറിയിച്ച ദിവസം മുതൽ പഴയ മഞ്ഞരാശി ശരീരത്തിലേക്ക് തിരിച്ച് ആവാ ഹിച്ചവൻ, തന്റെ മനസ്സിൽ ബാക്കി നിന്നതെല്ലാം അവളോട് പറഞ്ഞു. കലണ്ടർ താളുകളിൽ നിന്ന് അറിഞ്ഞവ, ജനസാന്ദ്രതയുള്ള നഗര ങ്ങളിൽ നിന്നെത്തിയ റെയിൽ ജീവനക്കാരിൽ നിന്ന് കേട്ടറി ഞ്ഞവ, താൻ തന്നെ ടി.വിയിൽ നിന്ന് കേട്ട് മനസ്സിലാക്കിയവ- മൊത്തത്തിൽ ദൂരദേശങ്ങളെക്കുറിച്ചുള്ള സ്വപ്നങ്ങൾ അയാളിൽ അങ്കുരിപ്പിച്ച എല്ലാം. പക്ഷേ എന്തൊക്കെ പറഞ്ഞാലും ഫിഡാന്റെ മുഖത്തൊരു പുഞ്ചിരി ഉദിപ്പിക്കാനയാൾക്കായില്ല, സ്പർശിക്കണ മെന്നും ചുംബിക്കണമെന്നുപോലും അയാൾ ആഗ്രഹിച്ചിരുന്ന അവ ളുടെ കവിളിലെ നുണക്കുഴി തിരിച്ച് കൊണ്ടുവരാൻ അയാൾക്കാ യില്ല. ഇതെല്ലാം അയാളുടെ ഹൃദയത്തെ കാർന്നുതിന്നു തുടങ്ങി.

ഒരു നാൾ ഫിഡാൻ വീടിന് പുറത്തിറങ്ങി മഞ്ഞ് പെയ്ത്ത് അനു ഭവിച്ചുകൊണ്ട് വെറുതെ നിന്നു. അടയാളങ്ങൾ യാതൊന്നും ഇല്ലാത്ത വെളുത്ത ഒരു ലാബിരിന്തിൽ അവൾ പെട്ടു പോയ പോലെയായി രുന്നു അത്. എവിടെയാണ് കിഴക്ക്? പടിഞ്ഞാറ് ഏത് ദിശയിലാണ്, എങ്ങനെയാണ് പട്ടണത്തിലെത്തുക? അവൾക്ക് ഇതിനൊന്നും തന്നെ ഉത്തരമില്ലായിരുന്നു, താൻ തികച്ചും ലക്ഷണമൊത്ത ഒരു തടവുകാരി ആയിക്കഴിഞ്ഞിരിക്കുന്നു എന്നവൾക്ക് മനസ്സിലായി. മൂക്ക് മേലോട്ടുയർത്തി, സ്പർശനത്താലോ മണങ്ങളിലൂടേയോ ഒരു വഴി കാട്ടികിട്ടാനായി അവൾ പ്രകൃതിക്ക് സ്വയം കീഴടങ്ങിക്കൊണ്ട് നിൽക്കുന്നത് സിഗ്നൽ ബോക്സിലിരുന്ന് എസ്ബെർ നോക്കുന്നു ണ്ടായിരുന്നു. അയാളുടെ ഉച്ഛ്വാസത്താൽ ആവി നിറഞ്ഞ സിഗ്നൽ ബോക്സിൽ നിന്ന് നോക്കുന്ന അയാളുടെ മുഖത്ത് ദയനീയഭാവം

ഇരട്ടിപ്പിക്കുന്ന വിളറിയ ഒരു ചിരിയുണ്ടായിരുന്നു. ഇനി മുതൽ അയാളുടെ ജീവിതദൗത്യം കാലംതെറ്റി അയാൾക്കടുത്തെത്തിയ വസന്തത്തെ സംരക്ഷിച്ച് അനന്തകാലം കൂടെ ജീവിക്കുക എന്നതായിരിക്കും. വീട്ടുവാതിൽക്കൽ നിന്ന് അയാൾ ഒരു നിമിഷം ദൃഷ്ടി മാറ്റിയില്ല; ഫിഡാൻ പുറത്തേക്ക് വന്നാൽ, അയാൾ പെട്ടെന്ന് അവൾക്കരികിലെത്തും; അയാൾ അവൾക്കു വേണ്ടി സമ്മാനങ്ങളും പുതിയ പഴങ്ങളും ഓർഡർ ചെയ്തു. തനിക്ക് തിരിച്ചൊന്നും ലഭിച്ചില്ലെങ്കിലും കാര്യങ്ങൾ ഇങ്ങിനെ തുടരുന്നതിൽ അയാൾ തൃപ്തനായിരുന്നു.

പകൽവണ്ടികൾ പ്രയോജനം ചെയ്യില്ലെന്ന് അവൾക്ക് മനസ്സിലായി. ഒരു രാത്രിവണ്ടിയായിരുന്നു അവളുടെ ശ്രദ്ധ ആകർഷിച്ചത്. പാതിരാത്രിയോടെ, സാധാരണ മട്ടുള്ള ഈ വണ്ടി കോലാഹലമൊന്നുമില്ലാതെ അവിടെക്ക് എത്തും. അതിന്റെ മുരൾച്ച വീടിനുള്ളിലേക്ക് മൃദുവായി അരിച്ചെത്തും. രാത്രിയുടെ മറവിൽ കമ്പോർട്ട്മെന്റുകളിലെ വെളിച്ചം ജാലകങ്ങൾക്കുള്ളിൽ ദ്രുതം ചലിക്കുന്ന ചിത്രങ്ങളായി പ്രതിഫലിക്കും. അത് രാത്രി പോകുന്ന ഒരൊറ്റ വണ്ടിയായതിനാൽ എസ്ബെർ വൈകുന്നേരം തന്നെ അതിന് വഴി റെഡിയാക്കി വച്ച് വീട്ടിലേക്ക് വരും. ഒരു ചെറിയ കയറ്റം കയറി മഞ്ഞ് മൂടിയ സമതലത്തിലേക്ക് എത്തുന്ന വണ്ടി വേഗത നന്നെ കുറച്ച് എസ്ബെറിന്റെ വീടിനടുത്തെത്തുമ്പോൾ ഇഴഞ്ഞായിരിക്കും പോകുക. ഇതെല്ലാം കണക്കിലെടുത്ത്, തന്റെ മോചനം ഈ വണ്ടിയിലാണ് എന്ന് ഫിഡാന് തോന്നി, പക്ഷേ ആ വണ്ടി കയറി സ്ഥലം വിടുന്നതിനുള്ളൊരു വഴി അവൾക്ക് തെളിഞ്ഞു കിട്ടിയില്ല.

വസന്തം തലകാണിച്ചു തുടങ്ങിയിരുന്നെങ്കിലും ആ ശൈത്യരാത്രി അസാധാരണമായ വിധത്തിൽ കഠിനമായിരുന്നു. പാചകം ചെയ്യുന്ന അടുപ്പിൽ മരക്കഷ്ണങ്ങൾ പെട്ടെന്ന് കത്തിത്തീരുന്നുണ്ടായിരുന്നു. ജനാലകൾ നേർത്ത മഞ്ഞുപാളിയാൽ മൂടപ്പെട്ടിരുന്നു. എസ്ബെർ നിശ്ശബ്ദതയുടെ ആവരണത്തിനുള്ളിലായിരുന്നു. എൻജിൻ ഡ്രൈവർമാരോട് കൊണ്ടുവരാൻ എൽപ്പിച്ച് കിട്ടിയ ഓറഞ്ച് അയാൾ പൊളിച്ച് വട്ടത്തിലുള്ള നേരിയ കഷണങ്ങളാക്കുകയായിരുന്നു, മിണ്ടാതിരിക്കുന്ന ഫിഡാനെ ഭീഷണിപ്പെടുത്തുന്ന പോലെ. തന്റെ കഴിവിന്റെ പരമാവധിയിലെത്തി ഇനി കൂടുതലൊന്നും ചെയ്യാൻ പ്രാപ്തനല്ലാത്ത ഒരു യജമാനന്റെ ഭാവമായിരുന്നു അയാൾക്ക്. അയാളുടെ മനോനില ഫിഡാനെ ഭയപ്പെടുത്തി.

വലിയ ശബ്ദമൊന്നും കൂടാതെ വരുന്ന തീവണ്ടിയുടെ ഒച്ചയ്ക്ക് കാതോർത്തിരുന്ന അവൾ ചെന്നായ്ക്കൾ ഓരിയിടുന്ന ശബ്ദം കേട്ടു. ആ വണ്ടിയാണ് മലകൾ താണ്ടിയെത്തി ആൾത്തിരക്കുള്ള, പ്രകാശമാനമായ, സുരക്ഷിതമായ പട്ടണങ്ങളിലേക്ക് പോകുന്നത്. ആ

യാത്രികർ മലകളിൽ നിന്ന് തിരിച്ച് ഇറങ്ങി വരികയാണ്. അവരെത്ര സ്വതന്ത്രരാണെന്ന് ഫിഡാൻ ചിന്തിച്ചു. മണിക്കൂറുകളോളം അവർക്ക് വണ്ടിയുടെ പിന്നാലെ ഓടാം, വേണമെന്നുണ്ടെങ്കിൽ. അല്ലെങ്കിൽ മരിക്കാം, അവർക്ക് തോന്നുന്നുണ്ടെങ്കിൽ. അവൾ നെടുവീർപ്പിട്ടു. എസ്ബെറാകട്ടെ ഈ അവസാനിക്കാത്ത നിശ്ശബ്ദത കാരണം വെറി പിടിച്ചിരിക്കുകയായിരുന്നു. ചെന്നായ്ക്കളുടെ ഓരി കേട്ടപ്പോൾ ഫിഡാനെ ഞെട്ടിച്ചുകൊണ്ട് അയാൾ ജനാല തള്ളിത്തുറന്നു. റൂമിന്റെ ഉൾഭാഗം പൊട്ടിച്ചിതറിയ ഐസ് കണങ്ങൾ നിറഞ്ഞ വായുവിനാൽ നിറഞ്ഞു. തണുപ്പും ചെന്നായ്ക്കളുടെ ഭയാനകമായ ഓരിയിടലും കാരണം ഫിഡാൻ വിറച്ചു. ദിവസവും സിഗ്നൽ ബോക്സിലേക്ക് പോകുമ്പോൾ കയ്യിൽ കരുതാറുള്ള റൈഫ്ൾ എസ്ബെർ ചുമരിൽ അതിന്റെ സ്ഥാനത്തുനിന്ന് എടുത്തു. അയാൾ ചെന്നായ്ക്കൾ വീടിനെ വളയുന്നതും അടുത്തേക്ക് എത്തുന്നതും കാത്ത് നിന്നു. പിടക്കോഴികൾ ഒരു വട്ടം കൂടി ആസന്നമായ വിപത്തിൽ പേടിച്ച് ക്ലക്, ക്ലക് ശബ്ദത്തിൽ ഉച്ചത്തിൽ വെകിളി പിടിച്ച് കൂവിത്തുടങ്ങിയിരുന്നു. എസ്ബെർ ജനാലമേൽ ചാരി നിന്നുകൊണ്ട് ചെന്നായ്ക്കൾക്കു നേരെ അവരുടെ ശ്രദ്ധ ക്ഷണിക്കാനായി അലറി, ഫിഡാൻ വന്ന ശേഷം നിറുത്തി വച്ചിരുന്ന തന്റെ വിനോദം പുനരാരംഭിക്കാൻ അയാൾ വട്ടം കൂട്ടുകയായിരുന്നു. ഈ വിനോദം നല്കിയിരുന്ന ആവേശം കുറെ കാലമായി അയാൾക്ക് നഷ്ടമായിരുന്നു. ചെന്നായ്ക്കൾ ജനാലക്കരികിൽ കൂട്ടം കൂടി നിന്നു. അവയുടെ ശബ്ദം ധൈര്യം ചോർത്തിക്കളഞ്ഞ് തളർത്തുന്നതായിരുന്നു. ഫിഡാൻ നഖശിഖാന്തം വിറയ്ക്കുന്നുണ്ടായിരുന്നു. അവൾ അതീവ ഭീതിയിലായിരുന്നു, എന്തു ചെയ്യണമെന്നും അവൾക്ക് രൂപമില്ലായിരുന്നു. എസ്ബെർ റൈഫിൾ ഉയർത്തിപ്പിടിച്ച് ചെന്നായയുടെ കണ്ണിന് ഉന്നം വച്ചു. പക്ഷേ അയാൾ കാഞ്ചി വലിക്കുന്ന നിമിഷത്തിൽ ഫിഡാൻ ഉച്ചത്തിൽ 'അരുത്' എന്ന് അലറി അയാളുടെ മീതേക്ക് വീണു. വെടി പൊട്ടി ആകാശത്തിലേക്ക് ഒരു മിന്നൽ പറന്നു. ചെന്നായ്ക്കൾ ചിതറിപ്പാഞ്ഞകന്നു.

ദിവസങ്ങൾക്കുശേഷം ഫിഡാനിൽ നിന്ന് വന്ന ഈ വാക്ക് കേട്ട് എസ്ബെർ സ്തംഭിപ്പിച്ചു നിന്നു. അവളെ മുറിവേൽപ്പിച്ച പോലെ അയാൾക്ക് വേദന തോന്നി. അയാൾ റൈഫിൾ നിലത്തിട്ട് ഫിഡാനു നേരെ ഉറ്റുനോക്കി. മനസ്സിലാവാത്ത ഒരു സ്ഥിതി വിശേഷത്തിലേക്ക് അതയാളെ എടുത്തെറിഞ്ഞു. അയാൾ തളർന്ന് താഴെക്കിരുന്നു. അയാൾ ഫിഡാനെ തുറിച്ചു നോക്കിക്കൊണ്ടിരുന്നു, കണ്ണുകൾ അവളിൽ നിന്ന് മാറ്റാതെ. അവളിൽ നിന്നുള്ള ഒരു കൽപ്പനയ്ക്കായി അയാൾ കാത്തിരിക്കുന്ന പോലെ ഉണ്ടായിരുന്നു. അയാൾ ഒരേ സമയം ഭയപ്പെടുത്തുകയും ദയനീയത ഉണർത്തുകയും ചെയ്തു.

ഫിഡാൻ തന്റെ കണ്ണുകൾ അടച്ചു, രണ്ട് ചിത്രങ്ങൾ അവളുടെ മനസ്സിലേക്ക് വന്നു. ഒരു ചിത്രത്തിൽ ചെന്നായ്ക്കൾ: സ്റ്റീൽ പോലെ തിളങ്ങുന്ന കണ്ണുകൾ, ബലവത്തായ താടിയെല്ലുകൾ, മൂർച്ചയുള്ള നഖങ്ങൾ, അവളുടെ നട്ടെല്ലിനുള്ളിലൂടെ വിറയൽ പായിച്ച ഓരികൾ. മറ്റേ ചിത്രത്തിൽ എസ്ബെർ നിന്നു. ഇത് വല്ലാതെ വിരട്ടുന്ന ചിത്രമായിരുന്നു; അയാൾ സിഗ്നൽ ബോക്സിന്റെ ജനലിലൂടെ അവളെ തുറിച്ച് നോക്കുന്നു, അയാളുടെ വലത്തെ താടിയെല്ലിന്മേലുള്ള പാട് അയാളുടെ വിളറിയ ചിരിയെ കൂടുതൽ ഭീതിദമാക്കുന്നു.

ചെന്നായ്ക്കളുടെ ഓരിയിടൽ കുറഞ്ഞ് വരുന്നതിനിടയ്ക്ക് കയറ്റം കയറി വരുന്ന തീവണ്ടിയുടെ ശബ്ദം കേട്ടു. അവൾ കമ്പാർട്ട്മെന്റുകളിലുള്ള യാത്രക്കാരെപ്പറ്റി ആലോചിച്ചു, കനംകുറഞ്ഞ ബ്രെഡ്ഡിൽ ദുർഗ്ഗന്ധമുള്ള ചീസ് പൊതിഞ്ഞ് ഭക്ഷിക്കുന്നവർ, അവർ ശൂന്യനേത്രങ്ങൾ ദൂരേക്കയച്ചാണ് ഇരിക്കുന്നത്. തങ്ങളുടെ വ്യഥിത മുഖങ്ങളുടെ പ്രതിബിംബം ജനാലയിൽ കണ്ട് അവർ സാവധാനത്തിൽ സിഗരറ്റ് വലിച്ചു കൊണ്ടിരിക്കുന്നു. രാവിലെയായാൽ അവർ പ്രകാശമാനവും ആൾത്തിരക്കുള്ളതുമായ നഗരത്തിലിറങ്ങുന്നു, സ്വന്തം ചുമടുകളും എടുത്ത് അവർ നഗരത്തിലെ പൊടി മൂടിയ തെരുവുകളിലെത്തുന്നു, ആൾക്കൂട്ടത്തിൽ ലയിച്ച് ജീവിതം അവർക്കായി തയ്യാറാക്കി വച്ച രംഗവേദികളിൽ സ്വസ്ഥാനങ്ങൾ കണ്ടെത്തുന്നു. ആ ജീവിതത്തിൽ ഇരുണ്ട മുഖമുള്ള മനുഷ്യർ ഉണ്ടാവാമെങ്കിലും രക്ഷപ്പെടാമെന്ന പ്രതീക്ഷ എല്ലായ്പോഴും അവിടെ ഉണ്ട്. അതിലേക്ക് എത്താൻ, തന്നെ കാത്തിരിക്കുന്ന മരണത്തിന് നേർക്ക് ധൈര്യപൂർവ്വം നടക്കണം. വളരെ കുറഞ്ഞ സമയത്തിനുള്ളിൽ ഇതെല്ലാം അവളുടെ മനസ്സിലൂടെ കടന്നുപോയി. അവൾ കണ്ണ് തുറന്ന് എസ്ബെറിനെ നോക്കി. ഏതോ മായാജാലത്തിലകപ്പെട്ട പോലെ എസ്ബെർ ഇരിക്കുന്നുണ്ടായിരുന്നു.

മായാജാലത്തിലെന്ന പോലുള്ള ഈ ഇരിപ്പ് അധികം നീളുകയില്ലെന്ന് മനസ്സിലാക്കി ഫിഡാൻ ചാടി എഴുന്നേറ്റു. അവളുടെ ദേഹത്തിൽ കനം കുറഞ്ഞ ഒരു ഉടുപ്പും കാലിൽ സോക്സും മാത്രമേ ഉണ്ടായിരുന്നുള്ളൂ. അത്യസാധാരണമായ ധൈര്യവും ശക്തിയും സംഭരിച്ച് അവൾ വാതിൽ തുറന്ന് പുറത്തേക്ക് ചാടി. മഞ്ഞ് പെയ്യുന്നുണ്ടായിരുന്നു, വൈകാതെ, അവളെ ജീവിതത്തിലേക്ക് തിരിച്ചുകൊണ്ടുപോകുന്ന തീവണ്ടി സാവധാനം എത്തുമ്പോഴേക്കും അതൊരു ഹിമപാതമാകും. അവൾ മഞ്ഞിലൂടെ ഓടിത്തുടങ്ങി. ഓരോ കാൽവെപ്പിലും കാലടി മഞ്ഞിൽ പൂഴ്ന്നു പോകുന്നുണ്ടായിരുന്നു. അവൾ ചെന്നായ്ക്കളുടെ ശബ്ദം കേട്ടു. വിചിത്രമെന്നു പറയട്ടെ, അതിപ്പോൾ അവളെ ഭയപ്പെടുത്തിയില്ല. കുറച്ച് മുമ്പ് അവൾ

കാരണം കണ്ണ് രക്ഷപ്പെട്ട ചെന്നായ അവളെ എല്ലാ ആപത്തുകളിൽ നിന്നും രക്ഷിക്കും എന്നവൾ വിശ്വസിച്ചതു പോലെ.

തീവണ്ടി വീടിനു മുന്നിലൂടെ കടന്നു പോകുന്നത് അവൾ കണ്ടു. മുരൾച്ച പുറത്തേക്ക് പ്രസരിപ്പിച്ചു കൊണ്ട് പോകുന്ന ആ ഉരുക്കു കുന്നിനെ ലക്ഷ്യമാക്കി, ചക്രങ്ങളിൽ നിന്ന് തീപ്പൊരി പറത്തുന്ന ആ അത്ഭുകരമായ വാഹനത്തിന്റെ അടുത്തെത്താൻ അവൾ ഓടുകയായിരുന്നു. പക്ഷേ മഞ്ഞ്, അവളുടെ കാൽ മുട്ടറ്റം പൂഴ്ത്തി അവളെ പിടിച്ചു നിർത്തി. അവൾ ഇരുട്ടിൽ പ്രതിദ്ധ്വനിക്കുന്ന എസ്ബെറിന്റെ ശബ്ദം കേട്ടു. അത് ശബ്ദമായിരുന്നില്ല, ഭയാനകമായ അലമുറയായിരുന്നു. അയാൾ പറയുന്നുണ്ടായിരുന്നു, ‘‘പോകരുത്.’’അയാളവളെ വിളിക്കുന്നുമുണ്ടായിരുന്നു.

അവൾ തീവണ്ടി വാതിലിന് അരികിലെത്തിയിരുന്നു. എങ്ങനേയോ അവൾ ഏന്തി വലിഞ്ഞ് വാതിൽ തുറന്നു, പക്ഷേ അവൾക്ക് ഉള്ളിലേക്ക് പ്രവേശിക്കാനായില്ല. ഓടുന്ന കമ്പാർട്ട്മെന്റിനു ഒപ്പം ഓടാൻ മാത്രമേ കഴിഞ്ഞുള്ളൂ. എസ്ബെർ അടുത്തെത്തുന്ന പോലെ അവൾക്ക് തോന്നി. പിന്നിൽ അവൾക്ക് അയാളുടെ ശ്വാസം അനുഭവപ്പെട്ടു. പക്ഷേ പിന്നിലേക്ക് നോക്കാൻ അവൾ ധൈര്യപ്പെട്ടില്ല. അയാളുടെ കൈ ഉടുപ്പിന്മേൽ പിടിച്ച് താഴോട്ട് വലിക്കുന്നതായി അവൾക്ക് തോന്നി, മരണത്തിലേക്ക് വലിക്കുന്നപോലെ. വണ്ടിയിൽ കയറിപ്പറ്റിയില്ലെങ്കിൽ താൻ മരിക്കുമെന്ന് അവൾക്കറിയാമായിരുന്നു. എസ്ബെറിന്റെ ബലിഷ്ഠമായ കൈകൾ അപ്പോഴും അവളുടെ ഉടുപ്പിൽ പിടിച്ച് വലിക്കുന്നുണ്ടായിരുന്നു, എങ്കിലും അവൾ എങ്ങനേയോ വണ്ടിക്കുള്ളിലേക്ക് ചാടി, അവളുടെ മരവിച്ച കൈകളിൽ എല്ലാ ശക്തിയും ചെലുത്തിക്കൊണ്ട് വണ്ടിയുടെ വാതിലിന്റെ ഹാൻഡിൽ ബാർ അവൾ അള്ളിപ്പിടിച്ചു. മഞ്ഞ് അവളുടെ കണ്ണുകളെ മൂടിക്കൊണ്ടിരുന്നു. വണ്ടിയുടെ ഗതിവേഗം സൃഷ്ടിച്ച ഹിമവാതം അവളെ കീഴടക്കുകയായിരുന്നു.

ഫിഡാൻ ചെന്നായ്ക്കളുടെ ബഹളം കേട്ടു, അവയുടെ ഓരിയിടൽ ഇപ്പോൾ കൂടുതൽ വെകിളി പിടിച്ചിട്ടായിരുന്നു. അപ്പോൾ അവളെ പിടിച്ചുവലിച്ചിരുന്ന ശക്തി പൊടുന്നനെ ഇല്ലാതായി. അവൾ തിരിഞ്ഞു നോക്കിയപ്പോൾ എസ്ബെറെ വളഞ്ഞുകൊണ്ടിരുന്ന ചെന്നായ്ക്കളെയാണ് കണ്ടത്.

ജീവിതത്തിൽ ആദ്യമായി കണ്ട ഈ കളിയിൽ പക്ഷേ, ആര് ജയിക്കുമെന്ന് മനസ്സിൽ കാണാൻ അവൾക്ക് ആഗ്രഹമുണ്ടായിരുന്നില്ല.

മിക്കേയിലിന്റെ ഹൃദയം നിലച്ചു

മിക്കേയിലിന്റെ ഹൃദയം നിലച്ചു. തണുത്തതും ക്ലേശകരവുമായ വിധിദിനത്തിൽ, രാത്രി അവസാനിക്കാനായപ്പോൾ. തന്റെ കരച്ചിൽ മറയ്ക്കാനുള്ള ശ്രമത്തിലല്ല, പരാജയം അയാളിലുളവാക്കിയ വേദന ഒളിപ്പിക്കാൻ ശ്രമിക്കുന്നതിനിടെ അയാളുടെ ഹൃദയം പെട്ടെന്ന് നിന്നു പോയി. വിഷമങ്ങളെല്ലാം മനസ്സിലടക്കി ദാരിദ്ര്യം പേറി, പല്ലുകൾ മുളക്കാത്തതു പോലും ശ്രദ്ധിക്കാതെ അവഗണിച്ചു വിട്ട രണ്ട് കുഞ്ഞ് മക്കളും ഉള്ളുലഞ്ഞ് ശാപവചനങ്ങൾ ചൊരിഞ്ഞിരുന്ന ഭാര്യയുമൊത്ത് അയാൾ താമസിച്ചിരുന്ന, ഉപ്പുവെള്ളം അരിച്ചിറങ്ങുന്ന ചുവരുകളുള്ള ആ വീട്ടിൽ അയാളുടെ ഹൃദയം നിലച്ചു.

അയാളുടെ ഹൃദയം നിലച്ച സമയം കൃത്യമായി എനിക്കറിയാം. കാരണം, മിക്കേയിലിന്റെ ഹൃദയം നിലച്ച അതേ നിമിഷത്തിൽ ഞാൻ വിയർത്ത് കുളിച്ച് ബോധം കെട്ടുള്ള ഉറക്കത്തിൽ നിന്ന് ഭയപ്പാടോടെ ഉണർന്നിരുന്നു. അയാളെപ്പോഴും കൈക്കുള്ളിൽ കൊണ്ടു നടന്നതു കാരണം തിളക്കം കെട്ട കത്തി എന്റെ ഹൃദയത്തിലേക്ക് ആഴ്ന്നതിനാലല്ല, അയാളുടെ അമർഷത്തോടെയുള്ള നോട്ടത്തിന്റെ കുത്തേറ്റതു കൊണ്ട്. ശ്വാസകോശരോഗം പിടിപെട്ട് ഞരങ്ങിയും ഏങ്ങിയും ശ്വാസമെടുക്കുന്ന പോലെ ജീവിതം ക്ലേശിച്ച് തള്ളി നീക്കുന്ന പ്രാദേശികവാസികൾക്കിടയിൽ ദ്രുതഗതിയിൽ പരന്ന വാർത്ത കേട്ടാണ് മരണസമയം ഞാൻ മനസ്സിലാക്കിയത്. എനിക്കേറ്റ ആഴത്തിലുള്ള ഈ മുറിവിനെക്കുറിച്ച് ഒന്നുമറിയാതെ, ആൽക്കഹോളിന്റെ ഗന്ധമുള്ള ചുടുവായു ഉച്ഛ്വസിച്ചുകൊണ്ട് എന്റെ അരികിൽ കിടന്നുറങ്ങുന്ന സെമിരമിസ്സിനെ ഞാൻ നോക്കി.

''മിക്കേയലിന്റെ ഹൃദയം നിലച്ചു.'' ഞാൻ പതിയെ പറഞ്ഞു. എന്നിട്ട് ഞാൻ ഈ അശുഭകരമായ വാചകം ആവർത്തിച്ചു, വിശ്വസിക്കാനാകാത്ത പോലെ. 'മിക്കേയിലിന്റെ ഹൃദയം നിലച്ചിരിക്കുന്നു.' സെമിരമിസ്സ് കേട്ടില്ല. അവൾ തന്റെ ഉടുവസ്ത്രം തെന്നിപ്പോയ നഗ്നമായ കാലുകൾ മേലോട്ട് കയറ്റി തന്റെ മാർദ്ദവമുള്ള വയറിനോട്

ചേർത്ത് വച്ചു ഉറക്കം തുടർന്നു. അവളുടെ വീതി കൂടിയതും സുഖകരവുമായ കിടക്കയിൽ ഞാൻ ചുരുണ്ടു കൂടി സ്വയം നിസ്സാരനായി. പക്ഷേ എനിക്ക് ഉറക്കം തുടരാനായില്ല.

അന്ന് മുതൽ എനിക്ക് ഉറക്കം നഷ്ടപ്പെട്ടു. എനിക്ക് മനസമാധാനം നഷ്ടപ്പെട്ടു എന്ന് പറയാം. ഞാൻ ഉറങ്ങാനാഗ്രഹിച്ചു, ഉറക്കത്തിന്റെ അഗാധവും ആനന്ദകരവുമായ ശൂന്യതയിൽ വിഹരിക്കാൻ, മനസ്സിലെ തീവ്രമായ വേദന ഒരു രാത്രിയെങ്കിലും മറക്കാൻ. പക്ഷേ പറ്റിയില്ല. ഞാനുറങ്ങിയിരുന്ന സമയങ്ങൾ വളരെ ഹ്രസ്വമായിരുന്നു. മാരകമായ പ്രേമബാധയിൽ കുടുങ്ങി അതിവേഗം വയസ്സായ മിക്കേയിലിന്റെ നിർജ്ജീവമായ മുഖത്തെ രണ്ട് ഭാഗമായി പകുത്ത, ർത്തകേഴൽ പോലെ കിടന്നിരുന്ന, പഴഞ്ചൻ മീശയെ മറക്കാനുള്ള സമയദൈർഘ്യമേ എന്റെ ഉറക്കത്തിനുണ്ടായിരുന്നുള്ളൂ. അയാളുടെ ദുഃഖിതമായ കണ്ണുകളെ മറക്കാൻ എനിക്കായില്ല. ഒരു ബലിമൃഗത്തിന്റെ നിസ്സഹായത ആ കണ്ണുകളിൽ തളം കെട്ടിയിരുന്നു. വളരെ മുമ്പ് തന്നെ അതിൽ എന്നോടുള്ള കോപം അപ്രത്യക്ഷമായിരുന്നു.

മിക്കേയിലിനെ മറന്നു കളയാൻ ഇടയ്ക്കെല്ലാം എനിക്ക് സാധിച്ചെങ്കിലും എനിക്ക് അയാളുടെ ആത്മാവിൽ നിന്ന് മോചനമുണ്ടായില്ല. അതെന്റെ കൂടെത്തന്നെ ഉള്ളതായി എനിക്ക് തോന്നി. നോക്കുന്ന എല്ലാ കണ്ണാടികളിലും ഞാനെപ്പോഴും മിക്കേയിലിന്റെ ഹൃദയമലിയിക്കുന്ന പ്രതിബിംബം കണ്ടു. വിളറിയ ഈ പ്രേതത്തോട് ഞാൻ പറഞ്ഞു, എന്റെ ഒരൊറ്റ കുറ്റം ഞാനൊരു വിചിത്രമായ ചുഴിയിൽ പെട്ടുപോയി എന്നതു മാത്രമാണ്. എനിക്ക് അപരിചിതമായിരുന്ന ഒരു ജീവിതത്തിന്റെ ഏറ്റവും പ്രക്ഷുബ്ധമായ ഭാഗത്ത് അവിചാരിതമായി ചെന്നു പെട്ടതാണ് എന്ന്. പക്ഷേ ഞാൻ കിടക്കയിൽ കഠിനമായ മനപ്രയാസത്തോടെ തിരിഞ്ഞും മറിഞ്ഞും കിടന്നു, എന്തുകൊണ്ടാണ് എനിക്ക് ഇടമുറിയാത്ത ശാന്തമായ ഉറക്കം കിട്ടാത്തതെന്ന് ഞാൻ സ്വയം ചോദിച്ചുകൊണ്ടിരുന്നു.

ഞാൻ ഉടനെ ഉത്തരം പറഞ്ഞു. ‘‘കാരണം ഞാൻ അപരാധിയാണ്, ഞാൻ ചിലത് മോഷ്ടിച്ചു. എന്നെ സംബന്ധിച്ചേടത്തോളം അത് നിസ്സാരമായിരുന്നു, അശ്ലീലം പോലുമായിരുന്നു. പക്ഷേ ഞാനത് മോഷ്ടിച്ചു.’’

ആർക്കും അറിയാതിരുന്ന ഈ വേദന മാറ്റാൻ വേണ്ടി ആദ്യം ഞാൻ സെമിരമിസ്സിനെ വിട്ടു. പക്ഷേ അതെന്റെ ഹൃദയത്തെ വ്രണപ്പെടുത്തി. ഞാനെന്റെ സൂട്ട്കേയ്സ് നിറച്ചുകൊണ്ടിരുന്നപ്പോൾ (സമാധാനം തേടിക്കൊണ്ട് വർഷങ്ങളായുള്ള എന്റെ യാത്രയിൽ എന്റെ സന്തതസഹചാരിയായ സൂട്ട്കേയ്സ്) മങ്ങിയ തെരുവുകളിലെ ദുരിതപൂർണ്ണമായ കെട്ടിടങ്ങളിൽ നിന്ന് പുറത്തേക്ക് തലനീട്ടിക്കൊണ്ട്

സ്ത്രീകൾ ഏതാനും തെരുവുകൾക്കപ്പുറത്തുള്ള മിക്കേയിലിന്റെ വീടിനെക്കുറിച്ച് വളരെ ഹൃദയസ്പർശിയായ വാക്കുകളിൽ സംസാരിച്ചു. അവിടെ മിക്കേയിലിന്റെ വിളറിയ മുഖമുള്ള ദരിദ്രരായ ബന്ധുക്കൾ വീടിനുള്ളിലേക്കും പുറത്തേക്കും പോയിക്കൊണ്ടിരുന്നു. തികച്ചും ലളിതമായ ശവമടക്ക് ചടങ്ങിനിടയിൽ അയാളുടെ മെലിഞ്ഞ ഭാര്യ കുട്ടികളുടെ കൈപിടിച്ച് നിർത്താതെ കരഞ്ഞു, 'ഇനി ഞാനെന്ത് ചെയ്യും?' ഈ ദുർമ്മരണം മിക്കേയിലിന്റെ വിധിയാണെന്ന് അവർ പറയുമ്പോൾ തന്നെ അവരുടെ കണ്ണുകൾ സെമിരമിസ്സിനായി ജനാലയ്ക്കൽ തിരയുന്നുണ്ടായിരുന്നു. ഹൃദയത്തിൽ ആഴത്തിലേറ്റ വേദനയോടെ ഞാൻ സൂട്ട്കേയ്സ് ഒതുക്കുമ്പോൾ സെമിരമിസ്സ് നിശ്ശബ്ദയായിരുന്നു. എന്നോട് നിൽക്കാൻ പറയുന്നത് വൃഥാവിലാണെന്ന് അവർക്കറിയാമായിരുന്നു. ഞങ്ങളതിനെക്കുറിച്ച് സംസാരിച്ചിട്ടില്ലെങ്കിലും മിക്കേയിലും ഞാനും തമ്മിലുള്ള വിചിത്രമായ കലഹത്തെക്കുറിച്ച് അവർക്ക് അറിവുണ്ടായിരുന്നു.

ഞങ്ങൾ തമ്മിലുണ്ടായിരുന്ന ഈ പുകയുന്ന വിദ്വേഷത്തിന് സെമിരമിസ്സ് തീർച്ചയായും കുറ്റമേറ്റെടുക്കേണ്ടതാണ്. സെമിരമിസ്സിന്റെ പൈശാചികമായ ഒരു പുഞ്ചിരിയായിരുന്നു, ഞാൻ മിക്കേയിലിനെ ആദ്യമായി കണ്ട രാത്രിയിൽ ഈ ശോചനീയമായ കലഹത്തിൽ പക്ഷം പിടിക്കാൻ എന്നെ പ്രേരിപ്പിച്ചത്. ഇത് പക്ഷേ, ഞാൻ എനിക്കായി കണ്ടെത്തിയ ഒരു ഒഴികഴിവുമാകാം. ഒരു പക്ഷേ സെമിരമിസ്സ് അവരുടെ നീതിബോധമനുസരിച്ച് ശരിയെന്ന് തോന്നിയതാകാം ചെയ്തത്. കുറ്റം എന്റേതു മാത്രമാകാം. മിക്കേയിലിനെ ഞാനാദ്യം കണ്ട ദിവസം ധാർഷ്ട്യത്തോടെ ഞാനയാളുടെ പരിഹാസ്യമായ വേഷത്തേയും പഴഞ്ചൻ മട്ടിലുള്ള മീശയേയും നിന്ദിച്ചുകൊണ്ട് അയാളെ നോക്കിയപ്പോൾ, ഒരു നാൾ അയാൾ എന്നെ ഇമ്മട്ടിൽ ശിക്ഷിക്കുമെന്ന് ഞാൻ അറിഞ്ഞിരുന്നെങ്കിൽ, ഞാനൊരിക്കലും ഈ ഇരുണ്ട മനുഷ്യരുടെ ലോകത്തിൽ താമസിക്കുമായിരുന്നില്ല. അവരുടെ പെരുപ്പിച്ച ആഹ്ലാദം അവരുടെ അകൃത്രിമമായ വ്യസനങ്ങളിൽ നെയ്തതായിരുന്നു. ഞാനതിലൊന്നും പെടുന്നില്ല എന്ന തികഞ്ഞ ബോദ്ധ്യം എനിക്കുണ്ടായിരുന്നു. പക്ഷേ, എനിക്ക് സ്ഥലം വിടാനും തോന്നിയില്ല, കാരണം എന്റെ കാപട്യം നിറഞ്ഞ വൈദേശികാവസ്ഥ ഞാൻ ആസ്വദിക്കുന്നുണ്ടായിരുന്നു. ഞാൻ അലസതയുടെ സുഖത്തിൽ മുഴുകിയിരുന്നതിനാൽ പോകാൻ സമയം ഉചിതമായിരുന്നിട്ടു പോലും എനിക്കതിന് സാധിച്ചില്ല.

അതിഭയങ്കരമായ ചൂടുള്ള ഒരു രാത്രിയിലാണ് ഞാൻ മിക്കേയിലിനെ ആദ്യമായി കണ്ടത്. ഒരില പോലും ഇളകിയിരുന്നില്ല. നഗരത്തിലെ വീടുകളിലെ ജനാലകളെല്ലാം പൂർണ്ണമായി തുറന്നായിരുന്നു.

വിചിത്രമായ ഈ ജില്ല ഉഷ്ണത്തിൽ ഞെരുങ്ങുകയായിരുന്നു. എന്നിട്ടും സെമിരമിസ്സ് ഈ പ്രദേശത്തോട് കൂറുള്ളവളായിരുന്നു. കാരണം സെമിരമിസ്സ് തന്റെ ദാരിദ്ര്യകാലത്ത് ആയിരം ഹൃദയ വേദനകളും അവഹേളനങ്ങളും നേരിട്ടുകൊണ്ട് ജീവിതം തള്ളി നീക്കുമ്പോൾ, അവരെ ഈ ജില്ലയാണ് അതിന്റെ വ്രണിതമായ ഹൃദയത്തോട് ചേർത്ത് നിർത്തിയത്. രാത്രി തോറും മർദ്ദനമേറ്റ സ്ത്രീകളുടെ മൂക്കിൽ നിന്നൊഴുകിയിരുന്ന രക്തത്തിന്റെ ഗന്ധം ആദ്യമായി വരാതായി. അതുപോലെ, ശക്തന് ദുർബ്ബലനുമീതെ സ്വീകാര്യമെന്ന് കരുതപ്പെട്ടിരുന്ന ഹിംസയും കാണാതായി. ജില്ല യിലെ പാപപങ്കിലവും കിരാതവുമായ രാത്രിജീവിതത്തിൽ നിന്ന് ആൾക്കാർ അവധിയെടുത്ത പോലായിരുന്നു സ്ഥിതി. തെരുവ് പട്ടി കൾ ഒതുങ്ങി. തെരുവ് യാചകർ, പകൽ വെയിലിൽ ചൂടായ കല്ലു കളിന്മേൽ, നീണ്ടു നിവർന്ന് കിടന്നു. ഈച്ചകൾ പോലും പറക്കാ തായി.

ഞങ്ങൾ സ്വീകരണമുറിയിലെ സോഫയിൽ കിടന്നുകൊണ്ട് വോഡ്കയും ബിയറും ചേർത്ത് കഴിക്കുകയായിരുന്നു. മുറിയുടെ ഉയർന്ന തട്ട് കാറേറാട്ടത്തിന്റെ പ്രതീതി വർദ്ധിപ്പിച്ചു. സെമിരമി സ്സിന്റെ സമൃദ്ധമെങ്കിലും പതുപതുപ്പായിക്കഴിഞ്ഞ മാറിൽ, ഞാൻ തല ചായ്ച്ച് കിടക്കുകയായിരുന്നു. തന്റെ സെമ്ര എന്ന പേര് മാറ്റി സെമിരമിസ്സാകാനുണ്ടായ കാരണം പറഞ്ഞു തരുമ്പോൾ വിലയേ റിയതെങ്കിലും തരംതാണ അഭിരുചിയിലുള്ള മോതിരങ്ങളണിഞ്ഞ തന്റെ വിരലുകൾ അവർ എന്റെ തലമുടിയിലൂടെ ഓടിക്കുകയായി രുന്നു. അവരുടെ സംസാരം കേൾക്കുമ്പോൾ ഞങ്ങൾ ഒരേ ഗണ ത്തിൽപ്പെട്ടവരല്ല, ഇനിയാകുകയും ഇല്ല എന്ന ചിന്ത എനിക്ക് ഉന്മേഷം പകർന്നു. അറിയപ്പെടാത്ത സ്ഥലത്ത് ധൈര്യപൂർവ്വം ഇറങ്ങി നട ക്കുന്ന, എന്തിനും പോന്ന ക്രിമിനലാണ് ഞാൻ എന്ന് എനിക്ക് തോന്നി.

സെമിരമിസ്സിന്റെ പഴയ ഫോട്ടോകളും ഇപ്പോഴും അവർ പ്രക ടിപ്പിക്കുന്ന ആത്മവിശ്വാസവും അവർ ഒരു കാലത്ത് അതിസുന്ദരി യായിരുന്നു എന്ന സത്യം വിളിച്ചോതി. പക്ഷേ ഒരു മ്യൂസിക് ഹാളിന്റെ പാർട്നർ അവശ്യം മദ്യപിക്കുന്ന ആളാകുമെന്ന പൊതുബോധമനു സരിച്ച്, അവർ ഒരു മദ്യപാനിയായിക്കഴിഞ്ഞിരുന്നു. തന്റെ പ്രവർ ത്തന വലയത്തിൽ താനെങ്ങനെയാണ് സ്വന്തം അഭിപ്രായം അനു സരിച്ച് കാര്യങ്ങൾ നീക്കുന്നതിൽ വിജയിക്കുന്നതെന്ന് ആത്മവിശ്വാ സത്തോടെ അവർ എന്നോട് പറഞ്ഞു. തങ്ങളുടെ ശരീരം കൊള്ളാ വുന്നതായിരിക്കുന്ന കാലത്തോളം നിശാജീവിതത്തിൽ പിടിച്ചു നിൽക്കാൻ പറ്റുന്ന സ്ത്രീകളേക്കാൾ താൻ സമർത്ഥയാണെന്ന്

അവർ പറഞ്ഞു. ഈ സമയമെല്ലാം അവർ പദ്ധതിയിട്ടിരുന്നത് എന്നെ കാമമോഹിതനാക്കി നിർത്തിയും, അവരുടെ സ്ത്രീത്വത്തിലേക്ക് ആകർഷിച്ചും, ഉത്തരവാദിത്തം ഏതുമില്ലാതെ അന്തമില്ലാത്ത ക്രീഡകൾ വാഗ്ദാനം ചെയ്തും അവരുടെ കൈക്കുള്ളിൽ പിടിച്ച് നിർത്താനായിരുന്നു. സമയത്തിന് ബില്ലടച്ചു തീർക്കുന്നവർക്കും നല്ല ഉറപ്പുള്ള വീടുകളിൽ താമസിക്കുന്നവർക്കും തന്നത്താൻ മാന്യരെന്ന് കരുതുന്നവർക്കും മനസ്സിലാക്കാൻ പറ്റുന്നതിനപ്പുറമായിരുന്നു അത്.

പല പുരുഷന്മാരും അവരുടെ ജീവിതത്തിലേക്ക് കടന്നു വന്നിരുന്നു. അവർ ആരെയും സ്നേഹിച്ചില്ലെങ്കിലും അവർക്ക് ആവശ്യമുള്ള എന്തെങ്കിലും അവരിൽ നിന്നെല്ലാം ഈടാക്കുന്നതിൽ അവർ വിജയിച്ചിരുന്നു- ചിലരിൽ നിന്ന് നല്ല ഉപദേശങ്ങൾ, മറ്റുള്ളവരിൽ നിന്ന് തനിക്ക് ചെലവാക്കാൻ വേണ്ട പണം. ഇനി മറ്റ് ചിലരിൽ നിന്നാകട്ടെ, അവരുടെ രോഗാതുരമായ അഭിനിവേശം കുറച്ചുകൂടി നീട്ടാനായിട്ട് അവർ ത്യജിക്കാൻ തയ്യാറാകുന്ന ഏതാനും ആഭരണ ഉരുപ്പിടികൾ. ഇനി ചിലരുടെയടുത്തുനിന്നും കുറെ മധുരമുള്ള ഓർമ്മകൾ. ചിലരിൽ നിന്ന് അവർ പഠിക്കുക പോലും ചെയ്തു. ഒരിക്കലവർ വിരൂപനും വെറിയനുമെങ്കിലും പരിമളം പ്രസരിപ്പിക്കുന്ന, മുതിർന്ന അഭ്യസ്തവിദ്യനായ ഒരാളുടെ വെപ്പാട്ടിയായിരുന്നു, ഇപ്പോഴവരനുഭവിക്കുന്ന ആഡംബരങ്ങളെല്ലാം നേടാനായുള്ള അവരുടെ പ്രയാണത്തിന്റെ തുടക്കമായിരുന്നു അത്. ആ മനുഷ്യൻ കൃത്യമായി അവരോട് പറഞ്ഞു. "സെമ്രകൾ കരുതലോടെ ഉരുവപ്പെടുത്തുന്ന, പരിഷ്ക്കാരം കുറഞ്ഞതെങ്കിലും സന്തോഷമുള്ള വീടുകൾ, സെമിരമിസ്സുകൾ തകർക്കുന്നു."

തന്റെ വെപ്പാട്ടി ഇത് മനപ്പാഠം പഠിച്ച് ആ നർമ്മം തലയ്ക്കുള്ളിൽ ആലേഖനം ചെയ്തുവെക്കണമെന്ന് ആഗ്രഹിക്കാൻ അയാൾക്ക് കുറച്ച് വട്ടുണ്ടായിരുന്നുവോ? അതോ സെമ്രകളുടെ ഗ്രാമ്യവും ഒതുങ്ങിയതുമായ സ്വഭാവത്തോടുള്ള, സെമിരമിസ്സിന്റെ വിരോധമായിരുന്നുവോ ആ വാക്യം മനപ്പാഠമാക്കുവാൻ അവരെ പ്രേരിപ്പിച്ചത്? എനിക്കറിയില്ല. സെമിരമിസ്സ്- ചതുരയായ ആ മാദകതത്തിടമ്പ്- ആ വാചകം പൂർത്തിയാക്കിയപ്പോഴേക്കും കാളിങ് ബെൽ അടിച്ചു, നീണ്ട ആ ബെല്ലടിയിൽ ദയനീയമായ ഒരു ശാഠ്യം പ്രതിദ്ധ്വനിച്ചു. സെമ്രകളുടെ അനുകമ്പയുള്ള മുഖത്തിന് യോജിക്കാത്ത അതിദുഷ്ടമായ ഒരു പുഞ്ചിരി അപ്പോൾ സെമിരമിസ്സിന്റെ മുഖത്ത് മിന്നിമറഞ്ഞു. അവരെന്താണ് വാതിൽ തുറക്കാതിരിക്കുന്നതെന്ന് ചിന്തിച്ചുകൊണ്ട് ഞാനവരെ ഉറ്റുനോക്കി. 'അത് മിക്കേയിലാണ്. അയാൾ കുറേനേരം ബെല്ലടിച്ച് സ്ഥലം വിട്ടുകൊള്ളും." അവർ പറഞ്ഞു,

ഒരു മനുഷ്യൻ, തുറക്കാത്ത വാതിലിന്റെ ബെൽ യാചനാഭാവത്തിൽ അടിച്ചു, എന്നിട്ട് മടങ്ങിപ്പോയി- അതായിരുന്നു മിക്കേയിൽ. സെമിര മിസ്സ് ആലസ്യത്തോടെ എഴുന്നേറ്റു. അശ്ളീലമായ സുഖാസ്വാദന ത്തിലേക്ക് തന്റെ പുരുഷന്മാരെ പ്രേരിപ്പിക്കുന്ന, ഇപ്പോഴും ആകർഷക മായ ശരീരത്തിന്റെ ഒഴുക്കുള്ള ചലനങ്ങളോടെ കറുത്ത അടി വസ്ത്രവും ധരിച്ച്, ഉഷ്ണം ഗൗനിക്കാതെ മന്ദഗതിയിൽ അവർ കുളിമുറിയിലേക്ക് നടന്നു. മിക്കേയിലിന് വാതിൽ തുറന്നു കൊടു ക്കാതിരിക്കുന്നതിൽ അവർ ആനന്ദിക്കുന്നുണ്ടെന്ന് എനിക്ക് തോന്നി. അവർ ഷവർ പ്രവർത്തിപ്പിക്കുന്ന ശബ്ദം ഞാൻ കേട്ടു. വെള്ളം വീഴുന്ന ശബ്ദം എനിക്ക് ഉന്മേഷം തന്നു. അവരുടെ മുഖത്ത് മിന്ന ലാട്ടം നടത്തിയ പൈശാചികമായ പുഞ്ചിരി മനസ്സിൽ വന്നപ്പോൾ എനിക്ക് മിക്കേയിലിനെ കാണാൻ തോന്നി; തന്റെ മുന്നിൽ ഒരു കാലത്ത്, ഒരു പക്ഷേ മലർക്കെ തന്നെ, തുറന്നിരുന്ന വാതിൽ തുറ ക്കാതെ ആയപ്പോൾ തിരിച്ച് പോകേണ്ടി വന്ന മനുഷ്യൻ.

ഞാനൊന്നും വാഗ്ദാനം ചെയ്തിരുന്നില്ല എങ്കിലും ഈ വാതിൽ എനിക്കായി തുറന്നതാണ്, എനിക്ക് വേണമെന്നുണ്ടെങ്കിൽ എത്ര കാലത്തേക്കും അത് തുറന്നു തന്നെയിരിക്കും. ഇതെനിക്ക് വലിയ കാര്യമൊന്നുമല്ല എന്നതാണ് പക്ഷേ വാസ്തവം. സെമിരമിസ്സ് ബുദ്ധിമതിയെങ്കിലും ഒരു സാധാരണ സ്ത്രീയാണ്. എനിക്ക് എപ്പോൾ വേണമെങ്കിലും ഉപേക്ഷിക്കാവുന്ന ഒരു വിലാസലോല. അവർ എന്നെയോർത്ത് കരഞ്ഞാൽ പോലും വളരെ വേഗം എന്നെ മറന്നു കളയാൻ മാത്രം അനുഭവങ്ങളിലൂടെ കടന്നു പോയവൾ. ഞാൻ സെമിരമിസ്സിനെ ഉപേക്ഷിച്ച് പോകാതിരിക്കാൻ കാരണം അവരെന്റെ മുന്നിൽ സ്വയം സമർപ്പിച്ചതുകൊണ്ടൊന്നുമല്ല; പുതിയൊരു സ്ഥലം, പാർപ്പിടം, വ്യത്യാസമുള്ള ഒരു ലോകം കണ്ടെത്താനുള്ള എന്റെ അലസതയായിരുന്നു. വിഗതബാലകരുടെ വിഭാഗത്തിലാണ് എന്നെ പെടുത്തേണ്ടത്. പരാജയത്തിന്റെ രോഗാതുരമായ ചിന്തകൾക്ക്, അതുപോലെ തിരസ്കൃതനെന്ന എന്റെ തോന്നലിന് ഞാൻ അടി യറവ് പറഞ്ഞിരുന്നു.

തന്റെ ആത്മാവിനെത്തന്നെ വിഴുങ്ങിയതായി തോന്നിപ്പിക്കുന്ന അഗാധമായ ശൂന്യതയിൽ ഒരു വ്യക്തിക്ക് എന്തഹങ്കാരം തോന്നാ നാണ്? അതേ സമയം എനിക്കെന്നെത്തന്നെ തടയാനും സാധിച്ചില്ല. ഞാൻ മിക്കേയിലിനെ കാണാനായി ജനലിനരികിലേക്ക് ചെന്നു; വാസ്തവത്തിൽ എന്റെ പ്രമാണിത്തം കാണിക്കുകയായിരുന്നു ഉദ്ദേശ്യം. പ്രതീക്ഷയോടും ആത്മവിശ്വാസത്തോടും കൂടി അൽപ്പം മുമ്പ് കയറി വന്ന പടികൾ അയാൾ ഇറങ്ങിക്കഴിഞ്ഞിരുന്നു. അയാ ളുടെ തല താണിരുന്നു. ഇടുങ്ങിയ തെരുവിലേക്ക് തിരിയുന്ന നേരം,

അയാൾ വളരെ മനസ്സംഘർഷത്തിലായിരുന്നിരിക്കണം. കയ്പ്പ് രസം പേറിക്കൊണ്ടിരുന്ന അയാളുടെ നെഞ്ചകം കാഠിന്യമുള്ള ഒന്നായി മാറിയിരിക്കാം. പോകുന്ന പോക്കിൽ അയാൾ തല ഉയർത്തി നോക്കിയത്, തനിക്ക് പ്രവേശനം നിഷേധിച്ച വീട്ടിൽ മറ്റൊരാൾ പാർക്കുന്നുണ്ടെന്ന് തോന്നിയതിനാലും അയാളുടെ സ്ഥാനം അപഹരിച്ചവന്റെ മുഖം കാണാൻ താത്പര്യമുള്ളതിനാലുമായിരുന്നുവോ? എനിക്കറിയില്ല. തെരുവുവിളക്കിന്റെ വെളിച്ചത്തിൽ ഞങ്ങളുടെ കണ്ണുകൾ തമ്മിലിടഞ്ഞു.

അയാളുടെ കറുത്ത കണ്ണുകൾ ഞാൻ കണ്ടു. അയാളുടെ മുഖം വലിഞ്ഞുമുറുകിയതും മുഖഭാവം പരുക്കനുമായിരുന്നുവെങ്കിലും കണ്ണുകളിൽ സങ്കടം തളം കെട്ടിയിരുന്നതായിട്ടാണ് എനിക്ക് തോന്നിയത്. അയാൾ കനം കുറഞ്ഞ കറുത്ത ഒരു ജാക്കറ്റാണ് ധരിച്ചിരുന്നത്, ഉള്ളിൽ ധരിച്ച വെള്ളഷർട്ടിന്റെ കോളർ അയാൾ ഉയർത്തി വച്ചിരുന്നു. മീശമേൽ തടവിക്കൊണ്ട് എന്റെ മുഖത്തേക്ക് അയാൾ ഏതാനും നിമിഷം നോക്കി നിന്നു. എന്നിട്ട് ധൃതിയിൽ നടന്ന് വാതിലിനു മുന്നിൽ പാർക്ക് ചെയ്തിരുന്ന തന്റെ അനഡോൾ എസ്റ്റേറ്റ് കാറിൽ അയാൾ കയറി. അതിൽ നിറച്ച് അടുക്കള സാമഗ്രികളായിരുന്നു എന്നത് അപ്പോഴെനിക്ക് അറിയില്ലായിരുന്നു. എന്നെ കണ്ടില്ലെന്ന് ഭാവിക്കാനായിരുന്നു അയാൾക്ക് താത്പര്യം എന്ന് വ്യക്തമായിരുന്നു. ഞാൻ യാതൊരു ശത്രുതയും പ്രകോപനവും ഇല്ലാതെയായിരുന്നു അയാളെ നോക്കിയിരുന്നത്. മദ്യപാനത്തിന്റെ ഫലമായി ഞാൻ മുഴുകിപ്പോയിരുന്ന രസകരമായ, അല്ലലില്ലാത്ത, അവസ്ഥയിൽ. എന്റെ പഴയ അഭിമാന ബോധവും അലിഞ്ഞു പോയിരുന്നു. ഈ അവസ്ഥയിൽ, അയൽക്കാരന്റെ വെളിച്ചം അരിച്ചിറങ്ങുന്ന ജനലിന്മേൽ വീഴുന്ന നിഴലുകൾ ഒളിഞ്ഞുനോക്കുന്ന വിരസത മൂത്ത തള്ളയും ഞാനും വ്യത്യസ്തരല്ല. ഇതൊക്കെയായാലും, മിക്കേയിൽ എന്നെ എതിരാളിയായി ഗണിക്കുന്നു എന്ന വസ്തുത ഞങ്ങളുടെ രണ്ടാമത്തെ കണ്ടുമുട്ടലിൽ ഞാനറിയാനിരിക്കുന്നതേ ഉണ്ടായിരുന്നുള്ളൂ.

അയാളുടെ മട്ടിൽ ദയനീയത കലർന്ന ഒരു തിടുക്കവും മറയ്ക്കാൻ ശ്രമിച്ചിട്ടും പുറത്ത് കാണുന്ന വിദ്വേഷവും ഉണ്ടായിരുന്നു. അയാൾ മുട്ടിയിട്ടും ആ വാതിൽ തുറന്നില്ലെന്ന വസ്തുത തെരുവ് മുഴുവൻ അറിഞ്ഞു കഴിഞ്ഞു എന്ന ചിന്തയിൽ അയാൾ ലജ്ജിതനായിരുന്നു. എന്നെ കണ്ടില്ലെന്ന് ഭാവിക്കുക വഴി, താൻ തന്റെ രീതിയിൽ കുലീനമായി പെരുമാറുകയാണെന്നും, സെമിരമിസ്സിനും എനിക്കും ഒരു അവസരം കൂടി നൽകുകയാണെന്നും ഉള്ള സന്ദേശം നൽകാൻ അയാൾ ശ്രമിച്ചു. അതു കാരണമായിരുന്നു അയാൾ

തെരുവിൽ നിന്നും കഴിവതും വേഗത്തിൽ പോകാൻ ആഗ്രഹിച്ചത്. ഞങ്ങളുടെ കണ്ണുകൾ തമ്മിൽ ക്ഷണനേരത്തേക്ക് ഉടക്കിയത് കഴിവതും വേഗം മറന്നു കളയാൻ ആഗ്രഹിച്ച മട്ടിലാണ് അയാൾ കാറിനുള്ളിലേക്ക് കയറിയത്. അയാൾ കാറിന്റെ താക്കോൽ തിരിച്ചു. പക്ഷേ പകൽ മുഴുവൻ തെരുവുകളിൽ അലറിപ്പാഞ്ഞ് ക്ഷീണിച്ച അനഡോൾ സ്റ്റാർട്ട് ആയില്ല. അയാളുടെ കൈകൾ വിയർക്കുന്നുണ്ടെന്നും കാറ് സ്റ്റാർട്ടാവാത്തതിൽ അയാൾക്ക് നാണക്കേടുണ്ടെന്നും എനിക്ക് തോന്നി. അയാൾ കാറിന്റെ താക്കോൽ പലവുരു തിരിച്ച് അതിനെക്കൊണ്ട് മുറിവേറ്റ പക്ഷിയുടെ ശബ്ദം പുറപ്പെടുവിച്ചിട്ടും അത് നീങ്ങാൻ വിസമ്മതിക്കുന്നത് അയാൾക്ക് അപമാനമുണ്ടാക്കി.

കാറ് സ്റ്റാർട്ടാക്കാൻ സാധിക്കാതെ അയാൾ വെളിയിലിറങ്ങി. വിയർത്തൊഴുകിക്കൊണ്ട് ഒരു കൈ സ്റ്റിയറിങ് വീലിൽ പിടിച്ച് അയാൾ അനഡോൾ തള്ളിത്തുടങ്ങി. പക്ഷേ ഭാരം കാരണം അത് നീങ്ങുന്നുണ്ടായിരുന്നില്ല. അനാഡോൽ അത് പാർക്ക് ചെയ്തിരുന്ന വാതിലിനു മുന്നിൽ സന്തുഷ്ടനും അനന്തകാലം അവിടെ കിടക്കാൻ ഇഷ്ടപ്പെടുന്നവനും ആണെന്ന് തോന്നി. എങ്കിലും അവസാനം വൈമനസ്യത്തോടെ ആ കാറ് ചെരിവിലൂടെ ഇറങ്ങിത്തുടങ്ങി. മിക്കേയിൽ തമാശ തോന്നിക്കുന്ന ചുവടുകളോടെ കാറിനുള്ളിലേക്ക് ഓടിക്കയറി. അനാഡോൽ പുറപ്പെടാനുള്ള ഉദ്ദേശ്യം പ്രകടിപ്പിച്ചുകൊണ്ട് ഒരു മുരൾച്ച പുറപ്പെടുവിച്ചു. ഇടിവെട്ടുന്ന തരത്തിൽ എൻജിന്റെ മുരൾച്ച തെരുവിൽ അലയടിച്ചു. ക്രമേണ കാർ കാഴ്ചയിൽ നിന്ന് മറഞ്ഞു. തെരുവ് കുറച്ചു മുമ്പുണ്ടായിരുന്ന തരത്തിലുള്ള വിരസമായ നിശ്ശബ്ദതയിലേക്ക് മടങ്ങി. ഞാൻ അകത്തേക്ക് ചെന്നു. മിക്കേയിലിന്റെ പങ്കപ്പാട് ഓർത്ത് ചിരിച്ചുകൊണ്ട് ഞാൻ സെമിരമിസ്സിന്റെ വിസ്തൃതമായ കിടക്കയിൽ കിടന്നു. ഞാൻ ഉറക്കത്തിലേക്ക് കടന്നിരിക്കാം.

ഞാനിപ്പോൾ ആലോചിക്കുകയാണ്. മിക്കേയിൽ തന്റെ നാശമായ അനഡോൾ സ്റ്റാർട്ട് ചെയ്ത ശേഷം പ്രധാന തെരുവിലെത്തി കാറ് നിർത്തിയിരിക്കും. തന്റെ തല വിനൈൽകോട്ടിങ്ങ് ഉള്ള സ്റ്റിയറിങ് വീലിൽ അമർത്തി വച്ച് ഹതാശനായി അയാൾ കരഞ്ഞിരിക്കും.

പുറംപൂച്ചിന്റേതായ ഈ ലോകത്ത് ജീവിതം പ്രാകൃതമായ വികാരങ്ങളിലൂടെയും വിചിത്രമായ ആചാരങ്ങളിലൂടെയും നീങ്ങുകയാണ്. അവിടെ ചെറിയ ഒരു കാലിടറൽ മതി ഒരാളുടെ അഭിമാനം നിമിഷം കൊണ്ട് കെട്ടുപോകാൻ. അതെ, മിക്കേയൽ വന്നു വീണ സാഹചര്യം അയാൾക്ക് കിട്ടിയ കനത്ത പ്രഹരമായിരുന്നു. ഓടിയോടി പഴക്കം വന്ന് തേഞ്ഞ അനഡോൾ ആദ്യം താക്കോൽ തിരിച്ചപ്പോൾ തന്നെ സ്റ്റാർട്ട് ആയിരുന്നെങ്കിൽ, മിക്കേയിലിന്

അഭിമാനകരമായ രീതിയിൽ തെരുവ് വിട്ട് പോകാനായിരുന്നുവെങ്കിൽ, ഞങ്ങൾ തമ്മിലുള്ള ഈ നിശ്ശബ്ദ പോരാട്ടം ഒരിക്കലും ആരംഭിക്കുമായിരുന്നില്ല.

പ്രേമസാക്ഷാത്ക്കാരത്തിനുള്ള പരസ്പരമത്സരമല്ല അയാളെ നശിപ്പിച്ചത്, അയാൾക്ക് സംഭവിച്ച ചെറിയ ചെറിയ അത്യാഹിതങ്ങളായിരുന്നു.

ഞാൻ ഉറങ്ങുകയും അയാളെപ്പറ്റി മറക്കുകയും ചെയ്തു. എന്റെ മനസ്സിൽ നിന്ന് അയാളെ പൂർണ്ണമായും നിഷ്ക്കാസനം ചെയ്തു. അത് കാരണം ഏതാനും ദിവസങ്ങൾ കഴിഞ്ഞ ശേഷം സെമിരമിസ്സ് താമസിച്ചിരുന്ന തെരുവിൽ ഞങ്ങൾ കണ്ടുമുട്ടിയപ്പോൾ എനിക്കയാളെ മനസ്സിലാക്കാൻ പോലും പറ്റിയില്ല. സെമിരമിസ്സിന് തീരദേശത്തിലുള്ള പട്ടണത്തിൽ ജോലി കിട്ടുകയും അവർ മ്യൂസിക് ഹാളിൽ ജോലിചെയ്തിരുന്ന കുറെ പെൺകുട്ടികളോടൊപ്പം ടൂറിന് പോയിരിക്കുകയുമായിരുന്നു. താൻ തിരിച്ചെത്തുമ്പോൾ എന്നെ അവിടെ കാണില്ലെന്ന് അവർ ഭയക്കുന്നതായി എനിക്ക് തോന്നി. ഈ ടൂർ ഞങ്ങളുടെ പ്രണയത്തെ പരീക്ഷണത്തിന് വിധേയമാക്കുന്ന ഒന്നായി അവർ കണ്ടിരുന്നു. ഞാൻ വിട്ട് പോകണമെന്ന് അവർ ആഗ്രഹിക്കാത്തതിനാൽ വിവിധ ഭക്ഷണ വസ്തുക്കൾ കൊണ്ട് ഫ്രിഡ്ജ് നിറച്ചാണ് അവർ പോയിരുന്നത്. അന്ന് രാത്രി ഞങ്ങൾ ഉറങ്ങിയതേയില്ല, വെറുതെ തുടർച്ചയായി മദ്യം കഴിച്ചുകൊണ്ടിരുന്നു. രാവിലെയാകാനാകുമ്പോൾ അവർ ദീർഘനേരം കരഞ്ഞു, ഞാനൊരു നാൾ ഉറപ്പായും അവരെ വിട്ടുപോകുമല്ലോ എന്ന് സങ്കടപ്പെട്ടു കൊണ്ട്. ഞാനവരെ സമാധാനിപ്പിക്കാൻ യാതൊരു ശ്രമവും നടത്തിയില്ല. മദ്യപാനവും ഉറക്കമില്ലായ്മയും കാരണം അവർ ക്ഷീണിതയായിരുന്നു. വണ്ടിയിൽ കയറിയ ഉടനെ അവർ അബോധാവസ്ഥയിലായി. അകാരണമായി കവിഞ്ഞൊഴുകുന്ന ഒരു സ്വതന്ത്രത അനുഭവപ്പെട്ടപ്പോൾ കുറേയേറെക്കാലമായി ഞാൻ സന്ദർശിച്ചിട്ടില്ലാത്ത നഗരപ്രദേശങ്ങളിലേക്ക് ഞാൻ യാത്രയായി. ചായത്തോട്ടത്തിൽ മേശമേൽ തല ചായ്ച്ചിരുന്ന് ഞാൻ ഉറക്കം തൂങ്ങി. നിശ്ചലമായ വെള്ളത്തിൽ ഞാനെന്നെത്തന്നെ നോക്കി. എന്റെ ഉള്ളിൽ കൊച്ചുകൊച്ചു സന്തോഷങ്ങൾക്കായി ഞാൻ തിരഞ്ഞു-ഒരു പുതിയ പാത- പക്ഷേ ഭയങ്കര ചൂടായതിനാൽ എനിക്ക് അങ്ങിനെയൊന്ന് കണ്ടെത്താനായില്ല.

സ്ഥലം വിടാൻ ഏറ്റവും ഉചിതമായ അവസരം എത്തിച്ചേർന്നിരിക്കുന്നു. എന്നിട്ടും ജനാലകൾ മലർക്കെ തുറന്നിടുമ്പോൾ ശീതളിമ അനുഭവപ്പെടുന്ന മുറിയിലെ കട്ടിലിൽ ആലസ്യത്തോടെ കോട്ടുവായിട്ട് കിടക്കുക എന്ന സാദ്ധ്യതയാണ് എന്നെ വശീകരിച്ചത്.

അല്ലെങ്കിൽ, ഒരു പക്ഷേ എന്റെ പ്രചോദനം തന്നെ വെറും അലസ ജീവിതമായിരിക്കണം. ജീവിതത്തോട് എനിക്ക് തോന്നിയ മധുരാലസ്യം തന്നെയാകാം എന്റെ കാലുകളെ സെമിരമിസ്സിന്റെ വീട്ടിലേക്ക് വീണ്ടും വലിച്ചു കൊണ്ടുപോയത്. എന്തായാലും ദേഹമൊട്ടുന്ന വിധം വിയർക്കുന്ന, ഞരങ്ങിയൊടുങ്ങുന്ന ഈ ജൂലായ് ചൂടിൽ ഏറ്റവും ലളിതമായ ഒരു പദ്ധതി പോലും ആലോചിക്കാൻ സാദ്ധ്യമല്ല. പിന്നെയാണോ നിർണ്ണായകമായ തീരുമാനങ്ങൾ.

വ്യാകുലത ദ്യോതിപ്പിക്കുന്ന ചുവടുകൾ വച്ച് ഞാൻ നടന്നു പോകുമ്പോൾ എന്റെ ശ്രദ്ധ ജനാലകളിൽ നിന്ന് പുറത്തേക്ക് ശരീരം വളച്ചുകൊണ്ട് നിൽക്കുന്ന സ്ത്രീകളിലേക്ക് മാറി. അവർ കറുപ്പ് നിറമുള്ള സൂര്യകാന്തി വിത്തുകൾ പൊട്ടിച്ച് ഉമി തെരുവിലേക്ക് കളയുകയായിരുന്നു. എതിർദിശയിൽ നിന്ന് ആ പഴയ അനഡോൾ ഞരക്കത്തോടെ, അതിന്റെ ഒച്ച തെരുവ് മുഴുവൻ മുഴക്കികൊണ്ട് വന്നു. ഫ്ളാറ്റുകളുടെ സമുച്ചയത്തിന്റെ വാതിൽക്കൽ കാറ് നിർത്തിയ ശേഷം മിക്കേയിൽ പുറത്തേക്ക് ഇറങ്ങി ചുറുചുറുക്ക് പ്രകടമാക്കുന്ന ഒരു നിൽപ്പ് നിന്നു. ആ രാത്രിയിൽ ആദ്യം കണ്ടപ്പോൾ ത്തന്നെ എന്റെ ശ്രദ്ധ ആകർഷിച്ച അയാളുടെ മീശ കണ്ടപ്പോൾ എനിക്കാളെ മനസ്സിലായി. ഈ അവസരത്തിനായി അയാൾ കേടു വന്ന അനഡോൾ റിപ്പയർ ചെയ്തിരിക്കുന്നു എന്നും സശ്രദ്ധം വസ്ത്രധാരണം നടത്തിയിരിക്കുന്നു എന്നും ഇവിടെ സാധനങ്ങൾ പ്രദർശിപ്പിച്ചു കൊണ്ടുള്ള വിൽപ്പനാപ്രസംഗം റിഹേഴ്സൽ ചെയ്തിരിക്കുന്നു എന്നും വ്യക്തമായിരുന്നു. മുടി കറുപ്പിച്ച് കരുതിക്കൂട്ടി ചെന്നിയിലെ ഏതാനും നരച്ച രോമങ്ങൾ നിറം മാറ്റാതെ വച്ചിരിക്കുന്നു.

പെട്ടെന്ന് അയാൾ എന്നെ കണ്ടു. ക്ഷണനേരത്തേക്ക് അയാൾ വളരെ അധീരനും അസ്വസ്ഥനുമായി കാണപ്പെട്ടു. പക്ഷേ അയാൾ ശാന്തമായി തന്റെ മനോനില വീണ്ടെടുത്തു. ഞങ്ങൾ അന്യോന്യം നോക്കുന്നുണ്ടായിരുന്നു. തന്റെ കഠാര പോലുള്ള ഫ്ളിക്ക് നൈഫ് എടുക്കുവാനായി അയാൾ പോക്കറ്റിലേക്ക് കൈ കൊണ്ടുപോയി. പക്ഷേ അയാൾക്ക് തന്റെ പോക്കറ്റ് പരതിയിട്ട് കിട്ടിയില്ല. ഒരുപാട് തവണ അലക്കിയതിനാൽ നീളം കുറഞ്ഞ പാന്റ് അയാൾ അടിയിൽ മടക്കി വച്ചിരിക്കുന്നതിന് താഴെ അയാളുടെ വെളുത്ത സോക്സ് പുറത്തേക്ക് കാണുന്നത് ആ ഗമയിലുള്ള നിൽപ്പിന്റെ ഗാംഭീര്യത്തെ കെടുത്തുന്നത് കണ്ട് എനിക്ക് ചിരി അടക്കാൻ കഴിഞ്ഞില്ല. എന്റെ നടത്തത്തിന്റെ ദിശ മാറ്റാതെ ഞാൻ അപ്പാർട്ട്മെന്റിനു നേരെ നടന്നു. അവസാനം പരതിപ്പരതി അയാൾക്ക് പോക്കറ്റ് തടഞ്ഞു, അയാൾ

കഠാര പുറത്തെടുത്തു അത് തുറക്കാനും അടക്കാനും തുടങ്ങി. ഞങ്ങൾ തമ്മിൽ ദൂരം വളരെ കുറവായിരുന്നു.

എന്റെ ഹൃദയത്തിലേക്ക് തുളച്ചിറക്കണമെന്ന് മിക്കേയൽ ആഗ്രഹിച്ചിരുന്ന അയാളുടെ കഠാര, എന്നിൽ ഒരു മതിപ്പും ഉളവാക്കിയില്ല. എന്റെ ആത്മാവിൽ എന്തോ ശൂന്യത നിറഞ്ഞ പോലെയായിരുന്നു. അയാളുടെ കഠാരയുടെ തിളക്കത്തിന് എന്നെ സംബന്ധിച്ചേടത്തോളം തെരുവ് മുറിച്ച് തിരക്കിട്ട് ഓടുന്ന ഒരു പൂച്ചയുടെ വാലിന്റെ ഗൗരവം പോലുമുണ്ടായിരുന്നില്ല.

യഥാർത്ഥത്തിൽ ഞാൻ നടന്നിരുന്നത് ആ കഠാരയ്ക്ക് ഒരു അർത്ഥം കൊടുക്കുവാനും എന്റെ ഹൃദയത്തിൽ ആ കഠാര അനുഭവിക്കുവാനുമായിരുന്നു. വിഗതബാലകരിലൊരാളായി (*) ജീവിതം തുടരുന്നതിൽ എനിക്ക് താത്പര്യമില്ലായിരുന്നു. അത് അത്ര ശക്തമായ വികാരമായിരുന്നു. അതിനാൽ കഠാര എന്റെ ഹൃദയം തുളച്ചാലും എനിക്കത് യഥാർത്ഥത്തിലാണെന്ന് തോന്നാതെ അതും വച്ച് ഞാൻ ചുറ്റി നടക്കുക തന്നെ ചെയ്യും. അതിനാൽ ഞാൻ കത്തിയുടെ നേർക്ക് നടന്നു. മിക്കേയിലിനെ എതിർക്കാനല്ല, സാഹസികതയുടെ ലോകത്ത് ഓർമ്മിക്കപ്പെടാനുമല്ല. കത്തിയിൽ നിന്ന് അയാൾ സംഭരിച്ച ധൈര്യം പക്ഷേ, അയാൾക്ക് പോരായിരുന്നു. അയാളുടെ കൈകൾ വിറയ്ക്കുന്നത് ഞാൻ കണ്ടു.

എനിക്കും കത്തിക്കുമിടയിൽ ഏതാനും ചുവടുകൾ മാത്രം ശേഷിക്കെ എതിർവശത്തെ ബ്ലോക്കിൽ നിന്ന് ഒരു സ്ത്രീ ഇറങ്ങി വന്നു. അവർ ചെവിയിലണിഞ്ഞിരുന്ന വലിയ തോടയുടെ ഭാരത്താൽ അവരുടെ കീഴ്ക്കാത് മുറിഞ്ഞിരുന്നു. അവരുടെ പാവാടയിൽ അള്ളിപ്പിടിച്ചിരുന്ന മൂക്കൊലിപ്പിക്കുന്ന പെൺകുട്ടിയേയും വലിച്ചായിരുന്നു ആ വരവ്. അവർ മിക്കേയിലിന്റെ അടുത്തു ചെന്നു ചോദിച്ചു, ‘‘നിങ്ങളുടെ കയ്യിൽ കാപ്പി പാത്രങ്ങളുടെ സെറ്റ് ഉണ്ടോ?’’

മിക്കേയിൽ പ്രതീക്ഷിക്കാത്ത ഈ ഒരു ചെറിയ അത്യാഹിതം ആ രംഗം മൊത്തം നശിപ്പിച്ചു. വിൽപ്പനയ്ക്കായുള്ള അടുക്കള സാമഗ്രികൾ നിറച്ച അനഡോൾ എസ്റ്റേറ്റ് ഒരു കൂട്ടം സ്ത്രീകളാൽ ഇതിനകം വലയം ചെയ്യപ്പെട്ടു. ഡസൻ കണക്കിന് തഴമ്പിച്ച, വെയിൽ കാഞ്ഞ് ചുവന്ന, നീരുപിടിച്ച് വീർത്ത സ്ത്രീഹസ്തങ്ങൾ കാറിന്റെ അല്പം പൊന്തിയിരുന്ന ബൂട്ട് തുറന്നു. അതിൽ അനേകം കയ്യുകൾ തപ്പുകയും തിരയുകയും ചെയ്തു.

താൻ നായകനായിരുന്ന സിനിമയിൽ നിന്ന് പൊടുന്നനെ അയാൾ പുറത്തായിരിക്കുന്നു, കഠിനമായി വിലപേശുന്ന സ്ത്രീകളാൽ വളയപ്പെട്ടിരിക്കുന്നു. അവർ തങ്ങൾ കയ്യിലെടുത്ത ഫ്രൈയിങ് പാനിന്റെയും

പ്രഷർകുക്കറിന്റെയും കയ്യിലുകളുടേയും വില ചോദിക്കുകയാണ്, വിലപേശാൻ തയ്യാറായിക്കൊണ്ട്. ഷോപ്പിങ്ങ് എന്ന ബാധ പിടിച്ച് കാടൻ സ്വഭാവികളായിത്തീർന്ന ഈ സ്ത്രീകളുടെ കൂട്ടത്തെ പിരിച്ചു വിട്ട് സിനിമ തുടരുന്നത് അസാദ്ധ്യമാണ്. അയാൾ സാധനങ്ങൾ സ്ത്രീകളുടെ കൈകളിൽ നിന്ന് പിടിച്ച് വാങ്ങി സംരക്ഷിക്കാൻ ശ്രമിക്കുന്നതിനിടെ ഈ അസംബന്ധം നന്നായി നോക്കി രസിച്ചു കൊണ്ട് ഞാൻ ബ്ലോക്കിനുള്ളിലേക്ക് കയറി. ഞാൻ മുകൾ നിലയി ലേക്ക് കയറിപ്പോയിട്ട് അവിടെ നിന്ന് ജനൽ വഴി താഴേക്ക് നോക്കി നിന്നു.

ഞാൻ നോക്കുന്നുണ്ടെന്ന് അയാൾ അറിഞ്ഞു. അത് കാരണം താൻ വെറും സാധാരണ വിൽപ്പനക്കാരനായി കാണപ്പെടാൻ അയാൾ ഇഷ്ടപ്പെട്ടില്ല, തന്റെ സാധനങ്ങൾ വിറ്റഴിച്ച് ഏതാനും തുട്ടുകൾ സമ്പാദിക്കുന്ന തുച്ഛനായ വിൽപ്പനക്കാരനായിട്ട്. അത്രയധികം ക്ഷുഭിതനും വ്രണിതനുമായിക്കഴിഞ്ഞതിനാൽ അയാൾ പരുക്കൻ മട്ടിൽ സാധനങ്ങളെല്ലാം തിരിച്ച് മേടിച്ച് കാറിൽ നിറച്ചു. എന്നിട്ട് കോപത്താൽ വിറച്ചു കൊണ്ട് അയാൾ കാറിലേക്ക് കയറി. തങ്ങൾ എത്രയോ കാലമായി സാധനങ്ങൾ വാങ്ങിക്കുന്ന ഈ മനുഷ്യന്റെ ഇത്തരം പെരുമാറ്റത്തിനുള്ള കാരണം മനസ്സിലാക്കാനാവാതെ സ്ത്രീ കൾ അവരവരുടെ വീടുകളിലേക്ക് പിരിഞ്ഞു പോയി. പോകുന്ന പോക്കിൽ അവർ അയാളെ അധിക്ഷേപിക്കുകയും ശാപവചനങ്ങൾ വിളിച്ച് പറയുകയും ചെയ്തു.

കഴിഞ്ഞ പ്രാവശ്യം സ്റ്റാർട്ടാവാതെ അയാളെ മോശപ്പെടുത്തിയ അനഡോൾ ഇത്തവണ ഭയപ്പെടുത്തുന്ന ശബ്ദങ്ങൾ മുഴക്കിക്കൊണ്ട് സ്റ്റാർട്ടായി. പക്ഷേ താൻ അടയ്ക്കാത്തതു മൂലം തുറന്നു കിടന്ന ബൂട്ടിന്റെ വാതിൽ വായുവിൽ ആടിക്കൊണ്ട് ഉണ്ടാക്കുന്ന ശബ്ദം അയാൾ അവഗണിച്ചു. അയാൾ തെരുവിലൂടെ കാർ പറത്തി വിട്ട പ്പോൾ കുട്ടികൾ എല്ലാ ദിശകളിലേക്കും ഓടി മാറി. അയാൾ ഇല ക്ട്രിക് പോസ്റ്റ് ഉരച്ച് പോകുകയും ചവറ്റുവീപ്പ ഇടിച്ചിടുകയും ചെയ്തു. പ്രധാന റോഡിലേക്ക് കാർ കയറിയപ്പോൾ അയാൾ തട്ടി ത്തെറിപ്പിച്ച മാലിന്യവീപ്പ തിരികെ ഉരുണ്ടു വന്നു. അയാൾ എത്തി പ്പെട്ട സ്ഥിതിവിശേഷത്തിൽ കുടുകുടാ ചിരിക്കുന്ന ഒരു കാണിയെ പ്പോലെ അത് തെരുവിലൂടെ കിലുകിലാരവം മുഴക്കി ഉരുണ്ടുപോയി.

ഈ സംഭവത്തിനു ശേഷം കുറേക്കാലം ഞാൻ മിക്കേയിലിനെ കണ്ടില്ല. ഒരിക്കലും. പക്ഷേ കുറച്ച് നാളുകൾ കഴിഞ്ഞതിനു ശേഷം അയാൾ എന്നെ പിന്തുടരുന്നുണ്ടെന്ന് എനിക്ക് തോന്നി. ജോലി 'വൃത്തിയായി' തീർക്കാൻ ആഗ്രഹിക്കുന്ന ഒരു വാടകക്കൊലയാ ളിയെ പോലെ അയാൾ നിശ്ശബ്ദനായിരുന്നു. അയാളൊരിക്കലും

വെളിയിൽ വന്നില്ല. പക്ഷേ അയാൾ എന്റെ പുറകെ ഉണ്ടെന്ന് എനിക്കറിയാമായിരുന്നു. എന്റെ കഴുത്തിനു പുറകെ അയാളുടെ ഉച്ഛ്വാസം ഞാൻ അനുഭവിച്ചു. ഞാനിതെല്ലാം വളരെ ആസ്വദിച്ചു. ചില രാത്രികളിൽ ഞാൻ തെരുവിലൂടെ നടന്നു പോകുമ്പോൾ പെട്ടെന്ന് തിരിഞ്ഞ് നോക്കും. ചിലപ്പോൾ, പിടിക്കപ്പെടാതിരിക്കാനായി അതി വേഗത്തിൽ ഓടിയകലുന്ന ഒരാളുടെ കാലടി ശബ്ദം ഞാൻ കേട്ടു. മറ്റ് ചിലപ്പോൾ ഒരു അഗാധനിശ്ശബ്ദതയും. അയാളെന്നെ പിന്തുടരാത്ത രാത്രികൾ എനിക്ക് മടുപ്പനായിത്തുടങ്ങി. മിഥ്യാബോധത്തിൽ നെയ്തെടുത്ത ആസ്വാദ്യകരമായ ഈ കളിയിൽ ഞനെന്നെത്തന്നെ മറന്നിരിക്കണം. ഇതിന്റെ അവസാനത്തെപ്പറ്റി അറിയാനുള്ള ജിജ്ഞാസ എനിക്കുണ്ടായിരുന്നു.

തുടക്കത്തിൽ അയാളെന്നെ ഭയപ്പെടുത്തി ഓടിക്കാൻ ആഗ്രഹിച്ചു. പിന്നീട് എന്നെ വധിക്കുക എന്നതായി അയാളുടെ ആവശ്യം. തന്റെ നേർക്ക് വാതിൽ കൊട്ടിയടച്ച സെമിരമിസ്സിനെ തിരികെ നേടുകയായിരുന്നു അയാളുടെ യഥാർത്ഥ ആവശ്യം. വീണ്ടും വീണ്ടും മുട്ടിയിട്ടും ആ വാതിൽ അയാൾക്കായി തുറക്കാതിരുന്നതിന് ഏക കാരണം ഞാനാണെന്ന് അയാൾ വിചാരിച്ചു. സത്യം പറഞ്ഞാൽ അത് ശരിക്കും പരിഹാസ്യമായിരുന്നു. മാത്രവുമല്ല അമിതമായ ചിരിക്കുശേഷമുള്ള പൊട്ടിക്കരച്ചിൽ പോലെ, മിക്കേയിലിന്റെ മനോനിലയിലും ഞങ്ങൾ തമ്മിലെ വിചിത്രബന്ധത്തിലും സങ്കടകരവും അസാധാരണവുമായ ഒന്നുണ്ടായിരുന്നു. എനിക്ക്, സെമിരമിസ്സ് ഒന്നുമായിരുന്നില്ല; അയാൾക്ക്, സെമിരമിസ്സ് എല്ലാമായിരുന്നു സെമിരമിസ്സിനാകട്ടെ, മിക്കേയിൽ ഒന്നുമായിരുന്നില്ല ഞാൻ എല്ലാമായിരുന്നു.

അയാൾ എന്നെ പിന്തുടരുന്നത് ആസ്വദിക്കാനായി മാത്രം ഞാൻ എല്ലാ വൈകുന്നേരങ്ങളിലും മ്യൂസിക് ഹാളിലേക്ക് പോയിത്തുടങ്ങി. ഇത് സെമിരമിസ്സിനെ സന്തോഷവതിയാക്കി. ഇത് ഒരുതരം സമർപ്പണമായി സെമിരമിസ്സ് തെറ്റിദ്ധരിച്ചു. അതെ, സമർപ്പണമായിരുന്നു. പക്ഷേ സെമിരമിസ്സിനോടല്ല. എന്റെ കൊലയാളിയോട്.

ഞാൻ ഇരുട്ടിന്റെ സംഗീതം വിട്ടു. ഇപ്പോൾ ഞാൻ താമസിക്കുന്നത് ദൂരത്തുള്ള ശാന്തമായതും വെറും സാധാരണവുമായ പട്ടണത്തിലാണ്. അവിടെ മാന്യരായ വ്യക്തികളുടെ നിരയിൽ ചേരാൻ അല്പം വൈമുഖ്യത്തോടെ ഞാൻ ശ്രമിക്കുന്നു. ഞാൻ അനുഭവിക്കുന്നത് സെമിരമിസ്സിന്റെ അഭാവമല്ല, മ്യൂസിക് ഹാളിന്റേതാണ്. മ്യൂസിക് ഹാൾ ശ്വസിച്ചിരുന്നത് സങ്കടം തുളുമ്പിയിരുന്ന ശ്വാസമാണ്, അത് വെറും സാധാരണമാകാം, പരുക്കനാകാം, വിശ്വാസ രഹിതവും മോശവുമാകാം. ആ സ്ഥലം മോശമായി പാടിയ ഇരുളിന്റെ

സംഗീതമായിരുന്നു. ഗായകരുടെ ശബ്ദത്തിലെ വൈകല്യം പോലെ, ജീവിതത്തിന്റെ കനത്ത പ്രഹരം മുഖത്ത് ആഴത്തിലുള്ള പാടുകൾ ഉണ്ടാക്കുന്ന വ്യസനകരമായ സ്ഥലം. വിളക്കുകളുടെ പ്രകാശധോരിണിയുടെ നാട്യത്തിൽ അഭയം കണ്ടെത്തുന്ന സ്ഥലം.

മ്യൂസിക് ഹാളിൽ വച്ചാണ് ഒരു രാത്രി ഞാൻ മനസ്സിലാക്കിയത്, മിക്കേയിൽ എന്നെ ഭയപ്പെടുത്തി ഒതുക്കാനുള്ള ശ്രമം ഉപേക്ഷിച്ചെന്നും എന്നെ വധിക്കാൻ അയാൾ തീരുമാനിച്ചിട്ടുണ്ടെന്നും. ഒരു കാലത്ത് വെപ്പാട്ടിയായി കൂടെ ജീവിച്ചിരുന്ന ഒരാളുമൊത്ത് സെമിരമിസ്സ് മേശ പങ്കിട്ടിരിക്കുകയായിരുന്നു. അവരുടെ ഒരു കണ്ണ് എന്റെ മീതെയായിരുന്നു. ബാറിന്റെ സ്റ്റേജിന് പിൻതിരിഞ്ഞ് ഞാൻ ഒതുങ്ങിയിരുന്ന് മദ്യപിക്കുകയായിരുന്നു. മ്യൂസിക് ഹാൾ അതിന്റെ ഭാഗമാക്കാനായി ബാറിൽ ചില പുതുക്കലുകൾ നടന്നിട്ടുണ്ടായിരുന്നു. അതിനാൽ എന്റെ പോലെത്തന്നെ അപരിചിതത്വം ബാറിലുള്ളവർക്കും അനുഭവപ്പെട്ടിരുന്നു.

തരം താണ കണ്ണാടിയിൽ പ്രായം നിർണ്ണയിക്കാൻ പ്രയാസമായ എന്റെ വികാരശൂന്യമായ മുഖം ഞാൻ ഉറ്റുനോക്കുകയായിരുന്നു. ഞാൻ ആയിരം വർഷം ജീവിച്ചു കഴിഞ്ഞ പോലെ എനിക്ക് തോന്നി. ആ തോന്നൽ വല്ലാത്തൊരു വ്യസനം എന്നിലുണ്ടാക്കി. ഞാനെന്നോടു തന്നെ ചോദിച്ചു ഞാനെന്താണ് എന്റെ തന്നെ ജീവിതത്തിനുള്ളിൽ ഇങ്ങനെയൊരു അപരിചിതനായത്. ഞാനെന്നോട് ഇതിൽ കൂടുതൽ ചോദിക്കുമായിരുന്നു, പക്ഷേ, മിക്കേയിലിന്റെ പേര് കേട്ട മാത്രയിൽ ഞാൻ ചിന്തയുടെ കെട്ടറുത്ത് പുറത്തു വന്നു. അടുത്തു നിന്നിരുന്ന ബാർമാൻ വെയ്റ്ററോട് സംസാരിക്കുകയായിരുന്നു. ഒരു കാലത്ത് മിക്കേയിൽ സിമിരമിസ്സിന്റെ കാമുകനായിരുന്നു എന്ന് അവർക്ക് അറിയുമായിരുന്നോ എന്ന് എനിക്ക് നിശ്ചയമില്ലായിരുന്നു. മ്യൂസിക് ഹാളിലുള്ളവർക്ക് എത്രകണ്ട് ഞങ്ങൾ മൂവരെ ചേർത്ത നൂലാമാലയായ ചരടിനെക്കുറിച്ചറിയാം എന്ന വിഷയത്തിൽ എനിക്ക് യാതൊരു താത്പര്യവും ഉണ്ടായിരുന്നില്ല. എന്തായാലും മിക്കേയിൽ അല്ലാതെ മറ്റാരും എന്നിൽ താത്പര്യമുളവാക്കിയില്ല.

ഞാൻ കേൾക്കുന്നുണ്ടെന്നറിയാതെ ബാർമാൻ വെയ്റ്ററോട് തുടർന്നു. മിക്കേയിൽ ആയുധം വാങ്ങാനായി തന്റെ അനഡോൾ എസ്റ്റേറ്റ് വിറ്റിരുന്നു. പക്ഷേ, പാരാബെല്ലും ബ്രാൻഡ് ഗൺ വാങ്ങിക്കൊടുക്കാമെന്നേറ്റ് മിക്കേയിലിൽ നിന്ന് പണം വാങ്ങിയ വ്യക്തി മുങ്ങിക്കളഞ്ഞു. അപ്പോൾ ഞാൻ ഓർത്തു, ശരിയാണ്, കുറേ നാളുകളായി ആ പഴഞ്ചൻ അനഡോൾ സ്റ്റാർട്ട് ആകുന്ന വിലാപസ്വരം കേട്ടിട്ടില്ലല്ലോ എന്ന്. വ്യസനകരമായ ഈ ചതിയെക്കുറിച്ച് പറഞ്ഞ് ബാർമാൻ ചിരിച്ചു. ''അയാൾ ആ ഗൺ ഉപയോഗിച്ച് ആരെ വെടി

വെയ്ക്കാനായിരുന്നു ഉദ്ദേശിച്ചിരുന്നത്?'' ബാർമാൻ ചോദിച്ചു. വേയ്റ്റർ പറഞ്ഞു, ''ആർക്കറിയാം. ഒരു പക്ഷേ അവനവനെത്തന്നെ ആയിരിക്കാം?''

ഞാൻ പിന്നെ വേനലവസാനിക്കുന്നതു വരെ മിക്കേയിലിനെ കണ്ടില്ല. അയാൾ മുമ്പ് ചെയ്തിരുന്ന പോലെ തുടർച്ചയായി ഇപ്പോൾ പിന്തുടരുന്നില്ല. ഒരുപക്ഷേ അയാൾ ഗൺ വാഗ്ദാനം ചെയ്ത് പണം തട്ടിയ ആളുടെ പിന്നാലെ പോയിരിക്കാം. എന്നിരുന്നാലും അയാൾ എന്നെ ഇപ്പോഴും ഇടയ്ക്ക് പിന്തുടരുന്നുണ്ടാവുമെന്ന് എനിക്ക് തോന്നി. ചില രാത്രികളിൽ, കൂരിരുട്ട് വ്യാപിച്ച് നിരത്തുകൾ വഴി നടക്കുമ്പോൾ, ഞാൻ ചിലപ്പോൾ തിരിഞ്ഞ് എന്റെ പിന്നിലേക്ക് നോക്കും. അപ്പോൾ അപ്പാർട്ട്മെന്റ് കവാടത്തിലേക്ക് വലിയുന്ന ഒരു നിഴൽ കാണും, ആ നിഴൽ ക്രമേണ മങ്ങിയതും മെലിഞ്ഞതുമായി മാറി.

വേനൽ അവസാനിച്ചു. എന്നെ പിന്തുടരുന്നത് അയാൾക്ക് മടുത്തു എന്ന് ഞാൻ വിചാരിച്ചു.

അത് ഒക്ടോബറിലെ ഒരു സായാഹ്നമായിരുന്നു. ശൈത്യകാലം നേരത്തെയെത്തുന്നതിന്റെ സൂചനകൾ വായുവിലുണ്ടായിരുന്നു. വൃത്തികെട്ട ഒരു ചാറ്റൽ മഴ മ്ലാനതയിൽ വലഞ്ഞ നഗരത്തെ ശ്വാസം മുട്ടിച്ചു. സെമിരാമിസ്സ് വീണ്ടും അവരുടെ തല്ലിപ്പൊളി ടൂറിലായിരുന്നു. ഭാഗ്യം കെട്ട ഈ നഗരത്തിന്റെ മരണം കണ്ടു കൊണ്ട് ഞാൻ തെരുവുകളിൽ അലയുകയായിരുന്നു. നഗരത്തിനു മീതേക്ക് ഒരു മരണഭീതി പോലെ ഇറങ്ങി വരുന്ന മേഘങ്ങൾക്ക് നേരെ ഞാൻ നോക്കി. ഞാൻ ഉയരമുള്ള കുന്നുകൾ കയറി താഴേക്ക് നോക്കി, ഇപ്പോഴും ശുദ്ധരക്തം പ്രവഹിക്കുന്ന ഏതെങ്കിലും ധമനിയുണ്ടോ എന്ന്. പുതിയ ഏതെങ്കിലും സ്ഥലത്തേക്ക് പോകാൻ അതെനിക്ക് ആവേശമാകുമെന്ന പ്രതീക്ഷയോടെ. എന്നെ ഒന്നും ആവേശം കൊള്ളിച്ചില്ല, എന്റെ മുഖവും തലമുടിയും നനച്ച് എന്നെ തണുപ്പിച്ച മഴ പോലും. പുതിയൊരു തുടക്കത്തിലേക്കുള്ള പ്രയാണം എന്ന ആശയം ദുഷ്കരമായി, അസാദ്ധ്യമായി പോലും തോന്നി. ഞാൻ സെമിരമിസ്സിന്റെ വീട്ടിലേക്ക് തന്നെ മടങ്ങി, ഞാനവിടെ പെട്ടെന്ന് വയസ്സനാകുകയാണെന്ന് മനസ്സിലാക്കിക്കൊണ്ട്.

ഞാൻ തെരുവിലേക്ക് പ്രവേശിക്കുമ്പോൾ, ഇരുട്ട് വീഴുന്നതേ ഉള്ളൂ. തെരുവിൽ വേണ്ടാത്ത കലക്കുവെള്ള കെട്ടുകളുണ്ടാക്കി ഇടയ്ക്കിടയ്ക്ക് പെയ്തിരുന്ന മഴ നിലച്ചിരുന്നു. വായു ഇപ്പോഴും കനത്തു നിന്നു. ഭാവിയും പ്രതീക്ഷയും ഇല്ലാത്ത തെരുവിലെ കുട്ടികൾ പന്ത് കളിക്കുകയായിരുന്നു.

ഞാൻ മിക്കേയിലിനെ സെമിരമിസ്സിന്റെ ഫ്ളാറ്റുള്ള ബ്ലോക്കിന്റെ പ്രവേശന വഴിയിലാണ് കണ്ടത്. അയാൾ പിഞ്ഞിത്തുടങ്ങിയ തന്റെ ജാക്കറ്റിന്റെ കോളർ ഉയർത്തി വച്ച് വാതിലിന് മുന്നിൽ കല്ല് പാകിയ സ്ഥലത്ത് പതുങ്ങി ഇരിക്കുകയായിരുന്നു. അയാൾ തന്റെ തല ചുമരിലേക്ക് ചാരിയിരുന്നു. മണിക്കൂറുകളായി എന്നെ കാത്തിരുന്ന് അയാൾ ഉറക്കത്തിലേക്ക് വീണിരുന്നു. ഞാനയാളുടെ അടുത്ത് വന്ന് നിന്നുകൊണ്ട് അയാളെ നോക്കി. അയാളുടെ താടി വളർന്നിരുന്നു. പഴയ വ്യക്തിത്വത്തിന്റെ കണിക പോലും അയാളിൽ അവശേഷിച്ചിരുന്നില്ല. അയാൾ നേരിയതായി കൂർക്കം വലിച്ചിരുന്നു. അയാൾ ഉണർന്ന് എന്നെ കാണണമെന്നും വിദ്വേഷലിപ്തമായ കഠാര നേരിട്ട് അയാൾ എന്റെ ഹൃദയത്തിലേക്ക് ആഴ്ത്തണമെന്നും ഞാൻ ആഗ്രഹിച്ചു. പക്ഷേ അയാൾ ഉണരുന്ന മട്ടുണ്ടായിരുന്നില്ല. ഞാൻ ഏന്തിവലിഞ്ഞ് അയാളുടെ തോളിൽ തട്ടി. ഞാൻ പറയാൻ ആഗ്രഹിച്ചു, ''എഴുന്നേൽക്കൂ. എഴുന്നേറ്റ് എന്നെ രക്ഷിക്കൂ, നിങ്ങൾ എന്റെ നെഞ്ചിലേക്ക് ആഴ്ത്താൻ പോകുന്ന കഠാരയെടുത്ത് ഒരിക്കലും അവസാനിക്കാത്ത ഈ ശൂന്യതയിൽ നിന്ന് എന്നെ രക്ഷിക്കൂ.'' അയാൾ ഉണർന്നില്ല.

അന്നേരം ഒരു കുട്ടി ശക്തിയായി അടിച്ച പന്ത് അയാളുടെ മുഖത്ത് വന്നിടിച്ചു. പൊടുന്നനെ അയാൾ ഉണർന്നു. ഞാൻ നിൽക്കുന്നത് കാണാതെ ചാടിയെണീറ്റ് ശാപവാക്കുകൾ ഉതിർത്തുകൊണ്ട് കുട്ടികളുടെ നേരെ തിരിഞ്ഞു. അയാൾ പന്ത് കൈക്കലാക്കി കഠാരകൊണ്ട് അത് കീറിമുറിച്ചു, അത് എന്റെ ഹൃദയമാണെന്ന പോലെ. അപ്പോഴാണ് ഞങ്ങളുടെ കണ്ണുകൾ തമ്മിൽ കോർത്തത്. പന്തും കഠാരയും അയാളുടെ കൈയ്യിൽ നിന്ന് താഴെ വീണു.

ഒരാളെ ആത്മഹത്യയിലേക്ക് തള്ളിവിടാൻ മാത്രം നിർഭാഗ്യവാനായി അയാൾ എന്നതാണ് സത്യം.

അന്നു തൊട്ട് അയാൾ എന്നെ പിന്തുടരുന്നത് അവസാനമായി നിർത്തി. ഞങ്ങൾ എന്നിട്ടും ഇടയ്ക്കിടയ്ക്ക് തമ്മിൽ കണ്ടു. എന്നെ കാണുമ്പോഴെല്ലാം അയാൾ തിരിഞ്ഞ് ധൃതിപിടിച്ച കാൽ വെപ്പുകളോടെ നടന്നു പോകുമായിരുന്നു. അയാൾ വളരെ ശോഷിച്ചു പോയി, ഈ പരാജയം അയാളെ തീർത്തെന്ന പോലെ. ഞാൻ പോകുന്ന തെരുവിലൂടെ അയാൾ നടന്നില്ല. ഞാൻ ഉണ്ടാകാൻ സാദ്ധ്യതയുള്ള സ്ഥലങ്ങളിലേക്ക് അയാൾ ഒരിക്കലും വന്നതുമില്ല. ഒരു നാൾ ഞങ്ങൾ അടുത്തുള്ള

മാർക്കറ്റിൽ വച്ച് കണ്ടുമുട്ടി. അയാൾ ചെറിയൊരു സ്റ്റാൻഡിൽ ഏതാനും ഡസൻ പസാബാച്ചേ ഗ്ലാസ്സുകൾ ഒരുക്കി വച്ചിരുന്നു. ആൾക്കാരുടെ ശ്രദ്ധ ആകർഷിക്കാനായി വായുവിൽ മൂന്ന് ഗ്ലാസ്സുകൾ

കൊണ്ട് അമ്മാനമാടി നിൽക്കുന്ന അയാളെ പോകുന്ന പോക്കിൽ നോക്കുന്ന സ്ത്രീകളെ അയാൾ വിളിക്കുകയായിരുന്നു. എന്നെ കണ്ടപ്പോൾ അയാൾ ഗ്ലാസ്സുകൾ പിടിക്കാൻ വിട്ടുപോയി.

അയാളുടെ സാഹചര്യം കൂടുതൽ മോശമായെന്ന് ഞാനറിഞ്ഞു. ഞങ്ങളുടെ കണ്ടുമുട്ടലിനുശേഷം അയാൾ വല്ലാതെ വയസ്സനായിപ്പോയി. അയാൾ ഇതിനെക്കുറിച്ചെല്ലാം ദീർഘമായി ചിന്തിച്ച് ഭാഗ്യം എന്നോടൊപ്പമാണെന്ന് തീരുമാനിക്കുകയും എല്ലാം വേണ്ടെന്ന് വച്ചിരിക്കുകയുമാവാം. ഇപ്പോൾ അയാൾ എന്റെ പുറകെ നിന്ന് മാറിയപ്പോൾ മ്യൂസിക് ഹാളിലേക്കുള്ള എന്റെ പോക്കും ഞാൻ നിർത്തി വച്ചു. ഞാൻ ജീവിതത്തേയും മനുഷ്യനേയും മിക്കേയിലിനേയും രസകരമല്ലാത്ത മറ്റു പലതിനേയും കുറിച്ച് ചിന്തിച്ച് സമയം കളഞ്ഞു. ഞാൻ മദ്യപിച്ചു. ആരുടെ നെഞ്ചകത്തെ പ്രണയത്തെ കവർന്നിട്ടാണോ ഞാനയാളെ തകർത്തത് അയാളുടെ അഭാവവും കവർന്നെടുത്ത പ്രണയം ഞാൻ പാഴാക്കിക്കളഞ്ഞതും എന്നെ വല്ലാതെ ഉലച്ചു. അയാളെക്കുറിച്ച് ആലോചിക്കുമ്പോൾ ഞാൻ ചിരിക്കാറുണ്ടായിരുന്നു, പക്ഷേ ഇപ്പോൾ എനിക്ക് ചിരിക്കാൻ പറ്റാതായി. ഞാൻ മനസ്സിലാക്കി, ഇത് ചൂടുവെള്ളത്തിൽ മുക്കിക്കൊണ്ട് കണങ്കൈ മുറിക്കുന്നതുപോലെ ആണെന്ന്. കണങ്കൈ മുറിക്കുമ്പോൾ ഞാൻ വേദന അറിഞ്ഞില്ല, പക്ഷേ ഇപ്പോൾ എന്റെ ആത്മാവ് പിടയുകയാണ്.

ഞാൻ അമിതമായി മദ്യപിച്ചു. രാത്രിയാണ് ഞാൻ മനസ്സിലാക്കിയത് വീട്ടിൽ ഉള്ളതൊക്കെ ഞാൻ കുടിച്ച് തീർത്തെന്ന്. സമയം രാത്രി വളരെ വൈകിയതിനാൽ ഒരു കടയും തുറന്നിരിക്കില്ല. മ്യൂസിക് ഹാളിലേക്ക് പോകുകയല്ലാതെ വേറെ മാർഗ്ഗമൊന്നും ഇല്ലായിരുന്നു. മഞ്ഞ് പൊഴിയുന്ന രാത്രിയായിരുന്നു അത്, തെരുവുകൾ ഐസ്സ് മൂടിയിരുന്നു. നഗരത്തിലെ ഏറ്റവും രക്തകലുഷിതമായിരുന്ന പിൻതെരുവുകളിലൂടെ ഞാൻ നടന്നു. ടിൻ ബാരലുകളിൽ തീ കത്തിച്ച് അവരുടെ വൃത്തിഹീനമായ കയ്യുകൾ ചൂടാക്കുന്ന തെരുവുതെണ്ടികളുടെ ഇടയിലൂടെ, സുരക്ഷിതമായ മൂലകളിൽ കാർഡ് ബോർഡ് വിരിച്ച് കിടക്കാൻ തയ്യാറെടുക്കുന്ന ഏഴകൾക്കിടയിലൂടെ, മെലിഞ്ഞ തെരുവുപൂച്ചകളെ ഓമനിച്ചുകൊണ്ട് പശ മണക്കുന്ന കൗമാരക്കാർക്കിടയിലൂടെ, തമ്മിൽത്തല്ലുന്ന അല്ലെങ്കിൽ തല്ലിനുശേഷം ക്ഷീണമകറ്റുന്ന എതിർലിംഗവേഷം കെട്ടുന്നവർക്കിടയിലൂടെ, തണുപ്പും വിശപ്പും സഹിയാതെ ഓരിയിടുന്ന തെരുവുനായ്ക്കൾക്കിടയിലൂടെ ഞാൻ നടന്നു. മനുഷ്യനോടുള്ള സർവ്വ ഭയവും മറന്നേപോയ അവസ്ഥ. ഇങ്ങനെ നടന്നു പോകുന്ന സമയം ഞാനൊരു കറുത്ത് തൂങ്ങുന്ന ഓവർകോട്ടിന്റെ പിന്നാലെയാണ് നടക്കുന്നതെന്ന് ഞാൻ ശ്രദ്ധിച്ചു.

ബാറിന്റെ തീർത്തും ആൾപ്പെരുമാറ്റമില്ലാത്ത സ്ഥലത്തിരുന്ന് തല മുന്നോട്ട് വളച്ച് അയാൾ ബിയർ കുടിക്കുന്നുണ്ടായിരുന്നു. നിശ്ശബ്ദനായി വന്ന് ഞാൻ അയാൾക്കരികിലിരുന്നു. അയാൾ മാറി ഇരുന്നില്ല. തല ഉയർത്തി നോക്കിയതുമില്ല. എന്നെ അയാൾക്ക് മനസ്സിലായിട്ടില്ല എന്ന് ഞാൻ വിചാരിച്ചു തുടങ്ങുമ്പോഴെക്കും ബിയർ ഗ്ലാസ്സിന്മേൽ കണ്ണുകളുറപ്പിച്ച് വിറയാർന്ന സ്വരത്തിൽ അയാൾ പറഞ്ഞു, ''എനിക്ക് ഗ്ലാസ്സ് പാത്രങ്ങളുടെയും ചീനപ്പാത്രങ്ങളുടെയും ഒരു കടയുണ്ടായിരുന്നു. അവൾ ഒരുപാട് സാധനങ്ങൾ വേണമെന്നാഗ്രഹിച്ചു. എല്ലാം ഞാൻ വാങ്ങിക്കൊടുക്കുകയായിരുന്നു... പിന്നെ നിങ്ങൾ വന്നു.... ഇപ്പോൾ എനിക്കൊന്നും ഇല്ലാതായി.''

അയാൾ ഗ്ലാസ്സ് കാലിയാക്കി വിറയ്ക്കുന്ന കൈയിന്റെ പുറം കൊണ്ട് മുഖം തുടച്ചു. പരിഭവമില്ലാതെ, വിദ്വേഷമില്ലാതെ, കോപമില്ലാതെ, പക്ഷേ തീവ്രമായ മനോവേദനയോടെ, അയാൾ പറഞ്ഞു, ''നിങ്ങൾ അവളെ സ്നേഹിക്കുകയെങ്കിലും ചെയ്തിരുന്നെങ്കിൽ... നിങ്ങൾ അവളെ സ്നേഹിച്ചില്ല... നിങ്ങൾ എന്നെ തകർക്കുകയും ചെയ്തു.''

അയാൾ എഴുന്നേറ്റു പോയി. എനിക്ക് എഴുന്നേൽക്കാൻ സാധിച്ചില്ല. വളരെ നേരം കഴിഞ്ഞപ്പോൾ ഞാൻ ശ്രദ്ധിച്ചു, ഞാൻ കരയുകയായിരുന്നു. ഞാൻ പുറത്തേക്ക് നടന്നു. ടിൻ ബാരലിൽ നിന്നുള്ള മങ്ങിയ വെളിച്ചത്തിൽ ഞാനയാളെ കണ്ടു. അയാൾ നടക്കുകയായിരുന്നു, തന്റെ കറുത്ത കോട്ട് പിന്നിലിഴച്ചു കൊണ്ടും രാത്രിയുടെ ഇരുട്ടിന്റെ ആഴത്തിലേക്ക് ലയിച്ചു പൊയ്ക്കൊണ്ടും.

അതായിരുന്നു മിക്കേയിലിന്റെ ഹൃദയം നിലച്ച രാത്രി.

www.ingramcontent.com/pod-product-compliance
Lightning Source LLC
LaVergne TN
LVHW090344051026
849518LV00006B/2035

* 9 7 8 8 1 9 7 3 3 4 2 1 4 *